அடியும் முடியும்

அடியும் முடியும்

க. கைலாசபதி (1933–1982)

தமிழின் தலையாய மார்க்சிய இலக்கிய விமர்சகராக மதிக்கப்படும் கைலாசபதி, மலேசியாவின் கோலாலம்பூரில் பிறந்தவர். தாய்: தில்லைநாயகி; தந்தை: இளையதம்பி கனகசபாபதி.

கோலாலம்பூரில் தொடக்கக் கல்வி பயின்ற கைலாசபதி, இரண்டாம் உலகப் போரின் முடிவில் சொந்த ஊரான யாழ்ப்பாணம் திரும்பினார். யாழ்ப்பாணம் இந்துக் கல்லூரியில் இடைநிலை படித்த காலத்தில் மு. கார்த்திகேசன் தொடர்பினால் மார்க்சியத்தின்பால் ஈர்க்கப்பட்டார். பின்னர் கொழும்பு ராயல் கல்லூரியிலும் பேராதனைப் பல்கலைக் கழகத்திலும் படித்தார். பட்டம் பெற்றதும், 1957இல் கொழும்பு *தினகரன்* நாளிதழில் உதவியாசிரியரானார். 1958 முதல் 1961 வரை அதன் ஆசிரியராகக் கைலாசபதி இருந்த காலத்தில் *தினகரன்* ஈழத்து இலக்கியச் சூழலில் பெருந்தாக்கத்தை ஏற்படுத்தியது; முற்போக்கு இலக்கிய இயக்கம் காலூன்றுவதற்கும் காரணமானது. 1961இல் பேராதனைப் பல்கலைக்கழகத்தில் ஆசிரியப் பணியைத் தொடங்கிய கைலாசபதி, 1963இல் இங்கிலாந்தின் பர்மிங்ஹாம் பல்கலைக்கழகத்தில் சேர்ந்து, புகழ்பெற்ற மார்க்சிய அறிஞர் ஜார்ஜ் தாம்சன் மேற்பார்வையில் பிஎச்.டி. பட்டம் பெற்றார். இந்த ஆய்வேட்டை ஆக்ஸ்போர்டு பல்கலைக்கழகப் பதிப்பகம் நூலாக வெளியிட்டது. 1966இல் இலங்கைக்குத் திரும்பிய கைலாசபதி, பேராதனையிலும் கொழும்புவிலும் பணியாற்றிய பின் 1974இல் யாழ்ப்பாணப் பல்கலைக்கழகம் நிறுவப்பட்டபொழுது அதன் தலைவராகவும் பேராசிரியராகவும் அமர்ந்து, அதன் வளர்ச்சியில் முக்கியப் பங்காற்றினார்.

ஐயோவா பல்கலைக்கழகப் படைப்பெழுத்துத் திட்டத்தின் ஃபெல்லோவாகவும் (1977), கலிபோர்னியா (பெர்க்லி) பல்கலைக்கழகத்தின் வருகைப் பேராசிரியராகவும் (1978) விளங்கிய கைலாசபதி, சீன அரசின் அழைப்பின்பேரில் சீனாவிற்கும் பயணம் மேற்கொண்டார்.

1982 டிசம்பரில் கைலாசபதி நோயுற்றுக் காலமானார்.

மனைவி: சர்வமங்களம். மகள்கள்: சுமங்களா, பவித்ரா.

கைலாசபதி நூல்கள்

இரு மகாகவிகள் (1962)

பண்டைத் தமிழர் வாழ்வும் வழிபாடும் (1966)

தமிழ் நாவல் இலக்கியம் (1968)

Tamil Heroic Poetry (1968)

ஒப்பியல் இலக்கியம் (1969)

அடியும் முடியும் (1970)

கவிதை நயம் (இணையாசிரியர்: இ. முருகையன்) (1970)

இலக்கியமும் திறனாய்வும் (1972)

சமூகவியலும் இலக்கியமும் (1979)

மக்கள் சீனம்: காட்சியும் கருத்தும்
(இணையாசிரியர்: சர்வமங்களம் கைலாசபதி) (1979)

திறனாய்வுப் பிரச்சனைகள்: க.நா.சு. குழு பற்றிய ஆய்வு (1980)

நவீன இலக்கியத்தின் அடிப்படைகள் (1980)

இலக்கியச் சிந்தனைகள் (1983)

பாரதி ஆய்வுகள் (1984)

ஈழத்து இலக்கிய முன்னோடிகள் (1986)

On Art and Literature (1986)

On Bharati (1987)

சர்வதேச அரசியல் நிகழ்வுகள் பற்றி, 1979–1982 (1992)

நாவலர் பற்றி கைலாசபதி (2005)

க. கைலாசபதி

அடியும் முடியும்
இலக்கியத்தில் கருத்துகள்

காலச்சுவடு பதிப்பகம்

அடியும் முடியும் ♦ கட்டுரைகள் ♦ ஆசிரியர்: க. கைலாசபதி ♦ © சுமங்களா கைலாசபதி ♦ முதல் பதிப்பு: 1970 ♦ காலச்சுவடு முதல் பதிப்பு: ஆகஸ்ட் 2017, இரண்டாம் (குறும்) பதிப்பு: பிப்ரவரி 2022 ♦ வெளியீடு: காலச்சுவடு பப்ளிகேஷன்ஸ் (பி) லிட்., 669, கே.பி. சாலை, நாகர்கோவில் 629001

aTiyum muTiyum ♦ Essays ♦ K. Kailasapathy ♦ © Sumangala Kailasapathy ♦ Language: Tamil ♦ First Edition:1970 ♦ Kalachuvadu First Edition: August 2017, Second (Short) Edition: February 2022 ♦ Size: Demy 1 x 8 ♦ Paper: 18.6 kg maplitho ♦ Pages: 264

Published by Kalachuvadu Publications Pvt. Ltd., 669, K.P. Road, Nagercoil 629001, India ♦ Phone: 91-4652-278525 ♦ mail: publications @kalachuvadu.com ♦ Printed at Clicto Print, Jaleel Towers, 42 KB Dasan Road, Teynampet Chennai 600018

ISBN: 978-93-5244-095-5

02/2022/S.No.770, kcp 3443, 18.6 (2) uss

பொருளடக்கம்

முன்னுரை	9
அடியும் முடியும்	13
காலந்தொறும் கடவுள் வாழ்த்து	51
அகலிகையும் கற்பு நெறியும்	88
சிலப்பதிகாரச் செய்திகள்	147
புலைப்பாடியும் கோபுர வாசலும்	190
நூலாசிரியர் அகர வரிசை	257

முன்னுரை

இந்நூலிலுள்ள கட்டுரைகள் பல்வேறு சந்தர்ப்பங்களிலே என்னால் எழுதப்பட்டவை. இலக்கியத் திறனாய்வில் ஈடுபட்டுள்ள நான், அவ்வப்போது பத்திரிகைக் கட்டுரைகளாகவும் கருத்தரங்க உரைகளாகவும் வானொலிப் பேச்சுக்களாகவும் எழுதியனவே திருத்தமும் விரிவும் பெற்று இந்நூலிலே 'அத்தியாயங்களாக' அமைந்துள்ளன. இவற்றின் மூலப் படிவங்களை இடையிடை நிகழ்வாக எழுதியபோது நூலாக்கும் திட்டம் இருக்கவில்லை.

ஆயினும், இலக்கியங்களைக் கால அடைவில் நோக்கி அவை காட்டும் கருத்திலும் உணர்விலும் நிகழும் மாற்றங்களைக் கண்டறியும் போக்கு இவற்றுக்குப் பொதுவாக இருக்கிறது என நம்புகிறேன். அந்த ஒருமைப்பாட்டை உறுதிப்படுத்தும் வகையிற் கட்டுரைகளை அத்தியாயங்களாக்கும்பொழுது சில திருத்தங்களையும் அத்தியாயங்கள் ஒன்றுக்கொன்று கொண்டு இருக்க வேண்டிய இன்றியமையாத் தொடர்புகளையும் அமைத்திருக்கிறேன். இதன் விளைவாகக் கட்டுரைகள் ஒருமுகப்பாடும் முழுமையும் பெற்றுள்ளன என்று எண்ணுகிறேன்.

இக்கட்டுரைகளை எழுதுஞ் சமயங்களிலும் எழுதிய பின்னரும் நெருங்கிய நண்பர்கள் சிலர் கருத்துரைகள் கூறியும் ஆலோசனைகள் வழங்கியும் ஊக்குவித்தனர். குறிப்பாக, எனது மாணாக்கர்கள்

மிகுந்த உணர்ச்சியார்வத்துடன் இவற்றை வரவேற்றனர். எனினும் இத்தகைய ஊக்குதல்களினும் எனது முந்திய நூல்களுக்குத் தமிழ்நாட்டிலும் ஈழத்திலும் சிற்சிலர் எழுதிய சீற்றங் கொண்ட தாக்குதல்களே நான் இக்கட்டுரைகளை உற்சாகத்துடன் எழுதுவதற்குத் தூண்டுதலாயமைந்தன.

வெறி கொண்டவராய்ச் சிலர் கருத்துக்களுக்குப் பதிலாக ஆசிரியரையே தாக்கியபோதும், அவர்கள் அவ்வாறு துடித்துப் பதைத்துக்கொண்டு எனது நூல்களைத் தாக்கியமையே அத்தகைய நூல்கள் மென்மேலும் இயற்றப்பட வேண்டியதன் அத்தியாவசியத்தை எடுத்துக் காட்டியதுடன், நான் சரியான நெறியிலேயே சென்று கொண்டிருக்கிறேன் என்பதையும் உறுதிப்படுத்தியது.

எனது ஏனைய நூல்களைப் போலவே இதுவும் இலக்கியத்தின் சமுதாய அடிப்படையைச் சிறப்பாக ஆராய்கிறது. அதாவது, இலக்கியக் கருத்துக்கள் மாத்திரமல்லாது இலக்கிய வடிவங்களும் உத்திகளுங்கூடக் குறிப்பிட்ட சமுதாய நிலைகளினது விளைபொருள்கள் என்பதை இயன்றளவு திட்டமாக எடுத்துக்காட்ட முயன்றிருக்கிறேன்.

அமெரிக்கப் பல்கலைக்கழகம் ஒன்றிலே சமூகவியற்றுறையில் விரிவுரையாளராயிருக்கும் நண்பர் ஒருவர் எனது முந்திய நூல்கள் இரண்டைப் படித்துவிட்டு, அவை அறிவின் சமூகவியலைச் சார்ந்தவை என்றும் திறம்பட எழுதப்பட்டிருக்கின்றன என்றும் உணர்ச்சியூக்கத்துடன் எழுதியிருந்தார்.

கால அடைவில் இலக்கியங்களை நோக்க முற்படும்போது ஒரு குறிப்பிட்ட கண்ணோட்டத்தின் முற்கருத்துக்களையும் கூறுகளையும் மட்டுமின்றி அதை எடுத்துரைத்த ஆசிரியர்களது உள்ளத்தில் தோன்றியும் தோன்றாமலும் நிலைகொண்டிருந்த கோட்பாடுகளையும் அவர்கள் படைப்புக்களிலே மறைந்தமைந்துள்ள சமுதாயக் குறிப்புக்களையும் அவற்றின் இலக்கியச் செல்வாக்கினையும் கண்டறியத் துணைபுரிவதே அறிவின் சமூகவியல் ஆகும். ஆயினும் என்னைப் பொறுத்த வரையில் அறிவின் சமூகவியல் என்ற ஆய்வு முறையைப் பிரக்ஞை பூர்வமாகக் கையாளவில்லை. அம்முறையில் அதிவிசேட ஈடுபாடுங் கிடையாது.

ஆயினும் அம்முறை, சுயத் திறனாய்வும் சுய உணர்வும் பெற்றதொன்று என்னும் நம்பிக்கை எனக்குண்டு என்பதைக் கூறுவதில் தடையெதுவுமில்லை. சுருங்கக் கூறின், வரலாறும் திறனாய்வும் கலந்த நோக்கு இக்கட்டுரைகளை வழி நடத்தியுள்ளது என்பேன்.

இக்கட்டுரைகளைத் தொகுத்து நூலாக்குங்கால் நண்பர்கள் த. ஜெயரத்தினம், செ. கணேசலிங்கன், பொ. பூலோக சிங்கம், இ. முருகையன், நா. சுந்தரலிங்கம், செ. கதிர்காமநாதன் ஆகியோர் பல வழிகளில் உதவினர். இவர்களுக்கு என் உளங்கனிந்த நன்றி. இத்தகைய ஆய்வுக் கட்டுரைகள் எழுதுவதற்குப் பலதரப்பட்ட உசாத்துணை நூல்கள் உரிய காலத்தில் கிடைப்பது எத்துணை இன்றியமையாதது என்பதை எழுத்தாளர் நன்குணர்வர். கொழும்பு பொது நூலகத்தின் உதவியாளர் திரு. எஸ்.ஆர். குமாரசுவாமி இத்தேவையை உணர்ந்து காலத்தினால் செய்த உதவிகளுக்குப் பெரிதும் நன்றியுடையேன்.

பாரி நிலைய அதிபர் திரு. செல்லப்பன் அவர்களும் தமிழ்ப் புத்தகாலய அதிபர் திரு. கண. முத்தையாவும் எனது நூல்கள் வெளிவருவதிற் பெரிதும் அக்கறை கொண்டவர்கள். இருவருக்கும் என் இதயபூர்வமான நன்றி.

வழக்கம்போலவே இந்நூலின் கையெழுத்துப் பிரதியையும் வாசித்ததோடமையாது அதனை இரசித்தும் விமர்சித்தும் எனக்கு மனச்சாட்சியாயமைந்த என் மனைவி சர்வமங்களத்துக்கு நன்றி கூறாவிடின் என் நெஞ்சே என்னைச் சுடும்.

இறுதியாக, இந்நூலை நல்ல முறையில் அச்சிட்டுத் தந்த மாருதி பிரஸ் உரிமையாளருக்கு நன்றி கூறுவது என் கடன்.

*29, 42*ஆம் வீதி
கொழும்பு
1970

க.கை.

1

அடியும் முடியும்

1

கந்த புராணத்திலே சுவையான ஓர் உபகதை உண்டு. அதன் சிறப்பைக் கருதி ஒரு படலமாகவே அமைத்து விட்டார் கச்சியப்ப சிவாசாரியார். பிரமனும் திருமாலும் ஒரு சந்தர்ப்பத்தில் மயக்கமுற்று, முழு முதற் பொருளின் அடிமுடி தேடிய கதை பலரும் அறிந்த தொன்றுதான். பிரமனும் விஷ்ணுவும் தம்மிருவரில் யார் தலைமைக் கடவுள் என்று வாதம் புரிந்து இறுதியிலே ஒருவருக்கொருவர் கோபமுண்டாகிப் பெரும் போர் புரியும் போது, சிவபெருமான் அவ்விருவருக்கும் நடுவில் சொல்லுதற்கரிய ஒரு அக்கினி மலையாய்த் தோன்றினார். தோன்றி, போரிட்டு நிற்கும் இருவரும் கேட்கும்படி, "சோதி மற்றிதன் அடியும் ஈறும் வரன்முறை தேரும்"¹ என்று அசரீரியாக உரைத்தார். இதைக் கேட்ட அவ்விருவரும் இம்மலையின் அடியையாகிலும் முடியையாகிலும் கண்டறிபவரே பெரியவர் என்று ஒருவருக்கொருவர் சபதம் செய்து கொண்டு, விஷ்ணு மலையின் அடியையும் பிரமன் அதன் முடியையும் தேடிக் கொண்டு சென்றனர். வெகுகாலந்தேடியும் காணாமற் களைத்து ஈற்றில் பரமன் அடிபணிந்து அவன் அருள் பெற்றனர் என்பது கதைச் சுருக்கம். தக்ஷகாண்டத்திலே தனது பழைய அனுபவத்தைப் பிரமன், மகன் தக்கனுக்கு உரைப்பதாக இக்கதை அமைந்துள்ளது.

கதை இருக்கட்டும். இங்கு எமக்கு முக்கியமானது அதிலிருந்து பெறப்படுவதே. பரம்பொருளை அறிவின் துணையினால் – ஆணவத்தினால் – அறிய இயலாது என்பது கதையின் படிப்பினை. "ஆதியும் அந்தமுமில்லா அரும் பெருஞ்சோதி" என்பது திருவாசகம்[2]. "அந்தம் ஆதி என்மனார் புலவர்" என்பது மெய்கண்ட சாத்திரம்[3].

புராண வரலாறும், சாத்திர நூலும் எடுத்துக் கூறும் கருத்து அல்லது நம்பிக்கை எமது அறிவின் தன்மை பற்றியதாகும். அதாவது சில பொருட்களின் தோற்றம் முடிவு ஆகியவற்றை எம்மனோரால் அறியவியலாது என்பது சித்தாந்த சாத்திரத்தில் மாத்திரமன்றி, இக்காலத் தமிழ் அறிஞர் எழுத்துக்களிலும் பரக்கக் காணப்படுவதொன்றாகும். அடிமுடி தேடி அலுத்தவர்களது வரலாறு பிறருக்கு ஓர் எச்சரிக்கையாய்க் கூறப்பட்டது என்பதிலும் ஐயமில்லை. அடிமுடி தேடுவதும் ஒரு பொருளின் காரண காரியத்தை அறிவதும் தொடர்புடையனவே. ஆகவே, அடிமுடி தேடுவது ஆகாது என்பது காரண காரியத்தை அறிவதும் கூடாது என்பதாகும். மேலெழுந்த வாரியாகப் புராணங்களைக் கட்டுக் கதைகள் என்று பகுத்தறிவின் பெயரால் எள்ளி நகையாடும் பலர், புராணங்களிற் காணும் இந்நம்பிக்கைக்குப் பலியாகியிருப்பதைப் பார்க்கலாம். புராணங்கள் குழந்தைகளுக்குச் சொல்லும் கதைகள் போன்றன என்று ஆதரவுப் பசப்புக் காட்டிப் பேசுபவர்கள் பலர், குழந்தைப் பிள்ளைத்தனமாகப் புராண பாஷையில் பல பொருட்களுக்கு விளக்கம் கூறுவதை நாள்தோறும் நாம் காணலாம்.

இது தனிப்பட்ட சிலரது குறைபாடு என்று கூறுவதில் அர்த்தமில்லை. அத்தகையோரைக் குறை கூறியும் பயனில்லை. எமது சமுதாயத்தில் ஆழப்பதிந்துள்ள ஒரு தத்துவத்தின் – உலக நோக்கின் – வெளிப்பாடு இது எனக் கொள்ளுவதே சாலப் பொருத்தமாகும். அவ்வாறு விளக்கம் கண்டாலேயே, அத்தத்துவத்தின் அடியையும் முடியையும் ஆராய்வதற்கு வழி பிறக்கும் தனிப்பட்ட ஒருவரின் திரிபுணர்ச்சி அல்லது மருள் (delusion) இரங்கத் தக்கதாயினும் அதிகம் அஞ்சவேண்டிய தொன்றன்று; ஆனால் ஒரு கூட்டத்தவரது அல்லது சமூகத்தினரது பொய்ம்மை (illusion) அச்சமூகத்தவருக்கு மாத்திரமல்லாது பிறருக்கும் பேராபத்து விளைவிக்கக் கூடியதாகும்[4]. ஜெர்மானியர் ஆரிய இனத்தவர் என்றும் உலகை ஆளப்பிறந்தவர் என்றும் இரண்டொரு எழுத்தாளர் பிதற்றிய மயக்க மொழிகள், நாஜிகளின் (Nazis) உத்தியோக பூர்வமான தத்துவமாகிய பொழுது, சாதாரண ஜெர்மானிய மக்கள் பல்லாயிரக்கணக்கானோர் அதை நம்பினார்கள். "விஞ்ஞானிகள்" சிலரும் அதனை "உண்மை" என ஏற்றுக்கொண்டனர். அதன் விளைவு உலகம் நன்கறிந்ததே. அதைப்

க. கைலாசபதி

போலவே இரண்டாவது உலகப் போருக்குப் பல ஆண்டுகள் முன்னிருந்து யப்பானிலிருந்த ஆளும் வர்க்கத்தினர் அந்நாட்டு அரசர் கடவுளின் குமாரர் என்ற ஐதீகத்தைத் தேசத் தத்துவமாகக் காத்துப் பேணி வந்தனர். இது ஒரு மாபெரும் பொய்ம்மையே யாகும். ஆயினும் அதை நம்பிய பல்லாயிரக்கணக்கான சாதாரண போர் வீரர்கள் தாம் கடவுளுக்காக இறப்பதாக எண்ணிக் கொண்டே இறுதிவரை போரிட்டு மடிந்தனர். இவை போன்ற உதாரணங்கள் ஏராளம் உண்டு.

இத்தகைய அமைப்பிலுள்ள பேராபத்து யாதெனில், ஒத்துப் போதல் என்ற கொள்கையினடிப்படையில் எதிரான அல்லது மாறுபட்ட சிந்தனைகள் அடக்கி ஒடுக்கப்படுவதாகும். அமெரிக்காவில் பொதுவுடைமைக் கட்சி சட்ட விரோதமாக்கப் பட்டது இவ்வடிப்படையிலே ஆகும். சில நம்பிக்கைகள் இடைவிடாத பிரசாரத்தின் விளைவாய்த் “தேசிய” உண்மைகளாய் அமைக்கப்பட்டுவிடுகின்றன. பகுத்தறிவின் அடிப்படையில் சமயச் சடங்குகளும், புராணச் செய்திகளும் மறுத்துரைக்கப்படும் அதே வேளையில், புதிய ஐதிகங்கள் நிலைநாட்டப்படுகின்றன. இதற்குக் காரணம் இல்லாமலில்லை. கருத்துக்களும் நம்பிக்கைகளும் ஒவ்வொரு காலச் சமுதாயத்தினடியாய்ப் பிறந்து நிலவுவன. அவ்வச் சமுதாயத்துக்குப் பக்க பலமாயமைவன. அவற்றை மாற்றுவது இலகுவான காரியமில்லை. அடிப்படையான சமுதாய மாற்றம் ஏற்படும் பொழுதுதான் அவற்றை மாற்றியமைக்கக்கூடிய சூழ்நிலை உருவாகிறது. அங்கும்கூட அரசியற் பொருளாதார நிறுவனங்கள் மாற்றப்படும் வேகத்தைவிடக் குறைந்த வேகத்திலேயே சிற்சில எண்ணங்கள் மறைகின்றன. எனவே தாம் பிறந்த சமுதாயத்தின் பௌதிக நிலைமை மாறிய பின்னரும் நீடித்து நிலைக்கும் ஆற்றல் கருத்துக்களுக்கும் நம்பிக்கைகளுக்கும் உண்டு. அதனால் தவறான கருத்துக்களைச் சாட வேண்டுவது இன்றியமையாதது. ஆனால் கருத்துக்களைக் கருத்துக்களினால் மாத்திரம் வெல்ல முடியாது என்பதும் மனங்கொள்ள வேண்டியதே.

இந்நோக்கிற் பார்க்கும் போது அடிமுடி தேடிய கதையானது, எமது சமுதாயத்திலே பலரால் நம்பியோ, நம்பாமலோ ஏற்றுக் கொள்ளப்படும் எண்ணமொன்றின் குறியீடாக உள்ளது என்று கூறலாம். எமது கலை, இலக்கிய உலகிற்காணும் பல குறைபாடுகளும், தயக்க மயக்கங்களும் இவ்வெண்ணத்தினின்றும் தோன்றுவனவே. அவ்வெண்ணத்தின் அடிப்படையையும் அதன் வெளிப்பாடுகளையும் சுருக்கமாக ஆராய்வதே இக்கட்டுரையின் நோக்கமாகும். மெய்யியலாளர் பரிபாஷையில் கூறுவதானால், அறிவுக் கொள்கையின் (*epistemology*) ஒரு சிறு அம்சமாக இவ்வாய்வு அமையும்.

அறிவுக் கொள்கை சம்பந்தமான இவ்வாராய்ச்சியை ஓரளவு வரலாற்றடிப்படையில் நடத்துவது, விரும்பத்தக்கது. அது மட்டுமல்ல, இருபதாம் நூற்றாண்டிலும் பெரும்பாலான இந்தியக் கல்வியாளரும், அரசியல் தலைவர்களும் முக்கியமான பிரச்சினைகளுக்குப் பண்டைய நூல்களிலிருந்தே பிரமாணங்கள் காட்டுகின்றனர். மகாத்மா காந்தி, திலகர், வினோபாவே, அரவிந்தர் முதலியோர் அடிக்கடி பகவத் கீதையையும், ராஜாஜி, கே.எம்.முன்ஷி முதலியோர் கீதையோடு இதிகாசங்களையும் துணைக்கிழுப்பதைக் காணலாம். இவர்களைப் போலவே பெரும்பான்மைத் தமிழ்த் தலைவர்கள் திருக்குறளைத் தமிழ் வேதமாய்க் கொண்டு வேண்டியவாறு மேற்கோள் காட்டுவதும் கண்ணாரக் காண்பதொன்று. ஆக, பல நூற்றாண்டுகள் கழிந்த பின்னரும் சிற்சில நூல்கள் 'காலங்கடந்தவை'யாய்க் கருதப்படுவது வெளிப்படை.

மிகப்பெரிய நூல்களிலிருந்து மேற்கோள் காட்டித் தமது கூற்றுக்கு அரண் செய்வது சம்பந்தப்பட்டவர்களுக்குப் பெரிதும் பயனளிப்பதால் மட்டும், அவர்கள் நடைமுறை வாதிகளாகவோ, பயன்பாட்டு வாதிகளாகவோ அவ்வாறு செய்கிறார்கள் என்பதற்கில்லை. அவ்வாறு செய்யும் ஒரு மரபும், அம்மரபுக்கு ஆதாரமான ஒரு நம்பிக்கையும் இந்திய மெய்யியல் வரலாற்றில் முதன்மை பெற்று வந்திருக்கின்றன.

இந்திய மெய்யியல் வரலாற்றைப் படிப்பவர்க்கு முனைப்பாகத் தோன்றும் ஒரு பண்பு உண்டு. "இந்தியாவில் எழுந்த மெய்யியல் உட்பிரிவுகள் யாவும் வேத உபநிடதங்களையே ஆதாரமாய்க் கொண்டவை; இந்திய மெய்யியல் முழுதுக்கும் உபநிடதங்களே மூலாதாரம்." *வேதசமயம் (Religion of the Veda)* என்ற நூலில் புளூம்ஃபீல்ட் *(Bloomfield)* என்ற ஆசிரியர் கூறுகிறார்: "புறச்சமயமாகிய பௌத்தம் உட்பட முக்கியமான இந்தியச் சிந்தனை வடிவங்களில் வேதத்தில் வேர் விட்டு வளராதது ஒன்றேனும் இல்லை."[5] உண்மையில் உலகாயதம் ஒன்றனைத் தவிர இந்திய மெய்யியற் பிரிவுகள் வேத உபநிடதங்களை மூலத்தோற்றுவாயாய்க் கொண்டவையே. பண்டைய இந்திய அல்லது வேதங்கள் வழி வந்த சிந்தனைகள், உபநிடதங்களிலே நிறைவு பெறுகின்றன என்பர். இவ்வுபநிடதங்களின் பிழிசாறாகவே வியாச முனிவர், பல்வேறு சூத்திரங்களினால் ஒரு நூல் இயற்றினார். அதன் பெயர் பிரமசூத்திரம். அத்துவைதத்தை நிறுவிய சங்கரர் துவைதத்தை நிறுவிய மத்துவர். விசிட்டாத் துவைதத்தை நிறுவிய இராமானுஜர் என்போரெல்லாம் பிரம சூத்திரத்துக்குப் பாடியங்கள் எழுதியோராவர். பிரம சூத்திரங்களையும் உபநிடத வாக்கியங்களையும் முரண்பட்ட

வகையில் விளக்கியே இவர்கள் தத்தம் மதங்களைச் சாதித்தனர். இது பற்றி இராதாகிருஷ்ணன் கூறுகிறார்: "பிற்காலத்திலே எழுந்த மெய்யியற் பிரிவுகளைச் சார்ந்தோர் தமது கோட்பாடுகளுக்கும் உபநிடதங்களுக்கும் உடன்பாடு காண்பிப்பதில் காட்டும் ஆவல் இரங்கத் தக்கதாயுள்ளது. தமது கூற்றுக்களை, உபநிடதங்களின் மேல் சுமத்த முடியாதவிடத்தும் அவ்வாறு செய்யவே படாதபாடுபடுவர்."

இதிலிருந்து பெறப்படுவது ஒன்றுதான்: இந்திய மெய்யியலைப் பொறுத்தளவில், "ஆராய்ச்சி என்றைக்கோ முடிந்து முடிவுகளும் அறுதியாக வெளியிடப்பட்டு விட்டன. பின்வந்த ஞானிகளின் ஆராய்ச்சிகள் யாவும் அம்முடிவுகளைச் சரியாக விளங்கிக் கொள்வதன் பொருட்டே மேற்கொள்ளப்பட்டன."[6]

வேதங்கள் இறைவனால் அருளப்பட்டவையாய்க் கொள்ளப்படுவதால் வேத உபநிடத வழி வரும் "உண்மைகள்" மக்களால் அவரவர் சக்திக்கும் பக்குவத்துக்கும் ஏற்ப அறியப்படல் வேண்டுமேயன்றி, புதிதாகக் கூறத்தக்க உண்மைகள் இனி உண்டு என்பதில்லை. இவ்வடிப்படை நம்பிக்கையின் விளைவுகள் பாரதூரமானவை. அவற்றுள் ஒன்று இந்நம்பிக்கை வரலாற்று நோக்குக்கு அறவே இடமளிக்காததாகும். எக்காலத்தவர்க்கும் பொருந்தும் உண்மைகள் ஏலவே கூறப்பட்டு விட்டபடியால் அவை காலங் கடந்தவையாகின்றன. ஆகவும், அவற்றைக் கால அடைவில் ஆராயும் அவசியம் இல்லாது போகின்றது. போகவே, அவற்றைக் காரணகாரிய நியதிக்குட்படுத்தும் நோக்கமும் அற்றுப் போகிறது. இது சுயசிந்தனைக்கும் விமர்சனத்துக்கும் ஏற்ற நம்பிக்கை என்று கூறமுடியுமோ?

மெய்யியலாளர் மட்டுமின்றி, பிறதுறையினரும் இம்மனப்பாங்குடனேயே இயங்கி வந்துள்ளனர். தமிழிலக்கியத்திற் பரிச்சய முடையோர்க்கு உரையாசிரியர்களின் நினைவு வரலாம். உதாரணமாக, தொல்காப்பியத்திற்கு உரைகண்டோர் பல்வேறு காலத்தைச் சேர்ந்தவர்கள். உண்மையில் தத்தம் காலமாற்றங்களுக்கியையப் புது விதிகளும் விளக்கங்களும் கூறும்பொழுதும் அவற்றைத் தமது கருத்தாகக் கூறாது அவையே தொல்காப்பியர் கருத்து என்று கூறிக்கொள்வர். இந்திய உரைகாரர் பலருக்கும் பொதுவான இப்பண்பு சட்டப்படி ஒன்றும், நடைமுறையில் பிறிதொன்றுமாய் இருப்பதைப் போன்றதே என்கிறார் பேராசிரியர் தெ.பொ. மீனாட்சி சுந்தரனார்.[7]

இவ்வாறு பழைய நூல்கள், அதாவது பிரமாணமாக அமையும் நூல்கள், எக்காலத்துக்கும் உரியன எனக் கொள்வதால் அவற்றை இயற்றியோர் அதிமனிதராக இருக்க வேண்டியது தவிர்க்க இயலாததாகிறது. இது காரணம் பற்றியே தொல்காப்பியரும்,

வினையி னீங்கி விளங்கிய அறிவின்
முனைவன் கண்டது முதனூ லாகும்[8]

என்று சூத்திரித்தார். "செய் வினையின் பயன் துவ்வாது மெய்யுணர்வுடையனாகிய முன்னோனாற் செய்யப்பட்டதே ஒரு தலையாக முதனூலாவது" என்று இதற்குப் பொருள் கூறினார் பேராசிரியர். வினையென்பன இருவினை. திருக்குறளில் "இருள் சேர் இரு வினை" என்று தொடங்கும் குறட்பாவுக்குப் பரிமேலழகர், "மயக்கத்தைப் பற்றிவரும் நல்வினை தீவினை என்னும் இரண்டு வினையும் உளவாகா" என்று பொருள் சொன்னார். எனவே எதுவித மயக்கமுற்ற முழுதும் உணரும் உணர்ச்சி உடைய ஒருவன் எழுதுவதே முதனூல் என்பது கருத்து. அக்கருத்துக்கிணங்க, "தலைவர் (சிவபெருமான்) வழி நின்று தலைவனாகிய அகத்தியனாற் செய்யப்பட்ட . . . அகத்தியமே முற்காலத்து முதனூலென்பதூம் அதன் வழித்தாகிய தொல்காப்பியம் அதன்வழி நூலென்பதூஉம் பெற்றாம்" என்றார் பேராசிரியர்.

இந்தியாவுக்குப் பொதுவான இப்பழமை போற்றும் மனப்பான்மை இவ்வாறாக, இக்காலத் தமிழறிஞர்க்குச் சிறப்பான மெய்யியற்றுணையாக இருக்கும் பிறிதொன்றை இங்குக் குறிப்பிட வேண்டும். அதுவே சைவ சித்தாந்தமாகும். கூர்ந்து நோக்கினால் எம்மவர்க்குப் பாரம்பரியச் சொத்தாக வந்த சித்தாந்தமும் அறிவியலுக்குச் சாதகமானதாயில்லை. அறிவை (ஞானத்தை) அது மூன்றாக வகுத்து விடுகிறது. சிவஞான சித்தியார் ஒன்பதாம் சூத்திரத்தின் முதற் செய்யுள் பாசஞானம், பசுஞானம், பதி ஞானம் என்ற மூன்றையும் வகுத்து, பாச ஞானத்தாலும் பசு ஞானத்தாலும் பார்ப்பரிய பரம்பரைப் பதி ஞானத்தாலே கண்டு அவன் திருவடி நிழலை அடைய வேண்டும் என்று உரைக்கிறது. இது நுனித்து நோக்க வேண்டியது.

ஏணியில் மிகத் தாழ்ந்த படியாயிருப்பது பாசஞானம். அது இருவகைப்படும். ஒன்று சொற்பகுதி ஞானம், மற்றது பொருட்பகுதி ஞானம். முன்னது நால் வேதமும், ஆறங்கமும், பதினெண் (ஸ்)மிருதிகளும், பதினெண் புராணமும், அறுபத்து நான்கு கலைகளுமாய சொற்பிரபஞ்சம் ஆகும். பின்னது நில முதல் நாதமீறாக உள்ள முப்பத்தாறு தத்துவங்களைப் பற்றிய பொருட் பிரபஞ்சம் ஆகும். இவை பற்றி நிகழும் ஏகதேச ஞானம் அனைத்தும் பாசஞானமாம்.[9] இதனை எளிமைப்படுத்திக் கூறுவதாயின் பாசஞானம் என்பது புலன்களினாற் பெறப்படும் உலகியலறிவு ஆகும். இது கவனிக்கத்தக்கது. இதன் முடிவான விளைவுகளைப் பின்னர்க் கவனிப்போம்.

இரண்டாவது படியாயிருப்பது பசுஞானம். இது பாச ஞானத்தையுடைய ஆன்மா. இவை அனைத்தும் தன்கீழ் வியாப்பியம் என்றறிதலால்தான் அவற்றிலும் மேற்பட்டவன் என்ற அறிவாகும். இதை எளிமையாய்க் கூறுவதானால், உயிர் பற்றிய அறிவு எனலாம்.[10]

மூன்றாவது படியாயும் முடிவானதாயுமிருப்பது பதிஞானம். இது குருவின் அருளால் பெறப்படும் திருவருள் அறிவு. இவ்வறிவு தன்னை யறிவதோடன்றிப் பிறவற்றிற்கும் அறிவு விளங்கச் செய்தலாகிய திறம் பெற்றது. எளிமையாய்க் கூறுவதானால், சிவன் பற்றிய உணர்வு எனலாம். இம்மூன்று அறிவுப் படிகளையும் நோக்கும்பொழுது சில பண்புகள் தோன்றுகின்றன.

1. புறவுலகத்தைப் பற்றிய ஆராய்ச்சியும் அறிவும் தரங்குறைந்ததாய்க் கொள்ளப்படுகிறது. அறிவின் வாயில்களில் ஒன்று புலக்காட்சி. அதுவே பெரும்பான்மை விஞ்ஞானத்தின் அடிப்படை. அதனைக் "கட்டுணர்வாகிய பாசஞானம்" என்று கடைசிப் படியில் வைத்து நோக்குகிறது சைவ சித்தாந்தம்.

2. புலக்காட்சி அல்லது இந்திரியக் காட்சியில் ஓரளவு தெளிந்தவற்றை மனத்திலே தெளியும்போதும் தோன்றுகின்ற பொருள் கானல் நீர்போல மயக்கத்தாலுண்டாகலாம் என்றும், அது "பழுதையா பாம்பா எனத் துணியாத நிலையில் திரிபுக் காட்சியாக அமைதல் கூடும்" என்றும் கூறப்படுவதால்[11] மனித முயற்சியாற் பெறும் அறிவு "பல தலைப்பட்டு ஐயுற்று நிற்கும்" அறிவு என்று புறக்கணிக்கப்படுகிறது. தன்முனைப்பான அறிவு செருக்கின் விளைவு என்று இகழப்படுகிறது. தலைவன் தாள் பணிந்து பெறும் ஞானமே விதந்துரைக்கப்படுகிறது. அதாவது மனிதர் செயலால் ஆவது ஒன்றில்லை என்று வற்புறுத்தப்படுகிறது.

3. அறிவு பற்றிய ஆராய்ச்சியில் ஆன்மாவே முதன்மை பெறுகிறது. பொருளுலகம் கிஞ்சித்தும் பொருட்படுத்தப்படுவதில்லை. ஆன்மா பற்றிய ஆராய்ச்சிக்கு அனுசரணையாகவே புறவுலக ஆராய்ச்சி அமைந்துள்ளது.

4. அறிவு ஆராய்ச்சி இயல் போன்ற ஒரு மெய்யியற் பிரச்சினை, சிந்தனையுலகில் மட்டும் அமைந்ததாகவன்றி, நம்பிக்கையை ஆதாரமாகக் கொண்ட சமய உலகிற் சென்று முடிகிறது.

இந்நான்கு பண்புகளும் நன்றாக நினைவில் இருக்க வேண்டியவை. பல நூற்றாண்டுகளுக்குப் பின்னரும் – அதாவது இன்றுகூட – இவற்றின் நிலையான செல்வாக்கை எமது ஆய்வறிவாளர் பலரது சிந்தனையிற் காணலாம். இறுதியாய்க் கூறப்பட்ட – நான்காம் பண்பு பற்றி ஒன்று கூற வேண்டும். மெய்யியலின் இயல்பு மேனாட்டுத் தத்துவவாதிகளால் விளங்கிக் கொள்ளப்பட்ட முறையும் பெரும்பாலான இந்திய தத்துவ ஞானிகளால் விளங்கிக் கொள்ளப்பட்ட முறையும் வேறுபட்டவை. மெய்யியல் என்ற பதத்திற்குச் சமமான *Philosophy* என்ற சொல்லுக்குக் "கற்றலிற் காதல்" அல்லது "அறிவுத் தேடல்" என்பது பொருள். இந்தியாவிலே, மெய்யியல், அல்லது தத்துவ ஞானம் இறுதியில் வீடுபேற்றை அடைவதற்கு வழிகாட்டுவதாகவே கொள்ளப்பட்டது. "மெய்யியல், இந்தியாவிலே முனைப்பாகச் சமயத்துறை சார்ந்ததாயுள்ளது" என்கிறார் சந்திரதர் சர்மா.[12]

மேனாட்டிலே சமய தத்துவத் துறையில் ஈடுபட்டிருப்போரை இரு பிரிவினராகக் கூறுவர். மரபு வழி அறிவுக்குப் பேர் போனவராய், ஆழ்ந்த அறிவுடையவராயுள்ள மெய்யறிவாளரை ஆங்கிலத்திலே *sages* என்பர். சமய அமைப்பிற் புனிதர் கணத்தைச் சேர்ந்தவராய், தெய்விகத் தன்மையுடையவராயுள்ள மெய்யடியாரை *saints* என்பர். முன்னவர் மிகுதியாக அறிவு வயப்பட்டவராயும் பின்னவர் மிகுதியாக உணர்ச்சி வயப்பட்டவராயும் இருக்கின்றனர் என்பர். இந்தியாவிலே இத்தகைய பாகுபாடு பொருந்துவதன்று" என்று கூறுகிறார் பேராசிரியர் டி.எம்.பி. மஹாதேவன்.[13]

இவை யாவற்றையும் நோக்கும்பொழுது பேரறிஞர் பேட்ரண்ட் ரஸ்ஸல் கூறியதொன்று நினைவுக்கு வருகிறது.[14]

> வாழ்க்கையைப் பற்றியும் உலகத்தைப் பற்றியும் 'மெய்யியற் சார்பானவை' என நாம் வழங்கும் கருத்துப் படிவங்கள், இரு ஆக்கக் கூறுகளின் விளை பொருளாகும். ஒரு கூறு, மரபு வழி வந்த சமய ஒழுக்கவியற் கருத்துக்களை உள்ளடக்கியது. மற்றொரு கூறு, மிகப் பரந்த பொருளில் 'விஞ் ஞானவியல் சார்ந்தது' என நாம் வழங்கும் ஆராய்ச்சி முறையைத் தழுவியது. இவ்விரு ஆக்கக் கூறுகளும் பொருந்தியிருந்த தகவுப் பொருத்த அளவைப் பொறுத்தே வெவ்வேறு மெய்யியற் காட்சிகள் தமக்குள் வேறுபட்டன. ஆயினும் இவ்விரண்டும் இணைந்தே மெய்யியல் உருவாகிறது.

அறிஞர் ரஸ்ஸல் குறிப்பிடும் அறிவியல், ஆராய்ச்சியியல் ஆகிய இரண்டில் மேனாட்டு மெய்யியலிலே பின்னது மிகுதியாகக் காணப்படுகிறது. அதன் தர்க்க ரீதியான முடிவாகவே "பஞ்ச பூதத்தின் நுட்பங்கள் கூறும் புத்தம் புதிய கலைகள்" அங்கு வளர்ந்தன. எமது தத்துவ ஞானத்திலே முன்னது முனைப்பாயமைந்ததால் "உணவையும் உடையையும் தேடும் விசாரம்" மதிப்பிழந்து மாயாவாதம் பெருவழக்குப் பெற்றது.

பொதுவாக அனைத்திந்தியாவிற்கும் குறிப்பாகத் தமிழ்நாட்டிற்கும் பொருந்தும் இத்தத்துவ நோக்கு கேவலம் கோட்பாட்டளவேயான தொன்றல்ல. பல வழிகளில் வாழ்க்கையின் அன்றாடச் செயல்களையும் பாதிக்கவல்லதாயிருக்கிறது. அதனால், அது விரிவாக விளக்கவேண்டியது. இதுவரை கூறப் பெற்றன அனைத்தும் முதலிலே பார்த்த அடிமுடிதேடிய கதையிலே அடங்கியுள்ளன என்பதும் தெளிவாகும். தத்துவத் துணை கொண்ட இந்நோக்கு கலை இலக்கியத்துறைகளிலே எவ்வாறு வெளிப்படுகிறது என்பதே எமது பிரதான ஆய்வாகும்.

எம்மவரிற் பலர் தமிழ்மொழி பற்றிக் கொண்டுள்ள கருத்துக்களில் இந்நோக்கு பிரதிபலிக்குமாற்றைப் பார்க்கலாம். நவீன மொழியியற் கருத்துப் படிவங்களைப் பயன்படுத்தித் தமிழ்மொழி பற்றி எழுதப்பட்டதாய்க் கூறப்படும் ஒரு நூலிலே அதன் ஆசிரியர் கூறுகிறார்:

> *The origin of Tamil Language is as mysterious as the origin of the world. Though we can guess the origin of the world, we are not able to find out the origin of the Tamil Language . . . (உலகத்தின் தோற்றம் எவ்வாறு மறைவடக்கமானதாயிருக்கிறதோ, அவ்வாறே தமிழ் மொழியின் தோற்றமும் மறைவடக்கமானதாய் இருக்கிறது. உலகத்தின் தோற்றத்தை நாம் ஒருவாறு ஊகிக்க வியலுமாயினும், தமிழ் மொழியின் தோற்றத்தை எம்மால் அறியக் கூடியதாயில்லை . . . மனித இனத்தின் பிறப்பிடம் இந்துமாக்கடல் கொண்ட குமரி நாடு என்று வரலாற்றாசிரியர் கூறுகின்றனர்.)*[15]

இக்காலத்திலே தமிழின் தொன்மைத் தன்மை குறித்துப் பலவாறாகவும் எழுதப்படுவனவற்றுக்கு இம்மேற்கோள் ஒரு வகை மாதிரிக் கூற்றாக இருப்பதால் இதனை நுணுக்கமாய் ஆராய்தல் தகும். ஆசிரியர் கூறுவன மூன்று "கருத்துக்கள்":

1. தமிழ்மொழி உலகத்தைப் போன்றது.

2. உலகத்தின் தோற்றத்தை அறியக் கூடுமாயினும் தமிழின் மூலத்தை முடிவாக அறிவியலாது.

3. தமிழகமே மனுக்குலத்தின் தோற்றிடம்.

இம்மூன்றில் முதலிரண்டும் ஆசிரியரது சொந்தக் கருத்தாக அல்லது நம்பிக்கையாய்க் காணப்படுகிறது. மூன்றாவது வரலாற்றாசிரியரது முடிபாகக் கூறப்படுகிறது. முதலிரண்டு கூற்றுக்களையும் படிக்கும் போது எனக்குக் *கந்தபுராண* உபகதை கட்டாயம் நினைவுக்கு வரும். பரம்பொருளின் அடியை அறியமாட்டாது விஷ்ணு தளர்வுற்றது போலவே தமிழின் தொன்மையையும் தோற்றத்தையும் துருவி ஆராயவியலாது எனக் கைவிரிக்கிறார் இலக்குவனார். சந்திர மண்டலத்தியலைக் கண்டு தெளிய மனிதர் முற்பட்டிருக்கும் இன்றைய காலகட்டத்தில், உலகத்தின் தோற்றம் மறைவடக்கமான புதிர் என்றும், அதைவிடப் பெரிய புதிர் ஒரு மொழியின் தோற்றம் என்றும் ஒருவர் கூறுவது வியப்பாகத்தான் இருக்கிறது. உலகத்தின் தோற்றம் ஒருவராலும் அறியப்படாதது போல ஆசிரியர் தன்னிறைவுடன் கூறிச்செல்வது அறிவின்பாற்படுவதன்று, வெறும் மயக்கமேயாகும். அது மட்டுமல்ல, உலகத்தின் தோற்றத்தை ஒருவாறு ஊகித்து அறிதல் இயலும் என்னும் ஆசிரியர், தமிழின் தோற்றம் ஊகத்துக்கும் அப்பாற்பட்டது எனக் கூறுவது சிந்தனை விதிகள் யாவற்றுக்கும் புறம்பானதாகும். நாள், திகதி போட்டுக் கூறுவது இன்றுள்ள ஆராய்ச்சி நிலையில் இயலாததாயினும், உலக மொழிக் குடும்பங்களின் வரலாற்றில், மூலத்திராவிடம், திராவிடம் ஆகியவற்றின் காலம் இன்று பெருமளவுக்கு நிறுவப்பட்டிருக்கிறது. மொழியியலின் சாதனைகளில் இதுவும் ஒன்று. முற்றாக உண்மையை அறிதலை நோக்கியே இப்பொருள் பற்றிய ஆய்வுகள் நிகழ்ந்து கொண்டிருக்கின்றன. பேராசிரியர் சுந்தரம் பிள்ளையின் காலத்திலிருந்து நாம் எவ்வளவோ முன்னேறி வந்து விட்டோம். தமிழ்த் தெய்வ வணக்கத்துக்கு வழிகாட்டிய சுந்தரம் பிள்ளை, "பல்லுயிரும் பலவுலகும் படைத் தளித்துத் துடைக்கினும் ஓர் எல்லையறு பரம்பொருள் முன் இருந்தபடி இருப்பது போல் சீரிளமைத் திறத்துடன் தமிழ் இருப்பதாகப் பாடினார்[16]. அது உணர்ச்சி நிலையில் நின்று தமிழ்த் தெய்வத்தை வியந்ததாகும்.

ஆனால் இந்நூற்றாண்டிலே (1910) பிறந்து உலகெங்கும் நடக்கும் சகலவிதமான அறிவியல் ஆராய்ச்சிகளையெல்லாம் அறிந்து கொள்ளும் வாய்ப்புப் பெற்ற இலக்குவனார் இன்னும் தமிழை "எல்லையறு பரம்பொருளா"ய்க் காண்பது இரங்கத்தக்க

காலக்குளறுபடி என்றே கூற வேண்டும். கால்டுவெல் பாதிரியாருக்குப் பின் பல வழிகளில் தமிழ் மொழி பற்றியும் திராவிடக் குடும்ப மொழிகள் பற்றியும் மூலத் திராவிடத்திற் காணப்பட்டிருக்கக் கூடிய பண்புகள் பற்றியும் எத்தனையோ செய்திகள் தெரிய வந்துள்ளன. ஒன்றை மட்டும் இங்குக் குறிப்பிடுவோம்.

கால்டுவெல்லின் மகத்தான ஆராய்ச்சி நூலான, *திராவிட மொழிகளின் ஒப்பிலக்கணம்* நூறாண்டுகளைக் கண்டு விட்டது. திராவிட மொழிகளைத் தூரதேசங்களிலுள்ள சில மொழிக் குடும்பங்களுடன் ஒப்பு நோக்கிய கால்டுவெல், "சித்திய" மொழிகளுக்கும் திராவிட மொழிகளுக்கும் நெருங்கிய ஒப்புமைகள் இருப்பது மட்டுமன்றி, இம்மொழிகள் யாவற்றிற்கும் மூலத் தாய்மொழி ஒன்று இருத்தல் வேண்டும் என்று ஊகித்தார். இத்தகைய ஊகங்களைக் கருதுகோள்கள் என விஞ்ஞானிகள் குறிப்பர். இவையின்றி விஞ்ஞான ஆராய்ச்சிகள் இயலா. (இலக்குவனாரோ, தமிழின் தோற்றம் ஊகத்துக்கும் அப்பாற்பட்டது என்கிறார்!) "சித்திய" மொழிக் கூட்டம் என்று கால்டுவெல் விவரித்தது பின்னர், யூரேலிய மொழிகள், பின்னோ – உக்ரியன் மொழிகள், அல்தாயிக் மொழிகள் என்ற முப்பெரும் பிரிவுகளாய் ஆராயப்பட்டு வந்துள்ளன. கால்டுவெலுக்குப்பின், ஒட்டோஷ்ராடர், ஜுல்ஸ் பிளொக், பறோ, மெஞ்ஜெஸ், பெனிடி ஆல்டோ, றொபெர்ட் ஓஸ்டெர்லிட்ஸ் என்போர் இக்குடும்ப மொழிகளுக்கிடையே காணப்படும் ஒப்புமைகளை வெவ்வேறு அளவில் ஆராய்ந்து விவரித்திருக்கின்றனர்.

இவ்வாராய்ச்சிகள் ஒரு படிமுறை வளர்ச்சியை யொட்டியே வளர்ந்தன. கடந்த பத்துப் பதினைந்து வருட காலத்திற்குள் திராவிட மொழிகளின் செயல் வரலாற்று ஒப்பகராதி ஒன்று[17] இயற்றப்பட்டுள்ளது. அது போலவே பின்னோ – உக்ரியன் மொழிகளின் சொல் வரலாற்று ஒப்பகராதிகள் கொலிண்டர், ஜொக்கி, இற்கொனென் முதலியோரால் இயற்றப்பட்டுள்ளன. இத்தகைய உறுதியான ஆதார நூல்களின் துணையுடன், மேற்கூறிய மொழிக் குடும்பங்களைப் பயனுள்ள முறையில் ஒப்பு நோக்கி ஆராயக்கூடிய வாய்ப்புகள் அண்மையிலே தோன்றியிருக்கின்றன. கால்டுவெல் கூறிய ஒரு கருத்து, ஏறத்தாழ ஒரு நூற்றாண்டுக் காலமாக ஊக நிலையிலிருந்து, உறுதியான மொழியியல் ஆராய்ச்சி நிலைக்கு மாறும் காலப்பாதையில் நாம் நிற்கிறோம்.

இவ்வளர்ச்சி தனியொருவரது மேதாவிலாசத்தினாலோ, கருவிலே திருவுடையராய்ப் பிறந்த ஒருவரின் கண்டுபிடிப்பினாலோ சாத்தியமாகவில்லை. அடுத்தடுத்து முயன்ற பல ஆய்வாளரது

கூட்டு முயற்சியாலேயே அதாவது 'அறிவுத் தேட'லாலேயே உருவாகியது.

தொடக்கத்தில் சித்திய மொழித் தொடர்பைக் கால்டுவெல் கூறும் பொழுது, அது வேகமுள்ள ஊகமாகவே இருந்தது. தனது காலத்திலே நன்கு ஆராயப்படாத அம்மொழிகளைப் பற்றித் தெரிந்த செய்திகளைக் கொண்டு அடுத்து நிகழவேண்டிய ஆய்வுக்கு இன்றியமையாததாக அக்கருதுகோளை அமைத்தார். பின் வந்தோர் ஆழ்ந்தகன்ற ஆராய்ச்சிகளின் மூலம் அவ்வூகம் சரியானதே எனச் சான்றுகாட்டி நிறுவத் தொடங்கியுள்ளனர். ஆக, ஒரு காலத்தில் சிறிதளவே ஊகித்தறிந்த ஒன்றைப் பற்றி இன்று குறிப்பிடத்தக்களவு எமக்குத் தெரிய வந்துள்ளது. இது விஷயமாக **அனைத்தும்** எமக்கு இன்று தெரியாததாயினும், வருங்காலத்தில் மேலும் பெருமளவு தெரியவரும் என்பது உறுதி. இவ்வாறு கால நதியைக் கடக்கும் முயற்சிகள் கண் முன்னே நடந்துகொண்டிருக்கவும், "தமிழ் மொழியின் தோற்றத்தை எம்மால் அறியக்கூடியதாயில்லை" என்று பலரை மகிழ்வூட்டும் விருப்பத்துடன் இலக்குவனார் கூறுவது ஆராய்ச்சிக்கு அறவே முரணான மனப்பாங்கையே காட்டுகிறது. 'அறிய முடியும்' என்ற நம்பிக்கை முயற்சியின் விளைவாகவே உண்மை பிறக்கிறது. 'அறிய முடியாது' என்பது இறையியற் கோட்பாடு போன்றதாகும். அதாவது அடிமுடி காணவியலாது என்ற நம்பிக்கையையொத்தது.

ஆசிரியரின் சொந்தத் துணிவுகள் போகட்டும், வரலாற் றாசிரியரைத் துணைக்கிழுத்து அவர் கூறியுள்ள செய்தியைப் பார்ப்போம்.

மனித வர்க்கத்தின் பிறப்பிடம் குமரி நாடு என வரலாற் றாசிரியர்கள் கூறுவதாய்க் கூறுமாசிரியர், அவ் வரலாற்றாசிரியர் பெயர்களைக் குறிப்பிடாதது வருந்தத்தக்கது. நாடறிந்த விஷயத்துக்கு நற்சாட்சி தேவையில்லை என்று கருதினார் போலும்! ஆனால் வரலாற்றாசிரியர் கூற்றுக்களுக்குப் பதிலாகப் பிற்பட்ட தமிழிலக்கண நூலாம் புறப்பொருள் வெண்பாமாலையிலிருந்து மேற்கோள் காட்டுகிறார்:

பொய்யகல நாளும் புகழ்விளைத்தல் என்வியப்பாம்
வையகம் போர்த்த வயங்கொலிநீர் – கையகலக்
கல்தோன்றி மண்தோன்றாக் காலத்தே வாளோடு
முன்தோன்றி மூத்த குடி.

கடந்த அரை நூற்றாண்டாக அதிகம் கையாளப்பட்டுத் தேய்ந்து போன இச்செய்யுளுக்கு இங்கு எவ்விதமான விளக்கமும் அவசியமில்லை. பயன்பாட்டுக் கருவிகள் – ஆயுதங்கள்

உபகரணங்கள் – பழைய பாண்டங்கள், கல்வெட்டுக்கள், செப்பேடுகள் முதலிய பொருட் சான்றுகள் எதுவுமே வேண்டாமல், இப்பாடலடிகளையே வேதவாக்காகக் கொண்டு முன் தோன்றிய தமிழரின் முதன்மையை எமது ஆராய்ச்சியாளர் சிலர் நிலைநாட்ட முயலும் போது, 'வரலாறு' என்ற சொல்லை உச்சரிப்பதே கேலிக்கிடமாகி விடுகிறது. எமக்குள்ள நியாயமான தொன்மையையும் பெருமையையும் கூட உலக ஆராய்ச்சியாளர் ஐயுறுவதற்கு இத்தகைய முயற்சி ஏதுவாக அமையுமேயன்றி வேறு பயன்கிட்டாது. ஆனால் வேத வாக்கியங்களையும், மந்திரங்களையும், புராணகதைகளையும் அவைபோன்ற பிறவற்றையும் உருப்போட்டு வந்த பழக்க தோஷத்தினால், "முன்தோன்றி மூத்தகுடி" பற்றிக் கூறுவது ஒரு சடங்காகி விட்டது என்றே தோன்றுகிறது.

பல "வரலாற்றாசிரியர்"களின் கட்டுரைகள் இத்தகைய வாக்கியங்களையே தொடக்கமாய்க் கொண்டவை:

> பூவுலகில் முதன் முதலில் மக்கள் தோன்றிய இடம், தமிழகமே என்பது ஆராய்ச்சிப் பெரும் புலவர்களால் நம்ப முடிந்த உண்மை. ஆதலின் மக்கள் முதன்முதலாகப் பேசிய மொழி நம் தெய்வத் தமிழ் என்பதும் மறுக்க முடியாத உண்மையாம் ... ஆதலின் உலகத் தாய்மொழி தமிழ்தான் என்பதும் நிலைபெறும்.[18]

இக்கூற்றில், "உலக ஆராய்ச்சிப் பெரும் புலவர்", "நம்ப முடிந்த உண்மை", "மறுக்க முடியாத உண்மை" என்ற சொற்றொடர்கள் வருகின்றன. ஆனால் யார் இந்தப் பெரும் புலவர்கள், ஏன் அக்கூற்றை மறுக்க முடியாது என்ற கேள்விக்கு விடைதானில்லை. இத்தகைய மந்திரங்களில் கால உணர்வு எள்ளளவும் இல்லாததைக் காண்பது கடினமன்று. திருவாளர் இ.மு. சுப்பிரமணிய பிள்ளை உண்மையில் வரலாற்றாசிரியர் அல்லர். ஆகையால் இக்கூற்று "ஆசை பற்றி அறையப்பட்டது" என்று அமைதி காணலாம். ஆனால் இதே தொனியில், பொது ஒப்புதல் பெற்ற ஒரு வரலாற்றாசிரியர் பேசும்பொழுது நிலைமை வேறு:

> தமிழ்நாட்டின் பெருமையே பெருமை. அது தெய்வத்திருநாடாம். தமிழ்நாடு எப்பொழுது தோன்றியது? எத்தனையோ ஆயிரம் ஆண்டு களுக்கு முன் தென்னாட்டில் மக்கள் வசித்து வந்தனர். தென்னாட்டிலிருந்து தமிழ் நாகரிகம் உரோமாபுரிக்கும், கிரேக்க நாட்டிற்கும் பரவியது.

> இன்னும் தக்கிண பீடபூமியைச் சேர்ந்த வேட்டுவர் என்ற குறிஞ்சி மக்கள், யவன தேசத்திற்குச் சென்று தங்கள் அரசை நிலைநிறுத்தித் தங்கள் பெயரையும் அந்நாட்டிற்குக் கொடுத்தார்கள். அதனால் தமிழ்த்தாய் என்றுமிளமையோடிருந்தாள். தமிழின் பெருமை எங்கும் விளங்கிற்று.[19]

இக்கூற்றுக்குரியவர் சென்னைப் பல்கலைக்கழகத்தில் வரலாற்று ஆராய்ச்சியாளராய் இருந்தவர். இந்திய வரலாற்றை மட்டுமின்றி மேனாட்டு வரலாற்றையும் ஓரளவாகவும் அறிந்திருக்கக் கூடிய இவர், கூசாது தமிழ்மக்கள் யவன தேசத்திற்குச் சென்று தங்கள் அரசை நிறுவினர் என்னும் பொழுது, ஐரோப்பிய வரலாறு அர்த்தமற்றதாகி விடுகிறது. இது எக்காலப் பகுதியில் நிகழ்ந்தது? பொருட்சான்றுகள் யாவை? கிரேக்க வரலாற்று ஆசிரியர்களில் யார் இதனை வாதத்திற்காகவேனும் ஏற்றுக்கொண்டிருக்கின்றனர்? உலக வரலாற்றுக் கால வரிசைப் பட்டியில் இது எவ்வாறு அமைக்கப்பட்டுள்ளது? இவை போன்ற கேள்விகளுக்குப் பதிலேயில்லை. இத்தகைய மனோபாவத்துக்கு இன்னுமோர் உதாரணம் மாத்திரம் காண்போம்.

> இவர்கள் (தமிழரெனப்படுவார்) கற்றோன்றி மண் தோன்றாக் கால முதல் வாழ்ந்து வரும் பழங்குடி மக்களாவார். மிகப் பழைய காலத்திலேயே நாகரிகத்திற் சிறப்புற்றோங்கியவரென நம் நாட்டுப் பிற நாட்டு வரலாற்றாசிரியர்களால் சிறப்பித்துக் கூறப்படுகின்றனர்... உலகில் சிறந்த மொழிகள் பலவற்றுட் சிறந்ததும், தொன்மை வாய்ந்ததும் உயர்தனிச் செம்மொழியாயுள்ளதும், சொல் பொருள் ஓசை முதலியவற்றால் இனிமையுடையதும், உலக வழக்கு, செய்யுள் வழக்கிரண்டிலும் என்றும் நின்று நிலவுவதுமாயுள்ள மொழி தமிழ்மொழியொன்றே யாகும்.[20]

இம்மேற்கோள் பற்றி யாதுங் கூற வேண்டியதில்லை. எழுதியவர் அண்ணாமலைப் பல்கலைக்கழக ஆசிரியர் என்ற காரணத்தாற் கவனிக்க வேண்டுவதேயன்றி, முந்திய மேற்கோள்களைப் போலவே ஒரு வாய்ப்பாடாக அமைந்தது என்பது கண்கூடு. மீண்டும் மீண்டும் "பிற நாட்டு வரலாற்றாசிரியர்" சுட்டப்படுகின்றனரேயன்றி அவர்கள் யாவர் என நாம் அறிந்து கொள்ளும் வாய்ப்பில்லை. உண்மையில் அவ்வாறு கூறுவது சம்பிரதாயத்தையொட்டி வாதத்துக்கு அரணாகவேயன்றி ஆய்ந்தறிந்த உண்மையைக்

கருதி அன்று. இன்னுஞ் சொல்லப்போனால், இது குறிப்பிட்ட சமயத்தினரால் வகுத்துக் கொள்ளப்பட்ட கொள்கைக் கூறுகள் (articles of faith) போன்றதேயாகும். அவற்றை நம்பிக்கையின் பேரில் ஏற்றுக்கொள்வதன்றி, 'ஏன் – எதற்கு' என்று கேட்கும் வழக்கமில்லை. தமிழின் தொன்மை பற்றி மட்டுமின்றி, பழந்தமிழ் நூல்கள் பலவற்றின் காலமும் இத்தகையோருக்கு நம்பிக்கைக்குரிய தொன்றாகவே இருந்து வருகிறது.

> தமிழ் மக்களில் ஒரு பகுதியாருக்குத் திருக்குறள், சிலப்பதிகாரம் இவற்றின் காலம், சமயக் கொள்கை களைப் போல் ஆகிவிட்டது. இதன் பொருட்டுத் தங்கள் உயிரையுங்கூட இழந்து விடுவார்கள் போல் தோன்றுகிறது. முதல் அல்லது இரண்டாம் நூற்றாண்டிற்குப் பிற்பட்டனவாக இந்நூல்களைக் குறித்தால், அதற்கு அவர்களுடைய மனம் ஒப்புவதில்லை. பிற்காலத்தனவாயிருக்கக் கூடும் என்று யாரேனும் கூறினால், அவரைத் தமிழ்த் துரோகி என்று பட்டங்கட்டி விடுகிறார்கள். இதனால் விஷம் நிரம்பிய காற்று நமது நாட்டில் உலவி வருகிறது. ஆராய்ச்சியை நெரித்து விடுகிறார்கள். உண்மை தனது உயிருக்கே மன்றாட வேண்டியதாக இருக்கிறது. ஆனால் ஆராய்ச்சியாளனுடைய கடமை தெளிவாக உள்ளது. உண்மையின் சார்பில் இரண்டொருவர் இருந்தாலும் அவர்களுடன் துணிந்து வாழ்வதே அவன் கடமை.[21]

பேராசிரியர் வையாபுரிப்பிள்ளை சுயசரிதைக் குறிப்புப் போல எழுதியிருப்பவை தமிழறிஞரிற் பெரும் பகுதியினர் மீது வாசிக்கப்பட்ட குற்றப்பத்திரிகை என்பது மனங்கொள்ளத்தக்கது. மேலே குறிப்பிட்ட தமிழ் மொழிப் பற்றார்வலர் மூவரும், குறைந்தபட்சம் *மனோன்மணீயம்* ஆசிரியர் காலத்திலிருந்து வளர்ந்து வந்துள்ள ஊன்றிய கருத்து வெறி ஒன்றினால் பாதிக்கப் பட்டவர்கள் என்பதில் ஐயமில்லை.

இக்கட்டுரையின் முற்பகுதியிலே தனி மனிதருக்கு ஏற்படும் திரிபுக் காட்சிகளைப் பற்றியும் ஒரு முழுச் சமுதாயத்தினருக்கே உண்டாகக்கூடிய மயக்கத்தைப் பற்றியும் குறிப்பிட்டிருந்தேன். கடந்த ஒரு நூற்றாண்டுக் காலத்துள், தமிழ்மொழி பற்றி வளர்க்கப்பட்டிருக்கும் பொய்மை இன்று சமுதாயத் திரிபுக் காட்சியாகவே இருக்கிறது. இதிலொன்றும் ஆச்சரியப்படுவதிற்கில்லை. உலக வரலாற்றில் இதற்கு எத்தனையோ உதாரணங்கள் காட்டலாம்.

தமிழைப் பற்றிப் பயபக்தியுடன் குறிப்பிட்ட மூவரது கருத்துக்களும் ஆராய்ச்சியால் நிரூபிக்கப்படாத “உண்மைகள்” என்று நான் கூறும்போது, அவற்றுக்குப் பதிலாக நாம் கூறக்கூடியதுதான் இறுதியான உண்மை என்றோ முடிந்த முடிவு என்றோ கூறுவதற்கில்லை. அப்படிச் சொல்லுவது சமயக் கோட்பாடு போலாகிவிடும். நாம் கூறக்கூடியதெல்லாம் ஒன்றுதான்; அவர்கள் கூற்றுக்களைவிட, வேறு சில கூற்றுக்கள் புறநிலைச் செய்திகளுக்குக் கூடியளவு இசைவுடையனவாயுள்ளன. உதாரணமாக, இலக்குவனார் உலகத்தின் தோற்றம் விளக்கமற்ற புதிராய் இருக்கிறது என்கிறார். அது அவர் “உண்மை” எனக் கருதிக் கூறும் கூற்று. ஆனால், ஞாயிற்றிலிருந்து தெறித்த ஒரு பகுதியே வானவீதியிற் சுழன்று கனல் மாறிக் குளிரடைந்து காலப் போக்கில் உயிர்த் தோற்றத்துக்கு உகந்த நிலையடைந்ததென்று விஞ்ஞானியொருவன் கூறும்பொழுது, அக்கூற்று புறநிலைச் செய்திகளோடு பெரிதும் பொருந்துவதாயுள்ளது. பூப்பௌதிக வியலாரும் உயிரியல் ஆராய்ச்சியாளரும் மட்டுமின்றி, இப்பொழுது மதியின் பாறைக் கட்டிகளை ஆராயும் பல்வகைப்பட்ட விஞ் ஞானிகளும் இக்கூற்றுக்குப் பரிசோதனைகள் மூலம் சான்று காட்டுவர். ஆகவே பிந்திய கூற்றையே பெரும்பாலோனார் ஏற்றுக்கொள்வர்.

ஆனால் சில சமயங்களில் ஒரு குறிப்பிட்ட கருத்து ‘உண்மை யாக’ப் பல நூற்றாண்டுகள் நிலவுவதுண்டு. உதாரணமாக, கி.மு. இரண்டாம் நூற்றாண்டிலே, வாழ்ந்த புகழ்பெற்ற வானநூலறிஞன் தொலமி *(Ptolemy)* வகுத்த கோட்பாடு *Ptolemaic or geocentric System* எனப்படும். வானநூல் வகையில் எமது பூமியை மையமாகக் கொண்டு ஞாயிறும் பிற கோள்களும் சந்திரனைப் போலவே அதனைச் சுற்றி வருவதாக இக்கோட்பாடு விளக்கம் கூறியது. ஏறத்தாழ கி.பி. 1543 வரை இக்கோட்பாடே யாவருக்கும் ஏற்புடையதாயிருந்தது. ஹெலினியச் சமுதாயத்தினாலும் அதன் பின்னர் வந்தவற்றாலும் அது உண்மையெனக் கொள்ளப்பட்டதுமின்றி, அநேக நூற்றாண்டுக் காலமாகப் பலர் கவனித்து வந்த கோள்களின் இயக்கத்துக்கும் பொருந்துவதாகவே இருந்தது. “அதனை ஆதாரமாகக் கொண்டு மனிதர் கிரகணங்களை முன் கூட்டியே அறிவித்தனர்; விட்டு விட்டு ஒளிவீசும் நிகழ்வைப் பெரும்பான்மை சரியாகவே கணக்கிட்டனர்; இக்கணிப்புக்களின் துணையுடன் முன் சென்றறியாத கடல்மீது மாலுமிகள் சென்று மீளவும், கடற்கரைகளை உருவப்படங்களில் வரையவும் வாய்ப்பிருந்தது. சிற்சில குறைபாடுகள் இருப்பினும், கணிப்பு முறை பெருந்தொல்லையாய் இருந்தபோதும், அக்கோட்பாடு,

கிரேக்கராலும் உரோமராலும் அராபியராலும் வட ஐரோப்பியராலும் பெருங்கப்பற் பிரயாணங்கள் தொடங்கிய காலத்துக்கு முன் சரியானதாகவே கொள்ளப்பட்டது.

பிரசித்திபெற்ற பிரசிய வானநூலறிஞன் கொப்பெர்னிக்கஸ் *(Copernicus, 1473–1543)* என்பவன் வகுத்த கோட்பாடு பழையதைப் புரட்டித் தள்ளி உண்மையில் ஞாயிற்றையே பூமி சுற்றி வருகிறது என்று கூறியது. கொப்பெர்னிக்கஸ் வகுத்ததைக் கெப்லர் என்பான் *(Johann Kepler, 1571–1630)* செம்மையுறத் திருத்தியமைத்தான். இவனும் ஒரு ஜெர்மானியனே. “இப்புதுக் கோட்பாட்டின்படி, கிரகணங்கள் முதலியவற்றைக் கணிப்பது பன்மடங்கு இலகுவாக்கப்பட்டது; அதே சமயத்தில் கோட்பாட்டின் துணையுடன் மேற்கொள்ளப்பட்ட செயல்கள் மேலும் சிறப்பாயமைந்தன. முன்னறிவித்தல்களும் வழுவின்றியமைந்தன. ஆகவே கொப்பெர்னிக்கஸ் வகுத்த கோட்பாடு, தொலமி வகுத்த கோட்பாட்டிலும் செயலுக்குச் சிறந்ததாய் இருந்தது. அத்லாந்திக் சமுத்திரத்தைக் கடந்து புதிய உலகமாம் அமெரிக்காவுக்குப் பெயர்ந்த, மாலுமிகளும், வணிகரும், சேனைத் தலைவரும் புதிய கோட்பாட்டைப் பெருமளவிற் பயன்படுத்தினர். நடைமுறைப் பிரயோகமே நாளடைவில் இதனைச் சமுதாயம் ஏற்கும்படி செய்தது.”[22]

இறுதியில், பண்டைக் காலத்திலிருந்து கடைப்பிடிக்கப்பட்டு வந்த தொலமியக் கோட்பாடு கைவிடப்பட்டுப் புதிய கூற்றுக்களின் தொகுதியான கொப்பெர்னிக்கஸ் கோட்பாடு அங்கீகாரம் பெற்று உண்மை என உறுதிப்படுத்தப் பெற்றது. ஆனால் பல நூற்றாண்டுகளாய்த் தொலமியக் கோட்பாடு பொது உண்மை என்னும் உயர் நிலையிலிருந்தது என்பது கவனிக்க வேண்டியது. கொப்பெர்னிக்கஸ் கோட்பாடு கைவிடப்பட்டது போலவே மத்திய காலத்துக்குரிய நம்பிக்கைகள் பலவும் நவீன கண்டு பிடிப்புகளின் ஒளியில் வழக்கிழந்தன.

வானநூல், பௌதிகவியல் முதலிய துறைகளில் காணப்படுவது போல் பருப்பொருள் சார்ந்த பரிசோதனைகள் மொழி நூலிற் காணப்படாவிடினும், நுட்பமான ஆராய்ச்சிகள் நடைபெறாமலில்லை. மொழியியல் அறிவு என்பது பன்மொழிப் பாண்டித்தியம் என்ற நிலையிலிருந்து பிற துறைகளைப் போலவே திட்டவட்டமான நுண்ணிய ஆராய்ச்சிகளின் பயனாகப் பெறப்படுவது என்று கருதுமளவுக்கு வளர்ந்துள்ளது. இன்று மொழியியல் என்பது மொழி பற்றிய அறிவியல் *(science of language)* என்றே கருதப்படும்.

மொழி நூல் தோன்றிய காலமுதல், அத்துறை பல்கிப் பெருகி இன்று கிளைகளையுடையதாய்ப் பெருமரமாகி விட்டது. மொழி என்பது யாது? அதன் தோற்றம் எத்தகையது? மக்கள் பேச்சுக்குரிய ஒலிகள் எவை? அவை எவ்வாறு உண்டாகின்றன? சொற்களுக்கும் பொருள்களுக்கும் உள்ள தொடர்பு யாது? மொழிக்கும் கருத்துக்களுக்கும் உள்ள தொடர்பு எத்தகையது? மொழியியலுக்கும் பிற அறிவியல்களுக்கும் உள்ள உறவு எத்தகையது? மொழியின் வரி வடிவின் வரலாறு யாது?[23] என்பன போன்ற விஷயங்களை மொழிப் பொதுவாராய்ச்சி துலக்கியுள்ளது. இதைவிடத் தனிமொழி ஒன்றை எடுத்துக்கொண்டு அதனைக் கால அடைவில் நோக்கி அதன் வளர்ச்சிப் படிகளை ஆராயும் மொழி வரலாறும், அம்மொழி வழங்கும் பிரதேசங்களிற் சிதைவுகள் ஏற்பட்டு நாளடைவில் அது பிராந்திய மொழிகளுக்கு இடமாகும் பிராந்திய மொழியாராய்ச்சியும், பிரதேச மொழிகளே காலக்கிரமத்திற் கிளை மொழிகளாகிப் பிற பிராந்தியங்களில் உள்ளோர் விளங்கிக் கொள்ள முடியாத தனி மொழிகள் ஆவது பற்றிய கிளை மொழி ஒப்பியல் ஆராய்ச்சியும், ஒப்பியல் நோக்கு ஆராய்ச்சியின் விளைவாகப் பிறக்கும் மொழித்தத்துவ ஆராய்ச்சியும், தொன்மொழி ஆராய்ச்சியோடு தொடர்புடைய தொன்மொழி நாகரிக ஆராய்ச்சியும் (Linguistic Palaeontology) மொழியியலாராய்ச்சி வரலாறும் இவை போன்ற பிறவும், மொழி நூலின் முக்கியப் பிரிவுகளாயமைந்து, கணிதவியலிலிருந்து, பௌதிகவியல் இரசாயனவியல் ஈறாகப் பல இயல்களையும் இன்றியமையாத தனித்துறையாய் அது பரிணமித்துள்ளது.

இப்பிரிவுகள் ஒவ்வொன்றுமே ஒவ்வொருவருடைய வாழ்நாள் முழுவதும் ஆராயத்தக்கன. இத்தகைய ஆராய்ச்சி முறைகளும் வாய்ப்புக்களும் இருக்கவும், "தமிழ் மொழியின் தோற்றம் மறைவடக்கமானதாயிருக்கிறது" என்று தொல்காப்பிய வல்லுநர் இலக்குவனார் கூறுவது, மொழியியல் அறிவை மறுப்பதாகும்.

சுமார் இரு நூற்றாண்டுக் காலமாக வளர்ந்து வந்துள்ள நவீன மொழியியல் நவீன காலத்திலே உருவாகிய அறிவியற் பிரிவுகள் பலவற்றைப் பின்பற்றியதாலும் அவற்றின் தாக்கத்தைப் பெற்றமையாலும் பொதுவாக விஞ்ஞான அடிப்படையிலேயே அமைந்துள்ளது. பண்டைக் காலத்தில் இந்தியாவிலும் பாணினி, தொல்காப்பியர் முதலிய மொழி நூல் வல்லுநர் வாழ்ந்தனர் என்பதையும் நினைவுகூர வேண்டும். இவர்கள் யாவரும் அதாவது பண்டைய இந்திய மொழி நூலாரும், தற்கால மேனாட்டு மொழி நூலாரும் மொழியை ஒரு கருவியாகவும் சாதனமாகவுமே கொண்டு அதனை நுணுகி நுணுகி ஆராய்ந்தனர். உதாரணமாக,

மொழிமுதற் காரண மாமணுத் திரளொலி
எழுத்தது முதல்சார் பெனவிரு வகைத்தே[24]

என்று பவணந்தியார் சூத்திரிக்கும் பொழுது ஒரு விஞ் ஞானியின் புறநோக்குப் புலனாகின்றது. தன்னின் வேறானதாய், புற உலகுக்குரிய தொன்றாய் மொழியை வைத்துப் பகுத்து ஆராய்ந்தமையாலேயே, நிலைத்த வெண்ணம்[25] *(Fixed ideas)* எதுவும் பாதிக்காமல் இயன்ற வரை புறப்பொருள் மெய்ம்மையே வற்புறுத்தும் கருத்தமைதி பவணந்தி போன்றோரிடத்துக் காணப்பட்டது.

அடுத்த கட்டுரையிலே நான் காட்டியிருப்பது போல இலக்கணமும் மொழியாராய்வும் சமயச் சர்ச்சைக்கு ஒப்ப நிகழ்ந்த பிற்காலத்திலேயே, ஒரு மொழியைச் சார்ந்து மற்றொன்றைப் பழிக்கும் வீண் முயற்சிகளெல்லாம் மேற்கொள்ளப்பட்டன. சிலர் வடமொழியை வானளாவப் புகழ்ந்து அதனைத் தேவபாடை என்று பெருமை பாராட்டவும், வேறு சிலர் ஏட்டிக்குப் போட்டியாய்த் தமிழின் தெய்வப் பழமை மரபு பேசுவராயினர். மதச் சண்டை மலிந்த காலத்தில் அதன் சாயலிலே மொழிச் சண்டை நடந்ததில் வியப்பில்லை. ஆனால் மனித அறிவு மண்ணையும் விண்ணையும் பரமாணுக்களாகவும் அதற்கு அப்பாலும் பகுத்தும் கணித்தும் ஊகித்தும் அறியும் இன்றைய காலகட்டத்தில் மந்திர உச்சாடனங்களால் மறைவடக்கமானவற்றைப் பற்றிப் பேசுவதில் மனிதரெவருக்கும் பயனில்லை. சுந்தரம்பிள்ளை தாசரான புலவரொருவர் உணர்ச்சி வசப்பட்டு, அநாகரிக நிலையிலிருந்து நாகரிக நிலைக்கு மனுக்குலம் காலெடுத்து வைத்த காலை தமிழையே பேசிற்று என்கிறார்:

வைய மீன்றதொல் மக்கள் உளத்தினைக்
கையி னாலுரை கால மிரிந்திடப்
பைய நாவை யசைத்த பைந்தமிழ்
ஐயை தாள்தலைக் கொண்டு பணிகுவாம்.[26]

சைகையாலும் முகச்சுளிப்பாலும் எண்ணத்தை உணர்த்திய ‘காட்டுமிறாண்டி’ நிலையிலிருந்து முன்னேறி மனிதன் மொழியைப் பயன்படுத்தத் தொடங்கிய போது “பைந்தமிழையே” பேசினான் என்பதற்கு இச்செய்யுளை ஆதாரமாகக் காட்டுகிறார் இலக்குவனார். இவர்களைப் பார்க்கும் பொழுது முப்பது ஆண்டுகளுக்கு முன் புதுமைப்பித்தன் கூறிய மணி மொழி ஒன்று நினைவுக்கு வருகிறது. “நமது பண்டிதர்களுக்கு நம் இலக்கியம் பல்லாயிரம் வருஷங்களுக்கு முந்தியது என்று சொல்லிக் கொள்வதில் ஒரு பெருமை; பரிணாம தத்துவப்படி தோன்றிய முதல் குரங்கு தமிழ்க் குரங்கு என்றால்தான் நம்மவனுக்குத் திருப்தி”.[27]

மொழிக்கு அடுத்தபடியாகத் தமிழ் அறிஞர் பலருக்கும் வழிபடு தெய்வமாயிருப்பது **மரபு** ஆகும். தற்காலத் தமிழிலே அதிகம் துஷ்பிரயோகம் செய்யப்பட்டுள்ள சொற்களில் இதுவுமொன்று. மொழிப் பற்றினும், மரபுப் பற்றிலேயே ஒருவரது சமுதாயக் கண்ணோட்டத்தையும் வர்க்கச் சார்பையும் மிகத் தெளிவாய்க் கண்டுகொள்ளலாம். மரபு பற்றிய அத்தனை அம்சங்களையும் நாம் இங்கு ஆராய வேண்டிய அவசியமில்லை. விருப்பு வெறுப்பற்ற ஆராய்ச்சிக்கும் புதுமையாக்கத்திற்கும் சமூக மாற்றத்துக்கும் அக்கோட்பாடு எவ்வாறு தடைச் சுவராய் இருக்கிறது என்பதை இனங்கண்டு கொள்வதே இவ்விடத்தில் எமது நோக்கமாகும்.

நூல் செய்யுங்கால் ஆசிரியன் கடைப்பிடிக்கும் முப்பத்திருவகை உத்திகளைக் கூறுகின்றார் தொல்காப்பியர்.[28] அவற்றில் ஒன்று, "பிறனுடம் பட்டது தானுடம் படுதல்" என்பது. அதாவது "பிற நூலாசிரியரின் உடம்பட்டபொருட்குத் தானுடம்படுதல்" என்றார் முற்பட்ட உரைகாரர் இளம்பூரணர். இது சூத்திரப் பகுதிக்கு நேர் பொருளாகும். இளம்பூரணருக்குப் பின் வந்த பேராசிரியர் இதனைச் சற்று விரித்து, "உள்பொருள் அன்றாயினும் வழக்கியலாற் கொள்பொருள் இதுவெனக் கூறுதல்" என்றோதினார். இளம்பூரணருக்கும் பேராசிரியருக்குமுள்ள நுண்ணிய அழுத்த வேறுபாடு அவதானித்தற்குரியது. நன்னூலாரும் இவ்வுத்தியைப் "பிறன் கோட் கூறல்" என்று எடுத்துரைத்தார்.

சான்றோர் செய்யுள்களைக் கற்றும், தமக்கு முன்னிருந்த இலக்கண நூல்களைக் கருதியும் தொல்காப்பியம் நூலிற் பல விடங்களில் முன்னோரை எடுத்துக் கூறுகிறார்.[29] மரபு எனக் குறிப்பிடும் பொழுது, தனிப்பட்ட ஆசிரியர்கள் கூறியவற்றையும், தனியொரு மனிதன் ஆக்காதனவாய் மக்களது கூட்டு முயற்சியில் முகிழ்த்தவற்றையும் சேர்த்தே கருதினார் தொல்காப்பியர். உதாரணமாக "என்மனார் புலவர்", "என மொழி தொன்னெறிப் புலவர்", "நூல் நவில் புலவர் நுவன்றறைந்தனர்" என்பன போல் வருவன முன்னோரைக் குறிப்பன. அதே சமயத்தில் "நூல் மொழியையின்றி அமையாமையானும், மொழி எழுத்தையின்றி அமையாமையானும், இவை ஒருவர் ஆக்கியன ஆகாது, இந்நாட்டு வழங்கிய மரபு வழிப்பட்ட இலக்கணத்தை உடையன என்றற்கு நூன்மரபு, மொழி மரபு என பெயரிட்டு ஆண்டார்".[30]

குழு வழக்காகவோ அன்றிப் பெரியோர் பிரயோகமாகவோ வழங்கிய சிலவற்றை மரபு என்று மதிப்புடன் தொல்காப்பியர் பேணிக் கொண்டார் என்பதே கவனிக்க வேண்டியது.

தொல்காப்பியர், பவணந்தியார் போன்றவர்கள், "முன்னோர் மொழி பொருளேயன்றி அவர் மொழியும் பொன்னே போற் போற்றுவம்" என்று கூறிக்கொண்டபோதும், "இறந்தது விலக்கல்" என்னு முத்தியை அனுசரித்து முற்காலத்து வழங்கிய இலக்கணங்களுக்குள்ளே பிற்காலத்து வழங்காதவற்றை நீக்கியும், "எதிரது போற்றல்" என்னு முத்தியால், முற்காலத்து வழங்காது பிற்காலத்து வழங்கிவரும் இலக்கணத்தைத் தழுவியும், "தன் குறி வழக்கம் மிக எடுத்துரைத்தல்" என்னும் உத்திக் கிணங்கத் தாம் புதுவதாகக் குறித்து வழங்குவதைப் பலவிடங்களிலும் எடுத்துச் சொல்லியும் இயன்றளவு சுதந்தரராக விளங்கினார். தொல்காப்பியர், "பிறனுடம்பட்டது தானுடம்படுதல்" என்பதை எவ்வாறு விளங்கிக் கொண்டாரெனக் காட்ட வந்த பேராசிரியர்,

பாண்டியன் மருங்கின் மரீஇய மரபு *(தொல். சொல். வே.ம. 7)*

என்றாற் போல் வருவன எடுத்துக்காட்டுக்கள் என்று கூறினார்.

தொல்லியன் மருங்கின் மரீஇய மரபே *(புள்ளிமயங். 60)*

என்றும் பிறவாறும் தொல்காப்பியர் கூறும்பொழுது, தான் கூறுவதற்கு அரணாக முந்து நூலுண்மைகளைக் கூறுகிறாரேயன்றி அவற்றை வேதவாக்காகக் கொண்டாரல்லர்.

ஆனால் *பிரமசூத்திரத்து*க்குப் பாடியங்கள் எழுதியோர் வரையறை செய்யப்பட்ட மெய்யியற் பிரிவுகளை வகுத்தமைத்துக் கொண்டது போல் நச்சினார்க்கினியர், பேராசிரியர் முதலிய உரையாசிரியர்கள் விளக்கங்கூறிய அதே போதில், வேண்டப்படாத வரையறைகளையும் சேர்த்துக்கொண்டனர். இவர்களது உரைகளின் பயனாகவே மூல நூலிலிருந்த மரபுக் கொள்கை, நடைமுறைக்கு வழிகாட்டியாகவன்றிச் சமய முடிவு போல நெகிழ்ச்சியற்றுத் தளையாயிற்று. இதைச் சிறிது விளக்குவோம்.

மரபு என்பதை முந்தியோருடைய அனுபவத் தொகுப்பாகக் கொள்ளாமல், யாவும் அறிந்த **சிலரது** கூற்றுத் தொகுதியாகக் கொள்வதே வழக்கமாயிருக்கிறது. இதை முடிவாக நோக்கும் பொழுது முந்திய பகுதியில் வேத உபநிடதங்களைப் பற்றிக் கூறப்பட்டது இங்கும் பொருந்தக் காணலாம். வேத வழக்குப்படி யாவும் கூறப்பட்டுவிட்டன; அதைப் போலவே மரபும் ஏலவே கூறப்பட்டவற்றுக்குக் காவலாக அமைகின்றதேயன்றி அவற்றை ஆராய்வதற்கு அடிகோலுவதாயில்லை. சுருங்கக் கூறுவதாயின் மரபு மாற்றத்தைத் தடுப்பதாயிருக்கிறது, சிலரது போதனைகளைப் போற்றிப் பலரது முயற்சிகளுக்கு அடைப்புக் கல்லாயமைந்து விடுகிறது.

மரபினுடைய தன்மைகளைப் பல விடங்களிற் குறித்துச் செல்லும் தொல்காப்பியர் ஓரிடத்தில் அதன் தலையாய பண்பைத் தந்துள்ளார்.

> வழக்கெனப் படுவ துயர்ந்தோர் மேற்றே
> நிகழ்ச்சி யவர்கட் டாகலான.[31]

சான்றோரிலக்கியத்திலிருந்து இன்றைய நவசான்றோர் இலக்கியம் வரை நேரடியாகவும் மறைமுகமாகவும் வற்புறுத்தப்படும் சமூகச் சார்பை இச்சூத்திரத்திற் சந்தேகத்துக் கிடமன்றிக் கண்டு கொள்ளலாம். "தொன்னிலை மரபு", "பாண்டியன் மரபு" என்றெல்லாம் கூறியவிடத்து, மரபு என்பது தொன்று தொட்டு வந்த வழக்கு என்றே பொருள் பட்டது. ஆகவே இந்த வழக்கிற்கு வரையறை கூற முற்படுகிறார் தொல்காப்பியர். அதன் விளைவே மேலுள்ள சூத்திரம். இதற்கு உரையாசிரியர் தரும் விளக்கம் வருமாறு:

> வழக்கென்று சொல்லப்பட்டது உயர்ந்தோர் மேலது; நூலின் நிகழ்ச்சி அவர்மாட்டா தலான் என்றவாறு: ஆண்டு [பாயிரத்துள்] வழக்கென்று சொல்லப்பட்டது உயர்ந்தோர் வழக்கினை எனவும் இழிந்தோர் வழக்கு வழக்கெனப்படா தெனவும் கூறியவாறு.

இக்கூற்றில் 'உயர்ந்தோர்', 'இழிந்தோர்', ஆகிய இரு சொற்களுமே குறிப்பாகக் கவனிக்க வேண்டியவை. "உயர்ந்தோ ரெனப்படுவார் அந்தணரும் அவர் போலும் அறிவுடையோருமாயினர்" என்றும், "அறிவரெனப்படுவார் மூன்று காலமுந் தோன்ற நன்குணர்ந்தோரும் புலனன் குணர்ந்த புலமையோரும் ஆயினார்" (செய்யுளியல் 199 உரை) என்றும் பேராசிரியர் உரை கூறியிருப்பினும், தொல்காப்பியத்துக்கு முன்னிருந்த சான்றோர் செய்யுள்களையும் அவற்றிற் காணப்படும் பதப்பிரயோகங்களையும் உற்று நோக்குவார்க்கு மேற்கூறிய இரு சொற்களும் சமுதாயத்திலே உயர் நிலையிலிருந்தோரையும், தாழ் நிலையிலிருந்தோரையுமே குறித்தன என்பது புலனாகும். ஆகவே, "உலகம் என்பது உயர்ந்தோர் மேற்றே" என்பதன் குறிப்புப் பொருள் இலக்கியக் கோட்பாடு மட்டுமின்றிச் சமுதாய நெறியுமாகும் என்பது உறுதிப்படும். உதாரணமாக, சான்றோர் செய்யுள்களிலே துறக்கத்தை 'உயர்ந்தோருலகம்' என்பர். அது அந்தணரும் அறிவருமன்றிப் பெருஞ் செய்ஆடவர், அதாவது உயர் குடிப்பிறந்த வீரபுருஷர், சென்று வாழ்ந்த மேலுலகமாம்.[32]

எனவே 'உயர்ந்தோர் வழக்கு' என்று கூறும்பொழுது சமூக நிலை உள்ளடங்கியுள்ளது. இவ்வர்த்தத்தையும் மனத்திற் கொண்டே பின் வந்த பவணந்தியாரும்,

எப்பொரு ளெச்சொலின் எவ்வா றுயர்ந்தோர்
செப்பின ரப்படிச் செப்புதன் மரபே

எனக் கட்டுறுதியாகக் கூறினார். இதிலே மரபின் கட்டிறுக்கத்தைக் காணக்கூடியதாயுள்ளது. இவ்வுணர்வுக்கு மேலும் அரண் செய்வது போலவே,

மரபுநிலை திரியிற் பிறிதுபிறி தாகும்... *(தொல். மர. 91)*

என்றார் தொல்லாசிரியர்.

இவையாவற்றையும் தொகுத்து நோக்கும் பொழுது, முழுதுணர்ந்த மேதைகள் சிலர், ஏலவே கூறியுள்ள வரம்புகளைக் கடைப்பிடித்தாலன்றி மொழியும் இலக்கியமும் தகுதியுடையனவாகா என்ற விடாக்கண்டிப்பான குரலைக் கேட்கலாம்.

இங்கே பல உபகருத்துக்களையும் கண்டுகொள்ளலாம். மரபைப் பற்றிப் பேசுபவர்களிற் பலர் அதற்குத் தனித்த ஒரு வாழ்வும் நிலைபேறும் உண்டு என்று எண்ணிவிடுகின்றனர். மனிதன் ஆக்கிக் கொண்ட வாழ்க்கை நெறியிலிருந்தே கருத்துக்களும் சிந்தனைகளும் தோன்றுகின்றன என்னும் அடிப்படை உண்மையை மறந்து போகின்றனர். இலக்கியத்தில் மரபு பார்ப்பவர்கள் இலக்கியமே உலகிற் சகலதும் என்னும் கிணற்றுத் தவளை நோக்குடையவர். இலக்கியம் மட்டுமின்றி மனிதனது படைப்புகளான கலைகள், இயந்திரங்கள், பொறிகள், பிற சாதனங்கள் அனைத்துமே வாழ்க்கையிலிருந்துதான் தோன்றுகின்றன. வாழ்க்கை நிலையிலிருந்தே உணர்வுகளும் சிந்தனைகளும் பிறக்கின்றன. எனவே மரபைப் பற்றிப் பித்தம் தெளிய வேண்டுமாயின், இலக்கியம் என்னும் பொய்ம்மை உலகை விட்டு, அன்றாட வாழ்க்கை உலகிற்கு வருதல் வேண்டும். அங்கு வந்த உடனேயே மயக்கத்தில் அரைப்பங்கு தெளிந்துவிடும்.

ஊர், தேசம், கிராமம், சமூகம், காலம், வளம் ஆகியவற்றுக்கேற்ப வாழ்க்கை நெறிகளும், கருத்துக்களும், சிந்தனைகளும், உணர்வுகளும் பேதப்படுவது கண்கூடு. அந்நிலையில் எதனை உண்மையெனக் கொள்வதென்னும் தயக்கம் ஏற்படும். நாம் இதுவரை உண்மையென நம்பியிருந்தது தவறு என்ற உணர்வு தளிர்ப்பதன் முதற்சான்று இத்தயக்கம். நிலையானது ஒன்றுமில்லை,

அழிவில் ஆக்கமும் ஆக்கத்தில் அழிவும் கருவிலே அமைந்தவை. கருவிலே திருவுடையாரைப் பற்றிக் கூறிப் பழகிவிட்ட சிலருக்கு இது கஷ்டமாயிருக்கும். ஏனெனில் தமிழ் மரபிலே சிலரைப் 'பாரங்கதர்' என்று கூறுவதுண்டு. பாரங்கதர் என்றால் கல்வித் துறையிற் கரை கண்டவர் என்று பொருள். இவ்வடிப்படையிலேயே சில பண்டிதர்கள் தம்மைச் "சகல சாஸ்திர பாரங்கதர்" என்று தற்பெருமையாக வருணிப்பர். பேராசிரியர் வையாபுரிப் பிள்ளை ஒரு சந்தர்ப்பத்திற் குறிப்பிட்டிருப்பது போல, "இதை ஒரு ஆரோக்கிய நிலை என்று சொல்ல முடியாது."

மரபு என்பது முன்னிருந்தோரால் உண்மையானது, நன்மையானது என்று கொள்ளப்பட்ட எண்ணக் கோவையாகும். அதிலே எல்லாம் எக்காலத்திற்கும் பொருந்தா என்ற வளர்ச்சி நியதியைக் காண்போருக்கு மனச்சஞ்சலமும் நன்மை புறக்கணிக்கப்படுகிறதே என்ற ஏக்கமும் ஏற்படா. மரத்திலிருந்து வாடிய மலர் வீழ்வது இயற்கை என்பது உண்மையுணர்வு. 'ஐயோ! அருமந்த மலர் வீழ்ந்து விட்டதே!" என்று கவலைப்படுவது அர்த்தமற்றது.

ஆகவே, மரபினை நன்கு விளங்கிக்கொள்வதற்குச் சமுதாய இயக்கத்தினையே பற்றுக்கோடாகக் கொள்வது அவசியம். மாற்றம் எதுவுமின்றிச் சமுதாயம் தேக்க நிலையிற் கிடக்கும்போது (stagnant) 'தொன்னெறிச் சிந்தனை'களே தக்க வழிகாட்டிகளாயுள்ளன. தேக்க நிலைச் சமுதாயத்திலேதான் **முறைமை** என்பதன் முழு அர்த்தத்தையும் புரிந்துகொள்ளுதல் கூடும். "மூத்தோர் சொன்ன வார்த்தை அமிர்தம்" என்ற மூதுரை மரபையே எதிரொலிக்கிறது. முறைமை என்பது சிந்தனை, சொல், செயல் ஆகிய மூன்றையும் கட்டியாளும் சக்தி படைத்ததாய் விளங்கியது; இன்றும் விளங்குகிறது. உதாரணமாக, 'முறை மாறுதல்' என்றால் சாதி வழக்கத்திற்கு மாறாக மணம் புரிதல் எனப் பொருள்படும். 'முறைவன்' என்பது சிவனுக்கு மறுபெயர்.

பழந்தமிழ் இலக்கியங்களிலே கடமை, ஊழ், ஒப்புரவு, நியமம், மரபு, முறைமை முதலியன ஒருபொருட் பன்மொழிகளாய் வழங்குவன. இது கூர்ந்து கவனிக்க வேண்டியது. இவற்றைப் பற்றி "வாழ வழிவகுத்த" வள்ளுவரும் கூறுகிறாரல்லவா? மரபு, முறைமை, ஊழ் என்பன பரியாயச் சொற்களாகவே, மரபின் வேர் எங்கெல்லாம் ஓடியிருக்கிறது என்பது தெளிவுறும். பெரியோர் செப்பியதை மீறினாலும் விதியை – ஊழை மீறலாகுமோ? எமது அகத்திணை இலக்கியங்களிலே, சுதந்தரராயுள்ள தலைமக்களைப் பால் ஒன்று கூட்டுகிறது. அதுவே இலக்கிய மரபு. அரசரும் முறைமையாலேயே தமது தாயத்தை எய்துகின்றனர் என்று

புறத்திணை நூல்கள் கூறும். "முறைமை யென்பதொன்றுண்டு" என்று கோசலை இராமனுக்குக் கூறும்பொழுது இதனைக் காணலாம். 'முறைமுதற் கட்டில்' என்பது சிங்காதனம். இவை யாவும் மரபு என்பதன் சமுதாயப் பண்பைத் துலக்குகின்றன.

நால்வருணப் பாகுபாடும், உழுவோர் உழுதுவித்துண்போர் என்ற வேறுபாடும், ஆண்டான் அடிமை என்ற அமைப்பும், உயர்ந்தோர் இழிந்தோர் என்ற ஏற்றத் தாழ்வும் 'வேத வழக்கு' எனப்பட்ட சமுதாயத்தில், இவற்றுக்கு அடிப்படை நியாயமாகவும் அரணாகவும், மரபு முறைமை, ஊழ், நியமம் முதலிய சொற்கள் அமைந்தன. ஒரு குறிப்பிட்ட சமுதாய அமைப்பைக் கட்டிக் காப்பதற்கு ஏதுவாகவே இவை இயங்கின. "செந்தமிழ் நெறியைத் தமிழர் கடைப்பிடித்தல் வேண்டும்" என்பதிலிருந்து "பெரியோரைத் துணைக்கொள்" என்பது வரை பெரும்பாலான "போத உரைகள்" சிலர் சிவிகையில் ஊரவும் பலர் அதனைக் காவவும் உரியவர்கள் என்ற சமுதாயத் தத்துவத்தின் வெளிப்பாடுகளேயாம். இதனைத் தெளிந்துகொண்டால் மரபின் அடிப்படையைத் தெரிந்தவராவோம்.

தமிழைப் பற்றிக் கூறியவர்கள் சிலர் அது அநாதியானது என்பது போலவே மரபு பற்றிக் கூறுபவரும் அது 'தொன்று தொட்டு' நிலவி வரும் முறைமை என்பர். இரு சாராரும் வரலாற்றையும் வரலாற்று வளர்ச்சியையும் நிராகரிப்பதாலேயே காலங்கடந்த "உண்மைகள்" குறித்துப் பேசுகின்றனர். நவீன ஆங்கில இலக்கியத்தில் மரபைப் பெரிதும் வற்புறுத்திய டி.எஸ். எலியட்டும் வரலாற்றுணர்வு *(the historical sense)* இலக்கிய மாணவனுக்கு இன்றியமையாதது என்றார். தமிழ்மொழி கன்னிமையுடன் என்றென்றும் இருக்கிறது என்று வழிபடத் தொடங்கியதும், பழைய நடையையும் பொருளையும் போற்றுவது தவிர்க்க இயலாததாகிறது. அதனடிப்படையில்தான் செந்தமிழில் எழுத வேண்டும் எனச் சிலர் கூறுவர். இது பற்றி வையாபுரிப் பிள்ளை சுவைபடக் கூறினார்:

> எவ்வகையான வேறுபாடும் இன்றி, தோன்றிய காலத்தில் இருந்தது போலவே தமிழ்மொழி இருந்து வருகிறது என்று கருதுவோர், தமிழ் வரலாறும், தமிழிலக்கிய வரலாறும் அறியாதார் என்றுதான் கூற வேண்டும். ஆதியில் இருந்த கலப்பற்ற தூயநிலைக்கே நமது மொழி பின்னோக்கிச் செல்வதே தக்கதாகும் என்பது, 'இயற்கைக்கு மாறாகச் செல்வதுதான் உயர் நெறி' என்பவர் கொள்கையோடு ஒக்கும். யாராலும் எவ்வகைக் கழகத்தாராலும் இது செய்யக்

> கூடியதன்று. சில நூற்றாண்டுகளுக்கு முன்னே, 'இயற்கை நிலைக்குத் திரும்புக' *(Return to Nature)* என்ற கூக்குரலானது ஐரோப்பிய நாடுகளில் கிளம்பி, பலரையும் தன் எளிமையால் மயக்கி, முடிவில் அதன் பொய்மை வெளியாகவே, பரிகாச ஹேதுவாய் மறைந்தொழிந்தது. அரசியலுலகில் இக்கொள்கை ஏற்பட்டது போலவே, மொழி நூல் உலகிலும் இக்கொள்கை தமிழ் நாட்டில் அங்கங்கே தோன்றியுள்ளது. கொள்கையின் முடிவு எவ்வாறாகும் என்பதில் சிறிதும் ஐயப்பாடில்லை.[33]

மரபு பற்றி இப்பண்புகள் இருக்கட்டும். நாம் ஏலவே பார்த்தது போல எல்லா மரபுகளும் ஒவ்வொரு காலத்திலிருந்து வழங்கி வருவனவே, அவ்வக்காலச் சமுதாயத்தின் பௌதிக நிலைமையிலிருந்தே அவை பிறந்தன. ஆனால் இதுகாலவரை இருந்த பழைய சமுதாயங்கள் யாவும் நிறைவுடையன அல்ல. இலட்சியமயமான சமுதாயம் இன்றும் உருவாகவில்லை. ஆகவே இலட்சியமயமான அறிவும் இன்னும் உருப்பெறவில்லை. ஒவ்வொரு காலப்பகுதியிலும் முந்திய காலப்பகுதியின் குறைபாடுகளைக் குறைத்தும் நீக்கியும் இன்பமாக வாழ்வதற்கேற்ற நிலைமைகளை உண்டாக்க முயல்கிறான் மனிதன். நிறைவான சமுதாயத்திலேயே நிறைவான அறிவு நிலவ முடியும்; சாத்தியமாகும். அத்தகைய சமுதாயம் இல்லாத பட்சத்தில் அதனை உருவாக்குவதே முதற்கடமையாகிறது.

அறிவு என்பது என்ன? அதன் பண்பும் பயனும் யாது? செயலுக்கு வழிகாட்டும் வகையில் நடைமுறை சார்ந்ததாக இருப்பதே அறிவின் இலட்சணம். மாயவித்தையிலும் மந்திர சக்தியிலும் நம்பிக்கை வைத்து அவற்றில் வல்லவராயிருந்தவரை அறிவராகக் கருதிய கடந்த காலத்திலும், நவீன சுகாதார முறைகளிலும், பிரயோக விஞ்ஞானத்திலும் ஆர்வம் கொண்டு அவற்றில் வல்லவரைப் படித்தவர்களாகக் கருதும் இவ்விருபதாம் நூற்றாண்டுப் புறநிலையுடன் கூடியளவு இயைந்த அறிவைக் கொண்டிருக்கிறது என்பதில் ஐயப்பாடில்லை.[34] தீரா வியாதி எனக் கூறப்பட்ட நோய்கள் பல இன்று குணமாக்கக் கூடியனவாயுள்ளன. "தீரா வியாதி" எனத் தீர்ப்புக் கூறியவரும் ஒரு காலத்து அறிவர்தான். எனவே புற உலகை, எம்மினும் வேறான பௌதிக உலகை, அறிவால் அளந்தறிவதும் அவ்வறிவையே ஆயுதமாய்க் கொண்டு, அப்பௌதிக உலகை எமக்கு ஏற்றதாக மாற்றுவதும், வசப்படுத்துவதும், அச்செயல்களின் மூலம் கிடைக்கும் அறிவை மீண்டும் கருவியாக்குவதும் அறிவு வரலாற்றின் தலையாய செய்தியாகக் காணப்படுகிறது.

மனித குல வரலாற்றின் அடிப்படையான இவ்வளர்ச்சிப் பாதையைக் கண்டபடியாலேயே, மார்க்ஸ் அறிவுக் கருவிக்கு அத்தனை முக்கியத்துவம் கொடுத்தார். அவர் சொன்னார்: புறநிலை உலகின் விதிகளை விளங்கிக் கொண்டு அவற்றைப் பிறருக்கும் விளக்கி விவரிப்பதில் திறமை பெற்றிருப்பது பெருமைப் படத் தக்கதல்ல. அவ்விதிகள் பற்றிய அறிவை ஆயுதமாகக் கொண்டு ஊக்கத்துடன் உலகை மாற்றுவதற்கு அதனைப் பயன்படுத்துவதுதான் மிக முக்கியமான சாதனை. அறிவியல் எனப்படும் விஞ்ஞானம் பெருமளவுக்கு இவ்வடிப்படையிலேயே வளர்ந்து வந்துள்ளது. ஆனால் விஞ்ஞானம் வேறு கலைத்துறை வேறு என்ற ஒரு தவறான எண்ணம் எம்மவரிடையே வேரூன்றியிருப்பதால் இவ்வளர்ச்சி முறையை, மொழி, இலக்கியத் துறைகளில் ஈடுபாடு கொண்டிருப்பவர்கள் சிந்தித்துப் பார்ப்பதில்லை.

இலக்கியம் சித்திரிக்கும் உணர்வுகளும் இலட்சியங்களும் எல்லோருக்கும் எல்லாக் காலத்தவருக்கும் ஏற்றவை என்று எழுந்தபடி கூறத் தொடங்கிப் பின் பசி, தாகம், இன்ப துன்பம் ஆகியன மனுக்குலத்துக்குப் பொதுவானவை என்று உதாரணங்காட்டி, சுய திருப்தியுடன் முடிப்பர் பல இலக்கிய இரசிகர்கள். ஆனால் ஒவ்வொரு பொருளும் ஏதோவொரு கருத்தையொட்டியே இலக்கியத்திற் சித்திரிக்கப்படுகின்றது. ஆகவே இன்ப துன்பங்கள் காலங்கடந்தவை என்று சொல்லித் தப்பிவிட இயலாது. உதாரணமாகக் கற்பு என்ற கோட்பாட்டை அல்லது கருத்துப் படிவத்தை எடுத்துக் கொள்ளுவோம்.

பழந்தமிழ் இலக்கியங்களிலே அது பெண்களுக்கே உரிய தொன்றாகக் கூறப்பட்டுள்ளது. ஆனால் நவயுகத்தை முரசறைந்த பாரதியார், "இரு கட்சிக்கும் அதனைப் பொதுவில் வைப்போம்" என்றார். பெண்ணுரிமையற்ற சமுதாயத்தில் கற்பு என்ற கருத்துப்படிவம் அதன் வழித்தோன்றும் உணர்ச்சியும் ஒரு வகை; பெண்ணுரிமை கோரும் சமுதாயத்தில் அது பற்றித் தோன்றும் உணர்ச்சி பிறிதொரு வகை. "மயிர் நீப்பின் வாழாக் கவரிமான்" போல, கற்புக்காக உயிர் துறப்பதை உயர் இலட்சியமாக ஒரு காலத்து இலக்கியங்கள் தூக்கி நிறுத்தின. ஆனால் "வழுக்கி விழுந்தவர்கள்" என்ற பிரிவை வகுத்துக் கொண்டு சமுதாயச் சார்பில் அறவியலை எடை போடும் இலக்கியங்களே இன்று தோன்றியுள்ளன.[35] இம்மாற்றம் ஏற்படக் காரணம் யாது?

இது போலவே பக்தி, விதி, ஒழுக்கம், சாதி, முதலிய எண்ணற்ற கருத்துப் படிவங்கள் மாற்றமடைந்து வருகின்றன. மாற்றத்தின் காரணத்தை அறிய விருப்பமில்லாதவர்கள் அதைக் கண்மூடித்

தனமாக எதிர்ப்பார்கள். "தமிழினத்திற்குத் தனித்த ஒரு குணமுண்டு" என்று கூறிக்கொண்டு, உலகின் பிறபகுதிகளில் நடக்கும் சில மாற்றங்கள் தமிழருக்கு ஏற்றனவல்ல என்று சாதிப்போர் குருட்டு நம்பிக்கையின் அடிப்படையிலேயே இயற்கையின் இயக்கத்தை நிறுத்த நினைக்கின்றனர். "என்றுமுள தென் தமிழ்" என்ற கூற்றிலெல்லாம் தமிழும் தமிழர் சம்பந்தப்பட்டவையும் நிலையானவை என்ற நம்பிக்கையே உறைந்துள்ளது.

இத்தகைய நம்பிக்கையும் கருத்தும் நிலையியல் (static) நோக்கிலிருந்து பிறப்பவை, ஆனால் பண்டைக் கிரேக்க ஞானி ஹெரக்கிளைட்டசும் புத்தரும் கண்டு காட்டியது போல நிலையாயிருப்பது எதுவும் இல்லை. இது இயக்கவியல் நோக்கிலிருந்து பிறக்கும் கண்ணோட்டமாகும். தமிழிலக்கிய ஆராய்ச்சி இருக்கும் நிலையில் இயக்கவியல் அறிவே பெரிதும் வேண்டப்படுவது.

உதாரணமாகக் கடந்த கால நிகழ்கால விஷயம் ஒவ்வொன்றையும் ஏன் எப்படி என்று ஆராய வேண்டும். பிரமனுக்கும் விஷ்ணுவுக்கும் அசரீரி கூறியது நினைந்து கொள்ளத்தக்கது. "வரன்முறையைத் தேடிப்பாரும்!" என்றே அவர்களுக்குச் சவால் விடுக்கப்பட்டது. வரன்முறை என்பது ஒரு பொருளினது தோற்றமும் வளர்ச்சி முறையுமாகும். வரன்முறை ஆராய்ச்சிதான் விஞ்ஞானத்தின் பாற்பட்டது. அதை மறுப்பது அஞ்ஞானமாகத்தான் இருக்கவியலும். ஆனால் அத்தகைய அஞ்ஞானத்தையே எமது முன்னோர்கள் வரம்பில் ஞானம் என்று வழங்கினர்! வரம்பில் ஞானம், வரம்பில் காட்சி, அனந்த ஞானம் என்பன பிரதிபதங்கள். வரம்பில் ஞானம் என்பது இந்திய மெய்யியல் வழக்கிலே ஆன்மிக ஞானமே யாகும். ஏனெனில் அதுவே அழிவற்றதும் நித்தியமானதுமாகும் என்றனர். இதை முடிவாகப் பார்க்கும் பொழுது "நாம் சாதாரண வாழ்க்கையில் அறிவு என்று எதைக் குறிப்பிடுகிறோமோ அந்த அறிவை முற்றிலும் கண்டனம் செய்து விலக்குகின்ற அளவுக்கு" இந்திய மெய்யியலின் போக்கு அமைந்திருக்கிறது. ஏனெனில் பொருள்களை வைத்துக்கொண்டுதான் 'வரன்முறை' தேடலாம் புலக்காட்சி அதற்குத் துணை புரிகின்றது. ஆனால் அதையே 'அவித்தை' என்று மெய்யியல் தள்ளி வைத்து வந்திருக்கிறது. எனவே புலன்களையும் அனுபவத்தையும் ஆதாரமாய்க் கொள்ளும் பரிசோதனை அறிவை நாம் திட்டப்படியும் விடாப்பிடியாகவும் கைக்கொண்டாலன்றி இந்த நீண்டகால மெய்யியற் பிடியிலிருந்து சுலபமாகத் தப்பிவிட இயலாது.

இது எம்மை மூலாதாரமான ஒரு பிரச்சினைக்குக் கொண்டு வந்து விட்டது. அதை ஆராய்வதற்குத் தோற்றுவாயாக எமக்கு

நன்கு தெரிந்த ஒரு விஷயத்திலிருந்து தொடங்குவோம். இக்காலத்தில் தமிழிலக்கிய உலகிலே "சுத்த இலக்கியவாதிகள்" என்ற தொடர் அடிக்கடி அடிபடுவதைப் பலரும் பார்த்திருப்பர். "இலக்கியம்" என்றொரு தூய பண்டம் இருப்பதாகவும் அரசியல், பொருளியல், விஞ்ஞானம் முதலியவற்றை அதனோடு தொடர்புபடுத்துதல் கூடாது எனவும் இவர்கள் கூறுவர். "இன்பம்" ஒன்றே இலக்கியத்தின் பயன் என்பது இவர்களது முடிந்த முடிவு. க.நா. சுப்ரமண்யம் முதல் கஸ்தூரிரங்கன் வரை நடைமுறையில் தாம் எவ்வளவுதான் அரசியல் அரங்கத்தில் ஆடினாலும் அதைப் பொருட்படுத்தாது "இலக்கியம்" என்பது அரசியல் முதலிய விவகாரங்களுக்கு அப்பாற்பட்டது என்பர்.

இவர்களது சிருஷ்டி இலக்கியங்களையும் திறனாய்வுகளையும் கூர்ந்து கவனித்தால் ஒருண்மை புலப்படும். 'அரசியல்', 'பொருளியல்' என்றெல்லாம் பொதுப் பெயர் சொல்லி இவர்கள் வழங்குவது குறிப்பிட்ட – தமக்குப் பிடிக்காத – அரசியல் கொள்கைகளையும் பொருளியல் தத்துவங்களையும் ஆகும். பொதுவாக அரசியலையும் பொருளியலையும் அவர்கள் மறுப்பவர்கள் அல்லர். அவ்வாறு மறுத்தால், நன்றாகப் பணஞ் சம்பாதிக்க வழி தெரிந்த பத்திரிகை எழுத்தாளராக அவர்கள் வாழவியலாது.

'சுத்த இலக்கியம்' என்ற இவ்விலக்கியக் கொள்கை அல்லது புனித யுத்தத்தின் முரசொலி, நாம் ஏலவே விவரித்த மெய்யியலின் மற்றொரு வடிவமேயாம். புற உலகத்தை நிராகரித்துச் சுத்தமான தத்துவ விசாரத்தை மேற்கொண்டிருந்தவர்கள் 'விருத்தி'யிலிருந்து, அதாவது பொருள் உற்பத்தியிலிருந்து விடுபட்டவராயிருந்தனர். வருணாசிரம தர்மத்தின் அடிப்படையில் கைத்தொழில், கைப்பணி, கலை, விவசாயம் முதலிய உடலுழைப்பு வேலைகள் கீழ்ச்சாதியினருக்கு உரியனவாயிருந்தன. அது மட்டுமல்லாது, மேல் வருணத்தினர் உடல் முயற்சியுள்ள தொழில்களை மேற்கொள்ளக் கூடாது என்றும் தருமசாத்திரங்களிற் கண்டிப்பாக விதிக்கப்பட்டது. உதாரணமாக,

> பிராமணரும் க்ஷத்திரியரும் உடல் முயற்சியும் பிறர் தயவை நாடத் தக்கதாயுமுள்ள உழவுத் தொழிலை மேற்கொள்ளக் கூடாது. ஆனால் தமது சீவனத்தை முன்னிட்டு ஏற்ற ஆட்களைக் கொண்டு உழுவித் துண்ணலாம் ... பயிரிடுதலைப் பழுதற்ற தொழில் என்று சிலர் கருதுகின்றனர். ஆயினும் பெரியோர் அதைப் பாராட்டவில்லை ... ஓதல், ஓதுவித்தல், வேள்வி செய்தல், செய்வித்தல், தானம் கொடுத்தல், தானம் பெறுதல் இவை ஆறும்

> பிராமணர் செய்தொழில்கள் . . . இவ்விதமே பிரமன் கட்டளையிட்டிருக்கிறார்.

என்று **மநுதர்ம சாத்திரம்** கூறுகிறது. இதனால் உடலுழைப்பின் பயனாகப் பெறும் அனுபவ அறிவு ஒரு திசையிலும், ஓய்வாக இருந்து சிந்தனையைச் 'சுதந்திர'மாக அலையவிடுவதனால் பிறக்கும் "சுத்த விசாரணை" வேறொரு திசையிலும் சென்றன. கீழ்ச்சாதியினருக்குக் கல்வி வாய்ப்புகள் இல்லாதிருந்தமையால், அவர்களுடைய அனுபவ அறிவானது ஒரு மட்டத்திற்குமேற் செல்ல இயலாமல் குறுகிய அனுபவ வாதமாகச் சென்று தேய்ந்திறுந்தது. அதாவது உடலுழைப்பின் போது பெற்ற அனுபவங்களைத் தொகுத்துக் கோட்பாடாக வகுப்பதற்குரிய குறைந்தபட்ச சிந்தனைப் பயிற்சி அவர்களுக்கு இருக்கவில்லை. ஆகவே செயலுக்கும் சிந்தனைக்கும் இசைவின்மை ஏற்பட்டது. இடைக் காலத்தில் இந்தியாவிலேயே உயர்தரப் பொறியியல் கண்டுபிடிப்புகள் தோன்றாமைக்குக் காரணம் இப்பிளவேயாகும். இதுபற்றித் தேவி பிரசாத் சட்டோபாத்யாயா கூறுவது இரத்தினச் சுருக்கமாயுள்ளது:

> சமுதாயத்தில் ஒரு பிரிவினர் மறுபிரிவினரது உழைப்பினால் உண்டாகும் உபரியினால் வாழ்ந்து கொண்டு, அதே சமயம், உற்பத்தியில் தமக்குரிய பொறுப்பைச் செய்யாமல் விலகி வாழ முடியுமானால், அதனால் புற உலகத்தின் யதார்த்தத் தன்மையை ஒப்புக் கொள்ளாமல் இருக்க முடியுமானால் மட்டுமே இத்தகையதொரு தத்துவம் தோன்றியிருக்க முடியும். ஏனெனில் உழைப்பு முறைதான் உணர்வைப் புறத்திலிருந்து பாதிக்கவல்லது ... வேறு விதமாகச் சொல்வதானால், கொள்கை செயலிலிருந்து முற்றிலும் விலக்கப்பட்டு விட்டது. முற்றிலும் கொள்கையாகவே நின்று விட்டது, சிந்திக்கப்பட்ட பொருள்கள் வெறும் கருத்துக்களாகவே நின்றுவிட்டன. அறிபவன் – அதாவது நான் – புற உலகப் பொருளின் தாக்குதல்களினாலேயே உருவாவது. என்றாலும் அந்தப் பொருட்களையே அறியாமை என்றோ அவித்யை என்றோ கூறும் நிலை உண்டாகிவிட்டது ... உபநிடத கால இந்தியாவிலும், விவசாயம் கலைகள் எல்லாம் கீழ்மட்ட ஜாதியினருக்கு ஒதுக்கப்பட்டு விட, ஓய்வுடைய ஜாதியினராகிய க்ஷத்திரியர்களும், அதாவது ஆளும் வகுப்பினரும் அவர்களது நேரடி ஆதரவில் வாழ்ந்த பிராமணர்களும் பெரும்பாலும்

> பிளேட்டோ கூறிய வழியிலேயே தங்கள் சிந்தனைகளைப் புனரமைத்துக் கொண்டார்கள். அதாவது அவர்களது சிந்தனைகள் உழைப்பிலிருந்து விடுபட்டுவிட்ட சிந்தனைகள்; அதனால் அவை உலக மறுப்புத் தத்துவங்களாக இருந்தன.[36]

இவற்றின் சிகரமாகத் திகழ்வதே பிரமஞானம். அது உபநிடதங்களின் உயர் நிலையாக அமைந்தது. யாக்ஞவல்கியர் அதற்கு மெருகூட்டிப் பெருந்தத்துவமாக்கினார். *வால்காவிலிருந்து கங்கை வரை* என்ற பிரசித்தி பெற்ற நூலிலே ராகுல சாங்கிருத்தியாயர் 'பிரவாஹன்' என்னும் பாத்திரத்தின் வாயிலாகக் கூறுவது பின்னறிவின் தெளிவுடன் அமைந்திருக்கிறது.

> பிரமத்தைப் பார்க்க வேண்டும் என்று யாரும் கேட்க முடியாதபடி அதை நான் சிருஷ்டித்திருக்கிறேன். ஆகாய வெளியைப் போல எங்கும் நிறைந்திருப்பது, புலன்களால் உணர முடியாதது பிரமம் என்று நாம் கூறியிருக்கும் போது அதைப் பார்க்க வேண்டுமென்ற கேள்வி எங்கிருந்து வரும்? அந்தக் கேள்வி, உருவங்கள் கற்பிக்கப்பட்டிருக்கும் தெய்வங்களைப் பற்றித்தான் எழ முடியும்... வசிட்டனும் விஸ்வாமித்திரனும் கட்டிய படகு, ஆயிர வருட காலம் கூட வேலை செய்யவில்லை. ஆனால் இந்தப் பிரவாஹன் தயார் செய்யும் படகோ, இரண்டாயிரம் வருடங்களுக்கு அப்பாலும் அரசர்களையும், சேனாதிபதிகளையும் காப்பாற்றிக் கொண்டிருக்கும்.[37]

உண்மைதான். நிலையியலும், பிரமஞானமும், வேத வழக்கும், சைவ சித்தாந்தமும், இலக்கிய மரபும் தமக்குள் சில வேறுபாடுடையனவாயிருப்பினும் அறிவு வளர்ச்சிக்கு முள்ளுப் போடுவன. சமுதாயத்தை உள்ளவாறே கட்டிக் காத்துப் பேணும் நோக்கமுடையன. எனவேதான், அறிந்தோ அறியாமலோ இவற்றைப் பிரதிபலிக்கும் இலக்கியங்களையும் நூல்களையும் நுணுகியாராய்ந்து, ஒவ்வொரு பொருளினின்றும் அடி முடிதேட வேண்டும். அதனையே இந்நூலிலும் செய்ய முயன்றிருக்கிறேன்.

3

எண்ணற்ற வடிவங்களிலும் உருவங்களிலும் ஆராய்ச்சிக்கு விரோதமான கருத்துக்கள் பல நூற்றாண்டுகளாக எமது இலக்கிய உலகிலே தனியாட்சி செய்து வந்திருக்கின்றன. இவற்றை அறவே அகற்றிப் புறநிலை உலகத்தின் விதிகளுடன்

இசைவுடைய கருத்துக்களை வளர்த்தல் வேண்டும். இவ்வாறு வளர்த்தல் செயலாதலின் செய்கை இன்றியமையாததாகிறது. விஷயங்களின் அடிமுடி தேடிப்பெறும் அறிவு, கேவலம் 'ஞான'மாக மட்டுமின்றி 'உலகினை மாற்றவும்' ஊக்கத்துடன் உதவ வேண்டும். அது மட்டுமல்ல; நாம் ஆர்வத்துடன் தேடிக் கொள்ளும் அறிவு சரியானதா, அன்றித் தவறானதா என்பதை நிச்சயிக்கவும் நடைமுறையே தலைசிறந்த மார்க்கமாகும். ஏனெனில் சமுதாய நடைமுறையிற் பிரயோகிக்கும் பொழுது எவை வெற்றி பெறுகின்றனவோ அவை சரியானவை என்று பொதுவாகக் கூறலாம். எவை தோல்வியடைகின்றனவோ அவை தவறானவை என்பதிலும் தப்பில்லை. இயற்கையை எதிர்நோக்கிப் போராடி அதனை வென்றடக்குவதிலேயே இது சிறப்பாகப் பொருந்துவதாயினும் சமுதாய இயக்கங்களுக்கும் ஏற்புடையனவே.

ஆனால் இயற்கையுடன் நடத்தும் போராட்டத்திலும் சரி, அல்லது சமுதாயப் போராட்டதிலுஞ் சரி, இவ் அளவுகோல் யாந்திரீக மயமாய்ப் பரீட்சித்துப் பார்க்கக்கூடிய தொன்றன்று. ஏனெனில் சில வேளைகளில் சரியான கருத்துக்களும் வெற்றி பெறுவதில்லை. தோல்வியும் அடைகின்றன. ஆனால் அது உள்ளார்ந்த குறைபாட்டினால் அன்று; புறக்காரணங்களினாலாகும். ஆயினும் நடைமுறையில் தவறுகள் திருத்தப்பட்டுச் சரியான கருத்துக்கள் வெற்றி பெறுகின்றன. இவ்வளர்ச்சி முறையைச் சுருள் வட்டத்துக்கு ஒப்புமை கூறுவர் சிலர். விஞ்ஞானக் கருத்துக்களில் தோய்ந்து நவகவிதைகள் பல பாடியுள்ள முருகையன் இப்பொருளையே *அடியும் முடியும்* என்ற கவிதையிற் பாடுகிறார். நீண்ட அப்பாடலிற் சில பகுதிகளை மாத்திரம் இங்கே காட்டுவோம்:

இக்காலத் தியல்கொண்டு கணக்குப் போட்டோம்
எதிர்காலப் போக்குகளை முன் அறிந்தோம்.
முற்கால மர்மத்தை ஒதுக்கி நீக்கி
முன்னேற லானோம்நாம் – முடிவில்லாமல்
அப்பாலும் அப்பாலும் நெடிது செல்ல
அதற்கப்பால் – அதற்கப்பால் – திகைத்து நின்றோம்.
நிற்காமல் மிக மெதுவாய்ப் பின்னும் செல்வோம்,
நிகழ்ச்சிகளின் திருவடியைக் காண எண்ணி.

எதிர் காலப் போக்குகளை அறிதலன்றி
இயன்றவரை அதை மாற்றும் போராட்டத்தும்
விதவிதமாய்ப் முயலுகிறோம். விரும்பத்தக்க
விளைவுகளும் பெறுகின்றோம் . . .

எட்டும் இனி என நினைத்தோம்; ஐந்தடிக்குள்
இருக்கும் என்று சென்றாலோ . . . இன்னும் சற்று

மட்டும் ஒரு சிறிது செலின், கைகளுக்குள்
வசப்படுதல் நிசம் என்று நிச்சயித்தோம்
கிட்டுவதுபோல் இருந்து கிட்டாதாகி
கிடையாத தோற்றரவோ என ஐயுற்று,
நெட்டுயிர்த்தோம். ஆனாலும் மீண்டும் மீண்டும்
நிமிர்ந்தெழுந்து மறுபடியும் நகர லானோம்!³⁸

நீந்தப் பழகுவதற்குத் தண்ணீரில் இறங்குவதைத் தவிர வேறு வழியில்லை. நீச்சல் அறிவு முழுவதும் நேரடி அனுபவத்திலிருந்தே உண்டாகிறது. ஆனால் பல சமயங்களில் 'இயலாது', 'முடியாது' என்ற ஐயுறவுகளெல்லாம் தோன்றுவது இயற்கை. விடாப் பிடியாகத் தொடர்ந்து முயல்வதே இறுதி வெற்றிக்கு வழி. அயல்நாட்டுப் பழமொழியொன்று கூறுவது போல, "தோல்வி என்பது வெற்றியின் தாய்; இடறி விழுதல், அறிவில் எழுதல்" என்பதாகும்.

புறநிலை உலகத்தைப் பார்த்து அதன் பண்புகள் சிலவற்றை வருணித்தால் மட்டும் போதாது என்று மேலே காட்டினோம். "சுத்த இலக்கிய வாதிகள்" சிலர் தாம் நவீன உலகைக் கண்டவாறே வருணிப்பதாகக் கூறுவர். அதாவது எழுத்தாளனது "அரசியல்" "பொருளியல்" கருத்துக்களின் தலையீடு இன்றி, "புறநிலை" உலகை நேர்மையுடன் படைப்பதாகப் பெருமைப்படுவர். ஆனால் அவ்வாறு கூறுவதே ஒருவகையான அரசியற் கண்ணோட்டந்தானே. அண்மையில் இந்திரா பார்த்தசாரதி எழுதிய தந்திர பூமி புறநிலை உலகின் விதிகளைப் புரிந்துகொள்ள மாட்டாத "சுதந்திர" எழுத்தாளர் ஒருவரது பிரலாபமாகவே முடிந்தது. மற்றையோரிலும் பார்க்கச் சிறந்த முறையில் உலகின் இயல்பை உணர்ந்து, தனது துன்பத்துக்கும் தன் போன்ற பிறரது துன்பங்களுக்கும் நிவாரணம் காணக்கூடிய கஸ்தூரி நடைமுறைக்கும் "ஆன்மிக"த் தத்துவங்களிற் சரண்புகுவது பழைய பிரமஞானம், இன்றும் எத்துணை வலிமையுடையதாய் இருக்கிறது என்பதைக் காட்டுகிறது. *தந்திரபூமியை*, சி.பி. சினோ எழுதிய *Corridors of Power* என்ற ஆங்கில நாவலோடு ஒப்பு நோக்கினால் இரண்டிற்கும் உள்ள வேறுபாடு பல விஷயங்களைத் தெளிவுப்படுத்துவதாயிருக்கும். அதிலும் பாலியல் வருகிறது. ஆனால் ஆன்மிகத்திற் பாத்திரங்கள் புகலிடம் தேடும் போலி முடிவுகள் அதிற் காணப்படா. இந்திரா பார்த்தசாரதியின் பாஷையிற் சினோவின் இந்நாவலுக்குப் பெயரிடுவதானால் **அதிகார பூமி** என்று சொல்லிக் கொள்ளலாம். அரசியலுக்கும் அதிகாரத்துக்கும் உள்ள பிணைப்பை 'உள்ளிருந்து' உயிர்த்துடிப்புடன் சித்திரிக்கிறார் ஆசிரியர் சினோ. அங்கே தத்துவ விசாரத்துக்கு இடமேயில்லை. *Mechanics of Power* எனப்படும் அதிகாரத்தின்

இயக்கப்பாடுகளை இயன்றளவு புறநிலை உண்மையாகக் கொண்டு பாத்திரங்களைப் படைத்துள்ளார். ஆனால் பார்த்தசாரதியோ *தந்திர பூமி*யில் நசிவை நோக்கிப் போய்க்கொண்டிருக்கும் ஓர் ஆய்வறிவாளனையே உருவாக்கியுள்ளார். இது சமுதாயத்திலுள்ள பிரதான முரண்பாட்டையும் இயக்கப்பாடுகளையும் தவறாகப் புரிந்துகொண்டது மட்டுமின்றி, புறநிலை உண்மை மறுப்புமாகும்.

எதிர்காலச் சமுதாயத்தை உருவாக்கும் இயக்கத்தில் ஏதோ ஒரு வகையிற் பங்கு கொண்டாலன்றி, இன்றைய கால கட்டத்தில் புறநிலைக்குப் பிசகாத நாவலைப் படைக்க இயலும் என்று நான் நம்பவில்லை. அதையே *தந்திர பூமி* சந்தேகத்துக்கு இடமின்றி நிரூபித்திருக்கிறது.

இந்நிலையில், சமீபகாலத்திலே தமிழர் சமுதாயத்திற் காணும் பல விஷயங்களின் அடிமுடியைத் தேடிக் காண வேண்டும் என்ற அவா பல இளைஞரிடத்தே காணப்படுகிறது. இது வெறும் கருத்தாக மட்டுமல்லாது, செயலோடு இணைந்ததாகவும் காணப்படுகிறது. குலோத்துங்கன் என்ற கவிஞர் அண்மையில் எழுதிய ஒரு கவிதையில் இதனைக் காணலாம்.

> அறிவின்றி ஒளியெதுவும் அறியோம்; இன்றெம்
> ஆய்வுக்குள் அடங்காத புதிர்கள் யாவும்
> தெரிகின்ற நெறிகாண்போம்; உண்மை தேடித்
> திசையெங்கும் அலைபவர்யாம்; திறந்த நெஞ்சர்,
> விரிகின்ற கொள்கையினர், மாற்றம் இல்லா
> விதியெதையும் எக்காலும் ஒப்போம்; சாலச்
> சிறிதென்ற அணுவொன்றில் பார்பு ரக்கும்
> செல்வமெலாம் காண்கின்ற திறத்த வர்யாம்
> எண்ணுவதும் படைப்பதும்எம் பணிகள்; யாங்கும்
> எல்லோர்க்கும் சமவாய்ப்பு நிறைந்த தான
> மண்ணுலகைச் சமைப்பதும்எம் குறிக்கோள்; நாளை
> வருகின்ற தலைமுறையின் வாழ்வுக் காக
> உண்ணுவதும் உறங்குவதும் தவிர்ந்தும், கூடி
> உழைப்பதுமே யாம்மகிழும் இன்பம்; மற்றும்
> விண்ணுலகம் உண்டெனினும் விழைவோ மில்லை
> மீளாத நரகெனினும் பயந்தோ மில்லை![39]

"நாமார்க்குங் குடியல்லோம்" என்ற அப்பரின் குரலையும், "உண்டாலம்ம இவ்வுலகம்" என்று தொடங்கிப் பாடிய இளம் பெருவழுதியின் குரலையும் நினைவூட்டும் இப்பாடல், கொள்கையும் செயலும் (theory and practice) இணைய வேண்டும் என்பதனை எடுத்துரைக்கிறது.

அவ்வாறு கொள்கையும் நடைமுறையும் இணைந்தாலன்றிப் பன்னெடுங்காலமாக நிலைத்துள்ள அரசியல் பொருளாதார

அமைப்பையும் அதிலிருந்து பிரிக்க முடியாத பண்பாட்டையும் ஒதுக்கி அப்புறப்படுத்த இயலாது. தூய சிந்தனை, சுத்த இலக்கியம், என்பன போன்ற குரல்கள் பழைய பொருளாதாரத்தையும் அரசியலையும் பண்பாட்டையும் அடிக் கல்லாகக் கொண்டவை. எனவே புதிய அமைப்பிலேயே புதிய பண்பாடும் இலக்கியமும் தோன்ற முடியும். அதைத் தோற்றுவிப்பதற்கான பணிக்கு அறிவாராய்ச்சியும், அதற்கு இன்றியமையாததான 'அடிமுடி' தேடலும் ஊக்கத்துடன் பயன்பட வேண்டும். ஆகவே முருகையன் பாடுகிறார்,

அடி முடி தேடும் படலம் இடையீடின்றி
ஆதியும் அந்தமும் இன்றிப் படிக்க வேண்டும்
விடமுடியா ததைஎன்ற வேட்கை யாலே
வேறெதற்கும் நேரம் இல்லை எங்களுக்கு.
'தடுபொடி' தான் ஓயாது. தலையைச் சாய்க்கச்
சமயமில்லை உறங்குவது சரியு மில்லை.
விடுதலையை நோக்குகிறோம். தயவு செய்து
வெவ்வேறு திசை நோக்கிச் செல்லாதீர்கள்.

அடிமுடி தேட முடியாது என்ற கந்தபுராணக் கதையுடன் இக்கட்டுரையைத் தொடங்கினோம். அக்கதையின் செய்தியைத் தலைகீழாகப் புரட்டி, ஓயாத உழைப்பாலும் உறுதியாலும் உண்மையை உணர்தல் கூடும் என்ற மெய்ம்மையை நிலை நாட்டுவோம்.

சான்றாதாரம்

1. கந்தபுராணம், தக்ஷகாண்டம், அடிமுடி தேடுபடலம், செ. 61. [சி. கணபதிபிள்ளை உரை, பேராதனை (இலங்கை) 1967.]
2. திருவெம்பாவை 1.
3. சிவஞான போதம்.
4. Childe, V.G., *Society and Knowledge*, London, 1956,p. 114. இவ்விடத்தில் மட்டுமன்றி, இவ்வத்தியாயம் முழுவதிலும் ஆங்காங்கு அறிஞர் சைல்ட் கூறிய கருத்துக்களைத் தழுவியிருக்கிறேன். அறிவுக் கொள்கை – Theory of Knowledge பற்றிச் செய்முறையாளர் ஒருவர் எழுதிய சிறந்த நூல் இது. A.D. Woozley என்பார் எழுதிய *Theory of Knowledge* (London, 1966) என்ற நூலும் Bertrand Russell எழுதிய *Human Knowledge* (London, 1961) என்ற நூலும் இக்கட்டுரை யாக்கத்திற் பெரிதும் பயன்பட்டன.

5. Sharma, C., *A Critical Survey of Indian Philosophy*, London, 1960, p. 30

6. லக்ஷ்மணன், கி., *இந்திய தத்துவ ஞானம்*, சென்னை, 1960, (முதற் பதிப்பு), பக். 2

7. "The Teaching of Tamil Grammar" in *Collected Papers*, Annamalai Nagar, 1961, p. 114

8. மரபியல், சூ. 94

9. *சிவஞான சித்தியார்* (சுபக்கம் – சிவஞான சுவாமிகள் பொழிப்புரையும் சுப்பிரமணிய தேசிக சுவாமிகள் பதவுரையும்), கழக வெளியீடு, 1923, பக். 333; ந. சிவகுருநாத பிள்ளை, *சிவஞான சித்தியார் ஆராய்ச்சி* (கழகப் பதிப்பு), சென்னை, 1955, பக். 84–85

10. துரைச்சாமிப் பிள்ளை, ஔவை, சு., *மெய்கண்டார்*, (மதுரை மலர் வெளியீடு), பக். 67

11. இராமானுஜாசாரி, இர., *அறிவு ஆராய்ச்சி இயல்*, சென்னை, 1966, பக். 22

12. A *Critical Survey* ....., பக். 12

13. *மெய்யடியார்கள்*, சென்னை, 1959, பக். 12

14. Russell, Bertrand, *History of Western Philosophy*, London, 1954, P. 10

15. llakkuvanar, S., *Tamil Language*, Madras, 1961, p. 5

16. இவ்வாறு அவர் பாடியதற்கான பின்னணியையும் அதன் விளைவுகளையும் அடுத்த கட்டுரையிற் சுருக்கமாக ஆராய்ந்திருக்கிறேன்.

17. Burrow, T., and Emeneau, M.B., *A Dravidian Etymological Dictionary*, Oxford, 1961.

18. சுப்பிரமணிய பிள்ளை, இ.மு., "புறநானூறும் வான நூலும்", (*புறநானூற்றுச் சொற்பொழிவுகள்*), சென்னை, 1956, பக். 235.

19. தீட்சிதர், வி.ஆர்.ஆர்., "பண்டைத் தமிழர் பெருமை" *கதிரேசச் செட்டியார் மணிமலர்*, 1941, பக். 236–240

20. சோமசுந்தரம் பிள்ளை, வித்துவான், தமிழாசிரியரும் பிறமொழி கலந்து கற்பித்தலும், ஷ *மணிமலர்*, பக். 241–250.

21. வையாபுரிப் பிள்ளை, எஸ்., *திராவிட மொழிகளில் ஆராய்ச்சி*, சென்னை, 1956, பக். 23

22. Childe, *op. cit*, pp. 109-111

23. வையாபுரிப் பிள்ளை, எஸ்., *இலக்கணச் சிந்தனைகள்*, சென்னை, 1956, பக். 100–114

24. நன்னூல், எழுத்தியல், சூ. 3

25. சாஸ்திரி, வி. கோ. சூரியநாராயண, *தமிழ் வியாசங்கள்*, மதுரை, 1935, பக். 34

26. கந்தசாமிப் பிள்ளை, நீ., "தமிழவள் நான்மணி மாலை", *மொழியரசி* (முதற் பாகம்), தஞ்சாவூர், 1947, பக். 40

27. ரகுநாதன், தொ.மு.சி., *புதுமைப்பித்தன் வரலாறு*, சென்னை, 1951, பக். 168.

28. மரபியல், சூ. 110

29. தொல்காப்பியத்திலே நூன்மரபு, மொழிமரபு, தொகைமரபு, விளிமரபு என்று நான்கு இயல்களின் பெயருக்கு மரபு என்பது சேர்க்கப்பட்டுள்ளது. மரபுக்குச் சிறப்பளிக்கும் வகையில் 'மரபியல்' என்று ஓர் இயலே வகுக்கப்பட்டுள்ளது. சொல்லாட்சியைப் பொறுத்தளவில் ஏறத்தாழ ஐம்பது முறைக்கு மேலாக நூலிலே மரபு என்ற சொல் எடுத்தாளப்பட்டிருக்கிறது. வாய்மொழியாக வழங்கி வந்த சான்றோர் செய்யுள்களின் மரபைச் சாறாகப் பிழிந்து தந்ததோடு, அதனைப் புலவருக்கு ஏற்ற வழித்துணையாகவும் தொல்காப்பியர் அமைத்தார். மரபியலிற் கூறப்படும் பல விஷயங்கள் பொருள்மரபு பற்றியவை. தொல்காப்பியருக்கும் அரிஸ்டோட்டிலுக்கும் இத்தகைய அம்சங்களில் ஒப்புமைகள் பல உண்டு. இவை குறித்து எனது ஆங்கில நூலில் விரித்து விவரித்திருக்கிறேன். *Tamil Heroic Poetry*, pp. 48-52, 134, 187-194.

30. இராகவையங்கார், ரா., *தமிழ் வரலாறு*, அண்ணாமலை நகர், 1952, பக். 297

31. மரபியல், சூ. 92

32. கைலாசபதி, க., *ஒப்பியல் இலக்கியம்*, சென்னை, 1969, பக். 110

33. சொற்கலை விருந்து, சென்னை, 1956, பக். 45-6
34. Childe, *op. cit.*, p. 60.
35. இந்நூலில் "அகலிகையும் கற்பும்" என்னும் கட்டுரை இப்பிரச்சினையையே ஆராய்கிறது.
36. சட்டோபாத்யாயா, தேவிபிரசாத், "இந்திய ஆன்மிக வாதம்", *ஆராய்ச்சி*, ஜூலை, 1969, பக். 91.
37. *வால்காவிலிருந்து கங்கை வரை (ஐந்தாம் பதிப்பு)*, 1963, பக். 176-178.
38. *சிவ சக்தி*, (கொழும்பு, வேத்தியல் கல்லூரி இந்து மாணவர் சங்க வெளியீடு), 1968.
39. *தாமரை*, ஆகஸ்டு, 1969, பக். 53.

2

காலந்தொறும் கடவுள் வாழ்த்து

பழைய இலக்கிய நூல்களிலே கடவுள் வணக்கம் அல்லது கடவுள் வாழ்த்து இன்றியமையாத ஓர் உறுப்பாகவிருந்தது. தண்டியலங்காரம் பெருங்காப்பியத்தின் இலக்கணத்தைச் சொல்லு மிடத்து,

> வாழ்த்து வணக்கம் வருபொரு ளிவற்றினொன்
> றேற்புடைத் தாகி முன்வர வியன்று

அமையும் என்கிறது. அதாவது வாழ்த்துதல், தெய்வம் வணங்குதல், உரைக்கும் பொருளுணர்த்தல் என்னும் மூன்றனுள் ஏற்புடையவொன்று முதலில் வர வேண்டும் என விதிக்கிறது. அவற்றுள் ஒன்றேயன்றி, இரண்டும் மூன்றும் இயைந்து வருவதும் உண்டு. யாப்பருங்கலக் காரிகைப் பாயிர உரையில் வணக்கத்தைப் பற்றிக் கூறுகையில்,

> வழிபடு தெய்வ வணக்கஞ் செய்து
> மங்கல மொழிமுதல் வகுத்து
> எடுத்துக் கொண்ட இலக்கண இலக்கியம்
> இடுக்கண் இன்றி இனிது முடியும்

என்று விளக்கப்படுகின்றது. இவை ஓரளவு பிற்கால நூல்கள். சான்றோர் செய்யுள்களின் இலக்கணமாயமைந்த தொல்காப்பியத்திலே நூலின் முதலுறுப்பாகக் கடவுள் வாழ்த்துக் குறிக்கப்பட வில்லை. ஆயினும்,

கொடிநிலை கந்தழி வள்ளி என்ற
வடுநீங்கு சிறப்பின் முதலன மூன்றுங்
கடவுள் வாழ்த்தொடு கண்ணிய வருமே

என்று புறத்திணையியலிலும்,

வாழ்த்தியல் வகையே நாற்பாக்கும் உரித்தே

என்றும்,

ஏனையொன்றே
தேவர்ப் பராஅய முன்னிலைக் கண்ணே

என்றும் செய்யுளியலிலும் தொல்காப்பியர் சூத்திரித்திருப்பதால், கடவுள் வாழ்த்து இலக்கியத்தின் பகுதியாக அமைந்திருந்தமை புலனாகும். தொல்காப்பியருக்கு முற்பட்ட சான்றோர்கள், நூலின் தொடக்கத்திற் கடவுள் வாழ்த்துக் கூறவேண்டுவது இன்றியமையாதது எனக் கருதினரோ என்பது ஆராய்ச்சிக்குரியதே.

சான்றோர் செய்யுள்களை ஆராயும்பொழுது, அவற்றைப் பாடிய பாவலர்கள் பாடத் தொடங்குமுன் தெய்வத்தை வழிபட்டனர் என்பதற்குப் பல சான்றுகள் காணலாம். அதாவது அவர்கள் கடவுளைச் செயல்முறையில் வழிபட்டனர். பெரும்பாலும் தனித்தனிச் செய்யுள்களாகப் பாடிய அவர்கள் கடவுள் வாழ்த்தைப் பாட்டாக இயற்ற வேண்டிய தேவை இல்லாதிருந்தது எனலாம். எனினும் பத்துப்பாட்டிலுள்ள நெடும் பாட்டுக்களும் கடவுள் வாழ்த்து முன்வர நடவாமையால், அவ்வாறு வருதல் வேண்டுமென்ற இலக்கிய மரபு அவை எழுந்த காலப்பகுதியில் இருக்கவில்லை என்றே எண்ணத் தோன்றுகிறது. தொகை நூல்களான *பத்துப்பாட்டு, எட்டுத் தொகை* என்பனவற்றுக்குப் பிற்காலத்திலேயே கடவுள் வாழ்த்துச் சேர்க்கப்பட்டது. பத்துப்பாட்டைத் தொகுத்தோர் அத்தொகைக்குக் கடவுள் வாழ்த்தாகத் *திருமுருகாற்றுப்படையை* அமைத்தனர் என்ற கதை பொருத்தமுடையதாகவே காணப்படு கிறது. எட்டுத் தொகைகளுள் *நற்றிணை, குறுந்தொகை, ஐங்குறுநூறு, அகநானூறு, புறநானூறு* என்னும் தொகைகட்குப் பிற்காலத்தவரான பெருந்தேவனார் கடவுள் வாழ்த்துச் செய்யுள் களைச் சேர்த்தமைத்தார்[1]. ஆகவே, சான்றோர் செய்யுள்களுக்குத் தொடக்கத்திற் கடவுள் வாழ்த்து இருக்கவில்லை என்பது ஒருவாறு உறுதிப்படும். தொல்காப்பியத்திற்கும் கடவுள் வாழ்த்து இல்லை. *பதினெண் கீழ்க்கணக்கு* நூல்கள் தோன்றிய காலப் பகுதியிலிருந்தே நூன்முகத்துக் கடவுள் வணக்கம் கூறும் முறைமை இலக்கிய மரபாயிற்று எனக் கொள்ளலாம்.

பதினெண் கீழ்க்கணக்கு பாடிய புலவர்கள் சமணம், வைணவம், சைவம் ஆகிய சமயங்களைச் சார்ந்தவராதலின்

தத்தம் மதத் தெய்வங்களை நூன்முகத்தில் வாழ்த்திச் செய்யுள் செய்தனர். இவர்களில் திருக்குறளாசிரியரே விதிவிலக்கானவர் என்பது சிலரது கருத்து. ஆயினும் அக்கருத்து ஆராய்ச்சிக்குரியது. திருக்குறளிலே பாயிரத்தின் ஒரு பகுதியாக அமைந்துள்ள கடவுள் வாழ்த்திற் குறிப்பிடப்படுபவர் அருகக் கடவுளே என்று கூறுவோர்[2] கட்சி வலிமையுடையதாய்க் காணப்படினும்,

> சமயக் கணக்கர் மதிவழி கூறாது உலகியல் கூறிப்
> பொருள் இதுவென்ற வள்ளுவர்

காட்டும் கடவுள் கொள்கை பொதுமையானது என்றெண்ணவே தோன்றுகிறது. இது பற்றிப் பரிமேலழகர் கூறுவது கவனிக்கத்தக்கது:

> *அஃதாவது கவி தான் வழிபடு கடவுளையாதல், எடுத்துக்கொண்ட பொருட்கு ஏற்புடைக் கடவுளை யாதல் வாழ்த்துதல். அவற்றுள் இவ்வாழ்த்து ஏற்புடைக் கடவுளை யெனவறிக. என்னை? சத்துவ முதலிய குணங்களான் மூன்றாகிய உறுதிப்பொருட்கு அவற்றான் மூவராகிய முதற்கடவுளோடு இயைபுண்டாகலான் அம்மூன்று பொருளையுங் கூறலுற்றார்க்கு அம்மூவரையும் வாழ்த்துதல் முறைமையாகலின் இவ்வாழ்த்து அம்மூவர்க்கும் பொதுப்படக் கூறினாரெனவுணர்க.*

இவ்வாறு 'பொதுப்பட'க் கூறும் முறையை வள்ளுவர் கடைப்பிடித்தனரெனினும் பெரும்பாலான புலவர்கள் தாந்தாம் வழிபடு கடவுளை வாழ்த்தும் முறையையே கைக் கொண்டனர். இனி, தெய்வத்தை வாழ்த்துங்கால் தனக்குப் பயன்பட வாழ்த்துவதும், பிறர்க்குப் பயன்பட வாழ்த்துவதும் என இருவகை வாழ்த்து உண்டென்றும் சிலர் கூறுவர். தொல்காப்பியர் செய்யுளியலிற் பேராசிரியருரை வருமாறு:

> *அங்ஙனம் வாழ்த்துங்கால் தனக்குப் பயன்படுதலும் படர்க்கைப் பொருட்குப் பயன்படுதலுமென இருவகையான் வாழ்த்துமென்பதூஉம், இனி முன்னிலையாக வாழ்த்துதலும் படர்க்கையாக வாழ்த்துதலும் இரு இருவகைப்படுமென்பதூஉம் எல்லாங் கொள்க.*

இவ்வாறு விளக்கங் கூறிவிட்டு *நற்றிணை*, *அகநானூறு* ஆகிய நூல்களின் கடவுள் வாழ்த்துக்களை உதாரணங் காட்டுகிறார் பேராசிரியர். மிகப் பழைய நூல்கள் இரண்டின் கடவுள் வாழ்த்து என்ற வகையிலும் பிற்காலத்தவர்க்கு இவை முன் மாதிரியாக விளங்கின என்ற வகையிலும் இவை குறிப்பிடத்தக்கன.

நற்றிணை என்னும் தொகை நூலில் நிலமிசை, நீடு வாழ வேண்டிக் கடவுளை வாழ்த்த முற்பட்ட பெருந்தேவனார், திருமாலே மறைகள் போற்றும் முதற்கடவுளாதலின் நாமும் அவனையே வணங்குவோம் என்று கூறுகிறார்.

மாநிலஞ் சேவடி யாகத் தூநீர்
வளைநரல் பௌவம் உடுக்கை யாக
விசும்புமெய் யாகத் திசைகை யாகப்
பசுங்கதிர் மதியமொடு சுடர்கண் ணாக
இயன்ற எல்லாம் பயின்றகத் தடக்கிய
வேத முதல்வன் என்ப
தீதற விளங்கிய திகிரி யோனே.

புலவர் தாம் வாழ்த்தும் கடவுளின் உருவத்தைச் சித்திரிக்கிறார் என்பது கவனித்தற்குரியது. உலகம் யாவும் திருமாலினொரு வடிவமே என்று கூறும் ஆசிரியர், பெரிய நிலம் அவன் சிவந்த அடிகள் எனவும், தூய நீரையுடைய சங்குகள் சப்திக்கின்ற கடல் அவன் ஆடை எனவும், திசைகள் கைகள் எனவும், ஆகாயம் மெய் எனவும், ஞாயிறு திங்கள் ஆகிய இருசுடர்கள் இரண்டு கண்கள் எனவும், யாவும் அவனுள் அடக்கம் எனவும் கூறி அத்தகைய அருமறைகள் போற்றும் தெய்வத்தையே யாமும் வழிபடுவோம் என்று முடிக்கிறார். இறைவனது பாதங்களிலிருந்து தலைவரை – பாதாதி கேசமாய் – வருணனை அமைந்திருப்பதும் நோக்கத்தக்கது. இக்காப்புச் செய்யுள் விட்டுணு சகத்திரநாமத் தியான சுலோகமொன்றின் மொழிபெயர்ப்பாகும் என்று நற்றிணைப் பதிப்பாசிரியர் கூறியிருக்கிறார்.[3] பெருந்தேவனார் காலந்தொட்டு மிகச் சமீபகாலம் வரை பெரும்பாலான கடவுள் வாழ்த்துக்கள் இறைவனது உருவ வருணனையாக அமைந்திருப்பது மனங்கொளத்தக்கது. இஃது புலவர் தமக்குப் பயன்பட வாழ்த்தியது ஆகும் என்றார் பேராசிரியர்.

நற்றிணைக்கு மாயோன் வாழ்த்துப் பாடிய பெருந்தேவனார் *அகநானூற்றுக்கு* இறைவன் (சிவன்) வாழ்த்துப் பாடியுள்ளார். (இவர் *குறுந்தொகைக்கு* முருகன் வாழ்த்துப் பாடியிருக்கிறார்.) அகநானூற்றுக் கடவுள் வாழ்த்திலே இறைவனது வடிவமும் பண்பும் விரிந்துரைக்கப்பட்டுள்ளன.

கார்விரி கொன்றைப் பொன்னேர் புதுமலர்த்
தாரன் மாலையன் ததைந்த கண்ணியன்
மார்பின ன∴தே மையில் நுண்ஞாண்
நுதல திமையா நாட்டம் இகலட்டுக்
கையது கணிச்சியொடு மழுவே மூவாய்
வேலும் உண்டத் தோலா தோற்கே
ஊர்ந்த தேறே சேர்ந்தோள் உமையே
செவ்வா னன்ன மேனி அவ்வான்
இலங்குபிறை அன்ன விலங்குவால் வையெயிற்று

எரியகைந் தன்ன அவிர்ந்துவிளங்கு புரிசடை
முதிராத் திங்களொடு சுடருஞ் சென்னி
மூவா அமரரும் முனிவரும் பிறரும்
யாவரும் அறியாத் தொன்முறை மரபின்
வரிகிளர் வயமான் உரிவை தைஇய
யாழ்கெழு மணிமிடற் றந்தணன்
தாவில் தாள்நிழல் தவிர்ந்தன்றால் உலகே.

இப்பாட்டில் இறைவனது தலையிலிருந்து தாள்வரை வருணனை அமைந்திருப்பது கவனிக்கத்தக்கது. கார்காலத்திலே மலரும் பொன்னையொத்த கொன்றையின் புதிய பூக்களாலாய தாரினையுடையவன்; மாலையணிந்தவன்; தலைமாலை சூடியவன்; அவன் மார்பிற் குற்றமற்ற நுண்ணிய பூணூலுண்டு; அவன் நெற்றிக்கண் இமைத்தலில்லாதது. கையிலே பகைவரைக் கொன்றொழிக்கும் மழுப்படை இருக்கிறது. தோல்வியில்லாதவன். கையிலே மூன்று தலையினையுடைய சூலப்படையும் உண்டு. அவன் ஏறி நடாத்துவது எருது. அவன் பாகத்தில் உறைபவள் உமையம்மை. அவன் மேனி செவ்வானத்தைப் போன்றது. அவ்வானில் ஒளிரும் பிறையையொத்த வெள்ளிய கூரிய பற்களையும், நெருப்புச் சுவாலித்து எரிந்தாலென்ன விளங்கும் முறுக்குண்ட சடையையும் உடையவன். மூப்பறியாத் தேவரும் பிற வானோரும் அறியாத பழமையாகிய தன்மையுடையவன். வலிய புலியின் தோலை உடுத்த, நீலமணி போலும் மிடற்றினையுடைய அந்தணன் சிவபிரான். அத்தகையவனது அழிவற்ற திருவடி நிழலில் உலகம் தங்கியுள்ளது. ஆகவே உலகிற்கு எவ்வித இடையூறுமில்லை. “இஃது உலகிற்குப் பயன்பட வாழ்த்தியது” என்றார் பேராசிரியர்.

இங்குக் குறிப்பாகக் கவனிக்க வேண்டியது யாதெனில், சிவபெருமானுடைய உருவத் தோற்றமும் அவன் உமையொரு பாகனாயுள்ள தன்மையும் அவன் முன்பைப் பழம்பொருட்கும் முன்னைப் பழம்பொருளாம் தன்மையும் சிறப்பாகக் கூறப்படுவதாம். புலித்தோலை அரையில் உடுக்க நேர்ந்தமை, நஞ்சுண்ட கண்டனாயமைந்தமை ஆகியவை பௌராணிகச் செய்திகள். இவையாவும் சுருக்கமாகக் கூறப்பட்டுள்ளன. இத்தகைய பாக்களின் தருக்கரீதியான வளர்ச்சியையே பக்தியிலக்கியங்களிற் பார்க்கின்றோம். அந்த வகையில் எட்டுதொகை நூல்களுக்கு அமைந்த கடவுள் வாழ்த்துப் பாக்கள், பிற்காலத்தவர்களுக்கு மூலப்படிவங்களாயும் முன்மாதிரிகளாயும் விளங்கின எனக் கொள்ளுதல் தவறாகாது. இலக்கிய ஆசிரியர்கள் சமயத்தால் வேறுபட்ட போதும் தெய்வ வணக்கம் கூறுமுறை பொதுவானதாகவே இருந்து வந்திருக்கிறது. ஏறத்தாழப் பதினைந்து நூற்றாண்டுகளுக்கு மேலாக இவ்வாழ்த்து முறை நின்று நிலவுகிறது.

மேலே நாம் புராணச் செய்திகள் பற்றிக் குறிப்பிட்டோம். புராணங்கள் மானுடர்க்குக் கதைகள் கூறுவனவாதலின், அவற்றில் தெய்வங்களும் மானுட வடிவந்தாங்கியே வருவன. எனவே புராணச் செய்திகளை ஆதாரமாய்க்கொண்டு புலவர்கள் கடவுள் வாழ்த்துப் பாடும் வழக்கம் உறுதிப்பட, தெய்வங்களின் தோற்றமும் செயல்களும் பெருமளவில் மனிதப்பண்பு பெற்றன என்பதும் நினைவுகூர வேண்டியதே. ஏனெனில் அனுபூதிமான்கள் உயர்நிலையிலே தெய்வத்தைச் சொற்கள் கொண்டு விளக்கமுடியாது என்று கூறுவர். "சொல்லற் கரியானை" என்று மணிவாசகரும், "சொற்பதத்தார் சொற்பதமுங் கடந்து நின்ற சொலற்கரிய சூழலாய்" என்று அப்பரும் பாடியுள்ளனர். பரம்பொருளை 'இது', 'அது' என்று வரையறை செய்து கூற இயலாமையாலேயே உபநிடதங்கள் சில அதனை "நேதி நேதி" – இதுவன்று இதுவன்று – எனக் குறிக்கின்றன. தமிழிலே *திருவிளையாடற் புராணம்* பின்வருமாறு கூறும்:

> அல்லையீ தல்லையீ தெனமறைகளும்
> அன்மைச் சொல்லினால் துதித் திளைக்கும்.

ஆயினும் சொல்லினாற் கவி சொல்ல முற்படும் புலவர்கள் சொல்லில் அகப்படாத பரம்பொருளையும் சொற்களிலே சிறைப்படுத்த வேண்டுவது இன்றியமையாததாகிறது. அதுமட்டுமன்று, பெரும்பான்மை இலக்கியங்கள் பருப்பொருளான உலகைச் சித்திரிப்பனவாதலின், உருவம் உடன் பிறப்பாயும் அமைந்துவிடுகிறது. கந்தழி என்பதற்கு விளக்கங் கூறவந்த நச்சினார்க்கினியர், "கந்தழியாவது ஒருபற்றுமற்று அருவாய்த் தானே நிற்கும் தத்துவங் கடந்த பொருள்"[4] என்று கூறக்கூடும். ஆயினும் 'அருவாய்த்தானே நிற்கும்' பொருளைப் புலவன் தன்னுடைய நூலைக் கேட்போர்க்கு உணர வைத்தல் எளிதன்று. அதனாலேயே கற்பித்துப் பாடுகின்றான். திருக்குறள் முதற்பாவிற்கு உரைகூறும் பரிமேலழகர் இவ்வுண்மையினைச் சுருங்கச் சொல்லி விளங்க வைத்துள்ளார்.

> இது தலைமை பற்றி வந்த எடுத்துக்காட்டுவமை . . . உலகென்றது ஈண்டுயிர்கண்மே னின்றது. காணப் பட்ட உலகத்தாற் காணப்படாத கடவுட்கு உண்மை கூறவேண்டுதலின், ஆதிபகவன் முதற்றேயென உலகின்மேல் வைத்துக் கூறினார்.

இவ்வடிப்படையிலேயே பல நூற்றாண்டுகளாகத் தெய்வ வணக்கப் பாடல்கள் தமிழில் இயன்று வந்திருக்கின்றன. காலப்போக்கில் சமய வளர்ச்சிக்கு ஏற்பத் தெய்வங்களின் சிறப்பிலும் முதன்மையிலும் ஏற்றத்தாழ்வுகள் ஏற்பட்டபொழுதும்

தெய்வங்களை மானிட வடிவிற் கற்பனை செய்து பௌராணிக மரபிற் பாடிச் செல்லும் வழக்கம் மாறாதிருந்தது. அதுபோலவே, கடவுள் வாழ்த்துச் செய்யுள்களின் நீட்டமும் குறுக்கமும் நூலாசிரியரின் நோக்கங்களுக்கேற்ப மாறுபடுந் தன்மையவாயிருந்தன.

இவ்விடத்தில் வெவ்வேறு தெய்வங்களை வாழ்த்தும் பாடல்கள் சிலவற்றை உதாரணங் காட்டுவது பொருத்தமுடையது. *சிறுபஞ்ச மூலம்* பாடிய காரியாசான் என்பவர் சமண சமயத்தவர். அந்நூற் காப்புச் செய்யுள் வருமாறு:

> முழுதுஉணர்ந்து மூன்றுஒழித்து மூவாதான் பாதம்
> பழுதுஇன்றி ஆற்றப் பணிந்து – முழுதுஏத்தி
> மண்பாய ஞாலத்து மாந்தர்க்கு உறுதியா(க)
> வெண்பா உரைப்பன் சில.

வாழ்த்தோடு வருபொருளும் இச்செய்யுளிற் குறிப்பாகச் சொல்லப்பட்டிருக்கிறது. பௌத்த சமய நூலாம் *குண்டலகேசிக்* கடவுள் வாழ்த்து வருமாறு:

> முன்றான் பெருமைக்க ணின்றான்முடி வெய்து காறும்
> நன்றே நினைந்தான் குணமேமொழிந் தான்ற னக்கென்று
> ஒன்றானு மில்லான் பிறர்க்கேஉறு திக்கு ழந்தான்
> அன்றே இறைவ னவன்றாள்சர ணங்க ளன்றே.

இச்செய்யுளிற் புத்தருடைய ஆன்ம மேம்பாடு சிறப்பிக்கப்பட்டுள்ளது. தமிழ் இலக்கியங்களை நோக்கும் பொழுது பொதுவாகப் பௌத்த, சமண நூலாசிரியர்கள் இயற்றிய கடவுள் வாழ்த்துக்கள் 'பக்திச் சுவை' குறைந்தனவாய்க் காணப்படுகின்றன. இவற்றுக்கு மாறாக வைதிக சமயத்தவர் யாத்த காப்புச் செய்யுள்கள் உணர்ச்சி நிறைந்தனவாய்க் காணப்படுகின்றன. இதற்குக் காரணம், முன்னைய இரு சமய நூலாசிரியர்கள் தருக்க நெறியையும் அறவியலையும் அறிவுபூர்வமாக வற்புறுத்தியமையும், பின்னைய நூலாசிரியர்கள் பக்திநெறி நின்று உணர்ச்சிபூர்வமாகச் சமய போதனை செய்தமையும் ஆகும். ஆயினும் அதனை விரித்துரைக்க இது ஏற்ற சந்தர்ப்பமன்று.[5]

இது நிற்க, இனி, கலைமகள் வாழ்த்தொன்றைப் பார்க்கலாம். *தண்டியலங்காரம்* காப்புச் சூத்திரமே இதற்கு இலக்கியமாக இலங்குகிறது:

> சொல்லின் கிழத்தி மெல்லியல் இணையடி
> சிந்தைவைத் தியம்புவல் செய்யுட் கணியே.

கலைமகள் துணைத்தாளைக் கருத்துள் வைத்து அணியிலக்கணஞ் சொல்லுவேன் என்பது சூத்திரப்பொருள்.

மிகச் சுருங்கிய கடவுள் வாழ்த்துக்கு இதனை உதாரணமாய்க் கொள்ளலாம். சிவன், திருமால், நாமகள், முருகன் முதலிய தெய்வங்களுக்கெல்லாம் கடவுள் வாழ்த்துப் பாடும் வழக்கம் ஏறத்தாழ அறநூல்கள் எழுந்த காலத்திலிருந்து மெல்ல வளர்ந்து வந்தது. எனினும் பல்லவர் காலத்திலே வடக்கிருந்து வந்த விநாயகர் வழிபாடு தமிழ்நாட்டில் வேரூன்றியதைத் தொடர்ந்து, கடவுள் வாழ்த்தில் கணபதியே சிறப்பிடம் பெறும் மரபும் உறுதிப்பட்டது. செய்யுங் காரியங்களுக்கு விக்கினம் வாராமல் காப்பாற்றுகிற கடவுள், விநாயகர் என்ற நம்பிக்கை பரவியதும், விக்கினேஸ்வரரே பல நூல்களின் கடவுள் வாழ்த்தில் தலைமை பெறலாயினர்.

பல்லவர் காலத்தில் எழுந்த சிறந்த நூல்களில் ஒன்றான நந்திக் கலம்பகத்தில் இப்போக்கைக் கண்டு கொள்ளலாம். பாயிரவியலிலே விநாயகர் வணக்கங் கூறிய பின்னரே சிவ வணக்கங் கூறியுள்ளார் ஆசிரியர். சான்றோர் செய்யுள்களிற் கண்ட அகப்பொருளைப் புதிய உணர்வுடனும் அதற்கியைந்த வடிவத்திலும் பாடி வெற்றி கண்ட அக்கலம்பக ஆசிரியர் தமது காலத்துப் பண்புகள் அத்தனையும் துலங்கும் வகையில் வேழமுகனை வாழ்த்தியிருக்கிறார்.

> மும்மைப் புவனம் முழுதீன்ற முதல்வி யோடும் விடைப்பாகன்
> அம்மை தருக முத்தம் என அழைப்ப ஆங்கே சிறிது அகன்று
> தம் இன் முத்தம் கொள நோக்கிச் சற்றே நகைக்கும் வேழ முகன்
> செம்மை முளரி மலர்த்தாள் எம் சென்னி மிசையிற் புனைவாமே.

உலக மாதாவும் விடைப்பாகரும் குழந்தை பிள்ளையாரிடம் முத்தம் பெறக் கெஞ்சுவதும், வேழமுகன் விலகி நின்று நகைக் கூட்டஞ் செய்வதும், அத்தகைய மூத்த பிள்ளையின் தாமரை மலரையொத்த பாதங்கள் ஆசிரியர் சிரமேற்கொண்டு துதிப்பதும் எண்ணற்ற பிற்காலக் கடவுள் வாழ்த்துச் செய்யுள்களுக்கு மூல முன்மாதிரியா யமைந்தன என்பதில் ஐயமில்லை. எண்ணற்ற புலவரினால் பாடப் பெற்றமையால் விநாயக வணக்கம் பட்டை தீர்ந்த மணியாய்த் தமிழிலக்கியங்களில் திகழ்கின்றது. "துங்கக் கரிமுகத்துத் தூமணி" என்று ஔவையார் கூறுவதிலிருந்து, "நற்குஞ்சரக் கன்று" என்று திருவருட் பயன் ஆசிரியர் கொற்றவங்குடி உமாபதி சிவாசாரியர் கூறுவது வரை எத்தனையோ புலவர்கள் ஒருவரையொருவர் விஞ்சும் வகையிற் சமத்காரமாக விநாயகர் வாழ்த்துப் பாடிவந்துள்ளனர்.

எனினும் சோழப்பெரு மன்னர் 'பெருநில முழுதும் ஒரு குடைக்கீழ்' அரசாண்ட காலப்பகுதியிலே, திருமாலும் சிவனும் தனிப்பெருந் தெய்வங்களாய் விளங்கிய பொழுது,

உலகியலும் இறையியலும் ஒன்றையொன்று தழுவிப் பிணைந்தன. அச்சூழ்நிலைக்கேற்ப அக்காலத்திலே தோன்றிய பல நூல்களுக்கு 'எடுத்துக் கொண்ட பொருட்கு ஏற்புடைக் கடவுள்'ராகத் திருமாலும் சிவனுமே கொள்ளப்பட்டனர். சேக்கிழார் பாடல் இதற்குச் சிறந்த எடுத்துக்காட்டு:

உலகெ லாமுணர்ந் தோதற் கரியவன்
நிலவு லாவிய நீர்மலி வேணியன்
அலகில் சோதியன் அம்பலத் தாடுவான்
மலர்சி லம்படி வாழ்த்தி வணங்குவாம்.

சிவனடியார் சீர்பரவும் நூலாம் *பெரிய புராணம்* பாடிய சேக்கிழார் சிவனுக்கே நூன்முகத்தில் வாழ்த்துக் கூறுகிறார். அவரைப் போலவே கம்பரும் தமது காப்பிய பொருட்கு ஏற்பத் திருமாலை வணங்கிப் பாடத் தொடங்குகிறார்:

உலகம் யாவையும் தாம்உள ஆக்கலும்
நிலைபெ றுத்தலும் நீக்கலும் நீங்கலா
அலகு இலாவிளை யாட்டுடை யார் அவர்
தலைவர் அன்னவர்க் கேசரண் நாங்களே.

திரிபுவனச் சக்கரவர்த்திகளான ஏகாதிபத்தியப் பேரரசர்கள் காலத்தில் பாடிய கம்பர் திருமால் வணக்கம் கூறுகையில் பெருந் தலைமகனாகவே கடவுளைக் குறிக்கிறார்.

சோழர் காலத்திலே தோன்றிய போக்கு ஒன்று இங்குக் குறிப்பிடத்தக்கது. கடவுள் வாழ்த்துப் பாடிய சில புலவர்கள் – சிறப்பாக அரசவைப் புலவர்கள் – தாம் வாழ்த்திய பெருந் தெய்வங்களுடன் தாம் போற்ற விரும்பிய அரசர்களைத் தொடர்புபடுத்தினர். செயங்கொண்டார் பாடிய *கலிங்கத்துப் பரணியில்* முதலில் உமாபதி துதியும், அடுத்துத் திருமால் துதியும் உள்ளன.

புயல் வண்ணன் புனல்வார்க்கப் பூமிசையோன்
    தொழில் காட்டப் புவன வாழ்க்கைச்
செயல் வண்ண நிலைநிறுத்த மலைமகளைப்
    புணர்ந்தவனைச் சிந்தை செய்வாம்.

அருமறையி னெறிகாட்ட அயன் பயந்த
    நிலமகளை அண்டங் காக்கும்
உரிமையினிற் கைப்பிடித்த உபயகுலோத்
    தமனபயன் வாழ்க வென்றே.

சிவபிரான் பார்வதி தேவியை மணந்தது போல், குலோத்துங்கன் நிலமகளை மணந்தான் என்பதும், இருவரும் உலகினர் தொழுதேத்தும் பெற்றியுடையவர் என்பதும் இத்தாழிசை களின் பொருள். அடுத்துவரும் திருமால் துதியிற் புலவரது சமத்காரம் மேலும் சுடர் விடுகிறது.

> ஒரு வயிற்றிற் பிறவாது பிறந்தருளி உலகொடுக்கும்
> திருவயிற்றிற் றொருகுழவி திருநாமம் பரவுதுமே –
>
> அந்நெடுமா லுதரம்போ லருளபயன் தனிக்கவிகை
> இந்நெடுமா நிலமனைத்தும் பொதிந்தினிது வாழ்க வென்றே!

கண்ணபிரான் திருவயிற்றில் எல்லா உலகங்களும் அடங்கியிருத்தல் போல் குலோத்துங்க சோழனது ஒப்பற்ற குடைக்கீழ் நில முழுதும் அடங்கி வாழ்கின்றது என்பது கவிஞரின் உவமை விளக்கம். இவ்வாறே இதன் பின் கூறப்படும் நான்முகன், சூரியன், கணபதி, முருகவேள், நாமகள், உமையவள், சத்தமாதர்கள் ஆகிய கடவுளரோடும் பாட்டுடைத் தலைவன் சம்பந்தப்படுத்தப் பட்டுள்ளனன். கலிங்கத்துப் பரணியிற் குலோத்துங்கனே சிறப்புக் குரியவன். எனவே அவனைத் தெய்வங்களுடன் தொடர்புபடுத்துவது ஆசிரியரது அரச பக்தியைக் காட்டுகிறது. உண்மையில் சோழர்காலப் புலவர்கள் திருமாலே சோழ மன்னராய்த் தோன்றியுள்ளனர் என்று நம்பியவராதலின் இவ்வாறு தொடர்புபடுத்திப் பாடுதல் வெறும் சமத்காரம் என்று கூறிவிடுவதற்கில்லை. இவ்விடத்தில் இன்னொன்றும் கூற வேண்டும். சோழர் காலத்திலிருந்து கடவுள் வாழ்த்திற் பல தெய்வங்களை வாழ்த்தும் மரபும் வளர்ந்து வந்திருக்கிறது. செயங்கொண்டாரைப் போலவே மற்றொரு அவைப் புலவரான ஒட்டக்கூத்தர் *தக்கயாகப் பரணியில்* முதலிலே வைரவக் கடவுளுக்குக் காப்புக் கூறி, அதன்பின் உமாபாகர், விநாயகர், முருகன் ஆகிய கடவுளருக்கும் அதன்பின் திருஞானசம்பந்த மூர்த்தி நாயனாருக்கும் வாழ்த்துக் கூறியுள்ளார். சோழர் காலத்தையடுத்த காலப்பகுதியிலே சமய குரவருக்கு வணக்கம் சொல்லுவது பெரு வழக்காயிருந்தது. சிறப்பாக ஆதீனங்களை அண்டி வாழ்ந்த புலவர்கள் இம்முறையை நியதிபோலக் கடைப்பிடித்தனர்.

சமய குரவர்க்கு வாழ்த்துப் பாடுமுறை பிற்படத் தோன்றிய தொன்றாயினும் அதன் முக்கியத்துவம் கவனித்தற்குரியது. முதலிலே இறையடியாரது சமயத் தொண்டும், பின்னர் அவர்தம் மொழித் தொண்டும் பின்னோக்கிப் பெருமிதத்துடன் கூறப்பட்டன. சம்பந்தர் முருகன் அவதாரம் என்ற நம்பிக்கையும் தோன்றலாயிற்று. நாயக்கர் காலத்தையொட்டிப் பிற மொழியினரும் பிற சமயத்தவரும் நாட்டிற் செல்வாக்குப் பெற்ற காலை, பல்லவர் காலத்தையும் சோழர் காலத்தையும் பழங்கால நாட்டத்துடன் நோக்கிய புலவர்க்குச் சமய குரவர்கள் மொழித் தொண்டராயும் சமய வீரராயும் காட்சியளித்தனர். இதன் தருக்கரீதியான விளைவைப் பின்னர்க் காண்போம்.

மேலே கண்டவாறு இலட்சிய வடிவான தெய்வங்களைக் கடவுள் வாழ்த்திற் போற்றிப் பாடும் போக்கு இந்நூற்றாண்டிற் சிறிது மாற்றமடைந்திருக்கிறது. அதனைச் சற்று விரிவாக ஆராய்வது சுவை பயப்பதாகும்.

காலத்துக்கேற்பக் கருத்து மாறுகிறது என்பது இலக்கிய வரலாற்று உண்மைகளில் ஒன்று. அதிலும் சமுதாயத்திலே பாரதூரமான மாற்றங்கள் ஏற்படும் காலகட்டத்திலே சிந்தனைத் துறைகள் யாவற்றிலும் சலனமும் மாற்றமும் நிகழ்வது இயற்கையே. இந்த நூற்றாண்டில் எழுந்த இலக்கியங்கள் சிலவற்றிற்கு அமைந்த கடவுள் வாழ்த்துக்களைப் படிப்போருக்கு அவற்றுக்கும் பழைய நூல்களில் காணும் கடவுள் வணக்கச் செய்யுள்களுக்குமுள்ள வேறுபாடுகள் புலப்படும். ஆயினும் வரலாற்றுணர்வுடன் எமது இலக்கிய வரலாற்றாசிரியரும், திறனாய்வாளரும் நூல்களை அணுகி ஆராய்வது அரிதாதலால் அவற்றில் காணப்படும் உணர்வு வேறுபாடுகளும், நோக்குநிலை வேறுபாடுகளும் கவனிக்கப்படுவதில்லை.

2

பழங்காலப் புலவர்கள் தெய்வத்தைக் கண்ணாற் கண்ட காட்சிபோலக் கொண்டு – பிரத்யட்ச தரிசனமாக – வருணித்துப் பாடினர். ஏலவே நாம் பார்த்தது போல், தெய்வங்களைப் பாதாதிகேசமாகவோ அன்றிக் கேசாதிபாதமாகவோ வருணித்துக் குணநலன் பாராட்டித் தொழுதனர். இறைவனை அருவமாயோ அல்லது உருவமாயோ கொண்டபோதும் தெய்வம் உண்டு என்ற அசைக்க இயலாத ஆழமான நம்பிக்கையுடனேயே பாடினர் எனலாம். அவனன்றி ஓரணுவும் அசையாது என்ற நம்பிக்கையுடனும் வாழ்ந்தவரல்லவா!

> ஆய கலைக ளறுபத்து நான்கினையும்
> ஏய வுணர்விக்கும் என்னம்மை – தூய
> உருப்பளிங்கு போல்வாள் என்உள்ளத்தி னுள்ளே
> இருப்பள் இங்குவாரா திடர்

என்று கம்பர் பாடும்பொழுது, கலைமகள் உள்ளும் புறமும் இருப்பது ஐயத்துக்கிடமற்ற தொன்றாகிறது. ஆனால் இருபதாம் நூற்றாண்டுக் கவிஞர் பலரிடத்து அத்தகைய உறுதிப்பாட்டை காணவியலாது. அவர்கள் தெய்வம் உண்டென்று கூறும்பொழுதும் அதற்குப் பல வகையான காரணங்கள் காட்டி வாதம் புரிந்து உண்மையை நிலை நாட்டுபவர் போலக் காணப்படுகின்றனர். உறுதிப்பாட்டிற்குப் பதிலாகத் தயக்கமும் சர்ச்சையும் அதிகமாய்க் காணப்படுகின்றன. காந்தீயக் கவிஞரும் தமிழறிஞருமான

நாமக்கல் இராமலிங்கம் பிள்ளை, *அவனும் அவளும்* என்ற கதைப் பாடலில் பின்வருமாறு கடவுள் வாழ்த்தைத் தொடங்குகிறார்:

ஐயம் இல்லைத் தெய்வம் உண்டெனப்
பையப் பைய என்னைப் பழக்கி
அன்னை என்னுடைச் சின்ன வயதில்
சொன்னது மட்டும் இன்னும் மறந்திலேன்
உண்டு என்பதைக் கண்டிலேன் தெளிய.

இவ்வாறு பாடத்தொடங்கும் கவிஞர், மரபு வழி வரும் வழிபாட்டு முறைகளினால் எதுவிதப் பயனும் இல்லை என்ற நிலைக்கு வருகிறார். பழைய முறையிலான 'நம்பிக்கை' மனநிறைவு தருவதாயில்லை என்கிறார். புதிது புதிதாகப் புகுந்து புகுந்து பார்த்த மார்க்கமெல்லாம் "என்னைக் கொண்டுபோய் முன்னே இருந்த மூலையே சேர்த்தன" என்று கவலைப்பட்டு விட்டு மேல் வருமாறு காப்புப் பாடலை முடிக்கிறார்.

இல்லையென் றுரைக்கத் தைரியம் இல்லை!
தொல்லையென் றதனைத் துறக்கவும் துணிவிலை
இல்லையே ஆனால் தொல்லையே இல்லை
நல்லதே நம்மைக் கேட்பா ரில்லை.
இருப்பது உண்மைதான் எனினு மென்ன ?
பொறுப்பு அவர்க்கே காத்தருள் புரியும்.

நாமக்கல்லாரின் பாடற்பொருள் முடிவு வலிந்து கூறுவதா யிருப்பது ஒருபுறமிருக்க, இறுதியடிகளிலே தருக்கத்தில் நிலைகுலைவும் தெளிவாகப் புலப்படுகிறது. அதே சமயத்தில் "எனினுமென்ன?" என்னும் கேள்வி, கவிஞரையும் அறியாமல் அவரது மன உளைச்சலையும் அங்கலாய்ப்பையும் எமக்கு உணர்த்தி விடுகின்றது. அக்கறையோடு தர்க்கித்து வந்த கவிஞர் இறுதியில், 'பொறுப்பு அவர்க்கே' என்று சம்பிரதாயமாய்க் கூறிய போதும், ஒருவகையான ஐயுறவுக்கு ஆளாகியுள்ளார் என்பதும் பாடலைப் படிக்கும் பொழுது புலனாகின்றது. ஆனால் ஒட்டு மொத்தமாகப் பார்க்குமிடத்து ஒரு காலை முன்வைத்த கவிஞர் பின்னர் யாது கருதியோ ஈரடி பின் வாங்கியுள்ளார் என்பதும் கவனித்தற்குரியதே.

கவிஞரின் இறுதி வார்த்தைகள் எப்படியமைந்தபோதும், பாடலிலே ஐயுறவு மனப்பான்மை தலைதூக்கக் காணலாம். கம்பன் அழுத்தந் திருத்தமாகப் பாடியது போல, "தலைவர் அவர்; அன்னவர்க்கே சரண் நாங்கள்" என்று நாமக்கல்லாராற் பாட இயலவில்லை போலும். பாடலின் தொடக்கம் இதனை நன்றாகக் காட்டுகிறது. அவர் எழுதிய *நெஞ்சொடு பிணங்கல்* என்ற தனிக்கவிதை[6] ஒன்றிலே அவரது மனப்போராட்டத்தை ஒருவாறு அறிய முடிகிறது.

> எண்ணரிய நெடுங்காலம் இடைய றாமல்
> எண்ணியெண்ணித் தவவலிமை உடைய ராகித்
> திண்ணியமெய் யறிவறிந்து தெளிந்த முன்னோர்
> பண்ணியநற் பழக்கமெல்லாம் பழித்தாய் நெஞ்சே!

இவ்வாறு தொடங்கி நாத்திகமும் அனாசாரமும் படுத்துகின்ற பாட்டைக் குறிப்பிட்டுவிட்டு மீண்டும் தெய்வ நம்பிக்கை சம்பந்தமான கூற்றுடன் பாடலை முடிக்கின்றார் கவிஞர். அது அவரது மனப் போராட்டத்தைத் தெளிவாகச் சித்திரிப்பதாயுள்ளது.

> தள்ளரிய தெய்வத்தின் நினைவு கூட்டும்
> பிள்ளையார் சுழிபோட்டுக் கடிதம் தீட்டும்
> தெள்ளறிஞர் நமது முன்னோர் செயலைக்கூட
> எள்ளிநகை யாடுகின்றாய் ஏழை நெஞ்சே!

கவிஞருடைய கண்ணோட்டமும் கருத்தும் எவ்வாறாய் இருந்தபோதும், இத்தகைய கவிதைகள் கவி உத்திகளையுங் கடந்து நம்பிக்கைக்கும், நம்பிக்கை வரட்சிக்கும், உள்ளுணர்வுக்கும் பகுத்தறிவுக்கும் நடக்கும் மோதலைக் காட்டுகின்றன என்பதில் ஐயமில்லை. கவிஞர் மீண்டும் மீண்டும் தமது நம்பிக்கையை எடுத்துக்கூறி வற்புறுத்தினும், கவிதைப் பொருள் கவிஞர் வாழுங் காலத்தையும் அவரது மன நிகழ்ச்சிகளையும் கோடி காட்டுவதாயிருக்கிறது. சுருக்கமாகக் கூறுவதானால் கவிஞரது உள்ளத்திலே எள்ளளவு ஐயமும் இருக்கவில்லை என்றொருவர் வாதிடக் கூடுமாயினும், இறை நம்பிக்கையின்மையின் தாக்கத்தை அவர் கவிதை பிரதிபலிக்கிறது என்பதையாயினும் அவர் ஒப்புக்கொள்ள வேண்டும்.

நாமக்கல்லாருக்குக் காலத்தாற் சிறிது முற்பட்ட கவிஞர் ஒருவரை எடுத்து நோக்குவோம். வெள்ளகால் ப. சுப்பிரமணிய முதலியார் (1857-1947) பாடிய *அகலிகை வெண்பா* மேல்வரும் கடவுள் வாழ்த்தை உடையது.[7]

> ஏத்திமத மெல்லாம் எதையறிந்தோம் என்னும்? எதைச்
> சாத்திரம் நன் காய்ந்து சலிக்கும்? எதை – நாத்திகமோர்
> சற்றுமே ஓர்ந்திலதாச் சாதித்திடும்? அதையே
> பற்றுவாய் நெஞ்சே பரிந்து.

இவ்வெண்பாவிற் பரம்பொருளையே கவிஞர் நூற்கேற்புடைத் தாக அமைத்துப் பாடியிருப்பினும், மூன்று வகையான சமய அனுபவங்களைக் குறிப்பிடுவது மனங்கொளத்தக்கது. பரம்பொருளின் உண்மையறிந்தோர், பரம்பொருளை ஏற்றுக் கொண்டபோதும் அதனை உள்ளபடி அறிய மாட்டாதோர், பரம்பொருள் இல்லையென்று சாதிப்போர் என்ற முத்திறத்தோர் இப்பாடலிற் குறிப்பிடப்படுகின்றனர். கவி, தான் வழிபடு கடவுளையாதல் பொருட்கு ஏற்புடைக் கடவுளையாதல் தொழுது,

எடுத்துக்கொண்ட ஆக்கப்பணி இனிது முடிய விழைவதே கடவுள் வாழ்த்தாகும். ஆனால் மேற்கூறிய முத்திறத்தோரைக் கவிஞர் கூறிய அளவிலேயே, ஒருமைப்பாடுற்ற சமய உணர்வு ‘ஆட்டங்கண்டிருப்பது’ வெளிப்படை.

இந்நூலுக்கு முகவுரை எழுதிய மஹாவித்துவான் ரா. இராகவையங்கார், இக்கடவுள் வாழ்த்தில் ஆசிரியர் கௌதமர், அகலிகை, இந்திரன் ஆகிய மூவர்க்கும் ஏற்புடைத்தாக முற்கூறிய முத்திறத்தோரையும் உய்த்துணர வைத்த சாதுரியத்தைப் பாராட்டியிருக்கிறார். ஆயினும், இந்திரனை உலகாயதர் நிலையில் வைப்பது பொருத்தமோ என்பது ஆராய்தற்குரியது. சுருங்கக்கூறின் முகவுரையாசிரியர் உத்தமர், மத்திமர், அதமர் என்ற பழைய வாய்பாட்டையும் அளவுகோலையுங் கொண்டு முதலியாரின் பாத்திரங்களுக்கும் கடவுள் வாழ்த்துக்கும் அமைதி காண முயன்றிருக்கிறார். அவரது சாதுரியமும் பாராட்டுக்குரியதே. ஆயினும், நாம் இதிற் கவனிக்கக்கூடியது என்னவெனில், நாத்திகத்தின் குரல் நூலாசிரியர் உள்ளத்தை உறுத்தியுள்ளமையாகும். அதனாலேயே, கடவுளின் மலர் சிலம்படி வாழ்த்தி வணங்குவதற்குப் பதிலாக வாதப் பிரதி வாதத்திற்குரிய ஒரு பெரும் பொருளைப் பற்றிக் கொள்வதாய்க் கவிஞர் பாடியுள்ளார். முதலியாரும் நெஞ்சொடு பிணங்காது விடினும் அவர் பாடல் நெஞ்சொடு கிளத்தலாய் இருப்பது கண்கூடு. ஐயமெதுவும் அற்ற முனைப்பான நம்பிக்கைக்குப் பதிலாக விளக்கங் கூறிச் சமாதானங் காணும் மனப்போக்கின் தோற்றத்தை இப்பாடலிற் காணலாம் என எண்ணுகிறேன்.

இதிலொன்றும் ஆச்சரியப்படுவதற்கில்லை. முதலியாரின் வாழ்க்கை வரலாற்றைச் சிறிதளவு நோக்கினால் அவருக்கு ஏற்பட்டிருக்கக்கூடிய மனப் போராட்டங்கள் ஊகித்தறியத்தக்கனவா யிருக்கின்றன.

அவர் காலத்துக் கல்விச் சிரேஷ்டர்கள் பலரைப்போல அவரும் சென்னை ‘மில்லர் காலேஜில்’ – கிறித்துவக் கல்லூரியில் – மாணவராயிருந்தவர். ஆங்கில இலக்கியத்தோடு தொழிலுக்காகக் கற்றது குதிரை வைத்தியமும், கால்நடை வைத்தியமும்.

> ஏதோ வைத்தியத் தொழிலுக்கு உபயோகப்படும் படியாக மாத்திரம் கற்றார்களென்று கருதக்கூடாது. குதிரை, கால்நடை சம்பந்தமாகவும் அவைகளுக்கும் மனிதனுக்கும் ஏற்பட்டுள்ள தொடர்புகள் சம்பந்தமாகவும் எத்தனை எத்தனையோ நுட்பமான தத்துவங்கள் இருக்கின்றன. அவைகளை ஆராய்ந்து அநுபவிப்பதற்கு ஒருவர் ஆயுள்நாள்

போதாது..... முதலியாரவர்கள் பேசும்போது, நமக்கு ஒரு புது உலகத்துக்குள் புகுந்து அநேக அதிசயங்களைக் கண்டுகளிப்பதாகத் தோன்றும். இப்படி அனுபவரஸத்தோடு சொல்லுவதில் தான் உயர்வான ஸயன்ஸ் உணர்ச்சி இன்னது என்று தெரியவரும். முதலியார் அவர்கள் ஸயன்ஸ் உணர்ச்சியை அபூர்வமாக வளர்த்தவர்கள். மேல் நாட்டு ஸயன்ஸ் சம்பந்தமான நூல்களை நெடுகிலும் படித்து அவைகள் வெளிப்படுத்தும் உண்மைகளில் மோகம் கொண்டவர்கள்.[8]

சுப்பிரமணிய முதலியாரை, "தமிழுக்கு வாய்த்த அரும்புதல்வன்" எனப் பாராட்டிய டி.கே.சி. மேலே கூறியிருப்பவை மனக்கொள்ள வேண்டியன. வெள்ளக்கால் முதலியார் விஞ்ஞான வித்தையில் மிகுந்த ஈடுபாடுடையவர். இதனை வெறும் பாராட்டுரையாகக் கொண்டு அலட்சியஞ் செய்யலாகாது. சுப்பிரமணிய முதலியார் ஆங்கிலத்திலிருந்து தமிழிற் பெயர்த்தவற்றுள் *கல்வி விளக்கம்* என்பதுமொன்று. இதன் மூல ஆசிரியர் ஹெர்பெட் ஸ்பென்சர் *(Herbert Spencer, 1820–1903).* குடியியற் பொறியியலாளராய் – *Civil Engineer* – சில காலம் பணி புரிந்த இவ்வாங்கிலேயர் உளவியல் சம்பந்தமாகப் பல நூல்கள் எழுதிப் புகழ் பெற்றவர். 1855இல் அவர் எழுதிய *உளவியற் கோட்பாடுகள் (Principles of Psychology)* என்னும் நூல் வெளிவந்தது. 1896இல் அவர் எழுதிய மற்றொரு பெரு நூலின் *(The Systems of Synthetic Philosophy)* இறுதிப் பாகம் வெளிவந்தது. சில வழிகளில் டார்வினின் பரிணாமக் கொள்கைக்கு முன்னறிவித்தலாக இவரது சிந்தனைகள் இருந்தன. இவற்றை நோக்கும்போது ஸ்பென்சரது விஞ்ஞான நோக்கும் போக்கும் ஓரளவு புலப்படும்.

பென்சரின் புகழும் செல்வாக்கும் தமிழ்நாட்டிற் பரவச் சிறப்பான காரணமொன்றும் இருந்தது. சென்னை மாகாணக் கல்லூரியில் தத்துவப் பேராசிரியராகச் சில காலம் பணி புரிந்த டாக்டர் டங்கன் என்பவர் ஸ்பென்சரின் சிறந்த மாணவர்களில் ஒருவர். இவரது விரிவுரைகளின் விளைவாகவும் ஸ்பென்சர் புகழ் சென்னையிற் பரவியிருக்கும் என்று ஊகிப்பது தவறாகாது.

இன்னுமொன்று. சென்னைக் கல்லூரியிலே தமிழ் விரிவுரையாளராய்க் கடமை புரிந்து அகால மரணமடைந்த வி.கோ. சூரிய நாராயண சாஸ்திரியார் (1870–1903) எழுதியுள்ள சில கட்டுரைகளைப் படிக்கும் பொழுது அக்காலத்தில் மாணவர் – ஆசிரியர் மத்தியில் புதுவதாக வந்த விஞ்ஞானக் கருத்துக்கள் எவ்வளவு உள்ளக் கிளர்ச்சியை உண்டு பண்ணின என்பது

தெளிவாகிறது. அவர் எழுதிய *பொய்த் தோற்றங்கள், தற்காப்பு நியமம், ஜீவராசிகளின் நாநாவித வர்ணங்கள்* முதலிய கட்டுரைகளை[9] இன்று வாசிக்கும் பொழுதும் ஆசிரியரது மன வெழுச்சியும், புதுமை மோகமும், விஞ்ஞானக் கருத்துக்களைக் கேட்டறிந்த வியப்புணர்ச்சியும் மேலோங்கி நிற்கக் காணலாம். உயிர் நூல், உள நூல், மனித நூல் முதலிய புதுத்துறைகளின் தாக்கத்தை இக்கட்டுரைகளிற் காண்பதோடு டார்வின் காலத்து மேலை நாட்டு விஞ்ஞானப்போக்கு எந்தளவுக்கு அறிமுகமாகியிருந்தது என்பதையும் காணக்கூடியதா யுள்ளது. சாஸ்திரியாரது கட்டுரைகளிலே டார்வின் மாத்திரமன்றி, ஹக்ஸ்லி *(T.H. Huxley, 1825–1895)* என்ற புகழ் பூத்த உயிர் நூலறிஞரைப் பற்றியும் குறிப்பிடப்பட்டுள்ளது. தமிழபிமானியும், இலக்கிய மாணவருமான சாஸ்திரியாரே அக்காலத்திற் காற்றிலே மிதந்த விஞ்ஞானக் கருத்துக்களால் இத்துணைக் கவரப்பட்டார் எனின், உயிர் நூல் மாணவரான சுப்பிரமணிய முதலியாரைப் பற்றிக் கூறத் தேவையில்லை.

ஆயினும், இவ்விடத்தில் நாம் எச்சரிக்கையாயிருத்தல் வேண்டும். ஏனெனில் விஞ்ஞானக் கல்விக்குக் குறிப்பிடத்தக்க அளவு வாய்ப்பிருந்தபோது, அதனைக் கற்க முனைந்த தமிழ் மாணவர்கள் பெரும்பாலோர் பல்வேறு காரணங்களால் அக்கல்வியின் பயனைப் பெற்றிலர். அன்று நிலவிய விஞ்ஞான நோக்கைப் பற்றித் தழுவிக்கொள்வதை விட்டுத் தமது பாரம்பரியத்தின் தொன்மையிலும் மாறாத் தன்மையிலும் மனத்தைப் பறிகொடுத்தனர். இதன் விளைவு பாரதூரமானது.[10]

வரலாற்றடிப்படையிலான இப்போக்கு எவ்வாறான போதும், வெள்ளக்கால் போன்றார் கல்வி கற்ற காலத்தில் அவர்களுக்கு ஏற்பட்டிருக்கக்கூடிய மனப்போராட்டத்துக்கு அன்றைய ‘விஞ்ஞானச் சூழல்’ ஏதுவாயிருந்திருக்கும் எனக் கருதலாம். இப்பகைப் புலத்திலேயே மேற்கூறிய கடவுள் வாழ்த்துச் செய்யுள்களிற் காணும் இறை நம்பிக்கைப் பிரச்சினையை ஆராய்தல் வேண்டும்.

சுப்பிரமணிய முதலியாரின் *அகலிகை வெண்பாக்* காப்புச் செய்யுளில் பத்தொன்பதாம் நூற்றாண்டிற் காணப்பட்ட சில சிந்தனைப் போக்குகளின் தாக்கத்தையும் பிரதிபலிப்பையும் இனங்கண்டு கொள்ளலாம். விஞ்ஞானக் கருத்துக்கள் பரவப் பரவ, அவற்றுக்கு ஆதாரமான சமூகவியற் சிந்தனைகளின் விளைவாகக் கடவுட் கொள்கையிற் சில இசைவிப்புகளைக் காணலாம். அதாவது புதிய சிந்தனைகள் சிலவற்றுக்கு இயைபாய்த் தோன்றும் விதத்திற் கடவுட் கொள்கையைச் சரிப்படுத்திக் கொள்ளும்

முயற்சிகள் மேற்கொள்ளப் படுகின்றன. மேலைநாட்டில் முகிழ்ந்த கிறித்துவ விஞ்ஞானம் *(Christian Science)* என்பது இத்தகைய ஒரு முயற்சியேயாம்.

விஞ்ஞான யுகத்திலே கடவுட் கொள்கையையும் அறிவின் அடிப்படையில் விளக்க முயல்வதும், பல சமயங்களுக்கும் பொதுவான இயல்புகளை எடுத்துரைப்பதும், கடவுளை மனித வடிவிலன்றி அரூபமான நிலையிற் காரண காரியப் போக்கில் விவரிப்பதும் பரவலாய்க் காணப்படும் ஆய்வறிவு நெறியாகும். இந்நெறியின் சாயலை மேற்கூறிய கடவுள் வாழ்த்திற் கண்டுணரலாம். நாமக்கல்லார் இவ்வுத்தியையே வேறொரு பாடலிற் கையாண்டிருக்கிறார்; 'சூரியன் வருவது யாராலே?' என்ற கவிதையில் இயற்கை நிகழ்வுகள் பலவற்றை அடுக்கிக் கூறிவிட்டு,

யாரிதற் கெல்லாம் அதிகாரி?
  அதைநாம் எண்ணிட வேண்டாவோ?
எண்ணிப் பார்த்தால் இதற்கெல்லாம்
  ஏதோ ஒருவிசை இருக்குமன்றோ?

என்று 'அறிவுபூர்வமாக' வினாவுகிறார். எனினும் பழைய முறையிற் சிவன் என்றோ முருகன் என்றோ அன்றி வேறொரு தெய்வம் என்றோ அவரால் விடையிறுக்க இயலவில்லை. எனவே திடமாய்க் குறிப்பிடாமல் உருவரையறையற்ற வகையில்,

சொல்வதற்கு முடியாத
சக்திதனைத் தொழுதிடுவோம்

என்றும்,

கடவுளென் றுலகம் போற்றும்
கருணையைக் கருத்தில் வைப்பாம்

என்றும் பாடுகிறார். சுப்பிரமணிய முதலியாரோ, இராமலிங்கம் பிள்ளையோ நேரடியாகத் தெய்வங்கள் மீது பாடல்கள் பாடவில்லை என்று நாம் எண்ணவேண்டியதில்லை. அடிப்படையில் இவர்கள் ஆத்திகர்களே; அதில் எள்ளளவும் சந்தேகமில்லை. நாம் இங்கு மனம் கொள்ள வேண்டியதெல்லாம் ஒன்றுதான். பழைய முறையில் அவர்கள் நூன்முகத்தில் கடவுள் வாழ்த்துப் பாடத் தயங்கியுள்ளனர். இவ்விடத்திற் பழையமுறை என்று நான் குறிப்பது, பௌராணிக மரபுச் செய்திகளை வைத்து இறைவனை விவரிப்பதற்கும், அம்முறை மெல்ல மெல்ல இல்லாது போய்விட்டது என்று கூறிவிடலாம்.

தனியொரு தெய்வத்தை வாழ்த்தாது தெய்விகப் பண்புகளை வாழ்த்தும் சமரச ஞானப்போக்கும் இக்காலத்திற் பரவலாய்க்

காணப்படுகின்றது. இது விஞ்ஞானத்தின் விளைவு என்று அறுதியிட்டுக் கூறவியலாது. சைவரும் வைணவரும் பிறரும் சமய உட்குழுப் பற்றுடையோராய்த் தத்தஞ் சமயமே மெய்ச் சமயமென்றும், தத்தம் கடவுளரே முதற் கடவுளென்றும் தனிப்பெருமையும் சகிப்பின்மையும் பாராட்டி வந்த அதே காலப்பகுதியில் அவற்றுக்கு எதிர்விளைவாகச் சித்தர் முதலிய இறைநெறியார் சமரச ஞானத்தைப் பேணி வந்திருக்கின்றனர். இவ்வளர்ச்சிப் போக்கு, தாயுமான சுவாமிகள் கவிதைகளில் உயர்நிலை யெய்தியது எனலாம். தாயுமான சுவாமிகளின் ஆத்மானுபவப் பாடல்கள் பதினேழாம் நூற்றாண்டுத் தமிழின் சிறந்த இலக்கியங்களெனின் மிகையாகாது. தாயுமானவருக்குப் பின்வந்த சமரசஞானப் புலவரெல்லாம் அவர் வழிச் சென்றவரே என்பதிலும் யாதும் ஐயுறவில்லை. அந்த வகையில் வெள்ளக்காலாரின் கடவுள் வாழ்த்துக்கு முன்மாதிரியாகத் தாயுமானவர் பாடல்கள் இருந்தன என்றும் ஒருவாறு கூறலாம். "எதைச் சாத்திரம் நன்காய்ந்து சலிக்கும்?" என்று சுப்பிரமணிய முதலியார் கேட்கும் பொழுது எமக்குத் தாயுமானவரின் "திருவருள் விலாசப் பரசிவ வணக்கம்" நினைவுக்கு வருதல் இயல்பே.

. . . . . . சமயகோ டிகளெலாந்
    தந்தெய்வம் எந்தெய்வ மென்று
எங்குந் தொடர்ந்தெதிர் வழக்கிடவும் நின்ற தெது
    எங்கணும் பெருவழக்காய்
யாதினும் வல்லவொரு சித்தாகி இன்பமாய்
    என்றைக்கு முள்ளதெது

என்றெல்லாம் கேட்டுவிட்டு, அதனையே "மோன உருவெளிய தாகவும் கருதி அஞ்சலி செய்குவாம்" என்று முடிக்கிறார். இவ்விடத்தில் ஒரு குறிப்புக் கூறத் தோன்றுகிறது. நச்சினார்க்கினியர் குறிப்பிட்ட, "அருவாய்த் தானே நிற்குந் தத்துவங் கடந்த" பொருளுக்கு உருவம் கொடுத்து மனித உள்ளத்துக்கு ஏற்றதாகச் செய்யவே புலவர்கள் புராணச் செய்திகளைப் பெய்து பாடினர். ஆனால் அதுவே பின்னர் வாய்பாடாகவும் சுமையாகவும் அமைந்துவிட்டது. புலவர்களின் சாதுரியமும் சமத்காரமும் போட்டியிலிறங்கியதும் அனுபவம் அற்ற சொற்சிலம்பங்களாகக் கடவுள் வருணனைகள் அமைந்தன. இந்நிலையிலேயே சமய நூல்களும் உரைகளும் உரை விளக்கங்களும் காட்டும் மார்க்கங் களை விட்டொழித்துத் தமது சொந்த ஆத்மானுபவத்தையே உரைகல்லாகக் கொண்டு உரைத்துப் பாடியவர் தாயுமானவர்.[11] இதன் காரணமாகவோ என்னவோ, அவரது பாடல்களில் வினாக்கள் நிறைந்துள்ளன. 'எந்நாட் கண்ணி'யில் மாத்திரமன்றிப் பிற பாடல்களிலும் ஆங்காங்கே தம்மை நோக்கியும் இறையை நோக்கியும் வினவியுள்ளார். **தன்னையொருவர்** என்ற பாடலின்

இறுதிச் செய்யுளில் தமது சொந்த அனுபவத்தைக் கூறும்விதம் கவனித்தற்குரியது:

எனக்கென் றிருந்த உடல்பொருளும் யானும்
நினவென் றீந்தவண்ணம்
அனைத்தும் இருந்தும் இலவாகா அருளாய்
நில்லா தழி வழக்காய்
மனத்துள் புகுந்து மயங்கவுமென் மதிக்குட்
களங்கம் வந்ததென்னோ
தனக்கொன் றுவமை அறநிறைந்த தனியே
தன்னந் தனிமுதலே!

ஆசையெனும் பாடலிலே ஓரடியில்,

நிராசை யின்றேல் தெய்வ முண்டோ ?

எனக் கேட்கிறார் தாயுமானவர். ஆசையும் அன்பும் அறுத்தபின் இறைவனைத் தன்னளவில் அணுகும் அனுபூதி நெறியே தாயுமானவருடையது. அதன் சாயலையே இருபதாம் நூற்றாண்டுக் கடவுள் வாழ்த்துக்களிற் காணலாம். சுருங்கச் சொன்னால் வழிவழி வந்த காப்புச் செய்யுள் தோரணையிலன்றிச் சுயமாகவே ஒருவர் தமது சொந்த அனுபவத்தை ஒட்டியும் கடவுள் வாழ்த்துப் பாடுவது இக்காலப் பண்பாகத் தெரிகிறது.

தாயுமானவர் காலத்திலிருந்து வந்த மரபையும் ஓரளவு தழுவிக்கொண்ட மகாகவி பாரதியார் சிற்சில சந்தர்ப்பங்களிலே தமது கடவுள் வணக்கத்துக்குக் காரண விளக்கம் கூறும் தொனியிற் பாடிச் செல்கிறார். தனியே பக்தியை மாத்திரமன்றி இயற்கை நியதியையும் எடுத்து விளக்குகிறார்.

இடையின்றி அணுக்களெலாம் சுழலுமென
இயல்நூலார் இசைத்தல் கேட்டோம்
இடையின்றிக் கதிர்களெலாஞ் சுழலுமென
வானூலார் இயம்பு கின்றார்
இடையின்றித் தொழில்புரிதல் உலகினிடைப்
பொருட்கெல்லாம் இயற்கை யாயின்
இடையின்றிக் கலைமகளே நினதருளில்
எனதுள்ளம் இயங்கொ ணாதோ ?

இது *பாஞ்சாலி சபதம்* அடிமைச் சருக்கத்துக்குப் பாரதியார் இயற்றியுள்ள சரஸ்வதி வணக்கம். இயல் நூலாரையும் வானூலாரையும் துணைக்கிழுக்கிறார் கவிஞர். பெருமளவுக்குத் தமிழ் மரபை ஒட்டியே பாடுங் கவிஞரையும் காலத்தின் பண்பு வெவ்வேறு அளவில் இலேசாகவேனும் பாதித்திருக்கிறது. உதாரணமாக, தேசிக விநாயகம் பிள்ளையின் *மலரும் மாலையும்* என்ற பாடற்றொகுதியில் கடவுள் வாழ்த்துப்போல அமைக்கப்பெற்றுள்ள சரஸ்வதி துதி பௌராணிகச் செய்திகள் அற்றது. கவிஞரது, மனிதாயதப் பண்பும் கருணையுணர்ச்சியும்

அதிலும் இடம் பெற்றிருக்கின்றன. கம்பனும் கூத்தனும் பிறரும் பாடிய நாமகளையன்றி, புதியதொரு கலைமகளையே இப்பாடலிற் காண்கின்றோம்.

நாடிப் புலங்கள் உழுவார் கரமும் நயவுரைகள்
தேடிக் கொழிக்குங் கவிவாணர் நாவும் செழுங்கருணை
ஓடிப் பெருகும் அறிவாளர் நெஞ்சும் உவந்துநடம்
ஆடிக் களிக்கும் மயிலே! உன்பாதம் அடைக்கலமே

"மயிலே அடைக்கலமே" என்று கூறியிருப்பதால் (மனித வடிவிலமைந்த) ஒரு தெய்வத்தின் தாள் பணியும் குரல் எமக்குக் கேட்கிறது என்பது உண்மையே. ஆனால் மன்னரையும் வள்ளல்களையும் உயர்த்திப் பாடிய பழைய நூல்களில், சரஸ்வதி, புலங்கள் உழுவார் கரத்துடனும், எழுத்தாளர் நாவுடனும், ஆய்வறிவாளர் நெஞ்சுடனும் எவ்விதத்தினும் சம்பந்தப்படுத்தப்பட்டிருக்காள். 'பொது மக்கள்' இலக்கியப் பாத்திரங்களாய் இடம் பெறத் தொடங்கிய பாரதி யுகத்திலேயே இது சாத்தியமாயிற்று

கடவுள் வணக்கப் பாடல்களில் ஏற்பட்ட மாற்றத்துக்கு எடுத்துக்காட்டாய் இன்னுமொரு கவிதை எடுத்துரைக்கத்தக்கது. நூலொன்றின் காப்புச் செய்யுளாக அது அமையாதிருப்பினும், கருத்து மாற்றத்தையும் உணர்வு வேறுபாட்டையும் தெளிவுறச் சித்திரிப்பதாயுள்ளது. 'ஈசன் உவக்கும் மலர்' என்னும் இப்பாடலைப் பாடியவர் *யாழ் நூல்* தந்த விபுலாநந்த அடிகள்.

வெள்ளைநிற மல்லிகையோ வேறெந்த மாமலரோ
வள்ள லடியிணைக்கு வாய்த்த மலரெதுவோ ?
வெள்ளைநிறப் பூவுமல்ல வேறெந்த மலருமல்ல
உள்ளக் கமலமடி உத்தமனார் வேண்டுவது.

காப்ப விழ்ந்த தாமரையோ கழுநீர் மலர்த்தொடையோ
மாப்பிள்ளையாய் வந்தவர்க்கு வாய்த்த மலரெதுவோ ?
காப்ப விழ்ந்த மலருமல்ல கழுநீர்த் தொடையுமல்ல
கூப்பியகைக் காந்தளடி கோமகனார் வேண்டுவது.

பாட்டளிசேர் பொற்கொன்றையோ பாரிலில்லாக் கற்பகமோ
வாட்ட முறாதவர்க்கு வாய்த்த மலரெதுவோ ?
பாட்டளிசேர் கொன்றையல்ல பாரிலில்லாப் பூவுமல்ல
நாட்டவிழி நெய்தலடி நாயகனார் வேண்டுவது.[12]

எளிமையும் இனிமையும் நிறைந்த இவ்வின்கவி, விளக்கம் வேண்டா நீர்மையது. சம்பிரதாயமான சடங்குகளும் ஆடம்பரமும் அணியும் மணியுமன்றி, நேசமும் பாசமும் தவமும் கண்களும் கைகளும் இதயமுமே தெய்வத்திற்கு உகந்தவை என்கிறார் கவிஞர்.

இவ்வாறு மாற்றமடைந்து வரும் கடவுள் வாழ்த்துக்கு (முற்றிலும்) புதிய திருப்பத்தை உண்டாக்கியவருள் *மனோன்மணீயம்*

ஆசிரியர் பெ. சுந்தரம் பிள்ளை *(1855–1896)* தலையாயவர். நவீன இலக்கிய நாடகாசிரியர்களுக்கு வழிகாட்டியாய் விளங்கிய பேராசிரியர் சுந்தரம்பிள்ளை தாம் எழுதிய நாடகக் காப்பியத்திலே கடவுள் வாழ்த்தின் முக்கியமான பகுதியாய்த் 'தமிழ்த் தெய்வ' வணக்கம் கூறினார். இது கடவுள் வாழ்த்தில் ஒரு பெருமாற்றத்தையே உண்டாக்கிவிட்டது. முதலில் பொதுப்படத் தெய்வ வணக்கத்தை ஒரு வெண்பாவிற் கூறிவிட்டு, பஃறாழிசைக் கொச்சகக் கலிப்பாவில் தமிழ்த் தெய்வ வணக்கம் கூறுகிறார். ஆக, பாயிரத்தின் ஐம்பத்து ஏழு அடிகளில் நாற்பத்தொன்பது அடிகள் தமிழ் வாழ்த்தாக அமைந்துள்ளன. "தமிழ்த் தாய் வாழ்த்தாக அமைந்துள்ள பாடல் இப்பொழுது நாடெங்கும் முழங்குகின்றது"[13] உண்மைதான். எனினும் எமது ஆய்விற்காக அதிற் சில பகுதிகளையேனும் இங்குக் குறிப்பிடுதல் அவசியம்.

நீராருங் கடலுடுத்த நிலமடந்தைக் கெழிலொழுகும்
சீராரும் வதனமெனத் திகழ்பரத கண்டமிதில்
தக்கசிறு பிறைநுதலும் தரித்தநறுந் திலகமுமே
தெக்கணமு மதிற்சிறந்த திரவிடநல் திருநாடும்
அத்திலக வாசனைபோ லனைத்துலகு மின்பமுற
எத்திசையும் புகழ்மணக்க இருந்தபெருந் தமிழணங்கே!

பல்லுயிரும் பலவுலகும் படைத்தளித்துத் துடைக்கினுமோர்
எல்லையறு பரம்பொருள்முன் இருந்தபடி இருப்பதுபோல்
கன்னடமும் களிதெலுங்கும் கவின்மலையா ளமுந்துளுவும்
உன்னுதரத் துதித்தெழுந்தே ஒன்றுபல ஆயிடினும்
ஆரியம்போல் உலகவழக் கழிந்தொழிந்து சிதையாஉன்
சீரிளமைத் திறம்வியந்து செயல்மறந்து வாழ்த்துதுமே!

இப்பாடல்களின் 'இலக்கிய நயம்' ஒரு புறமாக இவற்றில் கூறப்படும் கருத்துக்கள் சில கூர்ந்து கவனிக்க வேண்டியன. *(1)* தட்சிணத்தைத் தேசப்பிரிவொன்றாகவும் அதில் திரவிட நாடு தலையானதாகவும் குறிப்பிடுகின்றார். *(2)* தமிழ் உலகப் புகழ் பெற்றதென்கிறார். *(3)* தமிழ் பரம்பொருள் போன்றது என்கிறார். *(4)* திரவிட மொழிகள் யாவற்றினதும் தாய் தமிழ் என்கிறார். *(5)* ஆரியம் (வடமொழி) போலல்லாது தமிழ் கன்னித் தமிழாய் இருப்பதாகச் சொல்கிறார்.

மேலே காணப்படும் ஆறடித் தரவு இரண்டையும் தொடர்ந்து வரும் பன்னிரு தாழிசைகளில் தமிழின் பெருமையை ஆசிரியர் மேலும் பலவாறாகக் கூறுகின்றாரெனினும் இவ்வைந்து கருத்துக்களுமே அடிப்படையானவை. இக்கருத்துக்களுக்கு இலக்கிய வடிவம் அமைப்பதில் ஆசிரியர் குறிப்பிடத்தக்களவு வெற்றி கண்டனர் என்பது மறுக்க வொண்ணாதது. வேறு ஒன்றுமில்லா விடினும் பாடலில் வேகம் இருக்கிறது. பாடியவரது ஆளுமை புலப்படுகிறது.

கடல், பூமி, பரதகண்டம், தட்சிணம், திரவிட நாடு, புகழ், தமிழ் என்பவற்றினிடத்து முறையே ஆடை, மகள், முகம், நெற்றி, திலகம், மணம், தெய்வம் என்ற தன்மையை ஏற்றி, உருவகவணியாய்க் கூறியது ஆசிரியரது 'இலக்கிய' நெறியைக் காட்டுவதாயிருக்கிறது. இவ்வுருவகம் இன்று வரை எத்தனையோ கவிஞருக்கு முன்மாதிரியாயும் இருந்து வருகிறது. தனிநாயக அடிகள் கூறியிருப்பது போல, "கடந்த அறுபது வருடகாலமாக நிலவி வரும் இவ்வடிகள் தமிழ்ப் பக்தியை வெளிப்படுத்துவதில் ஈடிணையற்றுத் திகழ்கின்றன.[14]

சுந்தரம் பிள்ளை நிகழ்த்திய புதுமை, தமிழைத் தெய்வமாக்கி, நூன்முகத்தில் அதற்கு வாழ்த்துப் பாடியதே. நாம் மேலே விரிவாய்க் காட்டியிருப்பது போல, பழைய கடவுள் வாழ்த்து முறை உரங்கெட்டு நொய்வாகிக் கொண்டிருந்த வேளையில், புலவர்கள், புத்தார்வத்துடனும், புதுப்புதுக் கற்பனைகளுடனும் வாழ்த்தக் கூடிய "புதிய" தெய்வம் ஒன்றை அறிமுகப்படுத்தினார் சுந்தரம் பிள்ளை. தக்க தருணத்தில் அவ்வாழ்த்தை அறிமுகப்படுத்தினார் என்றே கூற வேண்டும்.

3

ஒவ்வொரு பொருளுக்கும் பகைப் புலமும் வரன் முறையும் உண்டு. சுந்தரம் பிள்ளை புதுவதாகப் புகுத்திய இவ்வாழ்த்துக்கும் ஒரு வரலாறு உள்ளது. அதனை அறிந்தால் வாழ்த்தின் சிறப்பையும் நன்கு தெரிந்து கொள்ள இயலும்.

இரு வகையான வளர்ச்சிப் போக்குகள் சுந்தரம் பிள்ளையின் கருத்து வலுப்பெற உதவின. அவற்றில் ஒன்றை வளர்ச்சிப்போக்கு என்பதனினும் நிகழ்வு என்பதே பொருத்தமாகும். 1856இல் கால்டுவெல் பாதிரியாரின் *திராவிட மொழிகளின் ஒப்பிலக்கணம்* – *A Comparative Grammar of the Dravidian Languages* – என்ற மகத்தான நூல் வெளிவந்தது. அதுதான் "தற்காலத் தமிழ் ஆராய்ச்சித் துறையில் எழுந்த முதல் பெரியநூல். 1850 முதல் தொடங்கி நடைபெற்று வரும் தமிழ் ஆராய்ச்சியில், முதல் தலைமுறையில் தனிநாயகமாய் விளங்கும் ஆராய்ச்சியாளர் கால்டுவெல் தான்."[15] மொழியினங்களுள் மூலத் திராவிட மொழி எதைச் சார்ந்தது என்பது பற்றியும், திராவிட மொழிகளுள் ஒன்றிற் கொன்றுள்ள தொடர்பினைப் பற்றியும், மூலத் திராவிட மொழிக்கும் மற்றைய திராவிட மொழிகள் ஒவ்வொன்றிற்குமுள்ள சேய்மை அண்மை பற்றியும், திராவிட மொழிகளுக்கும் வடமொழிக்குமுள்ள உறவும் தொடர்பும் பற்றியும் இன்னோரன்ன பிற பிரச்சினைகளைப் பற்றியும் உலக ஆராய்ச்சியாளரது கவனத்தைத் திருப்பியது

அவரது மாபெரும் நூலேயாகும். எஸ். வையாபுரிப் பிள்ளை குறிப்பிட்டிருப்பது போல், "கால்டுவெல் பெயர் திராவிட மொழி அறிஞர்களால் எல்லாக் காலத்தும் நன்றியறிதலுடன் போற்றுதற்குரியதே."¹⁶

அறிவியல் ஆராய்ச்சியின் அடிப்படையிலே கால்டுவெல் எடுத்துரைத்த சில மொழியியற் கருத்துக்களை எளிமைப்படுத்தியும் மிகைப்படுத்தியும் உணர்ச்சி பூர்வமாகப் பாடினார் சுந்தரம் பிள்ளை. தமிழ் மொழியின் உதரத்திலிருந்துதான் மற்றைத் திராவிட மொழிகள் பிறந்தன என்பது கால்டுவெல் கூற்றன்று. "தமிழின் வேறுபட்டதாய் அதைக் காட்டிலும் மிக்க தொன்மை வாய்ந்ததாயுள்ள ஒரு பண்டை மொழி இருக்க வேண்டும்" என்ற மொழி நூன் முடிவை நோக்கியே பாதிரியாரது பார்வையிருந்தது. ஆனால் திராவிட மொழிக்கூட்டத்தைப் பற்றியும் அதன் தொன்மையைப் பற்றியும் அது வடமொழியினின்றும் முற்றிலும் வேறுபட்டிருப்பதைப் பற்றியும் கால்டுவெல் கூறியவையே சுந்தரம் பிள்ளையின் நோக்குக்கும் வாக்குக்கும் மூலமாயின. அது மட்டுமல்ல. மொழியியற் நோக்குக்கும் வாக்குக்கும் மூலமாயின. அது மட்டுமல்ல, மொழியியற் கருத்துக்களினூடே அவற்றுக்குப் புறம்பான சமூகக் கருத்துக்களும் கால்டுவெல் பாதிரியாரால் கூறப்பட்டன. அவற்றுள் ஒன்று, பார்ப்பனர்பால் காழ்ப்பு ஆகும். இது ஊன்றிக் கவனிக்க வேண்டியது. "விஞ்ஞான" அடிப்படையில் அமைந்த பல கூற்றுக்கள் எளிமை நயமுடைய வகையிலே, தீமை விளைக்கத்தக்க கருத்துக்களையும் உடன் கலந்தூட்டி விடுகின்றன என்பதற்குக் கால்டுவெல் பாதிரியாரது நூல் சிறந்த எடுத்துக்காட்டு. "சமஸ்கிருதத் துணை வேண்டாத் திராவிடத் தனித்தன்மை" என்னும் பகுதியிலே பாதிரியார் எழுதுகிறார்:

> திராவிட மொழிகள் வட இந்திய மொழிகளிலிருந்து பற்பல இயல்புகளில் வேறுபடுகின்றன. அவ்வாறு இருந்தும், அத்திராவிட மொழிகள், வடஇந்திய மொழிகளைப் போலவே சமஸ்கிருதத்திலிருந்து பிறந்தனவாகச் சமஸ்கிருதப் பண்டிதர்களால் கருதப்பட்டன. தாங்கள் அறிந்த எப்பொருளுக்கும் பார்ப்பன மூலம் கற்பிக்கும் இயல்பினர் அப் பண்டிதர்கள். அவர்கள் கூறும் அம் முடிவை, முதன் முதலில் வந்த ஐரோப்பிய அறிஞர்களும் ஏற்றுக் கொண்டனர். திராவிடம் சமஸ்கிருதத்திலிருந்து பிறந்தது என்ற கருத்து, முந்திய தலைமுறையினராய மொழிநூல் வல்லுநர்க்கு ஏற்புடையதாய் விளங்கினும், இக்காலை அறவே அடிப்படையற்றுப்போன கட்டுக் கதையாகி விட்டது"¹⁷

மொழியியற் கருத்துக்களோடு பார்ப்பன வெறுப்பும் பண்டித வர்க்கத்தினர் ஒரு சாரார்பால் ஏளனமும் சேர்ந்து காணப்படு கின்றன. ஆன்றவிந்தடங்கிய சமயத் தொண்டர் ஒருவர் உணர்ச்சிச் சுழிப்பு அற்ற மொழியியல் ஆய்விற் கண்ட முடிவுகளைக் கூறுவதாயன்றி, ஆவேசத்தோடு போர் தொடுப்பதாயுள்ளது இக்கூற்று. ஆனால் இதனினும் தெளிவாகவும் வெளிப்படையாகவும் சில எண்ணங்களைத் தூவுகிறார், பிறிதோரிடத்தில்.

> திராவிட மொழிகள் அனைத்தினும் உயர்தனிச் செம்மொழியாய் நிலைபெற்று விளங்கும் தமிழ், தன்னிடையே இடம் பெற்றிருக்கும் சமஸ்கிருதச் சொற்களை அறவே ஒழித்துவிட்டு உயிர் வாழ்வதோடு, அவற்றின் துணையை ஒரு சிறிதும் வேண்டாமல் வளம் பெற்று வளர்வதும் இயலும்... கற்று வல்ல தமிழ்ப் பெரியார்கள் உள்ளத்தில் அச்சமஸ்கிருத வெறுப்புணர்ச்சி ஆழப் பதிந்துளது!... தமிழ் தான் ஏற்றிருக்கும் சமஸ்கிருதச் சொற்களில் பெரும் பகுதியை, ஏன், அவை அனைத்தையுமே அறவே கைவிட்டு, (அவ்வாறு கைவிடுவது ஒன்றினாலேயே) முன்னைய நிலையினும் சிறந்த உயர் தனிச் செம்மொழியாம் பெருநிலையைப் பெற்றுவிடும் . . . பார்ப்பனச் சமயங்களின் அளவிறந்த செல்வாக்கின் பயனாய், இன்றைய தமிழ் உரைநடையில் ஆட்சியில் இருக்கும், சமயக் கருத்துக்களை வெளியிட வல்ல சொற்களில் பெரும்பாலன, சமஸ்கிருத மூலச் சொற்களாகவே உள்ளன... தமிழில், ஒரு சில பார்ப்பனரே, வைத்துப் போற்றத்தக்க பேரிலக்கியங்களை இயற்றியுள்ளனர். தமிழ் இலக்கியங்கள், தமிழர் வழி வந்த தமிழ்ப் பெரும் மக்களாலேயே பேரார்வம் காட்டிப் பெரும் பயன் வாய்க்கும் வகையில் உருவாகி வளம் பெற்றுள்ளன. தமிழ் இலக்கிய உலகில் உயர்நிலை பெற்றுள்ள ஒரே பார்ப்பனர், ஓர் உரையாசிரியரா வர். பார்ப்பனர் ஒருவர் தமிழில் இயற்றிய தலைசிறந்த இலக்கியம், திருவள்ளுவரின் திருக்குறளுக்குப் பரிமேலழகர் இயற்றிய உரை ஒன்றே"[18].

இப்பகுதியிலே வரும் சில சொற்றொடர்களும் அபிப்பிராயங் களும் பசுமரத்தாணிபோல் பலரது உணர்விலும் சிந்தனையிலும் பதிந்துவிட்டன. பிறிதோரிடத்திலே பாதிரியார் குறிப்பிட்டுள்ள "தனித்தமிழ்", "பார்ப்பனச் சமயங்களின் செல்வாக்கு", "தமிழ் வழி வந்த தமிழ்ப் பெருமக்கள்", "பரிமேலழகரின் சாதனை"

என்பன, பின்வந்த வாதப் பிரதிவாதங்களுக்கும், இயக்கங்களுக்கும் முன்னறிகுறியானவை. தமிழர் சமயம், தனித்தமிழ், இந்தி எதிர்ப்பு, சுயமரியாதை இயக்கம், தமிழ்ப் பாதுகாப்பு, தமிழ் அரசு முதலிய கருத்தோட்டங்களுக்கும், இயக்கங்களுக்கும், எழுச்சிகளுக்கும், கோரிக்கைகளுக்கும் கால்டுவெல் பாதிரியாரது "மொழியியல்" குறித்துரைகள் தோற்றுவாயாக இருந்தன என்பது உண்மைக்குப் புறம்பாகாது. பிற்கால அரசியல், சமூக சமய இயக்கங்கள் பலவற்றின் ஆன்மிகத் தந்தையாகப் பாதிரியார் விளங்குகிறார். அவ்வாறாயின் பேராசிரியர் சுந்தரம் பிள்ளை பாதிரியாரது ஞானபுத்திரன் ஆவார்; மறைமலையடிகளும் அவர் போன்றாரும் ஞானப் பௌத்திரர் ஆவர்.

இஃது இவ்வாறிருக்க, இத்தகைய இன – மொழிக் கருத்துக்கள் நிலவிய சூழ்நிலையில் எழுந்த தமிழ்த் தெய்வ வணக்கத்துக்கு மீண்டும் செல்வோம். திராவிட மொழிகள் பற்றிக் கால்டுவெல் "மொழியியல்" அடிப்படையிற் கூறுவதற்கு முன்னரே, மாக்ஸ் முல்லர் முதலிய ஆராய்ச்சியாளர் தென்னிந்தியரின் தனித்தன்மையைப் பற்றியும், அவர்களை வடவாரியர் அடக்கியதைப் பற்றியும் அவ்வப்போது குறிப்புரைகள் கூறியிருந்தனர். ஆரியர் – திராவிடர் பூசலின் அடிப்படை இடப்பட்டிருந்தது. அதற்குத் தத்துவார்த்த விளக்கம் கூற உதவியவரே கால்டுவெல்.

தமிழின் தனிப் பெருமையைப் பாடிய சுந்தரம் பிள்ளை பின்னமைந்த தாழிசைகளிலே,

> சதுமறையா ரியம்வருமுன் சகமுழுது நின்தாயின்
> முதுமொழிநீ அநாதியென மொழிகுவதும் வியப்பாமே!
>
> வள்ளுவர்செய் திருக்குறளை மறுவறநன் குணர்ந்தோர்கள்
> உள்ளுவரோ, மநுவாதி யொருகுலத்துக் கொருநீதி?

என்றெல்லாம் பாட முற்படுகையில் அவரது தமிழ்ப் பற்றின் பன்முகப்பாடுகள் புலனாகின்றன. இவற்றைக் காணும் பொழுது "ஆரியரது சூழ்ச்சி" என்பதற்கு மாறாக ஆரம்ப கால மேலை நாட்டார் சூழ்ச்சியே அதிக தீங்கு விளைவித்திருக்கிறது என்று கூறத் தோன்றுகிறது. பிரித்தானியரின் பிரித்தாளும் சூழ்ச்சியின் ஓர் உத்தியே ஆரிய – திராவிடப் பூசலாகும்.

சுந்தரம் பிள்ளையின் பாடலுக்குப் பகைப்புலமாக இரு வளர்ச்சிப் போக்குகள் இருந்தன என்று மேலே குறிப்பிட்டேன். இரண்டாவதை இனி நோக்குவோம்.

> "கற்றுவல்ல தமிழ்ப் பெரியார்கள் உள்ளத்தில்
> சமஸ்கிருத வெறுப்புணர்ச்சி ஆழப்பதிந்துளது"

என்று கால்டுவெல் கூறியிருந்ததைப் பார்த்தோம். கால்டுவெல் கூற்று மிகையாகத் தோன்றுகிறது. எனினும் நாயக்கர் கால அரசியற்

பண்பாட்டு நிலைமை, பரசமயத்தவரையும், பிறமொழியினரையும் வெறுக்கும் தற்காப்பு மனோபாவத்துக்கு வைதிக சமயத் தமிழ் அறிஞர் சிலரை ஆளாக்கியிருந்தது என்பதும் வரலாற்றுண்மையே.

குமரகுருபரர், சிவப்பிரகாச சுவாமிகள், தமிழ்விடு தூது ஆசிரியர் முதலிய கவிஞர்களின் ஆக்கங்களைப் படிப்போர்க்கு அவற்றிற் சுழித்தோடும் தமிழபிமானமும் 'ஆழப்பதிந்தன' வாகத் தோன்றும். பரஞ்சோதியார் *திருவிளையாடற் புராணம்* இப்பிரிவைச் சேர்ந்த ஒரு நூலே. பரஞ்சோதியார் ஏறத்தாழப் பதினைந்தாம் நூற்றாண்டினர் என்பர். தமிழை உச்சிமேல் வைத்துப் போற்றுகிறார் அவர்:

> கண்ணு தற்பெருங் கடவுளும் கழகமோ டமர்ந்து
> பண்ணு றத்தெரிந் தாய்ந்தஇப் பசுந்தமிழ் ஏனை
> மண்ணி டைச்சில இலக்கண வரம்பிலா மொழிபோல்
> எண்ணி டைப்படக் கிடந்ததா எண்ணவும் படுமோ ?

இப்பாடலைப் படித்ததும் எம்மை அறியாமலே சுந்தரம் பிள்ளையின் தமிழ் வணக்கப் பாடல் நினைவு வரும்.

"சில இலக்கண வரம்பிலா மொழி" என்று பரஞ்சோதியார் பாடுவதற்கும்,

> பத்துப்பாட் டாதிமனம் பற்றினார் பற்றுவரோ,
> எத்துணையும் பொருட்கிசையும் இலக்கணமில் கற்பனையே ?

என்று சுந்தரம் பிள்ளை பாடுவதற்கும் நோக்கிலும் போக்கிலும் ஒப்புடைமை இருக்கிறது. தமிழில் உரிப்பொருளும், முதற்பொருள் கருப்பொருள் என்பனவும் இசைவாக அமைந்து, உலகை உள்ள வண்ணமே காட்டி இன்பம் பயக்கும் *பத்துப்பாட்டு* முதலிய நூல்கள் உண்டென்றும், அத்தகைய நூல்கள் வட மொழியில் இல்லையென்றும் குறிப்பிடுகிறார் சுந்தரம் பிள்ளை. ஒருவர் 'இலக்கண வரம்பு' இலாப் பிறமொழிகளை எள்ளி நகையாடுகிறார்; மற்றவர் 'கற்பனை வரம்பு' இலாப் பிறமொழி நூல்களை எண்ணிச் சுயநிறைவுடன் எக்களிக்கின்றார். இருவர் தொனியிலும் காணும் ஒப்புடைமை கவனிக்கத்தக்கது. சுருங்கக்கூறின் இருவரிடத்தும் சுயமொழி பற்றிய இறுமாப்பும் பிறமொழி பற்றிய அலட்சியமும் குறைவின்றிக் காணப்படுகின்றன.

சான்றோர் செய்யுள்களிலே தமிழ் முருகனுடன் தொடர்புடையதாய்க் கூறப்பட்டது; *களவியலுரைக்* காலமுதல் சங்கமிருந்து தமிழராய்ந்தாருள் சிவன் தலையானவராய்க் கூறப்பட்டு வந்திருக்கிறார். பக்திப் பாடல்களிலே வடமொழியும், தமிழும் ஈசன் உவக்கும் இருபெரு மொழிகளாகக் கூறப்படுவதைக் காணலாம். "செந்தமிழோ டாரியனை", "தமிழ்ச் சொல்லும் வடசொலுந் தாணிழற் சேர", "தென்றமிழை வடமொழியை"

என்னும் சொற்றொடர்கள் திருமுறைகளிலும், திவ்விய பிரபந்தத்திலும் வழங்குவன. இதன் சாரமாகவே *காஞ்சிப் புராணம்*, "இருமொழிக்கும் கண்ணுதலார் முதற்குரவர்" என்று இயம்பும்.

சிவன், முருகன் ஆகிய தெய்வங்களும் அகத்தியர் முதலிய இருடிகளும் போதித்து வளர்த்த தமிழ் தெய்விகமானதாய்க் கருதப்பட்டதில் வியப்பு எதுவுமில்லை. ஆனால் வைதிக மரபிலே தமிழும் வடமொழியும் சரிநிகர் சமானமாய் கருதப்பட்டபோதும் இடைக்கால வடமொழிப் பற்றாளர் சிலர் பின்னதையே பிரதானமாகக் கொண்டும், தமிழை ஒரோவழி அவமதித்தும் வந்தனர். இலக்கியத் துறையிலும் இலக்கணத் துறையிலும் இம்மனோபாவம் தெள்ளிதிற் புலப்படுகின்றது. சேனாவரையர், சுப்பிரமணிய தீட்சிதர், சாமிநாத தேசிகர் ஆகிய இலக்கண நூலோர் "வடமொழி, தமிழ்மொழி எனும் இரு மொழியிலும் இலக்கணம் ஒன்றே" என்னும் கொள்கையினர். தமிழ் மரபின் வழிநின்று எழுதிய முந்திய உரையாசிரியர்களை அறியாமை உடையார் என்றுரைத்தார் சுப்பிரமணிய தீட்சிதர்.[19] வடமொழியை உயர்த்தியும் தமிழ் மொழியைத் தாழ்த்தியும் பேசி வந்தவர்களின் சிறந்த பிரதிநிதியாகச் சாமிநாத தேசிகரைக் கொள்ளலாம். அவர் "திருக்கைலாச பரம்பரையில் விளங்கா நின்ற திருவாவடுதுறை யாதீனத்தைச் சார்ந்து" சமய தீட்சையும் விசேஷ தீட்சையும் பெற்று 'ஈசான தேசிகர்' என்னும் அபிஷேகப் பெயரும் பெற்றவர். இவ்வாறு சமய உலகிற் சிறப்புப் பெற்று வாழ்ந்த தேசிகர் "வடநூலை விட்டுத் தனியே தமிழ் நூல் நடவாதது நியமமே"[20] என்பதை உணர்த்துதல் வேண்டி *இலக்கணக்கொத்து* என்ற நூலை இயற்றினர். ஏழாஞ் சூத்திரத்திலே அவர் கூறிய அடிகள் சில, வசைப் பெயர் எடுத்தவை.

> அன்றியும் தமிழ்நூற் களவிலை அவற்றுள்
> ஒன்றே யாயினுந் தனித்தமி ழுண்டோ
> அன்றியும் ஐந்தெழுத் தாலொரு பாடையென்று
> அறையவே நாணுவ ரறிவுடை யோரே.

மட்டு மீறிய வடமொழிப் பற்றின் உச்சி இது எனலாம். சாமிநாத தேசிகர் காலம் பதினேழாம் நூற்றாண்டு. இத்தகைய குரல்களுக்கு எதிர்த் தாக்குரை கூறுவது போலப் பரஞ்சோதியார் ஏலவே பாடியிருந்தார்.

> யாரறிவார் தமிழருமை என்கின்றேனென்
> அறிவீன மன்றோஉன் மதுரை மூதூர்
> நீரறியும் நெருப்பறியும் அறிவுண் டாக்கி
> நீயறிவித் தாலறியும் நிலமுந் தானே!

என்றும்,

தொண்டர் நாதனைத் தூதிடை விடுத்ததும் முதலை
உண்ட பாலனை அழைத்ததும் என்புபெண் ணுருவாக்
கண்ட தும்மறைக் கதவினைத் திறந்ததுங் கன்னித்
தண்ட மிழ்ச்சொலோ மறுபுலச் சொற்களோ சாற்றீர் ?

என்றும், பரஞ்சோதியார் உளக்கொதிப்புடன் வினவும் போது, அவர் அவ்வாறு பாடுவதற்குக் காரணமாயிருந்த வடமொழிப்பித்தரது உருவம் எம் கண்முன் தோன்றுகிறது[21]. அத்தகையோரை எண்ணிக் கொண்டே சுந்தரம் பிள்ளையும்,

வடமொழிதென் மொழிஎனவே வந்தஇரு விழிஅவற்றுள்
கெடுவழக்குத் தொடர்பவரே கிழக்கொடுமேற் குணராரே

வீறுடைய கலைமகட்கு விழியிரண்டு மொழியானால்
கூறுவட மொழிவலமாக் கொள்வர்குண திசையறியார்

என்று குறிப்பாய்க் கூறினார். அதாவது வடமொழி, தமிழ் மொழி (தென்மொழி) என்பன கலைமகளின் இரு விழிகள். இவற்றுள் வலவிழி, வடமொழியோ தென்மொழியோ என்று ஆசங்கை கொள்வோர் அழிவழக்கு ஆடுவோராவர். அன்னார் கிழக்கு மேற்கு என்ற திசைகளை மட்டுமின்றி, கீழ்மை மேன்மை என்பவற்றையும் அறியாதார். இவ்வாறு கூறிவிட்டு, அடுத்த தாழிசையில், கலைமகள் கிழக்கு முகமாகவே இருப்பவள் என்பதை அறிபவர் அவளது வலக்கண் தென்மொழியே யாகும் என்பதை உணர்ந்து கொள்வர் என்று பாடுகிறார். இருமொழிகளுக்குள்ளும் உயர்வு தாழ்வு கற்பிப்பது கெடுதிபயக்கும் பேச்சு எனக் கூறும் கவிஞர், சொல்லப் போனால் கலைமகளின் வலக்கண் எனத் தகும் தென்மொழி ஒருபடி உயர்ந்தது என்று முடிவுரைப்பது சுவையாயிருக்கிறது.

இவ்வாறு தமிழை உயர்த்திப் பேசிய சுந்தரம் பிள்ளைக்கு ஆத்மார்த்த முன்னோடிகள் பலர் இருந்தனர். அவர்கள் யாவரையும் இங்குக் குறிப்பிடுதல் அவசியமில்லை. எனினும் கட்டாயத் தேவை காரணமாக இன்னும் இருவரை எடுத்துக் காட்டுவேன். பெயருக்கேற்பத் தமிழ்ப் புகழ் சிந்தும் பிரபந்தம் *தமிழ்விடு தூது*. இதனாசிரியர் பெயர் தெரிந்திலது. இதிலோரிடத்திலே தமிழை அரசாக உருவகித்துள்ளார். சான்றோர் செய்யுள்களையும் இடைக்காலச் சிற்றிலக்கியங்களையும் தமிழரசின் மெய்காப்பாளராக உருவகஞ் செய்துவிட்டு,

— பாரில்
அரியா சனமுனக்கே யானா லுனக்குச்
சரியாரு முண்டோ தமிழே!

என்று பரவசப்படுகிறார். இப்புலவரே,

இருந்தமிழே உன்னா லிருந்தேன் – இமையோர்
விருந்தமிழ்த மென்றாலும் வேண்டேன்

என்ற பிரசித்தி பெற்ற அடிகளைப் பாடியவர். இவருக்கு முன்னதாகப் பெயர் தெரியாத மற்றோர் ஆசிரியர், "ஓங்கலிடை வந்து" என்று தொடங்கும் வெண்பாவின் இறுதி அடியில்,

தன்னேரி லாத தமிழ்

எனப் பாடிப்போயினர். இது *தண்டியலங்காரத்தில்* மேற்கோளாய் வருவது. இவர்களெல்லாம் பேராசிரியர் சுந்தரம் பிள்ளைக்கு முன்னோடிகளாய் இருப்பினும், பிள்ளையவர்களின் தமிழ்த் தெய்வ வணக்கத்துக்குக் காரண வகையில் நேரடியான தொடர்புத் தூண்டுதலாயமைந்த புலவர் *சீகாளத்திப் புராணம்* பாடியவரேயாவர். சுந்தரம் பிள்ளை தமது நூலுக்கு எழுதிய முகவுரையில் அப்புராணத்திலுள்ள தெய்வ வணக்கத்தை மேற்கோள் காட்டியிருக்கிறார். ஆயினும் இதுகாலவரை அதன் குறிப்பு நுட்பத்தை எவரும் எடுத்துக் காட்டியிருப்பதாய்த் தெரியவில்லை.[22] அப்புராணச் செய்யுள் வருமாறு:

மறைமுதற் கிளந்த வாயான் மதிமுகிழ் முடித்த வேணி
இறைவர்தம் பெயரை நாட்டி இலக்கணஞ் செய்யப் பெற்றே
அறைகடல் வரைப்பிற் பாடை அனைத்தும்வென் றாரி யத்தோடு
உறழ்தரு தமிழ்த்தெய் வத்தை உண்ணினைந் தேத்தல் செய்வாம்.

சுந்தரம் பிள்ளையின் தமிழ்த் தெய்வ வணக்கத்தை இதனுடன் ஒத்துப் பார்த்தால், இதுவே மையக்கருவாய் இருப்பது விசதமாகும். அதுமட்டுமல்ல; தமிழ்த் தெய்வ வணக்கம் கூறுவதற்கு வழிகாட்டியவர் இவரே என்பதும் உறுதிப்படும். *சீகாளத்திப் புராணத்தைப்* பாடியவர் கருணைப்பிரகாசர். அதிலே கண்ணப்பச் சருக்கம், நக்கீரச் சருக்கம் ஆகிய பகுதிகளைப் பாடியவர் அவரது உடன் பிறந்தார் சிவப்பிரகாச சுவாமிகள். அவர், *நால்வர் நான்மணி மாலை* என்ற பிரபந்தத்திலே வேதத்தினும் திருவாசகமே சிறந்தது என்று பாடியிருக்கிறார். அக்கருத்தை அடியொற்றியே,

மனங்கரைத்து மலங்கெடுக்கும் வாசகத்தில் மாண்டோர்கள்
கனஞ்சடையென் றுருவேற்றிக் கண்மூடிக் கதறுவரோ ?

என்ற தாழிசையைப் பாடியிருக்கிறார் சுந்தரம்பிள்ளை. கனம், சடை என்பன வேதத்தைச் சுட்டிக்குறிப்பன. பொருட்பயனைக் கருதாது, வேதத்தின் மூலபாடம் இம்மியும் பிறழாதிருப்பதற்காக ஏற்பட்ட படிப்பு முறையை கனம், சடை, பதம், கிரமம் முதலியன குறிக்கும்.

சீகாளத்திப் புராணத்திற் கருணைப் பிரகாசர், பிள்ளையார், காளத்திநாதர், ஞானப்பூங்கோதை என்ற தெய்வங்களை வாழ்த்திய

பின் இறுதியிலே தமிழ்த் தெய்வத்துக்கு அஞ்சலி செய்தார். சுந்தரம் பிள்ளையோ பொதுவான தெய்வ வணக்கத்தை ஒரு வெண்பாவிற் கூறிமுடித்து விட்டுத் தமிழையே பிரதான வழிபடு தெய்வமாய்க் கொண்டு பஃறாழிசைக் கொச்சகக் கலிப்பாவைப் பாடினார். அதே சமயத்தில், கருணைப்பிரகாசர் அறிந்திருக்க இயலாத "மொழியியல்" கருத்துக்களையும் சேர்த்து, பிராமணீய வெறுப்பையும் கலந்து பிரதேசப் பற்றையுங் குழைத்துத் தமிழ்த் தெய்வத்துக்கு நைவேத்தியமாகக் கொடுத்தார். அவ்வழிப்பாட்டு முறை இன்று வரை நிலைத்திருக்கிறது.

சுந்தரம் பிள்ளைக்குச் சற்றுப் பிந்தியவர் பாரதியார். இருபதாம் நூற்றாண்டுத் தமிழ்க் கவிதையின் தலைமகன் பாரதியே. அதிற் சந்தேகமில்லை. ஆயினும் சுந்தரம் பிள்ளையின் தமிழ்த் தெய்வ வணக்கம் பாரதியையும் கவர்ந்தது என்பது தெளிவு. "வாழ்க நிரந்தரம் வாழ்க தமிழ்மொழி" என்று தொடங்கும் தமிழ் வாழ்த்துப் பாவிலே பிள்ளையின் செல்வாக்கை ஓரளவு காண்கின்றோம். "தமிழ் நாடு", "தமிழ்த்தாய்", "தமிழ்", "தமிழ்ச் சாதி", "வாழிய செந்தமிழ்" என்ற பாடல்களைப் பாரதியார் பாடியுள்ளாரெனினும் தமிழைத் தெய்வமாகக் கொண்டு சமயப் பூசல்களி லீடுபடுவோர் காட்டும் சகிப்புத்தன்மை இன்மையுடன் பிற மொழிகளைப் பழித்தவரல்லர். அவர் தேசியவாதியாகவும் சர்வ தேசியவாதியாகவும் திகழ்ந்தவர்; தமிழைப் பற்றிப் பாடுமிடத்தும், மொழியுணர்வினால் மட்டுமின்றித் தமிழ்ச் சமுதாயம் முன்னேற வேண்டும் என்னும் நடைமுறை வேட்கையினால் உந்தப் பெற்றவர். சுருங்கக் கூறின், அனைத்திந்தியத் தேசியத்தின் விடிவெள்ளியும் சிறந்த பிரதிநிதியும் பாரதியார். ஆனால் சுந்தரம் பிள்ளையோ, தக்கிணம் தென்னகம் திரவிடம் தமிழ்நாடு என்ற பிரதேச எல்லையுள் நின்றவர். தமிழகத்திற் பாரதி தேசியத்தின் முரசொலி என்றால் சுந்தரம் பிள்ளை பிரதேச வாதத்தின் பிதாமகன் என்று கூறலாம். இருவருக்குமிடையில் எத்தனையோ வேறுபாடுகள் உண்டு.[23]

மொழிநடை, யாப்பு, எளிமை முதலிய பண்புகளைப் பாரதியிடமிருந்து அவருக்குப் பின்வந்த கவிஞர் பலர் பெற்றுக் கொண்ட அதே வேளையில் சில கவிஞர்கள் சுந்தரம் பிள்ளை வழிவரும் பொருள் மரபை ஆழமாகவும் விரிவாகவும் வளர்த்தனர். பாரதிதாசன் பரம்பரையை இதற்குச் சான்று காட்டலாம். "தமிழைப் பழித்தவனைத் தாய் தடுத்தாலும் விடேன்" என்று பாரதிதாசனார் பாடுகையில், பரஞ்சோதியார் காலந்தொட்டு உருவாகி வந்த ஒரு மனப்பான்மையின் உயர்நிலையைக் காண்கின்றோ மன்றோ? பாரதிதாசனார் நிரீச் சுரவாதியாய்

இருந்திருக்கலாம். ஆனால் உணர்ச்சி நிலையிலே தமிழ் அவருக்குத் தெய்வத்துள் தெய்வமாயிருந்தது என்பதைப் பலருமறிவர்.

இவ்விடத்தில் ஒன்று குறிப்பிட வேண்டுவதாயுள்ளது. சுந்தரம் பிள்ளை மொழியைத் தெய்வீகமாக்கியதற் கொப்பவே பாரதி தேசியத்தைத் தெய்வத்தன்மை பொருந்தியதாக்கினான். பாரதம் சக்தியாக உருமாற்றம் பெற்றது. முன்னிருந்த இறையடியார்கள் தெய்வங்களுக்குப் பாடிய திருப்பள்ளியெழுச்சியைப் பாரதியார் பாரதத் தாய்க்குப் பாடினார். பாரதியாருக்குத் தேசபக்தியும் தெய்வபக்தியும் ஒரே பொருளுடையனவாயிருந்தன. அந்த வகையில் பாரதியும் புதிய தெய்வம் ஒன்றைப் பாடியவரேயாவர்.

பாரதி யுகத்தில் வந்த கவிஞர் பலர், ஒரு நூலைப் படைக்கும் பொழுது காப்புச் செய்யுள் பாடுதல் வேண்டும் என்ற மரபை நியதியாய்க் கொள்ளாதவராய்த் தோன்றுகின்றனர். *தண்டியலங்காரமும், இலக்கண விளக்கப் பாட்டியலும், பிரபந்தத்திரட்டும்*, பிற பாட்டியல் நூல்களும் விதித்தவற்றுக்கு ஏற்பக் காவியமும் பிரபந்தங்களும் படைப்போர் இக்காலத்தில் அருகிக் காணப்படுவது போலவே, சம்பிரதாயப்படி கடவுள் வாழ்த்துப் பாடுவோரும் அருமையாகவே காணப்படுகின்றனர். சிலர் நாமகளை வாழ்த்தியுள்ளனர்; இன்னுஞ்சிலர் கவிதைத் தேவியையே ஏத்துவர். கடவுள் வாழ்த்துப் பாடியவருள் பெரும்பான்மையர் தமிழை வாழ்த்தித் தமது நூலைத் தொடங்குவர். இன்னுமொன்று, இக்காலப் பாடல்களிற் பெரும்பாலன தனிப் பாடல்களாயும் குறும் பாடல்களாயு மிருப்பதால் அவற்றை இயற்றுவோர் தோன்றாத் துணையெதையும் வேண்டுவதில்லை. அத்தோடு நான் மேலே எடுத்துக் காட்டிய இறை நம்பிக்கைக் குறைவும் கடவுள் வாழ்த்துக்கள் அருகலாக ஏதுவாயிற்று. “இரட்டையர்” என்ற புனைபெயரில் திருச்சிற்றலம்பலக் கவிராயரும், கு. அழகிரிசாமியும் பாரதி விழாக் கவியரங்கொன்றில் பாடிய பாட்டின் அடிகள் சில நினைவுக்கு வருகின்றன.

> .... பாடினோம் – நாவிலே
> வந்து சரஸ்வதியார் வாழாக் கலியுகத்திற்
> சொந்தக் கவியாய்த் துணிந்து.

இத்தொடர்பிலே ஈழத்துக் கவிஞர் ஒருவருடைய கவிதையடிகள் சில பொருத்தமாய்க் காணப்படுகின்றன. அவையடக்கப் பாடலின் பகுதியாய்ப் பின்வருமாறு பாடுகிறார்: “தான் தோன்றிக் கவிராயர்” (சில்லையூர் செல்வராசன்).

> காளி மகமாயி கடைவாய்க் கழிநீரை
> ஊழி நடனனுக்கே ஒருபாதி யானாளின்
> தாம்பூலச் சாற்றை, தமிழிற் கவி எழுத

ஆம்பொருளாய்க் கற்பிதஞ்செய் தறுகின் நுனியளவும்
தன்மதிப்போ் நம்பிக்கைத் தருக்கோ இலராகிக்
குன்மம் பிடித்த குழறுபடிப் பாட்டிசைத்த
அந்நாட் புலவர்களின் அவ்வழியிற் செல்லாத
செந்நாப் புலவன்யான்; சிறுபுலமை என்னதெனச்
சொன்னாலும் அப்புலமை சொந்தச் சரக்கதனால்
என்னை மதிக்கும் இயல்புடையேன்; என் கவிதை
கொள்ளத் தகுவதெனிற் கொள்ளும்; தகாதெனில்
தள்ளும் – எனக்குத் தமிழ் என்ன சீதனமா ?

விதி, தன்னம்பிக்கை என்பனபற்றிப் புதிய சிந்தனைகள் நடமாடத்தொடங்கிய காலப் பகுதியில் இக்குரல் வியப்பையூட்டாது. எமர்சன் (R.W. Emerson) என்ற அமெரிக்கச் சிந்தனையாளன் (1803 – 1882) எழுதிய Fate, Self-reliance ஆகிய கட்டுரைகள் *விதியும் தன்னம்பிக்கையும்* என்ற நூலாக வெளிவந்துள்ளன. இக்காலப் பகுத்தறிவு இயக்கத்தினர் இவ்வமெரிக்க ஞானியின் சிந்தனைகளாலும், இங்கர்சால் (R.G.Ingersol) என்ற மற்றொரு அமெரிக்க நிரீச்சுரவாதியின் (1833–1899) எழுத்துக்களாலும் பெரிதும் பாதிக்கப்பட்டுள்ளனர்.

இவ்வாறு பல காரணங்களால் தற்காலத்திலே கடவுள் வாழ்த்து வலுவிழந்து வருகிறது. இந்நிலையில் சம்பிரதாயத்துக்காக மாத்திரமன்றி ஓரளவு அனுபவ உணர்ச்சியுடனும் ஏதாவது ஒரு தெய்வத்தைப் பாடவேண்டின், இக்காலக் கவிஞர் சிலர் சுந்தரம் பிள்ளை வழிவரும் கவிதை மரபையொட்டித் தமிழைப் பலவாறு உருவகித்துப் பாடுகின்றனர். இதனை நுணுகி விரிவுபட எடுத்துரைக்க வேண்டியதில்லை. இரண்டோர் உதாரணங்கள் போதும்.

காலஞ்சென்ற கவிஞர், பாலபாரதி ச.து. சுப்பிரமணிய யோகியார் (1904–1963) வெளியிட்ட கவிதைத் தொகுதிகளில் ஒன்று *தமிழ்க்குமரி*. சக்தி உபாசகராயிருந்த யோகியார், கடவுள் வாழ்த்தாக வைத்துள்ள பாடல் தமிழ்க் கன்னியைக் குலதெய்வமாய்க் கொண்டாடுகிறது.

பங்கயத்துக் குமரிமுனைப் பாதம் சோ்த்தாள்
பசும்பொன் முடி வேங்கடத்தைப் புனைந்தங் கார்த்தாள்
பொங்கி வரும் காவிரியை இடையில் கோத்தாள்
புரமூன்றும் கடற்கன்னி பணியப் பார்த்தாள்
மங்கலம் சேர் மேலைமலைச் செங்கோலுற்றாள்
எங்கள் குல தெய்வம் தாய் – எமக்கு வீடு

என்று தொடங்கித் தமிழகத்தின் பெருமையெல்லாம் விரித்துக் கூறிவிட்டு,

பளிங்கனைய கவிக்கரசன் கம்பனெனும் தேவன்
பண்ணி வைத்த காவியத்தின் பசும்பொன் முடிதரித்த
இளங்குமரி தமிழ்த் தாய்.

என்று இறுதியடிகளிற் பாடுகிறார். சுப்பிரமணிய யோகியாரின் இப்பாடலை நினைவுறுத்தும் வகையில் அமைந்தது "செந்தாமரை" (கே.பி.எஸ். ஹமீது) எழுதிய *தென்குமரி* என்ற பாடல்:

பகலிரவு நாள்மாதம் வருடமென்னும் பொய்க்கணக்கைப்
பிய்த்தெறிந்து, பிணிமூப்பு பிறப்பிறப்பு மற்றுமுள்ள
இகலோக சுகவீனம் எதுவுமற்ற காலமென்னும்
எல்லையில்லாப் பெருவெளியின் எல்லையினைக் காட்டுவிக்கும்
அகல்விளக்காய், அழிவறியா அசவிளமை மாற்றகலா
அழகுருவம் அடைந்தமர நிலைக்கன்னியாய், அனந்தம்
சுகங்காட்டும் தென்கோடிமுனைத் தேவாய்க் கொலுவிருக்கும்
தென்குமரி புகழ்சொல்லாச் சொல்லுமொரு சொல்லாமோ!

நாஞ்சில் நாட்டுப் பழம்பெரும் புலவர் மரபில் வந்து, திருவனந்தபுரம் மகாராஜா கல்லூரியிற் பட்டம் பெற்ற கவிஞர் ஹமீதின் பாடலில் இளங்கோ, சுந்தரம் பிள்ளை ஆகியோரது இலக்கியச் செல்வாக்குக் காணப்படுவது இயற்கையே. இப்பாடலே அவரது தொகுதி ஒன்றுக்கு நூன்முகப் பாடலாய் அமைந்துள்ளது. "தென்தமிழின் நறுஞ்சுவையை"ப் பாடும் எஞ்சிய பகுதியை விரிவஞ்சி இங்கு விடுத்தாம்.

நூன்முகத்தைப் பாடலாயன்றித் தனிப் பாடல்களாகவும் சிலர் தமிழ்த் தாய் வணக்கம் பாடியிருக்கின்றனர். சில வருடங்களுக்கு முன் ஈழத்திலே *தமிழ் எங்கள் ஆயுதம்* என்றொரு கவிதைத் தொகுதி வெளிவந்தது.[24] இத்தொகை நூலிலே முப்பத்து ஆறு கவிஞர்களின் குரலைக் கேட்கலாம், அக்கவிதைகளின் தரம் சர்ச்சைக்குரியது; சில கவிதைகள் சில நாட்களே நிலைத்திருக்கும் தன்மையன. ஆயினும் கவிதைத் தலைப்புக்கள் அவற்றைப் பாடியோர் மனப்பான்மையை உணர்த்துவன: "ஆசனத்தில் ஏறாளோ", "உனக்கே தாயே", "கன்னித் தமிழைக் காவல் செய்", "அரியணை இருந்த தமிழ்", "எங்கள் தமிழ்த்தாய்", "தமிழ்த்தாய் வணக்கம்", "அன்னை மொழி" என்பன வகை மாதிரிக்குப் பொருத்தமானவை.

பல நூற்றாண்டுகளுக்கு முன் நம்பிக்கையின் அடிப்படையில் ஒருவர் எடுத்துக்கொண்ட முயற்சி குறைவின்றி நிறைவேறும் பொருட்டு ஏதாவதொரு தெய்வத்தை வாழ்த்திய வழக்கம் மரபொழுங்காகி, நியதியாகி, இலக்கணமாகிக் கால பேதத்தினால் இன்று 'மெல்ல மெல்ல இல்லாகும்' நிலையை எய்தியுள்ளது. ஒவ்வொன்றுக்கும் ஒரு முடிவு உண்டல்லவா? ஆனால், தெய்வ

நம்பிக்கை எதிர்கால வாழ்த்துப் பாடல்களுக்கு அடிப்படையாய் அமையாது போயினும், புதிய புதிய பொருள்களுக்கும் நபர்களுக்கும் வாழ்த்துப் பாடப்படும் என்பதில் ஐயமில்லை. தமிழ்த் தெய்வத்தை வாழத்தியவருஞ் சரி, அவருக்கு முன்னர் பிற பௌராணிகத் தெய்வங்களை வாழ்த்தியவரும் சரி, 'உலகம்' என்பது உயர்ந்தோர் மேற்றே' என்னும் கொள்கையுடையவரா யிருந்தனர். அவர்கள் ஆக்கிய இலக்கியங்கள் அக்கொள்கைக்கு விளக்கமாயிருந்தன. இருபதாம் நூற்றாண்டிலே பாரதியின் வருகையோடு புதிய கவிமரபொன்று தொடங்கியது என்றால், பாடப்பட்ட பொருளில் சிற்சில மாற்றங்கள் நிகழ்ந்தன என்பதே நினைவுகூர வேண்டியதாகும். மன்னனையும் மதத் தலைவரையும் புறக்கணித்து மக்களை நோக்கிப் பாடியவர் பாரதி. "நாட்டு மக்கள் நலமுற்று வாழ" அவர் பாடினார். பாடவும் புதிய பொருள்களை வாழ்த்தினார்.

> உழவுக்கும் தொழிலுக்கும் வந்தனை செய்வோம்

என்று பாடிப் புதுவழி காட்டினார். புதுமைப் பெண்ணைப் போற்றினார். "அரும்பும் வேர்வை உதிர்த்துப் புவிமேல் ஆயிரந்தொழில்" செய்திடுவோரை பிரமதேவன் கலையிங்கு நீரே என்றும், எமது இன்ப வாழ்வுக்கு உழைக்கும் யாவரையும் விழியெதிர்காணும் தெய்வமாக விளங்குபவர் என்றும் முற்றிலும் புது முறையிலும் நெறியிலும் பாடினார். அதே அடிப்படையிலேயே கொடுங்கோன்மையை வீழ்த்திக் குடிமக்கள் ஆட்சியை நிறுவிய மகத்தான ருஷியப் புரட்சியைப் புத்தார்வத்துடன் வாழ்த்தி வரவேற்றார். இவ்வாறு பாரதியார் வாழ்த்தியவை முந்திய நூல்களில் அறவே காணப்படாதவை. பாரதி கவிதைகளிற் பிரதானமான இவ்வரசியல் – சமுதாய உணர்வு பின்வந்த கவிஞர் பலரிடத்துக் காணப்படவில்லை. பாரதியின் நல்லம்சங்களை முன்னெடுத்துச் சென்றவருள் ஒருவர் காலஞ்சென்ற கவிஞர் பட்டுக்கோட்டைக் கலியாணசுந்தரம்.[25] "பதிபக்தி" என்ற திரைப்படத்தில் வரும் 'அம்பிகையே முத்துமாரியம்ம' எனும் பாடல் பாரதியாரது முத்துமாரிப் பாடலிலும் சிறப்புற அமைந்துள்ளது என்கிறார் விமர்சகர் கா. சிவத்தம்பி.

> செய்யுந் தொழிலே தெய்வம் அந்தத்
> திறமைதான் நமது செல்வம்

என்று பட்டுக்கோட்டை பாடினார். தொழிலைத் தெய்வமாக்கி னார். 'வீணில் உண்டு களித்திருப்போரை நிந்தனை செய்த' பாரதி மரபில் வந்த கலியாணசுந்தரம் செய்யுந் தொழிலைத் தெய்வமாக்கியதில் ஆச்சரியமெதுவுமில்லை. கடவுள் வாழ்த்தில் ஏற்பட்ட மாற்றத்தை ஓரளவு கால அடைவில் இதுவரை

ஆராய்ந்தோம். இப்பொருளில் மாற்றம் நிகழ்ந்து வருவது வெளிப்படை. ஆனால் இது தனித்தவொரு நிகழ்வன்று. தமிழிலக்கியத்தில் நிகழவேண்டிய பெருமாற்றத்தின் கூறாகவே இஃது அமைந்துள்ளது. அப்பெருமாற்றத்தின் காரண காரியங்களை அறிவதற்கு இவ்வாய்வு துணை புரியும் என்று கருதுகிறேன்.

சான்றாதாரம்

1. சுப்பிரமணியன், ந., "கடவுள் வாழ்த்துப் பாடிய பெருந்தேவனார்", *Tamil Culture*, Vol.X, No.1, 1963, பக். 99.

2. Cf. ஸ்ரீபால், டி.எஸ்., *திருவள்ளுவர் வாழ்த்தும் ஆதிபகவன்*, சென்னை, 1958.

3. *நற்றிணை நானூறு* (மூலமும் உரையும்), கழகப் பதிப்பு, சென்னை, 1952, பக். 53

4. திருமுருகாற்றுப்படை – உரை.

5. இவ்விஷயம் பற்றிச் சிறிது விரிவாக எனது *பண்டைத் தமிழர் வாழ்வும் வழிபாடும்* (சென்னை, 1966) என்ற நூலில் எழுதியிருக்கின்றேன். பக். 111–126.

6. *நாமக்கல் கவிஞர் பாடல்கள்*, தி லிட்டில் ப்ளவர் கம்பெனி வெளியீடு, சென்னை, 1960, பக். 15–16.

7. அகலிகை வெண்பா (மூன்றாம் பதிப்பு), திருநெல்வேலி, 1938. (இந்நூலின் முதற்பதிப்பு 1914–ம் ஆண்டிலும், இரண்டாம் பதிப்பு 1920–ம் ஆண்டிலும் வெளிவந்தன.)

8. சிதம்பரநாத முதலியார், டி.கே., *இதய ஒலி*, தென்காசி, 1958, பக். 66–67.

9. *தமிழ் வியாசங்கள்*, மதுரை, 1935.

10. இந்திய மறுமலர்ச்சியினதும் தேசிய இயக்கத்தினதும் பலவீனத்தின் அடிப்படைகளில் இது ஒன்று. இது குறித்துச் சுருக்கமாக எனது *தமிழ் நாவல் இலக்கியம்* என்ற நூலில் ஆராய்ந்துள்ளேன். பக். 54–56.

11. தாயுமானவர் பாடல்களை இலக்கிய விமர்சன நோக்கில் ஆராயும் சிறு முயற்சியொன்று நவீன எழுத்தாளர் ஒருவரால் மேற்கொள்ளப்பட்டது. Cf. துரைஸ்வாமி, டி.கே., "தாயுமானவர் இலக்கியத் திறனும் தத்துவ தரிசனமும்", *எழுத்து*, 40, ஏப்ரல் 1962.

12. *ஸ்ரீ இராமகிருஷ்ண விஜயம்*, தொகுதி 3., 1923.

13. சேதுப்பிள்ளை, ரா.பி., "என்றுமுள தென்தமிழ்" *Sundaram Pillai Commemoration Volume*, Madras, 1957, pp. 123-25.

14. Thani Nayagam, X.S., "Regional Nationalism in Twentieth Century Tamil Literature" *Tamil Culture*, Vol. X, No. 1.,1963, pp.1-23.

15. சுப்பிரமணிய அய்யர், ஏ.வி., *தமிழ் ஆராய்ச்சியின் வளர்ச்சி*, சென்னை, 1959, பக். xi.

16. *திராவிட மொழிகளில் ஆராய்ச்சி*, சென்னை, 1956, பக். 37–56

17. *திராவிட மொழிகளின் ஒப்பிலக்கணம்* (தமிழில் கா. கோவிந்தன், தா. சிங்காரவேலு), சென்னை, 1959, பக். 60–61.

18. ஷ பக். 62–70.

19. இளவரசு, சோம., *இலக்கண வரலாறு*, சிதம்பரம், 1963, பக். 186–205.

20. இலக்கணக் கொத்து – பாயிர உரை.

21. இத்தகைய செய்யுள்களைப் படிப்போர்க்கு, தொல்காப்பியம் பொருளதிகாரம் செய்யுளியலில் 'மந்திரம்' என்பதற்கு (சூத். 490) விளக்கம் கூறும் பேராசிரியர் குறிப்பிடும் நக்கீரன் ஒருவன் வாழவும் ஒருவன் சாவவும் பாடிய மந்திரம் – அங்கதம் – நினைவுக்கு வரலாம். அதிலொரு வெண்பா வருமாறு:

    ஆரிய நன்று தமிழ்தீ தெனவுரைத்த
    காரியத்தாற் காலக்கோட் பட்டானைச் – சீரிய
    அந்தண் பொதியி லகத்தியனா ராணையாற்
    செந்தமிழே தீர்க்கசுவா கா.

    தமிழால் வாழ்த்தவும் சபிக்கவும் சக்தி உண்டென்ற நம்பிக்கையை இது காட்டும்.

22. தமிழ்த் தாயைத் தனித் தெய்வமாக உருவகப்படுத்தி வணங்கிய பாடல்களுள் இது காலத்தால் முந்தியது என்பதை சாமி வேலாயுதம் பிள்ளை எடுத்துக்காட்டியிருக்கிறார்: *மொழி அரசி* (தமிழ்த் தெய்வமாலை), கரந்தைத் தமிழ்ச் சங்கம், தஞ்சாவூர், 1947. தமிழ்த்தாய் வாழ்த்து, தமிழ்த்தாய் வணக்கம், தமிழ்த்தாய்த் திருவுரு, தமிழ்க் கொடி, தீந்தமிழின் தெய்வத் தன்மை என்ற தலைப்புக்களில் ஈழத்திலும் தமிழகத்திலும் இப்பொருள்கள் பற்றிப்

பாடியோர் பாடல்கள் இந்நூலில் தொகுக்கப்பெற்றுள்ளன. பாடியோர் அகராதியும் வாழ்க்கைக் குறிப்பும் உண்டு. ஆராய்ச்சிகளுக்குப் பெரிதும் பயன்படக்கூடிய நூல். இதன் இரண்டாம் பாகம் என் கைக்கெட்டவில்லை.

23. கைலாசபதி, க., *ஒப்பியல் இலக்கியம்*, சென்னை, 1969. "பாரதியும் சுந்தரம் பிள்ளையும்" என்னும் அதிகாரத்தில் இருவருக்கும் உள்ள ஒப்புமை வேற்றுமைகளை ஓரளவு ஆராய்ந்திருக்கிறேன்.

24. தமிழ் எங்கள் ஆயுதம், (யாழ்ப்பாணத் தமிழ் எழுத்தாளர் சங்க வெளியீடு), யாழ்ப்பாணம், 1962.

25. மணிவேல், எம்.பி., "எட்டயபுரத்தின் வாரிசு பட்டுக்கோட்டை", *தாமரை*, அக்டோபர், 1962; சிவத்தம்பி, கா., "திரை வளர்த்த கவிதை", *மரகதம்* (கொழும்பு), அக்டோபர், 1961.

~~

3

அகலிகையும் கற்பு நெறியும்

பழைய கதைகளையும் அடிக் கருத்துக்களை யும் *(themes)* ஐதிகங்களையும் கையாண்டு தத்தம் காலத் தேவைக்கு ஏற்ப இலக்கியம் படைப்பது எல்லாக் காலங்களிலும் புலவர்களின் முயற்சிகளில் ஒன்றாக இருந்திருக்கிறது. சில காலப்பகுதிகளிலே புலவர்களது கவனம் பெரும்பாலும் பழைய பொருள்களிலேயே பதிந்து விடுகிறது. காவியங்களிலே, அவை தோன்றிய காலச்சாயல் ஆங்காங்கே பிரதிபலிக்குமாயினும், கடந்த காலச் செய்திகளே முக்கியமானவை. பண்டைத் தமிழர் வாழ்க்கையைத் திறம்படச் சித்திரிப்பனவாய்க் கொள்ளப்படும் சான்றோர் செய்யுள்களும் வாய்மொழிப் பாடல்களாய்ப் பல காலம் நிலவி வந்த மரபுவழிச் செய்யுள்களே.

பத்தொன்பதாம் நூற்றாண்டிலேயே சமகால நிகழ்ச்சிகளையும் சங்கதிகளையும் இலக்கியமாக்கும் நெறி பெரு வழக்காகியது எனலாம். காவியம், புராணம் முதலிய இலக்கிய வகைகள் அருகி, நாவல், சிறுகதை முதலிய துறைகள் தோன்றி வளர்ந்தமை இந்நெறியின் செல்வாக்கைக் காட்டுகிறது.¹ எனினும் நாவல், சிறுகதை, நாடகம் என்ற புதுத் துறைகளிலும் பழைய கதைகளும் கதைக் கருக்களும் புதுமெருகு பெற்று வாழ்வதைக் காணலாம். இவ்விடத்திலே இரு வகையான பழங்கதைகள் பற்றிக் குறிப்பிடுதல் வேண்டும். செய்யுள் வடிவிலமைந்த பழைய கதைகளையோ அல்லது கதைக் கூறுகளையோ உரைநடையிற் பெயர்த்து எழுதுவது ஒருவகை;

பள்ளிக்கூடப் பாடப் புத்தகங்களிலிருந்து புகழ் பெற்ற எழுத்தாளர் பலர் படைக்கும் 'இலக்கிய' நாடகங்கள், நவீனங்கள் ஆகியவை வரை இத்தகைய 'மொழி பெயர்ப்பு' முயற்சிகளைக் காணலாம். இவற்றையெல்லாம் ஆக்க இலக்கியங்கள் எனக் கொண்டாடவும் ஆட்கள் உண்டு. ஆனால் இவற்றின் ஆசிரியர்கள் கற்பனையை ஆற்றலுடன் கையாள வேண்டிய தேவையின்மையால் இவற்றை ஆக்க இலக்கியங்கள் என்பதற்கில்லை. பழைய கதைகளையோ அல்லது கதைக் குறிப்புக்களையோ தொடக்கமாகக் கொண்டு, தன் மனோபாவத்துக் கியைந்த மாற்றங்களைச் செய்து புதுவது புனைவது மற்றொருவகை. இதுவே ஆக்க இலக்கியத்தின் பாற்படுவது. கம்பருடைய *இராமாவதாரம்*, கோபால கிருஷ்ண பாரதியாருடைய *நந்தனார் சரித்திரக் கீர்த்தனை*, பாரதியார் பாடிய *பாஞ்சாலி சபதம்*, பாரதிதாசனாருடைய *புரட்சிக் கவி*, பி.எஸ். ராமையாவின் *தேரோட்டி மகன்* என்பன இத்தகைய முயற்சிக்கு உதாரணங்கள்.

பொதுவாக இந்திய மொழிகள் பலவற்றிலும், சிறப்பாகத் தமிழிலும், நவீன காலத்தில் எழுதப்பட்டுள்ள 'புது மெருகு'ப் புனை கதைகளையும் நாடகங்களையும் நோக்கும்பொழுது ஒருண்மை புலப்படும்; இராமாயணம் மகாபாரதம் ஆகியவை கதைச் சுரங்கங்களாக இருந்து வந்திருக்கின்றன; கி. சந்திரசேகரனின் *மந்தரை*[2] முதல் சிதம்பர ரகுநாதனின் *வென்றிலன் என்ற போதும்* வரை இராமாயண மகாபாரதக் கதாபாத்திரங்களை வைத்துக் கொண்டு புதிய கற்பனைகளை ஓட்டாத புனை கதையாசிரியரே இல்லையெனலாம்.[3] நவீன எழுத்தாளர் சிலரைப் பெரிதும் கவர்ந்த இராமாயணக் கதைகளிலொன்று அகலிகை சாப நீக்கம். தமிழ் நாட்டிலும், ஈழத்திலும் பலர் இக்கதையை வெவ்வேறு கோணத்திலிருந்து தீட்டியிருக்கின்றனர். அகலிகை கதை பலரைக் கவர்ந்திருப்பதனாலும், பாட்டிலும் வசனத்திலும் அது பல்வேறு வடிவங்களைப் பெற்றிருப்பதனாலும் குறிப்பிடத்தக்க ஓர் அடிக்கருத்தாக விளங்கியிருக்கிறது என்பதில் ஐயமில்லை. எனவே அக்கதையை எழுத்தாளர்கள் நடத்து முறையையும் அதற்கான காரணங்களையும் அறிவது தற்கால இலக்கியச் சூழல் பற்றிய விளக்கத்துக்கு எடுத்துக்காட்டாகக் கொள்ளத்தக்க தொன்றாகும்.

நவீன எழுத்தாளரை ஈர்த்துள்ள அகலிகை கதை பழங்காலத்தி லிருந்து கலை இலக்கியச் செறிவுடன் வளர்ந்து வந்திருக்கிறது. வேதங்களிலே இயற்கைப் பாடல்களுக்கியைந்த கதைத் துளிகளாயிருந்த அகலிகை – இந்திரன் உறவு காலப்போக்கில் சுவையான கதையாய்ப் பரிணமித்தது. வேத கீதங்களிலும், பிராஹ்மணங்களிலும் அகலிகையைப் பற்றிய இடைவரவான குறிப்புக்கள் உண்டு. உதாரணமாக *ஸதபத பிராஹ்மணம்*

இந்திரனைப் பாடுகையில் 'அகலிகை காதலன்' என்கிறது. இத்தகைய குறிப்புக்களையும் கதைக் கூறுகளையும் ஒன்று திரட்டி வடமொழியில் முதற் காவியம் செய்த வான்மீகியார் அகலிகை கதைக்கு இலக்கிய உருவம் கொடுத்தார் என்பர். அகலிகை கதை மகாபாரதத்திலும் வருகிறது. பலருக்கு தெரிந்த கதையே யாயினும் இங்குச் சுருக்கமாக அதனைக் கூறுவோம்:

விசுவாமித்திர முனிவருடைய யாகத்தைக் காவல் புரிந்து தாடகையைக் கொன்ற பின் இராம இலட்சுமணர் ராஜரிஷியான ஜனகர் செய்யும் யாகத்தைப் பார்க்கும் பொருட்டு முனிவருடன் மிதிலைக்குச் செல்கின்றனர். வழியிலே அழகும் அமைதியும் குடிகொண்டிருந்த புராதன ஆசிரமமொன்றைக் கண்ட இராமன் அவ்வழகிய ஆசிரமம் வாழ்வோரின்றிக் கிடப்பதன் காரணத்தை வினவினான். முனிவர் கூறியதே அகலிகையின் கதை. வான்மீகி கூறியிருப்பதைப் பின்வருமாறு தமிழிற் சுருக்கித் தருகிறார் ராஜாஜி:[4]

> இது கௌதம மஹா முனிவருடைய ஆசிரமம். நீண்ட காலம் அவரும் அவர் மனைவி அகலிகையும் இங்கே இருந்து வந்தார்கள். இடையூறின்றி அவர்களுடைய தவமும் கழிந்தது. ஒரு நாள் இந்திரன், சமயம் பார்த்து, ஆசிரமத்தில் முனிவர் இல்லாத காலத்தில் கௌதமருடைய உருவத்தையும் முனிவேஷத்தையும் தரித்துக் கொண்டு ஆசிரமத்துக்குள் புகுந்தான்; அகலிகையின் உலகப்பிரசித்தமான அழகை நினைத்து அவளையடையும் கெட்ட எண்ணத்துடன் வந்தான். இவ்வாறு திருட்டுத்தனமாக வந்த தேவராஜன் அகல்யா தேவியைப் பார்த்து 'அழகியே! எனக்கு ஆசை மேலிட்டிருக்கிறது. இந்த நிலையில் காலப்பொருத்தம் பார்க்கலாகாது. நாம் கூடுவோம்' என்று முனிவர் சொல்வது போல் சொன்னான்.
>
> ரிஷியின் மனைவி உடனே விஷயத்தைத் தெரிந்து கொண்டு விட்டாள். இவன் தன் புருஷன் இல்லை; இந்திரன் என்பது அவளுக்குத் தெரிந்துவிட்டது. ஆயினும் தேவராஜனே தன்னைத் தேடி வந்தான் என்று தன் அழகைப்பற்றிக் கர்வப்பட்டு மனநிலை இழந்து விட்டாள். தேவராஜனுடைய விருப்பத்துக்கு உடன்பட்டுவிட்டாள்.
>
> பிறகு, தேவராஜனே! சீக்கிரம் அப்புறப்பட்டுப் போ. பெரும் அபாயத்தினின்று எப்படியாவது காப்பாற்றிக் கொள்' என்று எச்சரித்தாள். இந்திரனும்

'உனக்கு நன்றி' என்று சொல்லிவிட்டு வேகமாகத் திரும்பிப் போனான்.

வெளியில் சென்றிருந்த கௌதமர் ஸ்நான ஜபங்கள் முடித்துக்கொண்டு ஆசிரமத்துக்கு வந்து கொண்டிருந்தார். தேவ தானவர்களும் பயப்படும் படியான தபோபலம் அடைந்த முனிவர், ஸ்நானம் செய்த ஈரத்துணியோடு முகத்தில் அக்னி பகவானைப் போல் காந்தி ஜொலிக்க, அன்று ஓமத்துக்கு வேண்டிய தர்ப்பையும் ஸமித்துகளும் கையில் எடுத்துக்கொண்டு வந்தார். அவரைக் கண்டதும், அதுவரை மிகத் தைரியமாக இருந்த இந்திரன் மிக நடுங்கினான். முகம் வாடி அவர் எதிரில் வணங்கி நின்றான். "மூடனே! என் வேஷத்தைத் தரித்துக் கொண்டு ஆசிரமத்துக்குள் புகுந்து தகாததைச் செய்தாய்! நீ நபும்சகனாய்ப் போவாய்!" என்று கோபம் மேலிட்டுச் சொன்னார்.

சினங்கொண்ட முனிவர் இவ்வாறு சொன்ன அக்கணமே இந்திரன் தன் ஆண்மையை இழந்தான். தேவர்கள் பரிதபித்தார்கள்.

முனிவர் தம் மனைவிக்கும் பிராயச்சித்தம் விதித்தார். அகலிகையே! நீ இங்கே நீண்டகாலம் காற்றே உணவாக ஏதொரு ஆகாரமுமின்றிச் சாம்பல் மேல் படுத்து யார் கண்ணுக்கும் தென்படாமல் மறைந்து வசிப்பாயாக. பல காலம் கழித்து இவ்விடம் தசரதன் மகன் ஒரு நாள் வருவான். அந்த வீரன் இந்த ஆசிரமத்தில் கால் வைக்கும்போது உன் பாவம் நீங்கும். நீ அவனை அதிதியாக வரவேற்று உபசரிப்பாய். அப்போது உன்னுடைய இயற்கைக் குணத்தையும் காந்தியையும் மறுபடியும் அடைந்து என்னுடன் வாழ்வாய்.

இவ்வாறு சொல்லிவிட்டு கௌதமர் நெறி தவறிய மனைவியை விட்டு விலகி, இமயமலை சென்று விட்டார். அங்கே தவமிருக்கிறார்.

ஆசிரமத்திற்குள் நாம் செல்வோம். திக்கற்ற அகலிகைக்கு முனிவர் சொல்லியபடி நீ விமோசனம் தருவாய்" என்றார் விசுவாமித்திர முனிவர்.

அவ்வாறே ஆசிரமத்துக்குள் சென்றனர். ராமன் உள்ளே கால் வைத்ததும் அகலிகையின் பாவம்

தீர்ந்தது . . . ராமனும் லக்ஷ்மணனும் முனிபத்தினியின் பாதங்களைத் தொட்டு நமஸ்கரித்தார்கள். நெடுங்காலம் காத்திருந்த அகலிகை தன்னுடைய விமோசன காலம் வந்துவிட்டதென்று மகிழ்ந்து சக்கரவர்த்தித் திருமகனுக்கு அர்க்கியம், பாத்தியம் முதலியன தந்து உபசாரம் செய்தாள். ராமனும் அங்கீகரித்தான். ஆகாயத்திலிருந்து புஷ்பமாரி பெய்ய, அவளுடைய கொடிய பாவம் தீர்ந்து தேவகன்னி போல பிரகாசித்தாள். கௌதமரும் அச்சமயம் அங்கே வந்து சேர்ந்தார் . . .”

இது வால்மீகி இராமாயணத்தில் உள்ள அகலிகை கதை. இம்மொழிபெயர்ப்பு முக்கியமாகக் குழந்தைகளுக்காகவே எழுதப்பட்டதாக ராஜாஜி கூறியிருப்பதால், பொருளை ஓரளவு எளிமைப்படுத்தியிருக்கிறார் எனலாம். எனினும் வான்மீகி முனிவர் எழுதியதையே அவர் சக்கரவர்த்தித் திருமகனில் எழுதியிருக்கிறார் என்பதில் ஐயமில்லை. (இடையிடையே ராஜாஜி கூறும் குறிப்புரைகளைத் தவிர என்பதும் நினைவுகூர வேண்டியதே.)

மகாபாரதத்திலும் மற்றைய புராணங்களிலும் கதைகளிலும் மேற்கூறிய கதை சிற்சில விகற்பங்களுடன் வழங்கி வருகின்றன. எனினும் வான்மீகியின் வார்ப்பே பெரு வழக்காறுடையது. இம்முகப்புரையுடன், தமிழில் இக்கதை வழங்குமாற்றைச் சிறப்பாகக் கவனிப்போம்.

2

அகலிகைக் கதையை மிகச் சுருக்கமாகவேனும் கூறியுள்ள, காலத்தால் முந்திய நூல் *பரிபாடல்*. சான்றோர் செய்யுள்களில் ஒன்றாகக் கொள்ளப்படும் இந்நூல் அவற்றுட் காலத்தாற் பிந்தியது என்று கருதுவோர் உளர். வைதிக சமயக் கருத்துக்களும் பௌராணிகச் செய்திகளும் நிறைந்துள்ள பரிபாடல் “பிற்பட்ட சங்கத் தொகை நூலாகும்” என்று எஸ். வையாபுரிப்பிள்ளை கருதுவர்.[5] அது எவ்வாறாயினும், இன்று எமக்குக் கிடைக்கும் பழந்தமிழ் நூல்களில் பரிபாடலிலேயே அகலிகைக் கதைக் குறிப்புக் காணப்படுகின்றது. அது குறிக்கப்படும் முறையும் கவனிக்கத்தக்கதாயுள்ளது. பத்தொன்பதாம் பரிபாடல் முருகவேளைப் பற்றியது. கடவுள் வாழ்த்தாக அமைந்தது. பாடியவர் நப்பண்ணனார். பூவுலகிலேயே மக்களுக்குத் திருவருள் புரியும் வண்ணம் முருகன் வள்ளி நாய்ச்சியாரைத் திருப்பரங்குன்றத்திலே மணம் புரிந்தான். அத்தகைய சிறப்புப் பெற்ற பரங்குன்றத்தைத் தரிசிக்க மதுரையிலுள்ள ஆடவர்,

அரிவையர் விடியற்காலையிற் செல்கின்றனர். பாண்டிய மன்னனும் தனது பரிவாரத்தோடு சென்றிருந்தான். மலையிலே காணப்படும் பல்வேறு இயற்கைக் காட்சிகளைச் சிலர் பார்த்து அவற்றில் ஈடுபட்டிருக்கையில், வேறு சிலர் அக்குன்றத்திலுள்ள ஓவிய சாலைகளிற் சென்று அங்குள்ள சித்திரங்களைக் கண்டு மகிழ்ந்தனர். ஒருவருக்கொருவர் காட்டிச் சித்திரங்களுக்கு விளக்கங் கூறினர். அச்சந்தர்ப்பத்திலேயே சித்திரமொன்றனைக் காட்டி, "இவ்வுருவம் பூனை வடிவமெய்திய இந்திரனது; இவள் அகலிகை; இவன் கௌதமன்; இவன் கோபித்தலால் இவள் கல்லுருவானவாறு இது" எனச் சிலர் கூறினர்.

இந்திரன் பூசைஇவள் அகலிகை இவன்
சென்ற கவுதமன்; சினனுறக் கல்லுரு
ஒன்றிய படிஇதென் றுரைசெய் வோரும்

என்பதே எமக்குத் தேவையான மேற்கோளாகும். அகலிகை கதை சித்திரசாலையில் ஓவியமாகத் தீட்டப்பட்டிருந்தது. "இன்ன பலபல எழுத்து நிலை மண்டபம்" என்று கூறுகிறார் புலவர். அகலிகை கதைச் சித்திரத்துக்கு முன் காமன் – இரதி பற்றிய சித்திரம் குறிப்பிடப்பட்டுள்ளது. காவியக் கதை அங்கு ஓவியமாய்த் தீட்டப் பெற்றிருந்ததால், அகலிகை கதை ஓர் அடிக்கருத்தாக விளங்கியமை விசிதம். பழங்காலத்திலே அறைகளின் உட்கூரையிலும் சுவர்களிலும் சித்திரங்கள் தீட்டும் வழக்கம் இருந்தது என்பதற்குச் சான்றோர் செய்யுள்களிலும் (*நெடுநல்வாடை*), *மணிமேகலை* முதலிய தொடர்நிலைச் செய்யுள்களிலும் குறிப்புக்கள் காணலாம். திருப்பரங்குன்றத்தில் ஓவிய கூடத்திலே அகலிகை கதை சித்திரிக்கப்பட்டிருந்ததால் அது பொது மக்களால் நன்கறியப்பட்டிருந்தது என்பதும் கலை இலக்கிய உலகில் அதற்கு வழக்காறு இருந்தது என்பதும் புலப்படும். ஒன்பதாம் பரிபாட்டிலே குன்றம்பூதனார், செவ்வேளின் தேவி, தேவ சேனையை, "ஐயிரு நூற்றுமெய்ந் நயனத்தவன் மகள்" என்று குறித்துள்ளார். இது கௌதமர் இந்திரனுக்கு இட்ட சாபத்தின் விளைவாக அவன் ஆயிரங் கண்களைப் பெற்றது பற்றிய குறிப்பாகும்.

இக்குறிப்புக்களை நோக்கும் பொழுது ஒரு செய்தி வெளிப்படையாயிருக்கிறது. இவ்விரு கதைக் குறிப்புக்களும் வான்மீகியார் கூறிய கதையின்றும் வேறுபட்டனவாயுள்ளன. அகலிகையைக் கௌதர் கல்லாகும்படி சபித்தாரென்று வான்மீகியார் கூறினாரல்லர். அதனை நாம் ஏலவே பார்த்தோம். அதைப்போல அவர் இந்திரனுக்கு விதித்த சாபமும் *பரிபாடலில்* வேறுபட்டுக் காணப்படுகிறது. இதிலொன்றும் ஆச்சரியப்படுவதற்கில்லை. வான்மீகி இராமாயணத்தை ஆதாரமாய்க் கொண்டு

பிற்காலத்தில் பல நூல்கள் தோன்றின. உத்தரராம சரிதம், மஹாவீர சரிதம், பிரஸந்த ராகவம், உன்மத்தராகவம், அநர்க்கராகவம், பால ராமாயணம், ஜானகீ பரிணயம், கிருத்யா காவியம், சேதுபந்தம், ரகுவம்சம், பட்டி காவியம், ராகவ பாண்டவீயம், ராமாயண சம்பூ என்பவை இவற்றிற் சில.[6]

இவற்றைத் தவிர மகாபாரதத்திலும், புராணங்கள் பலவற்றிலும் இராமாயணக் கதைக் குறிப்புக்களும் கதைச் சுருக்கமும் இடம் பெற்றுள்ளன. இவற்றிலெல்லாம் எத்தனையோ நுணுக்க விவர வேறுபாடுகள் காணப்படுகின்றன. சான்றோர் செய்யுள்களுக்குப் பிற்பட்ட நூல்களில் பௌராணிக மரபுக் கதைகளே பெரிதும் பயின்று வருவதால் பரிபாடலில் இக்குறிப்புகளை வைத்துப் பாடிய புலவர்கள் ஏதாவது ஒரு புராணத்திலிருந்து இவற்றைப் பெற்றிருத்தல் கூடும். கதாஸரித் சாகரம், லாவாணக லம்பகத்திலே இந்திரனுக்கு உடம்பெல்லாம் கண்கள் தோன்றுவதற்கு வேறு விளக்கம் கூறப்பட்டுள்ளது. *அத்யாத்ம ராமாயணம்* பாலகாண்டத்திலே, கௌதமர் அகலிகையைக் கல்லாகும் படிக்கும் இந்திரனது தேகம் விகாரமாகும்படிக்கும் சபித்தார் என்று கூறப்படுகிறது. இத்தகைய விகற்பங்களுக்குச் சமாதானங் கூறுமுகமாகவே கோவிந்தராஜர் தமது விளக்கவுரையில், “மற்ற புராணங்களில் கௌதமர் அகலிகையைக் கல்லாகச் சபித்தாரென்றும் ராமருடைய பாத தூளி பட்டவுடன் பெண்ணானாளென்றும் சொல்லப்படுகிறது. வேறு கல்பங்களில் நடத்திருக்கலாம்” என்கிறார். *சக்கரவர்த்தித் திருமகனில்* ராஜாஜியும் இத்தகையொரு சமாதானத்தையே கூறுகிறார். “மற்றப் புராணங்களிலும் கதைகளிலும் சில விஷயங்கள் பேதப்பட்டு வழங்கி வருகின்றன. அதனால் குழப்பம் வேண்டியதில்லை.”

பக்தியின் அடிப்படையிலும் நம்பிக்கையின் அடிப்படையிலும் நோக்குவோருக்கே மனக்குழப்பம் என்ற சிக்கல் தோன்றும். இலக்கிய அடிப்படையிலும் சமூகவியல் அடிப்படையிலும் நோக்கும் எமக்கு இப்பேதங்கள் சுவை பயப்பனவாயும் பொருண்மை சுட்டுவனவாயும் அமைகின்றன. வான்மீகி இராமாயணத்துக்கும் பிற இராமாயணக் கதைகளுக்கும் உள்ள வேறுபாடுகள் பற்றி இவ்வளவு எடுத்துரைத்ததற்குக் காரணம் இல்லாமலில்லை. நவீன எழுத்தாளருக்கு அகலிகைக் கதையை வெவ்வேறு கோணங்களிலிருந்து நோக்குவதற்கு எத்துணை வாய்ப்பு இருக்கிறது என்பதை இவை காட்டுகின்றன.

இது நிற்க, இனி மீண்டும் தமிழ் இலக்கியத்துக்கு வருவோம். *பரிபாடல்* கூறும் வடிவத்திலேயே இக்கதையைக்

கம்பனும் விரித்துரைத்துள்ளான். பரிபாடல் ஆசிரியருக்குப் பின் ஆழ்வார்கள் சில குறிப்புகளைக் கூறினார்கள். அவர்கள் தோத்திரங்களில் கூறியவற்றையெல்லாம் காவியப் பாத்திரங்கள் மூலம் உருவாக்கியளித்த கம்பன், கௌதமருடைய சாபத்தைப் பொறுத்தளவில் வான்மீகியாரிலிருந்து வேறுபடுவதைப் போலவே அகலிகையின் மனப்பான்மையைச் சித்திரிப்பதிலும் குறிப்பிடத்தக்களவு வேறுபடுகின்றான். தவறிழைத்த அகலிகையைக் கம்பன், “நெஞ்சினாற் பிழைப்பிலாதாள்” என்றே விசுவாமித்திரர் வாயிலாகக் குறிப்பிடுகின்றான். அதுமட்டுமல்ல, சாப விமோசனத்தின் பின், “குணங்களால் உயர்ந்த வள்ளல்” இராமன் கௌதமரை வணங்கி, “மாசறு கற்பின் மிக்க அணங்கினை அவன் கை ஈந்து” விசுவாமித்திரனுடன் தன்னுடைய பயணத்தைத் தொடந்தான் என்றும் கம்பன் கூறுகிறான்.

இவ்விடத்தில் வான்மீகியிலிருந்து கம்பன் அதி முக்கியமான விஷயத்தில் வேறுபடுகிறான் என்பது உற்று நோக்க வேண்டுவது. “துஷ்ட புத்தியையுடைய அகலிகை முனி வேஷத்தையுடையவனை ஸஹஸ்ராக்ஷன் என்று அறிந்துகொண்டு தேவேந்திரன் என்னும் குதூகலத்தால் ஸம்மதஞ் செய்தனள்” என்றே ஆதி கவியாம் வான்மீகியார் கூறினார். ஆனால் கம்பனோ அகலிகை மனமறிந்து இந்திரனைக் கூடினாள் என்பதை மாற்றிவிட்டான். இந்திரன்,

மையலால் அறிவு நீங்கி மாமுனிக்கு அற்றம் செய்து
பொய்இலா உள்ளத்தான்தன் உருவமே கொண்டு புக்கான்.

புக்கு அவளோடும் காமப் புதுமண மதுவின் தேறல்
ஒக்க உண்டு இருத்த லோடும் உணர்ந்தனள்; உணர்ந்தபின்னும்
தக்கது அன்று என்ன ஓராள்; தாழ்ந்தனள்; இருப்பத் தாழா
முக்கணான் அனைய ஆற்றல் முனிவனும் முடுகி வந்தான்.

கம்பன் படைத்த அகலிகையை அறிந்துகொள்வதற்கு இவ்வடிகள் மிக முக்கியமானவை. பொதுவாக இச்செய்யுளுக்குப் பின்வரும் பொருளுரைக்கப்படுவதுண்டு: “காமம் கண்ணை மறைக்க இந்திரன், பொய்யிலா உள்ளத்தனான கௌதமன் உருவத்திலே அகலிகையிடஞ் சென்றான். அங்கு இருவரும் அனுபவித்துக் கொண்டிருக்கையில், தன்னைக் கூடுபவன் அயலான் என்றுணர்ந்த அகலிகை நன்று தீது அறியமாட்டாத் தகையளாய் இன்ப வெள்ளத்துத் தாழ்ந்தவளா யிருந்தாள். அப்போது முனிவன் வந்து சேர்ந்தான்.”

இப்பொருள் பொருத்தமில்லை யென்பதைத் தக்க சான்று களுடன் தருக்கரீதியாக எடுத்துக்காட்டியவருள் ரா. இராகவையங்காரும்,[7] ச. சோமசுந்தர பாரதியாரும்[8] முக்கிய மானவர்கள். மேலே நாம் காட்டியுள்ளவாறு விசுவாமித்திரனும், இராமனும் அகலிகையின் மாசறு கற்பினைப் பாராட்டியிருப்பதால்,

“தக்கதன்று என்ன ஓராத் தகையளாய் இன்ப வெள்ளத்துத் தாழ்ந்தவளாய்” அவளிருந்தாள் என்பது முன்னுக்குப் பின் முரணுவதாயமையும் என்று இவ்விரு ஆசிரியர்களும் சுட்டிக் காட்டியிருக்கின்றனர். சோமசுந்தர பாரதியாரின் சுவையான – அறிவுக்கு விருந்தாயமைந்த – வாதத்தில் ஒரு பகுதியைப் பார்ப்போம்:

> ‘உணர்தல்’ பொறியான் வரும் புலனுணர்ச்சி; ‘ஓர்தல்’ ஆராய்ந்து துணியும் அறிவு. இவ்வேறுபாடுகள் நன்கு புலப்படுத்திப் புணர்ந்தவன் புது மணச் செயலால் அவன் அயன்மையைப் புலனுணர்ந்த அகலிகை, அவ்வுணர்வூட்டும் கழுவாய் காணொணாத் தன் கற்பிழவின் இன்னல் அவளுள்ளத்திலூன்றி உளைவித்து உரனழிக்க யாதும் ஓர்ந்தறிய ஒல்லாத அகமழிக்கும் அல்லல் மிகையால், அவச நிலையெய்திச் சாய்ந்து வீழ்ந்தாள் . . .
>
> இனி, ‘தக்கதன்று – என்ன ஓராள்’ எனப் பிரித்து ‘தக்கதன்று’ என்பதை ஒரு சொன்னீர்மைத்தாக்கிக் கவியின் கருத்தழிய முன்பின் பொருத்த மற்ற பொருள் கொள்ளுதலை விட்டு, ‘தக்கது – அன்று – என்ன – ஓராள்’ என்று இத்தொடர்ச் சொற்களைத் தனித்தனிப் பிரித்துக் கண்ணழித்துக் காணின், கம்பர் கருத்தும் கவினுயரும் செம்பொருளும் தெளியக் கிடைக்கும்.

கம்பனுடைய கவிதை நடையிலும் பன்மடங்கு கடினமான உரைநடையிலே சோமசுந்தர பாரதியார் கூறுவது இதுதான்:

> தீயவன் வஞ்சத்தாலே தோயத் தன்னுடல் மாசுற்றாளே அன்றித் தன் மனத்துக்கண் மாசு அற்றவள் அகலிகை. இவ்வாதத்தின் முடிவு மேலும் வாதத்துக்குரியதாகச் சிலருக்குத் தோன்றக் கூடும். கம்பன் இதைத்தான் கருதினான் என்று அறுதியிட்டுத் துணிதல் விவேகமற்ற முயற்சியாயுமிருத்தல் கூடும். ஆனால் பல வழிகளில் வான்மீகியிலிருந்து மாறுபட்டுச் சென்றுள்ள கம்பன் அகலிகையைக் கற்பு நெறி தவறாதவளாயும், உண்மை ஓராது வீண்வசை கூறிய உலகத்தின் “நெடும் பழி பூண்டு நின்ற”வளாயும் சித்திரித்தான் என்று வாதிடுவது வரம்புக்குட்பட்டதாயே இருக்கிறது. அதே சமயத்தில் அறிந்தோ அறியாமலோ தவறிழைத்தவளாய்க் காணப்பட்டமையாலேயே கௌதமர் அவளை

நோக்கி, "விலைமகள் அனைய நீயும் கல்இயல் ஆதி" என்றார். இதனை நாம் நன்குணர்தல் வேண்டும்.

இராகவையங்கார், சோமசுந்தர பாரதியார் போன்றோர் வாதத்தின் பொருத்தம் எவ்வாறு இருப்பினும் அவை ஒன்றை எமக்குக் காட்டுகின்றன. புராணங்களிலும் பண்டைய இலக்கியங்களிலும் அமைந்துள்ள அகலிகைக் கதையை, ஒழுக்கப் பிரச்சினையாகவும் ஆண் – பெண் உறவு பற்றிய பிரச்சினையாகவும் கொண்டு ஆராய்கிறார்கள். அதாவது தமது காலச் சிந்தனைகள் சிலவற்றிற்கு ஏற்பக் கம்பன் கூற்றுக்கு அமைதி காணவும், காட்டவும் முற்படுகிறார்கள். எத்துணைச் சிறந்த தார்க்கீகராய் ஒருவர் இருப்பினும், பழைய பாடல்களுக்குப் புது விளக்கங் கூறுமுயற்சிக்கு ஓர் எல்லையுண்டு. மூல பாடத்திற் பெருமாற்றங்களைப் புகுத்தினாலன்றி அடிப்படைக் கருத்துகளை அதிகம் மாற்றவியலாது. சொற்களை எத்துணைக் கூர்மதியுடன் கண்ணழித்துப் பொருள் கூறினாலும் அப்பொருள் நம்பத்தக்கதாயுமிருக்க வேண்டுமன்றோ? இது காரணமாகவே, *கம்பராமாயணத்தில்* பயிற்சியும் ஈடுபாடுங் கொண்ட வெள்ளக்கால் சுப்பிரமணிய முதலியார், தாமே புதுவதாக ஒரு நூலை இயற்றினார். சோமசுந்தர பாரதியார் கம்பனிற் காட்ட முயலும் சில கருத்துக்களையும் முதலியார் தமது கதைக் கூறுகளாய் அமைத்துக் கொண்டார். அந்த வகையில் இருவரும் ஏறத்தாழ ஒரே போக்கிற் சிந்தித்தனர் என்பது புலனாகும். இருவரும் தமது காலச் சூழ்நிலையினாற் பாதிக்கப்பட்டனர் என்பது தெளிவாகும். அவற்றையெல்லாம் பினனால் நோக்குவோம்.

இன்னுமொன்று. அகலிகையைப் பற்றிக் கம்பனும் வான்மீகியும் வேறுபட்ட போதும், கௌதமனைப் பற்றிக் கருத்து வேறுபாடே அவர்களுக்கில்லை எனலாம். 'பிறர் கண்ணுக்குத் தெரியாமல் வாழ்வாய்' என்று வான்மீகி படைத்த கௌதமர் கூறுகிறார்; 'கல்லாகுவாய்' என்று கம்பனது கௌதமர் கூறுகிறார். சாபத்தின் தன்மையில் சிறிது மாற்றமேயன்றிச் சபிப்பதில் வேறுபாடில்லை. "நெஞ்சினாற் பிழை யிலாதாள்" என்று விசுவாமித்திரன் சாப விமோசனத்தின் பின் கௌதமருக்குக் கூறிய போதும், கௌதமர் சாபமிடுமுன் அகலிகை தவறிழைக்க ஏதுவாயிருந்த சந்தர்ப்ப சூழ்நிலைகளைக் கவனித்தார் என்பதற்கில்லை. அவ்வாறு ஒழுக்கம் பற்றிய தர்ம விசாரத்தில் ஈடுபடும் பாத்திரமாகப் பெரும்பாலான முனிவர்கள் பண்டைய நூல்களிற் சித்திரிக்கப்படவில்லை. தமது நன்னடத்தையிலும் நேர்மையிலும் அம் முனிவர்களுக்கு அசைக்க இயலாத நம்பிக்கையிருந்தது. இஃது ஆண் இயல்பாக உயர்ந்தவன் என்னும் கோட்பாட்டின் துணைக் கொண்டது. தானும் தவறிழைத்தல் கூடும் என்னும் ஐயம் ஒரு ஒரு கணமேனும்

கௌதமருக்குத் தோன்றவில்லை. அத்தகைய பாத்திரமல்லர் அவர். சுருங்கச் சொன்னால் பழைய நூல்களில் அகலிகையும் இந்திரனுமே குற்றஞ்சாட்டப்பட்டு விசாரிக்கப்படுவார்கள். கௌதமர் நீதி மன்றத்துக்கு வரவேண்டிய அவசியமேயில்லை. இடர்ப்பாடு அடைந்து துயரப்படும் பாத்திரமாகவே அவர் வார்க்கப்பட்டவர். இது அன்றைய சமுதாய அமைப்பையும் அடிப்படைத் தற்கோளையும் எமக்குணர்த்துகிறது. கௌதமரும் விசாரிக்கப்பட வேண்டியவர் என்ற எண்ணம் நவீன எழுத்தாளரது படைப்புகளிற் காணப்படுவது. அந்த அளவுக்கு அகலிகை குற்றமற்றவள் என்ற கருத்தும் எடுத்துரைக்கப்பட்டுள்ளது. ஆனால் இவற்றையெல்லாம் இவ்விடத்தில் எழுதுவது இனி வருவதை முந்துறக் குறித்து விடுவதாகும்.

கம்பனுக்குப் பின் அகலிகை பற்றிய குறிப்புக்கள் அருகிக் காணப்படுகின்றன. பிற்காலத்து எழுந்த சிற்றிலக்கியத் தொகுதி களில் ஒன்றான *அஷ்டப் பிரபந்தம்* அகலிகை சாபவிமோ சனத்தைத் தெய்வச் செயல்களிலொன்றாகக் குறிக்கிறது.

> பெண் ஆக்குவிக்கச் சிலைமேல்
> ஒரு துகள் பெய்த பொற்றாள்

என்று இராமபிரானின் திருவடிகளைப் போற்றுகிறார் திவ்வியகவி பிள்ளைப்பெருமாள் ஐயங்கார்.[9] பெரியவாச்சான் பிள்ளை தொகுத்தாக்கிய, *திவ்வியப்பிரபந்த பாசுர ராமாயணம்* என்ற பாராயண நூலிலும் அகலிகை சாபவிமோசனம் குறிப்பிடப்பட்டிருக்கிறது. இவையாவும் முழுமையான சமய நூல்களாகையால் சம்பிரதாயமான கருத்துக்களே பற்றுறுதியுடன் இவற்றில் மாறுபாடின்றிக் கூறப்படுகின்றன. முதன்முதலாக அகலிகைக் கதையையே தனி நூலாக்கியவர் வெ.ப. சுப்பிரமணிய முதலியார். அது காரணத்தால் இருபதாம் நூற்றாண்டிலே அகலிகை பற்றித் தமிழில் எழுந்த நூல்கள் யாவும் ஏதோவொரு வகையில் *அகலிகை வெண்பா*வினாற் பாதிக்கப்பட்டு இருக்கின்றன எனலாம்.

3

அகலிகை வரலாற்றைக் கம்பன் அவள் பெயர் கொண்ட படலத்தினிறுதியிற் பதினேழு விருத்தங்களிற் கூறுகிறான். அகலிகை வெண்பாவில் கடவுள் வாழ்த்து, காப்பு ஆகியன உட்பட இருநூற்றுத் தொண்ணூற்றைந்து வெண்பாக்கள் உள்ளன. அளவிற் சிறியதாயினும் *நளவெண்பா* என்ற நூல்போன்று காண்டங்களாகப் பிரிக்கப்பட்டு, ‘காவிய’ அமைப்பைக் கொண்டது. இராமாயண காவியத்தில், இராமன் மிதிலைக்குச் செல்லும் வழியில் கல்லாய்க் கிடந்தவளுக்குச் சாப விமோசனம்

அளிப்பது இடை நிகழ்வாகவே நடக்கிறது. விவரமறியாது வினவிய தசரத குமாரனுக்கு விசுவாமித்திரன் கூறும் பழைய நிகழ்ச்சியாகவே அகலிகை வரலாறு அமைந்து கிடக்கிறது. அவள் கல்லானமைக்குக் காரண விளக்கம் கூறத் தேவையான அளவுக்கு விவரங்கள் கூறப்படுகின்றனவேயன்றி, அகலிகை, இந்திரன், கௌதமர் என்போர் காவியப் பாத்திரங்களாகக் கடைந்தெடுக்கப் பட்டிருக்கின்றனர் என்று கூறவியலாது. அகலிகை வெண்பாவில் இந்திரன், அகலிகை, கௌதமர் ஆகிய மூவருக்கும் ஆளுக்கொரு காண்டம் அமைத்துக் காவிய மாந்தராக அவர்களைச் சரி நுட்பமாய் வருணித்துள்ளார் முதலியார். பழைய காலப் பரிபாஷையிற் கூறுவதானால் அவரை 'வித்தார கவி' என்று கூறலாம். இந்திர காண்டத்தில், இந்திரன் தனது சபா மண்டபத்திற் கொலுவிருத்தல் முதலாக, அவன் அகலிகையை நினைத்தல், அவளழகை எண்ணி ஏங்கிக் காம நோய்க்காளாகுதல், அகலிகையை அடைய நிச்சயித்தல், கௌதமரது ஆச்சிரமுள்ள வனத்தைச் சேர்தல் என்பன வரை நிகழ்ந்தவை கூறப்படுகின்றன. இக்காண்டத்தின் பிற்பகுதியில் இந்திரனது காம நோயை மிகுவிக்கும் பொருள்களாக வனத்திலுள்ள கொடி, கொம்பு, மலர் முதலியன வருணிக்கப்படுகின்றன. இது காவியங்களிற் காணும் வருணனை மரபினைத் தழுவிக் கொண்டதாகும்.

அகலிகை காண்டத்தில், இந்திரன், கௌதமர் வெளியே போக உபாயஞ் செய்தல் முதலாக, அவன் அகலிகையைப் பற்றல், அவள் வருந்தித் தவித்தல், அவன் செய்கை தகாது எனல், அவன் தன் காமத்தின் இயல்பு கூறல், அவன் வலிந்து தன் கருத்தை முடிக்கத் துணிதல், அவள் மூர்ச்சையடைந்து கற்பழிக்கப்படுதல் ஈறாகப் பல சம்பவங்கள் நாடகத் தன்மையுடன் வருணிக்கப்படுகின்றன.

கௌதம காண்டத்தில் முனிவர் தம் ஆசிரமத்துக்குத் திரும்புதல் முதல், அவர் இந்திரன் களவைக் கண்டு அவனைச் சபித்தல், அவர் அகலிகையை மூர்ச்சை தெளிவித்தல், அவள் இந்திரனால் உற்ற குற்றத்துக்குப் பரிகாரஞ் செய்தல், அவள் அவரைச் சரணமடைதல், தேவர் வேண்ட கௌதமர் இந்திரன் சாபத்தை ஒருவாறு மாற்றல், அகலிகை கல்லாதல், இராமாவதாரத்தில் அவர் பாதபரிசத்தால் அவள் தொல்லுருப் பெறுதல், அகலிகை கௌதமரை அடைதல் ஈறாக உள்ள நிகழ்ச்சிகள் கூறப்படுகின்றன.

'காவியம்' ஒன்றனுக்கு இன்றியமையாதவற்றைப் படைத்துக் கொண்ட முதலியார் மூலக்கதைக்குப் பல மாற்றங்களைச் செய்தார். அவற்றில் இரண்டை முக்கியமாகக் கொள்ளுதல் பொருந்தும்.

1. அகலிகை காண்டத்திலே, அகலிகை கற்பழிக்கப்படுமுன், அவளுக்கும் இந்திரனுக்கும் நீண்டதொரு சம்வாதத்தைக் கற்பிதஞ் செய்து, "இந்திரனும் அகலிகையும் முறையே எடுத்துக் கொண்ட தீமைக்கும் நன்மைக்குந் தகப், போலி நியாயங்களையும் உண்மை நியாயங்களையும், அவரவர் வாயினமைத்துக்[10] கூறியது மட்டுமின்றி இருவர் உணர்ச்சி நிலைகளையும் விரித்தெடுத்துக் காட்டியது முதலியார் புகுத்திய புதுமை. இதனால் அகலிகை தகாத செயலை நன்குணர்ந்து – ஓர்ந்தவளாய்க் காட்டப்படுகின்றாள்.

2. தான் எவ்வளவோ எடுத்துரைத்தும் கேட்காமல், இந்திரன் வலிந்து தன் கருமத்தை முடிக்கத் துணியும்பொழுது அகலிகை தன் முயற்சியெல்லாம் வீணாக அயர்வுற்று மூர்ச்சித்தாள் என்றும், அவள் நினைவிழந்து பிணம்போலக் கிடந்த நிலையிலேயே இந்திரன் தனது ஆசையை நிறைவேற்றினான் என்றும் முதலியார் கூறியிருப்பது முற்றிலும் புதிய கருத்தாகும்.

இவ்விரு சேர்ப்புக்களும் சற்று விரிவாக ஆராய வேண்டியன. முதலாவதைப் பார்ப்போம். இதனை ஆசிரியர் புகுத்தியமைக்குக் காரணங்கள் ஊகிக்கலாம். முதற் காண்டத்திலே இந்திரனுடைய மனத்துள் தோன்றி விரிந்த எண்ணங்களும், அவன் காமநோயுமே பெரும்பான்மை கூறப்படுகின்றன. இவ்வருணனைகள் மிக நேர்த்திவாய்ந்தனவாயிருப்பினும், பிற்பகுதியில் சலிப்பூட்டுவனவாய்க் காணப்படுகின்றன. இதனை ஓரளவு உணர்ந்திருக்கக் கூடிய ஆசிரியர் இரண்டாம் காண்டத்தில் இந்திரன் – அகலிகை சம்வாதத்தைப் புகுத்தினார் எனக் கருதவும் இடமுண்டு. இது நூலின் கட்டமைப்புச் சம்பந்தமானது. அதே சமயத்தில் அகலிகை கற்பின் மாட்சியை விரித்துரைப்பதற்கு இச் சம்வாதத்தைப் பயன்படுத்திக் கொண்டார் என்றும் கூறலாம்.

ஆயினும் இக் காரணங்களைத் தவிர இன்னுமொன்றும் இருந்திருக்கிறது. 1914ஆம் ஆண்டு *அகலிகை வெண்பா* முதற் பதிப்பு முன்னுரையில் முதலியார் கூறுவதாவது: "அகலிகைக்கும் இந்திரனுக்கும் நிகழும் சம்வாதத்தில், சில பகுதிகளில் ஷேக்ஸ்பிய மகாகவியின் சாதுரியமான கருத்துக்களைக் கூட்டியும் குறைத்தும் மாற்றியும் ஏற்றபெற்று உபயோகப்படுத்தியிருக்கிறேன்."

ஆசிரியர் இங்கு ஷேக்ஸ்பியர் பற்றிக் குறிப்பிடுவது அம் மகாகவி இயற்றிய *(The Rape of Lurece) லுக்கிறீஸ் கற்பழிப்பு* என்ற கதைப் பாடலை மனத்திற் கொண்டேயாம்.

ஷேக்ஸ்பியர் ஆரம்ப காலத்தில் (1594) எழுதிய கவிதைகளில் ஒன்று லுக்கிறீஸ் கற்பழிப்பு. அப்பாடலைப் படிப்போர்க்கு

முதலியார் "மகாகவியின் சாதுரியமான கருத்துக்களை" எந்தளவுக்குப் பெற்றுப் பயன்படுத்தியுள்ளார் என்பது தெளிவாகும். லுக்கிறீஸ் என்பவள் கொலாட்டியன் என்பவன் மனைவி. அவர்கள் வாழ்ந்த நாட்டு மன்னன் தார்க்குவின் லுக்கிறீசின் பேரழகையும் கற்பு மாட்சியையும் கேள்வியுற்று அவளை யடைய வேண்டிச் சூழ்ச்சிசெய்து, ஓரிரவில் அவள் துயிலும் அறைக்குச் செல்கிறான். துணுக்குற்றேங்கிய லுக்கிறீஸ் மன்னனுக்கு நீதி எடுத்துரைக்கிறாள். இருவருக்கும் நடக்கும் நீண்ட சம்வாதம் நாடகத் தன்மை மிக்கது. இறுதியில் வலியோன் கையிலகப்பட்ட லுக்கிறீஸ் அபலையாய் மன்னன் காம வெறிக்குப் பலியாகிறாள். உரோம அரசில் நடந்ததாகக் கூறப்படும் இக்கதையில் லுக்கிறீசின் பிரலாபமும் தற்கொலையும், மன்னன் மக்களால் தேசப்பிரஷ்டம் செய்யப்பட்டதுவும். பிறவும் இங்கு எமது ஆய்வுக்குத் தேவையற்றவை. மகாகவியின் பாடலிலே தார்க்குவின் தன் நெஞ்சோடு கிளத்தலாய்க் கூறுவனவும், லுக்கிறீசும் தார்க்குவினும் தர்க்கிப்பதுவுமே பிரதானமானவை.[11] "சாதுரியமான கருத்துகளை" மட்டுமின்றி இருவருக்கும் நிகழும் சம்வாதத்தையே தனதாக்கிக் கொண்டார் முதலியார். தார்க்குவின் – லுக்கிறீஸ் சம்வாதத்தின் சாயலிலேயே இந்திரன் – அகலிகை சம்வாதமும் அமைந்துள்ளது. அது மட்டுமல்ல. இந்திரன் அகலிகையைப் பலவந்தமாகக் கற்பழிப்பதும் தார்க்குவின் லுக்கிறீசைக் கற்பழித்த சாயலிலேயே வார்க்கப்பட்டிருக்கிறது. உயர்வு நவிற்சியாய்க் கூறுவதாயின், ஷேக்ஸ்பியரின் கவிதையைப் படித்துச் சுவைத்த முதலியார் அதனைப் போலொன்றைத் தமிழிலாக்குவதற்கு ஏற்ப இயல்புடையதாக அகலிகைக் கதையை எடுத்துக் கொண்டார் எனலாம். இது குறித்துக் கருத்துரைத்த இராகவையங்கார், "பிறனில் வாழ்க்கைத் துணையாகிய நல்லாளொருத்தியைக் கற்பழிக்கப் புகும் ஒரு தீயன் ... இராவணன் உள்ள நிகழ்ச்சிகளைக் கம்பர் சித்திரித்துக் காட்டின பலவும்" ஆசிரியருக்கு உதவியுள்ளன எனக் கூறியுள்ளார். உண்மையே. எனினும் அகலிகை கற்பழிப்பைப் பொறுத்தமட்டில், லுக்கிறீஸ் கற்பழிப்பே முதலியாருக்குப் பிரதான முன்மாதிரியாயிருந்தது என்பது வற்புறுத்தப்பட வேண்டியது. ஆங்கில மகாகவி மில்டனது *சுவர்க்க நீக்கத்தின்* முதற்காண்டத்தை மொழிபெயர்த்தும், ஜே. மெறிக் என்பார் பாடிய 'ஓணான்' *(The Camaleon)* என்ற பாடலைத் தழுவியும் இலக்கியம் படைத்த முதலியார் ஷேக்ஸ்பியரது கதைப் பாடலிலிருந்து சில பகுதிகளைத் தனதாக்கியதில் வியப்பு எதுவுமில்லை.

இவ்விடத்தில் நாம் கவனிக்க வேண்டியது ஒன்றுதான். லுக்கிறீஸ் கற்பழிப்பில் காணப்படும் சம்வாதத்தையொட்டி *அகலிகை வெண்பாவில்* அவர் அமைத்த சம்வாதம், நாடகத்

தன்மை செறிந்ததாயும், பாத்திர வார்ப்புக்குப் பெரிதும் உதவுவதாயும், மனித ஒழுக்கம் பற்றிய சர்ச்சைக்குப் பயன்படுவதா யும் இருக்கிறது. இச் சம்வாதத்தின் விளைவாக, அகலிகை பேதைப் பெண்ணாக வன்றித் தன்னைக் காக்கவும், தகைசான்ற சொல்லைக் காக்கவும் இயன்றளவு முயன்றவளாய்ச் சித்திரிக்கப்பட்டுள்ளாள். இது அவள் மீது எமக்குள்ள மதிப்பை ஏற்றுகிறது; அனுதாபத்தை மிகுதிப்படுத்துகிறது.

இனி, முதலியார் புகுத்திய இரண்டாவது புதுமையை அல்லது மாற்றத்தைக் கவனிப்போம்.

செம்மான் தனைப்பற்றித் தின்னப் புகுந்தபுலி
அம்மான் பதறியுணர் வற்றுறினும் – சும்மா
தினாது விடாவாறே தேவர்கோன் அந்தோ
தனாது கருத்தைமுடித் தான்.

பிணத்தினிடத் தேய்பொருளும் பெட்டுக் கவரும்
குணத்திருடர்க் காங்குவமை கொண்டான் – விணத்திறைவன்
....

சவத்தினிடத்துள்ள பொருளையும் இச்சித்துத் திருடும் இழிகுணமுள்ள திருடனைப் போல, தேவந்திரன் மயக்கமுற்று வீழ்ந்துகிடந்த அகலிகையிடத்துத் தன் காமவேட்கையைத் தீர்த்தான் என்று கூறினார் முதலியார். இதனால், "தன்னைக் கலப்பவன் தேவராசன் என்ற காரணத்தால், தான் அவனோடு சேரப் பெற்றது, ஓர் பெரும் பேறெனத் தருக்கிக் குதூகலித்தாள் அகலிகை" என்று வான்மீகியார் கூறுவதினின்றும், "கூடலின் போது தக்க தன்று என்ன ஓராத்தகையளாய் இருந்தாள்" என்று கம்பன் கூறுவதினின்றும் மாறுபட்டு, கூடுவதைப்பற்றி உணர்வேயற்றவளா யிருந்தாள் என்கிறார் முதலியார். ஒரு வகையிற் பார்க்கப்போனால், கம்பனும் கிட்டத்தட்ட இவ்வாறே கூறினான் என்று சோமசுந்தர பாரதியார் வாதிட்டதை நாம் ஏலவே பார்த்தோம். சோமசுந்தர பாரதியாரது முடிவுரையைக் கேட்போம்:

> மருவியவன் அயலான் என அறிகின்றாள். அவ் உணர்வு பிறத்தலும், அயர்ந்து, மணியிழந்த நாகம் போல், 'உயிரினும் ஓம்பற்குரிய தன் கற்புக் கருவூலத்தை இழந்தேன்' எனுமின்னல் அவள் உள்ளத்தில் ஊன்ற, ஒன்றும் உணர்வுற்றிலளாய்', நன்று தீது ஓர்ந்தறிய ஒல்லாமல் அல்லாந்துத் துயர்க்கடலு ளாழ்ந்து தாழ்ந்தாள்.

தன்னைக் கூடி முயங்குபவன் அயலான் என உணர்ந்த பின்னும், அக்கூட்டத்திற் கண்ட இன்ப சுகத்தினால் 'தக்கதன்று ஓராத் தகையளாய் அகலிகை இருந்தாள், என்று கம்பர்

பாட்டுக்குச் சிலர் கூறும் பொருளுக்குச் சோமசுந்தர பாரதியார் மறுப்புரைக்கின்றாரே யன்றி அகலிகையை முழுமையாகக் காப்பாற்ற அவரால் இயலாது. நாம் மேலே கூறியது போல, கம்பன் பாடலடிகள் வகுத்த எல்லையும் உண்டல்லவா? ஆனால் தருக்க ரீதியாக, சோமசுந்தர பாரதியார், முதலியார் சித்திரித்திருப்பதைப் போல் அகலிகையை மூர்ச்சிக்கப் பண்ணி பழியிலிருந்து விடுவிக்க முயல்கிறார் என்பது கண்கூடு. பாரதியார் கம்பனை வைத்துக் கொண்டே செய்ய இயலாததை முதலியார் தமது காவியத்திற் செய்துள்ளார்.

இவ்வாறு திறனாய்வாளர் சோமசுந்தரரும், சிருஷ்டிகர்த்தா சுப்பிரமணிய முதலியாரும், அகலிகைக்கு அனுதாபம் திரட்டுவதில் ஓரளவு வெற்றி கண்டனர். எனினும், கௌதமரைப் பொறுத்தளவில் ஏறத்தாழப் பழைய கதையை அப்படியே ஏற்றுக் கொண்டனர். முதலியாரது அகலிகை, தான் கௌதமரின் அடிமையாயிருத்தற்கும் தகுதியற்றவள் எனக் கூறித் தன்னைதானே இழித்துரைக்கிறாள். (ஏறத்தாழ இத்தகைய கருத்தையே துளசிதாசரின் அகலிகையும் கூறுவள்.[12]) கௌதமர், அகலிகை கற்பிழந்தது 'ஊழ் வினையால்' *(261)* என்று அவளைத் தேற்றிய போதும், "கல்லாநீ ஆர்தல் கழுவாயாம்" *(271)* என்று கூறுகிறான். ஆக, சுப்பிரமணிய முதலியார் அகலிகை "நினைவிழந்த பின்னர் நிகழ்ந்த" *(263)* செயலாகக் கற்பழிப்பைக் காட்டிய போதும், அந்நிகழ்ச்சியின் விளைவாய்த் தோன்றிய ஒழுக்கப் பிரச்சினைகளைத் தொட்டாரல்லர். "நிகழ்ச்சிகளைக் கூடிய மட்டும் முன்னோர் கூறியவற்றோடு முரணாமலும் இயல்பாகவும் கூறியிருக்கிறேன்" என்று முதலியார் கூறுவது இதற்கு விளக்கம். ஒட்டுமொத்தமாகப் பார்க்கும் பொழுது "ஆங்கில, திராவிட நூல் முறைகள் இரண்டுக்கும் இயைய"வும் 'செய்யுட் பயிற்சியுடையாரை' மனத்திற் கொண்டும் 'நவீன காவியம்' ஒன்றைச் செய்ய விரும்பினார் முதலியார். அதன் விளைவே *அகலிகை வெண்பா*. ஷேக்ஸ்பியர், *லுக்கிறீஸ் கற்பழிப்பு* என்ற கதைப்பாடலையும் அதே காலப் பகுதியில் இயற்றிய *Titus Audronicus* என்ற பாடலையுமே வீறார்ந்த உயர் நடையில் *(High Style)* எழுத முயன்றார். அப்போக்கு ஏலவே முதலியாரிடத்தும் பதிந்திருந்த ஆசைக்கு உரமூட்டியது என்று கருதத் தோன்றுகிறது.

முதலியாரது நூலிலே நவீன சமூகவியற் சிந்தனைகளையோ, அல்லது அவற்றின் தாக்கத்தையோ காண இயலவில்லை. மேனாட்டிலிருந்து பெறப்பட்ட உளவியற் கொள்கைகளின் செல்வாக்கை ஆங்காங்குக் காணலாம். அதுபற்றி ஆசிரியர் தமது முன்னுரையில் இலேசாகக் கூறியுள்ளார். உளவியல் அடிப்படையில் ஒரு புதிய பரிமாணத்திற் பாத்திரங்களைப் பார்க்க முயன்றாலும் அப்பார்வை ஆழமான சமுதாயப்

பண்பில்லாமையால் ஆற்றலுடையதாய் அமையவில்லை. அகலிகை வெண்பா பற்றி விபுலாநந்த அடிகள் எழுதிய இரசனைக் குறிப்பு ஒன்றில் அதிற் காணப்படும் உளவியற் சிறப்பியல்புகளைச் சுட்டியிருக்கிறார்.[13] அகலிகை கதையைப் பழைய கட்டமைப்பிற்குள் தனி நூலாய் ஆக்கியதே முதலியார் செய்த புதுமையாகும். இலக்கியத்தின் உள்ளடக்கம் பற்றி அறவியல் *(Ethics)*, ஒழுக்கவியல் *(Morality)* என்பன பற்றி அவர் எத்தகைய பிரச்சினையையும் கிளப்பவும் இல்லை; சர்ச்சை செய்யவும் இல்லை. அதைச் செய்ய முற்பட்டவர்கள் மறுமலர்ச்சி எழுத்தாளராவர்.

4

அகலிகை அடிக்கருத்தைக் கையாண்டு எழுதியிருக்கும் நவீன எழுத்தாளர் படைப்புக்களுள் இரண்டு நன்கு பிரசித்தமானவை. ச.து.சு.யோகியாரின் 'அகல்யா'; புதுமைப்பித்தனின் 'சாப விமோசனம்'. முன்னது கவிதைப் பாடல். பின்னது சிறுகதை. இவற்றைத் தவிர, வேறு சிலவும் குறிப்பிடத்தக்கவை. புதுமைப்பித்தனே எழுதிய 'அகல்யை' என்ற சிறுகதை, எம்.வி. வெங்கடராம் எழுதிய 'கோடரி' என்ற சிறுகதை, ஈழத்திலே இ. இரத்தினம் எழுதிய 'பாபவிமோசனம்' என்ற முழு நீள வானொலி நாடகம் என்பன வெவ்வேறு கோணங்களிலிருந்து அகலிகைக் கதையை அணுகுகின்றன.[14] இவற்றிலேயே வெவ்வேறு அளவிலும் வடிவத்திலும் நவீன உணர்வைக் காணக் கூடியதா யுள்ளது. முதலிலே யோகியார் பாடலை எடுத்துக் கொள்வோம்.

சுப்பிரமணிய முதலியாரின் *அகலிகை வெண்பாவைப்* போலன்றி, யோகியாரின் அகல்யா, கதைப் பாடலாகவே அமைந்தது. காண்டம் முதலிய உறுப்பமைதிகள் கிடையா. கவிதையின் வேகமே கதையை நடத்திச் செல்கிறது. பாடலடி களைக் கணக்கிட்டாலும் அகல்யா, அகலிகை வெண்பாவினுங் குறுகியதே; ஏறத்தாழ நானூற்றுத் தொண்ணூறு அடிகள் கொண்ட குறுங்கதைப் பாடல் அது. ஆயினும், கதை நிகழ்ச்சிகளைப் பொறுத்தமட்டில் அகலிகை சிறுமியாயிருந்த காலமுதல் சாபவிமோசனம் அடைந்து மீண்டும் கௌதமரைச் சேரும் வரையுள்ள சம்பவங்கள் கதைத் தொடர்புடன் கூறப்பட்டுள்ளன. இறுக்கமான கட்டமைப்புக் கொண்ட அகல்யா பாடலின் கவிநயத்தையோ, யோகியாரது புலமைத் திறத்தையோ இச்சந்தர்ப்பத்தில் ஆராயவியலாது. முந்தையோரிலிருந்து யோகியார் வேறுபடுமிடங்களையும், அவற்றின் விளைவுகளையும் சுருக்கமாகப் பார்க்கலாம். காவிய நடையிலமைந்த பெரும் பிரிவுகள் இல்லாவிடிலும், அகல்யாவிலுள்ள சிறுபிரிவுகள்

கதையின் போக்கைப் புலப்படுத்துவன: ஆரம்பம், திருமணம், கற்புக்கனல், சூட்சி, மீட்சி, முடிவு என்ற ஆறு பிரிவுகள் கதையின் முக்கிய அம்சங்களைக் காட்டி நிற்கின்றன.

கம்பனும் வெள்ளக்காலாரும் அகலிகையின் பிறப்பு, இளமைக்கால வாழ்க்கை ஆகியவற்றைக் கூறவில்லை. இளமையில் இந்திரன் அவளைக் காதலித்த சம்பவத்தையும் கூறவில்லை. ஆனால், இவ்விவரங்கள் வடமொழி நூல்களில் வழங்குகின்றன. இவற்றைத் தழுவிக் கதையை ஆரம்பிக்கிறார் யோகியார். லோகபாலர்கள் அடைய விரும்பிய அகலிகையைக் குற்றமெதுவும் அற்ற விதத்தில் (அஹல்யை – குற்றமில்லாதவள்) தன் சக்தி முழுவதையும் உபயோகித்துப் பிரமன் படைத்தான் என்பது புராண வரலாறு.

மேகவாகனன் உன்னை மோகவா கனத் தேற்றிப்
போகவாகனனாகப் புதுமைபெறப் பார்த்தானோ ?

என்பது போன்ற பல அடிகளில், அழியாத பேரழகியாம் அகலிகையை, ஆசை மதன் இந்திரனார் விழியிலுயிர் வைத்து விரும்பியதை யெல்லாம் வருணிக்கிறார் யோகியார். அவருக்குக் கைவந்த புலனுகர்வின்ப வருணனைகள் தொடக்கத்திலிருந்தே பாடலின் தொனியை நிர்ணயப்படுத்தி விடுகின்றன. திருமணம் என்ற இரண்டாம் பகுதியில் மிகச் சுருக்கமாக அகலிகை திருமணத்தைக் கூறுகிறார். பிரமன் வைத்த போட்டியில் இந்திரன் தோல்வியுற, கௌதமர் அகலிகையை மணக்கிறார். ஆனால் இப்பிரிவில் யோகியார் கவிக் கூற்றாகக் கூறுவன அவரை முந்திய கவிஞரிலிருந்து வேறுபடுத்திக் காட்டுகின்றன. இந்திரனுக்கே ஏற்றவளாய் இருந்தவளைக் கௌதமர் மண முடித்த நிகழ்ச்சியைக் கூற வந்த யோகியார், வருணனையோடு தமது கருத்துரையைக் கலந்து தர்மாவேசத்தோடு பாடுகின்றார்:

இவ்வண்ணம் பந்தயத்தை ஏமாற்றி வந்தவற்கு
மெய்வண்ண நின் தந்தை மின் உன்னைத் தந்தானே!
தேவாதி தேவர் இந்தத் தீமை தடுக்கலையோ ?
மூவாத மூவர்களும் மூர்ச்சையுற்றுப் போனாரோ ?

மொக்கு விரிந்த மலர் மோகனமே நின் கனவு
சுக்கு நூறாகத் துளைபட்டுப் போனதுவோ ?
தாடி முனி உன்கைத் தளிரைப் பிடித்தவுடன்
நாடும் உயிரெல்லாம் நடுங்கி துடித்ததுவோ ?

என்று கேள்விக்கு மேல் கேள்வி எழுப்பி உள்ளம் குமுறுகிறார் கவிஞர். இவ்விடத்திலே எமக்குப் பாரதியின் நினைவு வராமற் போகாது. *பாஞ்சாலி சபதம்* இரண்டாம் பாகத்தில் விதுரன் அறிவுரை கூறிய பின்னரும் துரியோதனனாதியோர் சூது மீட்டும் தொடங்கியதை வருணிக்க வந்த பாரதியார், இடையே கவிக்கூற்றாக,

கோயிற் பூசை செய்வோர்
சிலையைக் கொண்டு விற்றல் போலும்

என்று தொடங்கும் பகுதியும், துச்சாதனன் திரௌபதியைச் சபைக்குக் கொணர்ந்த சந்தர்ப்பத்தில்,

வீரமிலா நாய்கள் விலங்காம் இளவரசன்
தன்னை மிதித்துத் தராலத்திற் போக்கியே
பொன்னையவள் அந்தப் புரத்தினிலே சேர்க்காமல்
நெட்டை மரங்களென நின்று புலம்பினார்
பெட்டைப் புலம்பல் பிறர்க்குத் துணையாமோ ?

என்ற பகுதியும் அவரது தர்மாவேசத்தைத் தெளிக்கின்றன. அதுபோலவே யோகியாரும், அகலிகைக்கும் கௌதமருக்கும் பிரமன் நடத்தி வைத்த பொருத்தமிலாத் திருமணத்தைக் கூறும்பொழுது மனம் புழுங்குகிறார்.

'கற்புக் கனல்' என்பது மூன்றாம் பிரிவு. வெள்ளக்காலாரின் நூலிலே அகலிகையைக் கற்பழிக்க வந்த இந்திரன், அவன் கையைப் பற்றியதும், வந்தவன் அயலான் என்று கண்ட நிலையிலேயே இருவருக்கும் சம்வாதம் நிகழ்கிறது. யோகியார் அதிலும் ஒரு மாற்றம் செய்துள்ளார். ஒரு நாள் பகல் இந்திரன் வந்து அகலிகையிடம் தன் காமநோயை விவரித்து, தன்னிச்சைக்கு இணங்குமாறு வேண்டுகிறான். அந்தச் சந்தர்ப்பத்திலேயே அகலிகை கற்புக் கனலாக மாறி நின்று சுடச் சுடப் பதிலிறுக்கிறாள். இவ்விடத்தில் யோகியார் அகலிகையை வருணிக்கும் வேகம் கவனிக்கத்தக்கது:

அவ்வளவும் கேட்டாள் அமைதி குலைந்தாளே.
உற்று விழித்தாளே ஊழிக்கால் போன்றாளே
நெற்றி வியர்த்தாளே நெருப்பென்ன நின்றாளே
மார்பு துடிக்க மனந் துடிக்க வாய் துடிக்க
பார்வை துடிக்கப் படபடத்துப் பொங்குகின்றாள்:
'யாரை நீ சொன்னாய் ?' அடகெடுவாய்! மதியில்லாய்
வேரை அழியாதே வெற்றிலையை வேட்கின்றாய்
கற்புக் கனல் நான் காமச் சிறு புழுநீ!

அகலிகையை ரௌத்திரத்தின் வடிவமாகவே சித்திரித்துவிட்டார் யோகியார். (பாரதியாரைப் போல, யோகியாரும் சக்தி உபாசகர் என்பது ஈண்டு மனங்கொளத்தக்கது.) வந்தவன் தேவராஜன் என்று கண்டு குதூகலித்த வான்மீகியின் அகலிகைக்கும் யோகியாரின் அகல்யாவுக்கும் உள்ள இமாலய வேறுபாடு இலட்சியவாதத்தின் வளர்ச்சியை எடுத்துக்காட்டுகிறது. இப்பிரிவின் பிற்பகுதியிலே யோகியார் இந்திரனை வருணிக்கும் அடிகள், 'லுக்கிறீஸ் கற்பழிப்'பில் தார்க்குவினது சித்திரிப்பை நினைவூட்டுகின்றன. லுக்கிறீசைக் கற்பழிக்க முனையுமுன் வெகுநேரமாகத் தனக்குள் போராடுகிறான் அவன். "lustful Lord" என்றோரிடத்தில் அவனை

வருணிக்கிறார் ஆங்கில மகாகவி. யோகியார் மூன்றாம் பிரிவைப் பின்வருமாறு முடிக்கிறார்:

> அறிவு பல்கால் அணைபோட ஆசைபல்கால் உடைத்தோட
> வெறியவனாய்ச் செயலறியா வீணன்போல் ஆனானே.
> நெடுநேரம் போராடி நெஞ்சத்து உறுதியுற்றான்
> தொடுவான் ஆனாலும் தொடுவேன் அவளை என்றான்.

'சூட்சி' என்ற நான்காம் பிரிவிலேயே யோகியார் கதையின் முக்கியமான ஓர் அம்சத்திற் பிற கவிஞரினின்றும் பெரிதும் வேறுபடுகின்றார்: கௌதமர் வடிவில் புகுந்த கயவனைத் (இந்திரனை) தன் கணவனென்றே கொண்டு இணைந்தாள் அகலிகை.

> தீங்கு தடுப் பாரில்லை தீமை புரிந்து விட்டான்
> "என்றுமில்லாப் பேராசை என்கணவர் கொண்டாரே!
> இன்று கண்டேன் பேரின்பம் யான்!" என்று இணங்கி விட்டாள்.

பின்னர் முனிவர் குடிசைக்குள் நுழைந்தபோது வானரசன் பூனையெனப் புறத்தே புகுந்த போதே அகலிகை சூழ்ச்சியை யறிந்தாள். அந்த வகையில் உடற்குற்றமும் உளக்குற்றமும் இல்லாதவளாக அகலிகையை யோகியார் படைத்துள்ளார். இந்திரன் கற்பழிக்க முயன்றபொழுது அகலிகை மூர்ச்சையுற்றாள் என்று பாடிய முதலியார், பிரச்சினையை நேர் நோக்காது, இந்திரனைக் கூடிய அகலிகையின் மனப்போக்கை விவரிக்கத் தவறினார். யோகியார் காட்டும் அகலிகை சூழ்ச்சியறியாது, வந்தவன் தனது கணவன் என்று கொண்டு கலந்தவளாகக் காணப்படுகிறாள். அதாவது முந்தையோர், உளக்குற்றம், உடற்குற்றம் என்ற இரண்டில் அகலிகை ஒன்றையோ, இரண்டையோ உடையவள் என்ற அடிப்படையில் பாடினர். வான்மீகியின் அகலிகை உளக்குற்றமும் உடற்குற்றமும் உடையவள்; கம்பனின் அகலிகை உடற்குற்றம் மாத்திரம் உள்ளவள்; சுப்பிரமணிய முதலியாரின் அகலிகையும் அப்படியே; ஆனால் யோகியார் இருவகைக் குற்றமும் இல்லாதவளாகப் படைத்துள்ளார். முடிவு என்ற பிரிவிலே ரகுராமன்,

> உடற் குற்றம் எங்கும் வரும்
> உளக் குற்றம் இல்லையென்றால்?
> கண்ணால் உனைக் கண்டாள்
> வானரசைக் காணவில்லை
> எண்ணத்து உனை ஏற்றாள்
> வானரசை ஏற்கவில்லை

என்று கௌதமருடன் தர்க்கிக்கிறாள். ஆனால் அது பின்னால் வருவது. இந்நான்காம் பிரிவில், கௌதமர் அகலிகையைச் சபிக்கு மிடத்திலும், கவிஞர் தம்மை மறந்து குமுறுகிறார்:

அறம் நின்றாள் வீழ்ந்தாள்
அறம் கொன்றார் வாழ்கின்றார்
திறங்கொண்ட செம்மாப்பால்
தீமை புரிந்துவிட்டார்
காதலன்தான் கற்பழித்தான்
கணவன் அவள் பொற்பழித்தான்
மாதரசை வேசையென
மாநிலத்தார் ஏசலுற்றார்.

இக்கூற்று இக்கால உணர்வினைக் காட்டுகிறது எனலாம். மூன்று கருத்துக்கள் இதில் அடங்கியுள்ளன.

- உண்மையில் அறவழி நின்றவள் அகலிகை.
- இந்திரன், கௌதமர் ஆகியோர் ஆண்களானமையால் குற்ற உணர்வும் சிந்தனையுமின்றித் தொடர்ந்து வாழ்கின்றனர்.
- அகலிகையை வீண்பழி – அபவாதம் – சூழ்ந்து கொண்டது.

இம்மூன்று கருத்துக்களில் ஒட்டுமொத்தமாக இருப்பது ஒன்றுதான்; பெண்ணினத்தைச் சேர்ந்தவளாய் அகலிகை வீணாகப் பழி சுமந்தனள். இக்கருத்தைத் தற்கால எழுத்தாளர் சிலர் மிகத் தெளிவாக எடுத்துரைக்கின்றனர். அதைச் சிறிது பின்னர் நோக்குவோம். அகலிகையை வீண்பழி சூழ்ந்தது என்றே கம்பனும் கருதினான் என்று வாதிடுவார் சோமசுந்தர பாரதியார். "நிரந்தரம் உலகில் நிற்கும் நெடும்பழி பூண்டாள் நின்றாள்" என்றான் கம்பன். இதனையும் கண்ணழித்துப் புத்துரை கூறுவார் சோமசுந்தர பாரதியார். அதனை ஏலவே குறிப்பிட்ட கட்டுரையில் காணலாம்.

'மீட்சி' என்ற ஐந்தாம் பிரிவு மிகச்சிறியது. இராமனது கால் தூசு கதுவவும் அகலிகை பண்டையுருவம் பெறுவதைக் கூறிவிட்டு, இராமன் வாயிலாகத் தமது கருத்தைக் கூறி விடுகிறார் கவிஞர்:

தாள் தாமரை வணங்கித்
தவமகளைத் தேற்றிடுவான்
நீ பிழைத்தாய் அல்லை;
நினைப் பிழைத்தார் எல்லோரும்;
ஆயிழை நீ தருமத்துக்கு
அறிகுறியாய் நின்றாயா!

இராமன் இவ்வாறு கூறுவதைப் போலவே முடிவு என்ற இறுதிப் பிரிவில் விசுவாமித்திரனும் கூறுகிறான்: பாடலின் இறுதிப் பகுதியில் இராமனுக்கும் கௌதமனுக்கும் நடக்கும் உரையாடலிலும் யோகியாரின் புதுமைக் கருத்துக்கள் சிலவற்றைக் காணக்கூடியதாயுள்ளது. சாபம் தீர்ந்தாலும் பாபம் தீர்வதில்லை என்று பொருள்பட, கௌதமன் கூறுகிறான். அதுகேட்ட இராமன் கொதித்து,

> பொய்யன் நீ வஞ்சன் நீ
> போலி அறப் போதன் நீ
> மெய்யான திருமகளை
> வீணாகப் பழிசெய்தாய்

என்று தொடங்கி, நீண்டதொரு பிரசங்கமே செய்து முடிக்கிறான். இப்பகுதியில் இராமன் கூறுவதாயமைந்த கருத்துக்கள், தற்கால எழுத்தாளர் சிலரால் கையாளப்பட்டிருப்பதால் முக்கியமானவை என்று கருதலாம். இவற்றுள் ஒன்று, இந்திரன் கோழிக் குரல் எழுப்பிய போது முக்காலம் தானுணரும் முனிவனான கௌதமரும் ஏமாந்தார் என்பது; முனிவரே ஏமாந்து போனபோது அவர் வடிவில் வந்தவனை அகலிகை கூடியது எவ்வாறு குற்றமாகும் என்பது மற்றொரு வினா. இவ்வினாக்கள் புதுமைப்பித்தன், எம்.வி. வெங்கட்ராம் ஆகியோர் கதைகளில் வருகின்றன. ஒட்டுமொத்தமாகப் பார்க்கும் போது, ப.ரா. (ப. ராமஸ்வாமி) கூறுவது பொருத்தமாய்க் காணப்படுகிறது.

"யோகியார் படைத்திருக்கும் அகல்யா அப்பழுக்கில்லாதவளாயும், கௌதமர் அருவருக்கத்தக்கவராயும் இருக்கிறார்கள். பல்லாயிரம் வருஷங்களாக ஆடவர் பெண்மைக்கு இழைத்து வந்த அநீதியே உருவெடுத்து வந்தவராகக் கௌதமர் காணப்படுகிறார். அவர் விபரீதமான ஒரு சிருஷ்டி என்று கருதுவதற்கில்லை. சாபம் கொடுக்கும் சக்தியிருந்தால், தற்காலத்தில் கூட, எத்தனையோ கோடி ஆடவர்கள், கௌதமரைப் போலவே சாபமிடுவார்கள்."[15]

ப.ரா.வின் இறுதி வாக்கியம் மனங்கொள வேண்டியது. ஏனெனில், அகலிகை கதையைத் தற்கால எழுத்தாளர் சிலர் எக்கோணத்திலிருந்து நோக்கி எழுதியுள்ளனர் என்பதை அது குறிக்கிறது. அகலிகை கதை, கேவலம் தனியே ஓர் அறவியற் பிரச்சினையாக மட்டுமின்றி, சமுதாயப் பிரச்சினையாயுமிருக்கிறது. கம்பனிலிருந்து சுப்பிரமணிய முதலியார் வரை அகலிகை கதை மிகக் குறுகிய பொருளில் தனிமனித ஒழுக்கப் பிரச்சினையாகவும், பாபிகளையும் இரட்சிக்கும் பரமனது பெருங் கருணையைக் காட்டும் கதையாகவும் கருதப்பட்டது. அதில் தர்ம விசாரத்துக்கு இடமிருக்கவில்லை. கௌதமர் பிழை செய்திருக்கக் கூடும் என்ற பேச்சுக்கே வாய்ப்பில்லை. கோதிலா முனிவர் கௌதமர், அகலிகையின் பிழையிலே பெண்ணின் பலவீனத்தையும், சபல புத்தியையும் கண்டனரேயன்றி அதன் நேர்மையை நினைத்தனர் அல்லர். இந்தியாவில் மத்தியதர வர்க்கத்தின் எழுச்சியைத் தொடர்ந்து உருவாகிய சமூக சீர்திருத்தங்களின் விளைவாகவும், அவற்றுக்குத் தத்துவார்த்த உந்துதல் அளித்த மேலைநாட்டு 'முற்போக்கு' எண்ணங்களின் செல்வாக்கினாலுமே பெண்ணடிமை முறையிற் சில மாற்றங்கள் ஏற்படலாயின.

கவர்னர் பெந்திங் காலத்திலே 'சதி' என்ற உடன்கட்டை ஏறும் பழக்கத்தை நீக்கச் சட்டம் இயற்றப்பட்டது. (இச்சட்டம் 1830ல் சென்னையில் நடைமுறைக்கு வந்தது.) முற்று முழுதான நிலமானியச் சமுதாய அமைப்பிலிருந்து, முதலாளித்துவ சமுதாய அமைப்புக்கு மாற்றம் பெறும் வரலாற்று நிகழ்ச்சியின் ஒரு சிறு பகுதியாகவே பெண்ணுரிமை இயக்கம் மெல்ல மெல்ல உருவாகி உரம் பெற்றது. தமிழிலே வேதநாயகம் பிள்ளை *பெண்மதிமாலை* (1869) என்ற நூலை வெளியிட்ட பகைப்புலன் இதுவே. இவ்வாறு வளர்ந்து வந்த பெண்ணுரிமை உணர்வு பாரதி பாடல்களில் பூரண வடிவம் பெற்றது. பெண்ணுரிமைகளுக்காகப் பரிந்து பேசும் எழுத்தாளர் எண்ணிக்கையும் பெருகியது. பாரதி யுகத்திலே இவ்வுணர்வு நிறைந்த எழுத்தாளரில் வ.ரா. குறிப்பிட வேண்டியவர். வ.ரா.வின் நூலிலே அகலிகை கதை வருகிறது.

வ.ரா. என்ற எழுத்துகளால் அறியப்பட்ட வ. ராமசாமி அய்யங்கார் (1889 – 1951), "தமிழின் முதல் மறுமலர்ச்சி எழுத்தாளர்" என்று அழைக்கப்பெற்றவர். அவர் *கோதைத் தீவு* என்றொரு நாவல் எழுதினார்.[16] பெண்களுக்காகப் பரிந்து பேசும் நூல்களில் அதுவும் ஒன்று.

> நமது நாட்டில், பெண் அடிமையாகப் பிறக்கிறாள்; வளர்கிறாள்; வாழ்கிறாள்; இறக்கிறாள். அவளுக்குச் சொத்துரிமை கிடையாது. அவளுக்கு, (இளமையிலே தாலியை இழந்தாலும்) மறு விவாக பாத்தியம் கிடையாது. மேல் படிப்பு படித்து, உயர்ந்த உத்தியோகங்களுக்கு அவர்கள் வர முடியாது. எனவே அவர்கள் ஆண் பிள்ளையின் லக்ஷியத்தில் பங்கு எடுத்துக் கொள்ள வேண்டும் என்று எதிர்பார்ப்பது நியாயமாகாது; புத்திசாலித்தனமும் ஆகாது.

> வாய் விட்டுச் சொல்ல சந்தர்ப்பமும் தைரியமும் உண்டாகுமாகில், பெண்கள் என்ன சொல்லுவார்கள் என்பதையும் என்ன செய்வார்கள் என்பதையும் கோதைத் தீவு என்ற கற்பனையின் மூலமாக, என் சகோதர ஆண் மகன்களுக்கு எடுத்துக் காண்பிக்க எத்தனித்திருக்கிறேன். இதை வெறும் கற்பனை என்றும் மதித்துவிடக் கூடாது.[17]

பாரதியாரின் செல்வாக்கைப் பல விதங்களில் பிரதிபலிக்கும் இந்நூலில் வ.ரா. இலக்கியங்களிலும் புராணங்களிலும் வரும் சில பெண்களைப் பற்றி நூதனமான வியாக்கியானங்கள் செய்திருக்கிறார். கோதைத் தீவிலே கல்லூரி நாடகம் நடக்கிறது. ஒரே காட்சியில் நீதிமன்ற விசாரணை ஒன்றை மாணவ

மாணவிகள் நடித்துக் காட்டுகின்றனர்: நீதிதேவி முன்னிலையில், சீதாப்பிராட்டி, விதுரன், மேரி மாக்டலேனா, ஆண்டாள், பாரதியார் ஆகிய ஐவரும் ஜூரிகளாயிருக்க அகல்யை வழக்கு விசாரணைக்கு எடுத்துக் கொள்ளப்படுகிறது. கௌதமர், பிரம்மா, அகல்யை, இந்திரன் ஆகியோர் குறுக்கு விசாரணை செய்யப்படுகின்றனர். ஓரிடத்தில் மனவிரக்தியுடன் அகல்யை பின்வருமாறு கூறுகிறார்:

> பெண் ஜன்மத்தைப் பாழாக்கிக் கொண்டு, பெண் மாதிரி இருப்பதைக் காட்டிலும் எப்பொழுதுமே கல்லாக இருப்பதில் எனக்குப் பிரம்மானந்தம். ஆனால் ஸ்ரீராமன் பாததூளிபட்டு நான் மீண்டும் பெண்ணானது தான் எனக்குப் பிடிக்கவில்லை. நான் என் தகப்பனாரிடம் போய்ச் சேருவதா? தவ முனிவரோடு தங்குவதா? அல்லது இந்திரனோடு வாழ்ந்து இன்பம் அனுபவிப்பதா? விதாயம் எதுவும் ஏற்படாமல் கல்லாயிருந்த நான் ஏன் பெண்ணாக வேண்டும்?

காவியங்களிற் கண்ட அகலிகைக்கும் வ.ரா. சித்திரித்துள்ள இவ்வகலிகைக்கும் உள்ள வேறுபாடு விசதம். தடைக்கட்டு எதுவுமின்றி விஷயத்தைப் 'பச்சை'யாகக் கூறுகிறாள் அகலிகை. பிழை சரி என்ற வாய்பாடுகள் அல்ல இங்கே பேசப்படுவது. வாழ்க்கைக்கு உகந்த மார்க்கமே வேண்டப்படுகிறது. அதனைத் தேடுபவளாகவே அகலிகை காணப்படுகிறாள். நாடகத்தின் இறுதியில் ஜூரிகள் தலைவர் விதுரர் கூறுகிறார்:

> நாங்கள் எல்லோரும் ஒரே முடிவுக்கு வந்தோமாயினும், எங்களுக்குள்ளே சில்லறை வித்தியாசங்கள் இருக்கின்றன. தண்டனை விதிப்பதில்தான் அபிப்பிராய பேதம் இருக்கிறது. கௌதமன்தான் குற்றவாளி என்பது நாங்கள் வந்திருக்கும் முடிவு.

ஜூரர்களைத் தேர்ந்தெடுத்ததற்கு வ.ரா. கருதியிருக்கக்கூடிய காரணங்களையெல்லாம் நூலைப் படிப்பவர்கள் ஓரளவு அறிந்துகொள்வார்கள். மேரி மக்தலேனாவைச் சேர்த்திருப்பது கவனிக்கத்தக்கது. 'பாபி'யாயிருந்து 'புனிதவதி'யான அவள் கதையை நவீன எழுத்தாளர் பலர் கையாண்டுள்ளனர்.[18] சீதையும் ஒரு விதத்தில் அநீதிக்கு ஆளாகியவளே. இவற்றுக்கெல்லாம் பரிகாரம் காண்பது போலவே நீதிதேவன் என்று வழங்கும் மரபை நீக்கி நீதிதேவி என்று அமைத்துள்ளார், வ.ரா. இப்பிரச்சினையை வரலாற்று நோக்கிலும் பாத்திரம் ஒன்றின் வாயிலாகக் கூறியிருக்கிறார் ஆசிரியர்.

ராமா! இந்தத் தேசத்தில், ஹிந்து ஜனசமூகம் தோன்றிய நாள் முதல், இன்று வரைக்கும், அந்த சமூகத்தில், பெண்களுக்கு நியாயமான பதவியே கொடுக்கப்படவில்லை. பெண்ணுக்கு மதிப்புக் கொடுக்காத சமூகத்துக்கு அடிவலு இருக்க முடியாது. எல்லாவித உரிமைகளையும் ஆண்களே ஏகபோகமாக அனுபவித்து வந்தார்கள். பெண்கள் அடிமை நிலையிலே இருந்து வருகிறார்கள். நான் இதை மிகைப்படுத்திச் சொல்லவே இல்லை... பெண்ணை இந்தத் தேசத்திலே மனுஷ ஜன்மம் கொண்டவளாகவே கருதவில்லை. அவள் ஆண்பிள்ளையின் சொத்தாகத்தான் பாவிக்கப்பட்டு வந்திருக்கிறாள். ஒரு அரசன், தன் மனைவியையே விலைக்கு விற்றான்...”

இவ்வாறு பழைய செய்திகள் பலவற்றை ஆராயத் தொடங்குகிறான் கணபதிராயன். நீதிதேவியை உண்டாக்கியதும், அகலிகைக்கு நியாயம் வழங்கியதும், கௌதமருக்குத் தண்டனை விதித்ததும் வ.ரா. காட்டும் புதுமை நோக்காகும். யோகியார் பாடலில் கௌதமர் இராமனது வற்புறுத்துதலின் பேரில் அகலிகையை ஏற்றுக்கொள்கிறார். ஆனால் அவரது மனமாற்றம் உண்மையில் நம்பத்தக்கதாகவே அமையவில்லை. பழைய கதை முடிவுக்குச் சிறிது அலங்காரம் செய்ததாகவே உள்ளது. ஏனெனில் சாபவிமோசனத்தின் பின் கௌதமர் எவ்வாறு நடந்துகொண்டிருப்பார் என்ற கற்பனையும் இக்காலத்திலே தோன்றியுள்ளது. *கோதைத் தீவிலே* வழக்கு விசாரணையின்போது கௌதமர் தன் பிழையை உணர்பவராய்க் காணப்படவில்லை. யார்மீதாவது பிழையைப் போடும் மனோபாவமே அவரிடத்துக் காணப்படுகிறது. இது நடைமுறைக்குப் பொருத்தமான கற்பனை என்றே தோன்றுகிறது.

விசாரணையின்போது அகல்யை கூறுவதும் சுவையாயிருக்கிறது.

“என்றைக்காவது, ஒருநாள் நான் நிரபாரதி என்பது ருசுவாகும் என்று நீண்ட காலமாக நான் ஆவலுடன் காத்துக் கொண்டிருக்கிறேன்.”

சுப்பிரமணிய யோகியார் தமது கதைப் பாடலில் கௌதமரை அருவருக்கத்தக்க பாத்திரமாகக் காட்டினார் என்பதைப் பார்த்தோம். வ.ரா. மோசக்கார முனிவருக்குத் தண்டனையே விதித்து விடுகிறார். அகலிகை கதை நவீன காலத்தில்

கையாளப்படும் விதத்தைப் பார்த்தால் ஒரு செய்தி புலப்படும். இக்காலத்தவர், அகலிகை கற்பழிக்கப்பட்டதையன்றி, அதற்குப் பின் அவளுக்கும் கௌதமருக்கும் நிலவிய உறவைப் பற்றியும், அவளைச் சமுதாயம் எவ்வாறு நோக்கியது என்பதைப் பற்றியுமே அதிகம் அக்கறை கொண்டிருக்கின்றனர். அது இயற்கையே. புதுமைப்பித்தன், வெங்கட்ராம், இ. இரத்தினம் ஆகியோர் ஆக்கங்களில் இந்திரனினும், கௌதமரே முக்கியமானவராகின்றார். சுருங்கக் கூறுவதாயின், நவீன கால எழுத்தாளர், இந்திரனையன்றி, கௌதமரையே குற்றவாளிக் கூண்டில் நிறுத்துகின்றனர்.

இவ்வாறு செய்ய வேண்டியதன் இன்றியமையாமையையும் விளக்குகிறார். வ.ரா. நாவலிலே பூபதி சொல்கிறான்:

> சிறு பொய் என்று துவக்கத்தில் அதை அலக்ஷியம் செய்தால், அது காலம் போகப் போக, பெரிய உண்மையைப் போல உருவம் எடுத்துவிடுகிறது. எப்படி என்று கேட்கிறாயோ? 'அது பொய் என்றால் அது தோன்றும் பொழுதே அதை மண்டையில் அடித்து, அதைத் தலை தூக்காமல் செய்திருக்க மாட்டார்களா? அது நிஜமாக இருக்கத் தொட்டுத்தான், அதை ஒன்றும் செய்யாமல் விட்டு விட்டார்கள்' என்று ஜனங்கள் கதையை ஆரம்பிக்கிறார்கள். பிறகு அதை உண்மையென்றே ஸ்தாபித்து விடுகிறார்கள். கடைசியாக, 'இத்தனை ஆயிரம் வருஷமாக இருந்து வந்த ஒன்று எப்படிப் பொய்யாக இருக்க முடியும்? பொய் என்று தெரிந்து கொள்ளாமல் வாழ்ந்த அத்தனை தலைமுறைப் பேர்களும் முட்டாள்களா?' என்று கேட்டு, வாயை அடக்கப் பார்க்கிறார்கள். ஆகவே, சந்தர்ப்பம் நேர்ந்த பொழுதெல்லாம் பொய்யை நையப்புடைப்பது மிக அவசியம்.

வ.ரா.வைப் போல அவருக்குப் பின் வந்த 'மறுமலர்ச்சி' எழுத்தாளர்கள், "பொய்யை நையப் புடைக்க" எழுதினார்களோ தெரியாது. ஆனால் பல நூற்றாண்டுகளாக நிலவி வந்த நம்பிக்கைகளையும் கருத்துக்களையும் தாண்டி, அகலிகை கதையைத் தமது கால நோக்கில் அணுகி ஆய்ந்திருக்கின்றனர். அவ்வாறு செய்யுமுகத்தால், தற்கால தமிழிலக்கியத்திற் பிரச்சினைகளைப் புகுத்தி எழுதும் முறையையும் வலுவூட்டி வளர்த்தனர். இது நிற்க, இனி புதுமைப்பித்தனின் கதைகளை நோக்குவோம்.

5

அகல்யை என்ற சிறுகதை. இந்திரன் அகலிகையைக் கற்பழிப்பதுவரை ஏறத்தாழ, பழைய – பௌராணிக – கதை மரபை ஒட்டியே செல்கிறது. ஆயினும் இயற்பண்புவாத (Naturalist) எழுத்தாளரான புதுமைப்பித்தன் இதிலும் உடலியற் காரணிகளுக்கு முதலிடம் அளித்து விஷயத்தை வருணிக்கிறார்:

> "பாதிக் கனவு, பாதித் தூக்கம். கணவனுடன் கொஞ்சித் தழுவி அவருடனேயே இருப்பதுபோல் கனவு. இந்திரன் பூனைபோல மெதுவாக உள்ளே வருகிறான். ஆடைகள் சற்று நெகிழ்ந்து உறங்கும் அபலையைப் பார்க்கிறான்.

> "ஒரு மிருகத்தின் வேட்கை அன்று பூர்த்தியாயிற்று."

> "பாதிக் கனவு உலகத்திலிருந்த அகல்யை விழிக்க வில்லை. கணவர் என்று நினைத்துத் தழுவுகிறாள். ஓரளவு இயற்கையின் வெற்றி."

> "கணவரை முத்தமிடக் கண்களை விழிக்கிறாள்."

> "ஐயோ, அந்தச் சண்டாளன்! எல்லாம் சுழலுகிறது. ஒன்றும் அர்த்தமாகவில்லை. சொந்த வீட்டிற்குள் இவன் எப்படி?"...

> "பக்கத்திலிருந்த தடியால் அவன் மண்டையில் அடித்து உதறித் தள்ளிவிட்டு, ஒரு புறம் கிடந்து துடிக்கிறாள்."

புதுமைப்பித்தன் படைத்துள்ள அகலிகை, இயல்புணர்ச்சிக்கு அடிமையானவள். மனத்தின் புறத்தூண்டுதலின் வழி நடப்பவள். இயற்பண்பு வாத எழுத்தாளரிடம் இது எதிர்பார்க்கக் கூடியதே. கலியாணி, மனித யந்திரம், உணர்ச்சியின் அடிமைகள் முதலிய கதைகளை எழுதிய ஆசிரியர் அதே நோக்கில் அகல்யையும் எழுதிப்பார்த்திருக்கிறார்.

இயற்பண்பு வாதத்தின் அடிப்படையிலேயே கௌதமரும் வார்க்கப்பட்டிருக்கிறார்.

> "உணர்ச்சி தேவனையும் மிருகமாக்கிவிடுகிறது. மனத் தூய்மையில்தான் கற்பு. சந்தர்ப்பத்தால் உடல் களங்கமானால் அபலை என்ன செய்ய முடியும்?"

இந்தக் கேள்வியுடன் கதை முடிகிறது.

அதாவது இதுவே முக்கியமான வாக்கியமாயிருக்கிறது. அகலிகை கதையை – கற்பழிப்பு நிகழ்ச்சியை – மனித உணர்ச்சிகளின் அடிப்படையில் விளக்க முனைந்த ஒன்றைத் தவிர ஆழமான பிரச்சினை எதனையும் இக்கதை தொடவில்லை. 'பொன்னகரம்' என்ற கதையிலும் ஆசிரியர், "சந்தர்ப்பத்தால் உடல் களங்கமானால் என்ன செய்வது" என்றே கேட்டிருந்தார். அம்மாளுவும் அகல்யையும் இருவேறு உலகத்தவராயினும், தம்மைப் படைத்த ஆசிரியரது அறவியல் நோக்கினால் ஒப்புமையுடையவரே. எனினும் பொன்னகரத்தைவிட அகல்யை வேகம் குறைந்த கதை என்றே கூற வேண்டும். அகலிகை அடிக் கருத்தைப் புதுமைப்பித்தன் அற்புதமாய்க் கையாண்டிருப்பது 'சாபவிமோசனம்' என்ற சிறு கதையிலாகும்.

'சாபவிமோசனம்' புதுமைப்பித்தனின் சிறந்த சிருஷ்டிகளில் ஒன்று.[19] கதையைத் தொடங்குமுன் சிறப்புக் கூற்றாகப் பின்வருமாறு கூறுகிறார்:

> "ராமாயண பரிச்சயமுள்ளவர்களுக்கு இந்தக் கதை பிடிபடாமல் (பிடிக்காமல் கூட) இருக்கலாம். அதை நான் பொருட்படுத்தவில்லை."

அகலிகை, சாபவிமோசனம் பெறுவதோடுதான் கதை தொடங்குகிறது; முற்பகுதியிலேயே பிரச்சினையைத் தூக்கி நிறுத்திவிடுகிறார் ஆசிரியர். அதுவே கதையின் கருவாகவும் இருக்கிறது:

> "சாப விமோசனத்துக்குப் பிறகு வாழ்வு எப்படி என்பதை மனசு அப்பொழுது நினைக்கவில்லை. இப்பொழுதோ அது பிரம்மாண்டமான மதிலாக அவளது வாழ்வைச் சுற்றியே மண்டலிக்கிறது. அவள் மனமும் மிரளுகிறது ..."

அகலிகை, கௌதமர் ஆகியோர் மாத்திரமன்றி, வசிட்டர், ஜனகன், இராமன், சீதை, கைகேயி முதலிய பலரும் கதையில் பாத்திரங்களாக வருகின்றனர்; "மனசுக்கும் கரணசக்தியின் நிதானத்துக்கும் கட்டுப்படாமல் நிகழ்ந்த ஒரு காரியத்துக்கா பாத்திரத்தின் மீது தண்டனை?" என்று அறிவுபூர்வமாகக் கேட்டுத் தன்னிறைவுடன் விடையும் இறுத்துவிட்டு, அகலிகையைக் கௌதமருடன் சேர்த்துவிட்டு, இளைஞன் இராமன் போய்விடுகிறான். ஆனால் ஒரு முறை தவறிழைத்தவள் வாழ்க்கையை அத்துணை எளிமையாய் நிலைநிறுத்திவிட இயலுமா? அதுவே புதுமைப்பித்தனது சர்ச்சை. இதனைப் பலவாறு நயம்படச் சித்திரித்திருக்கிறார்:

"அகலிகைக்கு நீராடுவதில் அபார மோகம்...

"குளித்துவிட்டுத் திரும்பிக் குனிந்த நோக்குடன், மனசை இழைய விட்டுக் கொண்டு நடந்து வந்து கொண்டிருந்தாள்.

"எதிரே மெட்டிச் சப்தம் கேட்டது. ரிஷி பத்தினிகள் யாரோ! அவர்களும் நீராடத்தான் வந்துகொண்டிருந்தார்கள். அவளைக் கண்டதும் பறைச்சியைக் கண்டதுபோல ஓடி விலகி, அவளை விறைத்துப் பார்த்துவிட்டுச் சென்றார்கள்.

"அவள்தான் அகலிகை" என்பது தூரத்தில் கேட்டது. கோதமனுக்கு அன்று அடிவயிற்றில் பற்றிக் கொண்டு பிறந்த சாபத் தீயை விட அதிகமாகச் சுட்டன அவ் வார்த்தைகள்.

"அவள் மனசு ஒரேயடியாகச் சுடுகாடு மாதிரி வெந்துதகித்தது; சிந்தனை திரிந்தது. 'தெய்வமே சாப விமோசனம் கண்டாலும் பாப விமோசனம் கிடையாதா' என்று தேம்பினாள்."

இத்தகைய நிகழ்ச்சிகளினால் அனுபவத்தின் ஒளியில் தர்மவிசாரணை செய்பவளாகவும் மாறிவிடுகிறாள் அகலிகை. நிஷ்டையில் அமர்ந்து சிந்தனை செய்வதால் அல்ல, தன்னைச் சுற்றியுள்ள உலகை உற்று நோக்கி, புதுமைப்பித்தனது கற்பனையில், கைகேயியும் அகலிகையும் ஆற்றங்கரையிற் சந்திக்கின்றனர். கைகேயி துறவியாகியிருந்தாள்.

"தர்ம ஆவேசத்திலே பரதன் தன்னுடைய மனசில் எனக்கு இடம் கொடுக்க மறந்துவிட்டான்" என்று கைகேயி கூறுவதுடன் உரையாடல் ஆரம்பிக்கிறது. குறித்த கெடுவுக்குள் இராமன் வனவாச முடிந்து வராமையால், பரதன் எரியில் தன்னை அவித்துக்கொள்ள ஏற்பாடு செய்யும் வேலையில் இச் சந்திப்பு நிகழ்கிறது. பலவற்றையும் பேசிக்கொண்டிருக்கையில்,

"பரதன் தர்மத்துக்குத்தான் கட்டுப்படுவான்; வசிட்டருக்குக் கட்டுப்படமாட்டான்" என்கிறாள் கைகேயி.

"மனிதருக்குக் கட்டுப்படாத தர்மம், மனித வம்சத்துக்குச் சத்துரு" என்று கொதிக்கிறாள் அகலிகை.

இவ்வாறு சிற்சில நிகழ்ச்சிகளினால் அகலிகையின் மனப்பக்குவத்தைச் சித்திரித்து, உலக நடப்புக்கும் அதற்குமுள்ள இயைபின்மையை உணர்த்துகிறார் ஆசிரியர். கதையின்

பிற்பகுதியில் முடிவைத் தீர்மானிக்கிற உரையாடல் ஒன்று வருகிறது. இலங்கையிலிருந்து வெற்றியுடன் திரும்பியபின் சீதையும் இராமனும் ஒருநாள் அகலிகையைப் பார்க்க வருகின்றனர். பெண்கள் இருவரும் தனியாகப் பேசிக்கொண்டிருக்கையில், நடந்த சம்பவங்களைக் கூறிக்கொண்டிருந்தாள் சீதை. சிக்கல் மையமான பகுதியைத் தனக்கேயுரிய முறையில் வருணிக்கிறார் புதுமைப்பித்தன்:

"அக்கினிப் பிரவேசத்தைச் சொன்னாள். அகலிகை துடித்துவிட்டாள்.

"அவர் கேட்டாரா? நீ ஏன் செய்தாய் என்று கேட்டாள்.'

"அவர் கேட்டார். நான் செய்தேன்' என்றாள் சீதை அமைதியாக.

"அவன் கேட்டனா? என்று கத்தினாள் அகலிகை; அவள் மனசில் கண்ணகி வெறி தாண்டவமாடியது.

"அகலிகைக்கு ஒரு நீதி; அவனுக்கு ஒரு நீதியா?' ஏமாற்றா? கோதமன் சாபம் குடலோடு பிறந்த நியாயமா?

இருவரும் வெகுநேரம் மௌனமாக இருந்தனர்.

"உலகத்துக்கு நிரூபிக்க வேண்டாமா" என்று கூறி மெதுவாகச் சிரித்தாள் சீதை.

"உள்ளத்துக்குத் தெரிந்தால் போதாதா? உண்மையை உலகுக்கு நிரூபிக்க முடியுமா?" என்றாள் அகலிகை. வார்த்தை வரண்டது.

சாப விமோசனம் பெற்றும் 'சாதாரணமாக' வாழவியலாதவளாகிறாள் அகலிகை. அதுவே கதையின் முடிவு. ஒரு வகையிலே, பழைய கதையமைப்பைப் பின்பற்றியிருந்ததாலும், சிறுசிறு மாற்றங்கள் பலவற்றைப் புகுத்திப் புதியதொரு நோக்கிற் கதையைக் கட்டி எழுப்பியிருக்கிறார் புதுமைப்பித்தன். கதையைக் கவனமாகப் படிப்போர்க்கு, ஆசிரியர் இரு சிக்கல்களை எழுப்பியிருப்பது தெளிவாகும்.

- நெருக்கடி ஏற்படும் பொழுது கணவன் – மனைவி உறவுப் பிரச்சினை எப்படித் தோன்றுகிறது; அதாவது, மனித உறவுகள் பற்றிய சிக்கல்.
- ஒழுக்கம், அறம் என்பவைக்கும் வாழ்க்கைக்கும் எவ்வாறு முரண்பாடு தோன்றுகிறது; அதாவது, சமுதாயத்தில் அறவியல் – *morality* – பெற்றுள்ள வலிமை பற்றிய சிக்கல்.

இவற்றுக்கு வெளிப்படையாக விடை கூறாமல் விடினும், சில இடங்களில் ஆசிரியர் இருப்புவாத நோக்கில் – *existentialist* – விளக்கம் கூறுவது கவனிக்கத்தக்கது. ஆனால் அதே சமயத்தில் வெள்ளக்காலார், ச.து.சு.யோகியார், ஆகியோரைப் போல, புதுமைப்பித்தனும் உளவியல் அடிப்படையிலேயே தமது தேடலை நடத்தியுள்ளார். வ.ரா.வுக்கும் பிறருக்கும் உள்ள வேறுபாடு அதுதான். வ.ரா. காட்டும் அகலிகை தகுந்த வாழ்க்கைக்கு வழிதேட விரும்புகிறாள். புதுமைப்பித்தன், அகலிகை கல்லானதற்கு உளவியற் காரணம் கூறுகிறார். உண்மையில் இது அவரது இயற்பண்பு வாதத்தின் தருக்கரீதியான – தவிர்க்கவியலாத – அம்சமாம். ஆனால் ஒன்று புதுமைப்பித்தனது சிறுகதை, பிரச்சினைகளைக் கோடிட்டுக் காட்டுகிறது என்பதில் ஐயமில்லை. ஆங்காங்கே தெறிக்கும் வாக்கியங்கள் ஆசிரியரது பன்முகப்பட்ட ஆளுமையையும் ஆழமான சிந்தனையையும் துலக்குகின்றன. அவர் கூறும் கதை முடிவு எவ்வாறு இருப்பினும், 'வழுக்கி விழுந்தவள்' ஒருத்தியின் மன அவசங்கள் நுணுக்கமாய்க் காட்டப்பட்டிருக்கின்றன என்பதை மறுப்பதற்கில்லை. புதுமைப்பித்தனது கதையைப் போலவே பாத்திரங்களின் மன அலைவெல்லாம் நுணுக்கமாய்த் தோன்றும் வகையில் கடைந்தெடுத்த உளவியற் சிறுகதை எம்.வி. வெங்கட்ராமின் 'கோடரி'.

மகாபாரதம் சாந்திபர்வத்திலே, அகலிகை கதை வேறொரு வடிவத்தில் வருகிறது. கௌதம வம்சத்திற் பிறந்த சிரகாரி என்பவனுக்கு, அகலிகையைக் கொன்று விடும்படி கட்டளையிடுகிறார் கௌதமர். இல்லின் மாண்பைச் சிதைத்தவளைச் சிரச்சேதஞ் செய்வதே சிறந்தது என்று எண்ணுகிறார் கௌதமர். ஆனால் எதையும் தீர விசாரித்துச் சிந்தனை செய்து கருமமாற்றும் சிரகாரி தர்ம விசாரத்தில் ஈடுபடுகிறான். இதற்கிடையில் மனமாறிய கௌதமர் அங்கலாய்ப்புடன் திரும்புகிறார். அவசரப்பட்டுச் செயலாற்றாத சிரகாரியும் அகலிகையும் அவரை வணங்குகின்றனர். மகிழ்ச்சியடைந்த கௌதமர் சிரகாரி என்ற பெயருடன் சீரஞ்சீவி என்ற பெயரையும் சேர்த்துக் கொள் என்று ஆசீர்வதிக்கிறார். இதுதான் மகாபாரதத்தில் வரும் கதைச் சுருக்கம்.[20]

இவ் இதிகாசக் கதையை ஆதாரமாகக் கொண்டு புதுக் கற்பனை செய்கிறார் வெங்கட்ராம்.

"ஆம். காமத்தால் கண்ணிழந்த அகலிகையையும் வெட்டிச் சாய்க்க வேண்டியதுதான். எனக்கும் என் தருமத்திற்கும் ஓர் அவமானச் சின்னமாய் இருப்பதை விட அவள் உயிரை இழப்பதே மேல்" என முடிவு செய்தார் கௌதமர். அந்த

ஆவேசத்தில், சிரகாரியிடம் கோடரியைக் கொடுத்து, "போ, அந்தச் சண்டாளியைச் சிரச்சேதம் செய்" என்றார். இவ்வாறு தான் கதை தொடங்குகிறது.

முழுக்க முழுக்கப் பாத்திரங்களின் உணர்வோட்டங்களை விவரமாகப் பதிவு செய்யும் வகையில் கதை வளர்கிறது. முதலில் அகலிகை சிரகாரி உரையாடல்; பின் இந்திரன் சிரகாரி உரையாடல்; அதைத் தொடர்ந்து, சிரகாரியின் சிந்தனை; அதையும் தொடர்ந்து, கௌதமரின் தர்மவிசாரம்; இறுதியாக அகலிகையின் மனோநிலை. இவற்றைத் தூண்களாகக் கொண்டு பிரச்சினை மண்டபம் ஒன்றைக் கட்டியெழுப்பியுள்ளார் ஆசிரியர். பாத்திரங்களின் உணர்வு நிலைகளை வைரம் பாய்ந்த சொல்லாட்சியால் உறுதிப் பாட்டுடன் தீட்டி விடுகிறார். சில உதாரணங்களைப் பார்க்கலாம்:

"சினமும் பொறாமையும் கௌதமரின் சிந்தனையை அவித்தன. தம்முடைய பௌருஷம் புண்பட்டதாகக் கருதிய அவர் தவித்தார், தத்தளித்தார், தடுமாறி விட்டார்."

என்ன சொல்வாள் அகலிகை? இருள் திரையிட்ட ஒளியில், பொய்யுடல் புனைந்த பாவி ஒருவன் அவளுடைய பொக்கிஷப் பேழையைச் சூறையாடி விட்டான் என்று, மைந்தனிடம் தாய், எப்படிக் கூறுவாள்? பொக்கிஷத்தைப் பறிகொடுத்ததும் அன்றிக் களவாணிப் பட்டமும் சூட்டப்பெற்ற விந்தையை எவ்வாறு விளக்குவாள்?"

"கோடரி கனத்தது. தோள் மாற்றித் தோள் சாத்திக் கொண்டான். பெருஞ் சுமையாகவே இருந்தது. அந்தச் சுமை தாங்க மாட்டாமல் சிரகாரி தவித்தான்; தத்தளித்தான். ஆனால் தடுமாறவில்லை."

"கௌதமரின் கண்களில் நீர்கூட அரும்பியது. 'பாவம் அகலிகை' என்று கழிவிரக்கம் கொண்டார். 'எனக்குத் தெரியாமல் எனக்குள் இந்த ரத்தவெறி இருந்தது ஆச்சரியந்தான்."

'அகலிகையின் மனம் மாசுறவில்லை என்பது உண்மைதான். ஆனால், அவள் இந்திரனால் தீண்டப் பெற்ற களங்கம் உடையவள்தானே? அவளை அவர் ஏற்பது எப்படி? அவர் உள்ளம் அருவருத்தது; அவளை ஏற்க மறுத்தது. நிச்சயமாய் நிர்த்தாட்சண்யமாய் மறுத்தது."

"அகலிகை குனிந்த தலை நிமிரவில்லை; வாய் திறந்து பேசவும் இல்லை. அவள் வெட்கிவிட்டாள். தர்மத்தை நினைத்து வெட்கினாள். மனிதப் பிறவியாக இருக்க நேர்ந்த கொடுமையை எண்ணி வெட்கினாள். மகா தபஸ்வியான கணவரின் உணர்ச்சி அறிவற்றதைக் கண்டு வெட்கினாள். மகாஞானியான சிரகாரியின் அறிவு ஏழு நாட்கள் உணர்ச்சி அற்றதற்காக வெட்கினாள். வெட்கம் அவள் உணர்ச்சியை வெட்டியது. வெட்கம் அவள் அறிவை வெட்டியது. வெட்கம் அவள் சிந்தனையை வெட்டியது. அபலை, அபலை, சிலையெனவே நின்றுவிட்டாள்."[21]

இவ்வாறு முடிகிறது கோடரி. கௌதமர் சாபமின்றியே அபலையான அகலிகை பிறருக்காக வெட்கிக் கல்லானாள் என்று முடிக்கிறார். சாபவிமோசனத்தில் புதுமைப்பித்தனும், இறுதியில், அகலிகை மீண்டும் மனத்தால் கல்லாகி விடுவதாய் எழுதியுள்ளார். புதுமைப்பித்தனைப் பின்பற்றி எழுதிய வேறு சில எழுத்தாளரும் வெவ்வேறு வார்த்தைகளில் இத்தகைய விளக்கத்தையே கூறியுள்ளனர். அகலிகை வெண்பாவில் ஆரம்பித்த உளவியல் நோக்கு, கோடரியில் உச்ச நிலையைத் தொடுகிறது எனலாம். இயற்கை அதீத அமானுஷ்ய விளக்கங்களை விடுத்து, சுப்பிரமணிய முதலியார் கூறியதுபோல சுபாவாதீத சம்பவங்களைக் கூடிய மட்டும் குறைக்க முயன்றுள்ளனர், இவ்வெழுத்தாளர்கள். உதாரணமாகச் சில்லையூர் செல்வராசன் எழுதிய *அகலிகை சாபம்* என்ற வானொலிக் கவிதை நாடகத்தில் (1963) உளவியற் காரணங்களினாலேயே அகலிகையும், கௌதமரும் சதிபதிகளாக வாழ இயலாதவராய்க் காணப்படுகின்றனர்.

ஐயன் எனைமணந்த அன்பன், எனை நாடிடினும்
அந்தக் கரிநாளின் அவல நிழற்பட்டென்
சிந்தை, இருட்குகையிற் சிக்க உடல் இறுகிக்
கல்லாகிப் போகும்; கணவர் இடு சாபப்
பொல்லாங்கு போய் அகலப் புதுச் சாபம்; கற்சிலை யான்!

என்கிறாள் அகலிகை. இதற்கொப்பவே கௌதமரும்,

.... யான்
முன்னை அகலிகை மேல் மூட்டிய தீ முண்டெரிந்து
பின்னைப் பொழுதில் எனைப் பின்னியது........

என்று தனது அவலத்தையும் இடர்ப்பாட்டு நிலையையுங் கூறுகின்றார். இ. இரத்தினம் எழுதிய வானொலி நாடகமும் (*பாபவிமோசனம்*, 1954) உளவியல் ஆய்வில் அமைந்ததே. அந்நாடகம் எழுதப்பட்ட காலத்துக்குச் சற்றுமுன், *றஷொமொன்*

என்ற புகழ் பெற்ற யப்பானியத் திரைப்படம்[22] வெளிவந்திருக்கிறது. கணவன் – மனைவி; அவளைக் கற்பழித்தானொருவன்; அவ்விழி செயலைக் கண்டவன் ஒருவன்; குறி சொல்லும் பெண் ஒருத்தி ஆகிய ஐவரும் ஒரே நிகழ்ச்சியை வெவ்வேறு விதத்திற் கூறுவதே அக்கதை. ஒவ்வொரு பாத்திரமும் தனக்குச் சாதகமாகக் கதையைக் கூறுவது சுவை பயப்பது. உண்மையை உலகமறியாது என்பதே கதையின் தத்துவம். இவ்வுத்தியைப் பின்பற்றி நீதி மன்றம் ஒன்றில் இந்திரன், கௌதமர், அகலிகை ஆகியோர் விசாரிக்கப்படுகின்றனர். வான்மீகி, கம்பர், வெள்ளக்கால் சுப்பிரமணிய முதலியார் ஆகியோர் சாட்சியம் சொல்லுகின்றனர். எதை நம்புவது என்று சபையிலிருப்போருக்குத் தெரியவில்லை. நாடகத்தின் பிற்பகுதியில் பெண்ணொருத்தியின் வாயிலாக, பெண்மைக்குப் பல நூற்றாண்டுகளாக இழைக்கப்பட்ட அநீதி குறிப்பிடப்படுகிற தெனினும் நாடகத்தின் அடிப்படைக் கருத்து, "உண்மையை அறிய இயலாது" என்பதேயாகும். பழைய முறையில் அகலிகையே குற்றமுள்ளவள் என்ற கருத்துக்கும் ஓர் இடம் வைத்துள்ளார் ஆசிரியர். உண்மையில் இக்கதையிலும் இதற்குமுன் குறிப்பிட்ட சிறுகதையிலும் நாடகத்திலும் நாம் கவனிக்கக்கூடியது என்னவெனில், இவை வெவ்வேறு அளவிலும் விதத்திலும் உளவியற் பாங்கில் பாத்திரங்களை அணுகுவதே. அது பாத்திர வார்ப்புக்கு ஆழத்தையும் புதிய பரிமாணத்தையும் அளிக்கிறதெனினும், சமூகப் பார்வைக்கு உதவுவதாகச் சொல்ல இயலாது. இவ்வாக்கங்கள் புதிய கற்பனைக் கூறுகளைக் கொண்டனவாயிருப்பினும், இறுதியில் ஒரு முட்டுச்சந்தை அடைந்து விடுகின்றன. வ.ரா., பாரதி ஆகியோர் காட்டிய பாதையிலிருந்து இவர்கள் வழி தவறி, 'குண்டுச் சட்டிக்குள் குட்டிக் கரணம்' போடுபவராகவே இருக்கின்றனர்.

நான் மேலே ஓரிடத்திற் காட்டியிருப்பது போல அகலிகைக் கதை எமது நவீன எழுத்தாளரைக் கவர்ந்தது தற்செயல் நிகழ்ச்சியொன்றல்ல. பெண்ணுரிமை இயக்கத்தின் உடனிகழ்ச்சியாக, அதனைப் பல்வேறு வண்ணங்களிற் பிரதிபலிக்கும் இலக்கியங்கள் தோன்றுவதற்கேற்ற சூழல் தோன்றியது. நாரண துரைக்கண்ணன் *யான் ஏன் பெண்ணாய்ப் பிறந்தேன்?* (1931) என்ற நாவலை எழுதுவதற்கும் பாரதிதாசன் பெண்ணுரிமை பற்றி உருக்கமாகவும் உணர்ச்சி வெறியுடன் பாடுவதற்கும், திரு.வி.க. மேடைகளில் இப்பொருள் பற்றிப் பேசுவதற்கும் இவ்வியக்கமும் உணர்வுமே காரணம். பெண்களுக்காகப் பரிந்து பேசும் பிரச்சாரத்தைத் திறமான இலக்கியமாக்கியவருள் பாரதி, வ.ரா. ஆகியோர் தலையானவர்கள். தேசிக விநாயகம் பிள்ளை யின் *மருமக்கள் வழிமான்மியம்* சற்று விரிந்த பொருளுடையதாயினும்

பெண்களின் துன்பத்தையும் ஓலத்தையும் உலகறியச் செய்தது. தேவதாசிகளின் நிலையை மாற்றப் பாடுபட்டவர்களும் இவ்வியக்கத்தைச் சேர்ந்தவர்களே. இத்தகைய பகைப்புலத்திலேயே அகலிகைக் கதையை எடுத்தாண்டனர் எமது எழுத்தாளர்கள். ஆனால் சிறுகதையைக் கவிதை நிலைக்கு உயர்த்த விரும்பிய மணிக்கொடி எழுத்தாளரும் அவருக்குப்பின் வந்தோரும் பகைப்புலத்தை மறந்து, தமது தனிப்பற்றிற்குரிய இலக்கிய உத்திகளில் வசமிழந்து இறுதியில் சாதுரியமான சொற் சித்திரங்களைத் தீட்டுவதிலே திருப்தியடைந்தனர். சுருங்கச் சொல்லுவதானால் அகலிகைக் கதைப் பொருளைக் கையாண்ட எழுத்தாளர் பலரும், 'அரங்கின்றி வட்டாடு'பவர் ஆயினர். இவ்வாறு பழைய பௌராணிகக் கதைக்குப் புத்துரை எழுதுபவர் போல அகலிகை கதைக்குச் சில எழுத்தாளர்கள் அலங்காரம் செய்து பார்த்துக்கொண்டிருந்த வேளையில் அதனை மீண்டும் சமுதாய உணர்வுடன் நோக்கி, நேரடியான அனுபவத்துக்கு உட்படும் அடிக்கருத்தாக அமைக்க முயன்றார் ஒருவர். அதே காரணத்தால் அது தமிழிலே குறிப்பிடத்தக்க ஒரு இலக்கியப் பரிசீலனையாயும் அமைந்துவிட்டது.

6

ஆங்கில மொழியில் (outsider) என்றொரு சொல்லுண்டு புறம்பானவர், தொழில்துறை சார்ந்தவரல்லாதவர், தீக்கை பெறாதவர், குழாத்தில் கலந்துறவாடத் தகுதியற்றவர் என்றெல்லாம் அகராதி இச்சொல்லிற்குப் பொருள் கூறும். அரசியலிலிருந்து இலக்கியம் வரையுள்ள பல துறைகளிலே சிற்சில சமயங்களில் பொதுவாகப் 'புறம்பானவர்' அல்லது 'தீக்கை பெறாதவர்' (முறையாகப் பயிற்றப்படாதவர் என்பது பொருள்) எனக் கருதப்படுவோர் திடீரெனப் புகுந்து பாராட்டத்தக்கவற்றைச் செய்வதுண்டு. 'தகுதி' பெற்றவர்கள் தடம்பட்ட வழியிற் சென்று கொண்டிருக்க, இவர்கள் பயிற்சி காரணமான தடையுணர்ச்சி எதுவுமின்றித் துணிவுடன் புதுவது காண்பதுண்டு. தமிழிலே மறுமலர்ச்சி எழுத்தாளர் பலர் வறுமையில் வாடியிருக்கிறார்கள். ஆனால் அவர்கள் யாவரும் பிறப்பாலும் சமூக அந்தஸ்தாலும் உயர்ந்தவர்களே. ஒரு காலத்தில் பிராமண சமூகத்தவரே பிரபல எழுத்தாளராயும் விளங்கினர். (ஈழத்திலே இப்போக்குக்குப் பல விதிவிலக்குகள் உண்டு.) இத்தகைய சூழ்நிலையில், அதிகம் கல்வியின்றி நகரத்திலே உடலுழைப்பாளியாய் வாழ்க்கையைத் தொடங்கி, இலக்கிய ஆர்வத்தினாலும் விடாமுயற்சியாலும் பெயர் வாங்கிய எழுத்தாளர் இருவரைக் குறிப்பிடலாம். இவருள் மூத்தவர் 'விந்தன்' எனப்படும் வி. கோவிந்தன்; இளையவர்

ஜெயகாந்தன். இருவரும் எழுதத் தொடங்கிய பொழுது சமூகத்திலே உள்ள ஏழை எளியவர்கள், தாழ்த்தப்பட்டோர், ஒதுக்கப்பட்டவர்கள் முதலியோரது சுக துக்கங்களையும் பொதுவாக “மனிதனுக்கு மனிதன் செய்யும் அநீதியையும் கொடுமையையும்”[23] எடுத்துக்காட்டினர்.[24] அச்சுக் கோக்கும் தொழிலாளியாய் இருந்து பின் பத்திரிகைத் தொழிலில் புகுந்து, “கல்கி”யில் பத்தாண்டுகள் துணை ஆசிரியராய்ப் பணிபுரிந்து பின் சுதந்திர எழுத்தாளரான விந்தன் எழுதிய குறிப்பிடத்தக்க நூல்களில் ஒன்று பாலும் பாவையும்.

‘பாலும் பாவையும்’ பல வழிகளிற் குறிப்பிடத்தக்கது. அவற்றுள் ஒன்று அஃது ஓர் இலக்கியப் பரிசோதனை என்பது. நாம் மேலே ஆராய்ந்த படைப்புக்கள், இதிகாசத்திலும், புராணங்களிலும் வழங்கி வரும் அகலிகைக் கதையை எடுத்துச் சிறுசிறு மாற்றங்கள் செய்து புது விளக்கங் கூறுவன. ஆனால் பாலும் பாவையும் தற்காலச் சமூகக் கதையொன்றாகும். இந்திரன், அகல்யா, தசரதகுமாரன் என்பன இதில் வரும் மூன்று பாத்திரங்களுக்குரிய பெயர்கள் என்பதைத் தவிர பழைய அகலிகைக் கதைக்கும் இதற்கும் தொடர்பு எதுவும் இல்லை. கனகலிங்கம், ராதாமணி, சியாமளா, பரமசிவம் முதலிய வேறு பாத்திரங்களும் நாவலில் வருகின்றனர். பழைய புராணக் கதையைத் தெரியாத ஒருவர் இதனை அசல் சமூகக் கதையாகவே படித்து விடுவார். ஆனால் அகலிகை கதை தெரிந்தவர்க்கு இந்நாவலின் பொருள் ஆழம் நிறைந்ததாயும் நூதனமானதாயும் இருக்கும். இதனைச் சிறிது விளக்க வேண்டும் என்று நினைக்கிறேன்.

நாம் மேலே பார்த்த படைப்புக்களிலே அகலிகை, கௌதமர் முதலானோர் பௌராணிக உலகிலேயே நடமாடுகின்றனர். சாபம், கல்லாகுதல் முதலிய இயற்கையிகந்த நிகழ்ச்சிகளும் இந்திரன், தேவர்கள் முதலிய தெய்வப் பிறவிகளும் இடம் பெறுவதால் அவை சமகால உலகத்தைச் சார்ந்தனவாக அன்றிக் ‘காலங்கடந்த காலத்தே’ கானகமொன்றில் நடந்த நிகழ்ச்சிகளொடு தொடர்புடையனவாயுள்ளன. அதனால், எமது எழுத்தாளர்கள் எத்துணைச் சமகால நோக்குடன் எழுதினாலும், அப்படைப்புக் களில் வரும் பாத்திரங்களுக்கும் எமக்கும் கால இடைவெளி மிகுதியாக உள்ளது. இதிகாசப் பாத்திரங்கள் எவ்வளவுதான் நவீன மொழியிற் பேசினாலும் கற்பனைப் படைப்புக்களாகவே இருப்பன. அவற்றுக்கும் எமது காலத்துக்கும் குறிப்பிடத்தக்க தொடர்பு காண்பது இயலாது. அது மட்டுமல்ல. பழைய நிலமானியச் சமுதாயத்தில் வழுக்கி விழுந்தவர் நிலைவேறு. எமது முதலாளித்துவ சமுதாயத்தில் வழுக்கி விழுந்தவர் நிலைமை வேறு. எனவே அகலிகையை வழுக்கி விழுந்தவளாக நோக்கினாலும்

பயனுள்ள முடிவு கிடைக்கப்போவதில்லை. பன்னெடுங் காலமாகப் பெண்ணினத்துக்குக் கொடுமை இழைக்கப்பட்டதைத் தவிர, அதன் தன்மையும் முறைகளும் காலத்துக்குக் காலம் மாறுகின்றன. இவற்றை உணர்ந்த நிலையில் பாலும் பாவையும் எழுதியுள்ளார் விந்தன். இத்தகைய நாவல்களைச் சிலர் "இலட்சிய நாவல்கள்" என்பர்.[25] அது எவ்வாறாயினும், வ.ரா. எழுதிய நாவல்களின் வழிவந்தது *பாலும் பாவையும்*[26] என்பதை மறுப்பதற்கில்லை.

அகல்யை கல்லூரி மாணவி. சக மாணவரான தசரத குமாரன், இந்திரன் ஆகிய இருவரில் 'அறியாத' தசரத குமாரனைக் கை விட்டு, 'அறிந்த' ரசிகன் இந்திரனுடன் காந்தர்வ விவாகஞ் செய்ய ஓடிப்போகிறாள். வெறுங்கையாக வந்த அகலிகையை இந்திரன் கைவிட்டுச் செல்கிறான். எழுத்தாளர் கனகலிங்கம் பலத்த தர்ம விசாரத்துக்குப் பின்பு அகலிகையைக் காதலிக்க மறுத்துக் கொல்வதைவிடக் காதலித்தே கொல்லலாம் என்று கேலியாகக் கூறிக் கொண்டு காப்பாற்ற முன் வருகிறான். ஆள்மாறாட்டத்தின் பயனாகக் கனகலிங்கம், அகல்யையின் சித்தப்பாவின் சூழ்ச்சியாற் கொல்லப்படுகிறான். இக்கட்டான சமயத்தில் 'அகல்யாவின் சாபத்தைப் போக்க வந்த சாட்சாத் ஸ்ரீராமபிரானைப் போல, தசரதகுமாரன் கையில் கோதண்டம் இல்லாமல்' எதிரே வந்து, வாழ்நாளிலேயே முதன்முறையாகத் துணிந்து அவளைக் காப்பாற்ற முன்வருகிறான். ஆனால் வீட்டுக்குப் போனதும், "கெட்ட பாலை எடுத்துச் சாக்கடையிலே கொட்ட வேண்டியதுதான்" என்று தத்துவம் பேசும் சமையற்காரன் சொல்லைக் கேட்டுவிட்டு மனம்மாறியவனாய் அகல்யாவை இழுத்துக்கொண்டு போய் வீட்டுக்கு வெளியே விட்டுவிட்டுக் கதவைச் சாத்தித் தாளிட்டு விடுகிறான். மனமிடிந்த அகல்யை ஆழ்கடலை நோக்கி ஓடுகிறாள்.

இதுதான் நாவலின் சுருக்கம். இதற்கும் புராணங்களில் வரும் அகலிகைக் கதைக்கும் ஒப்புமை மிகக் குறைவு என்பது வெளிப்படை. ஆயினும் நாவலைப் படிக்கும்பொழுது பழைய அகலிகை அடிக்கடி நினைவில் வெட்டும்படி ஆசிரியர் எழுதியிருக்கிறார் என்றாலும் பழைய கதை எவ்விதத்திலும் வாசகனுக்குச் சுமையாக அமையவில்லை; மாறாக, பழைய கதை பற்றிய அறிவு ஒரு வகையான உணர்வு இன்பத்தைக் கூட்டுகிறது. இத்தகைய பரிசீலனை நூல்கள் பல இந்நூற்றாண்டில் மேனாட்டிலே தோன்றியுள்ளன. அவற்றோடு நாம் இங்கு ஆராயும் நாவலைத் தொடர்புபடுத்தி முடிச்சுப்போட வேண்டிய அவசியமில்லை. எனினும் அவை பற்றிய சில குறிப்புகள் இன்றியமையாதவை.

பிரபல ஐரிஷ் எழுத்தாளர் ஜேம்ஸ் ஜோய்ஸ் (*James Joyce, 1882–1941*) எழுதிய *கலைஞனின் இளமைக் காலச் சித்திரம்* (*A Portrait of the Aritst as a Young Man*), யூலிசிஸ் (*Ulysess*) என்பன இவ்வகையான புத்தாக்கங்களுக்குச் சிறந்த உதாரணங்கள். பண்டைய கிரேக்க மகாகவி ஹோமர் பாடிய ஓதீசி (*Odyssey*) காவியத்தின் பாட்டுடைத் தலைவன் யூலிசிஸ். துரோயப் போருக்குப்பின் பல்லாண்டுகள் அலைந்து திரிந்து பல அருஞ் செயல்கள் புரிந்து இறுதியில் தன் மனைவியைச் சேருகிறான் யூலிசிஸ். மகனாய், தந்தையாய், கணவனாய், காதலனாய், போர் வீரனாய், மன்னனாய், பல கோணங்களிலிருந்து அவனை நாம் ஓதீசி காவியத்திற் காணக்கூடியதாயுள்ளது. எனவே அவனை ஒரு முழுமையான மனிதனாகச் சிலர் கொள்வர். ஜோய்ஸ், *யூலிசிஸ்* என்ற தமது நாவலில் லியோபோல்ட் புளூம் (*Leopold Bloom*) என்ற பாத்திரத்தைச் சிருஷ்டித்து நவீன காலத்தில் வாழும் முழுமையான மனிதன் ஒருவனைச் சித்திரித்தார். "எனது நூல் ஒரு நவீன ஓதீசியாகும்" என்றார் ஜோய்ஸ். "இது புதுவகையான போலியாக்கம்" (*imitation*) என்கிறார் டயிச்செஸ்.[27] புளூம் என்ற நவீன கதாநாயகன் நெருக்கம் நிறைந்த டப்ளின் நகரத்திலே ஒரு நாள் பொழுதில் பெறும் அனுபவங்களே நாவலின் உள்ளடக்கம். 1904ஆம் வருடம் ஜூன் மாதம் 16ஆம் திகதி காலை எட்டு மணிக்கு நாவல் தொடங்குகிறது. அடுத்த நாள் காலை இரண்டு மணிக்கு முடிவடைகிறது. ஹோமரின் காவியத்திலே தெய்வச் சீற்றத்தினால் யூலிசிஸ் பத்தாண்டுகள் அலைந்து திரிகிறான். நாவலில் ஒரு நாளில் கதாநாயகனது "அருஞ் செயல்கள்" முடிவடைகின்றன. அத்தகைய உருவ வேறுபாடுகள் பல இருப்பினும் இரு நூல்களுக்கும் ஒப்புமையும் உண்டு. பழைய கதையை ஆங்காங்கு நினைப்பூட்டும் சொற்களையும் சொற்றொடர்களையும் கையாண்டுள்ளார் ஜோய்ஸ்.

இன்னொரு உதாரணம் மட்டும் பார்க்கலாம். புகழ்பெற்ற அமெரிக்க நாடகாசிரியர் ஓநீல் (*Eugene O' Neill, 1888–1953*) உருவகக் குறியீடுகளைப் பயன்படுத்தி நாடகங்களை எழுதியவர். அவர் எழுதிய *Mourning becomes Electra* என்ற துன்பியல் நாடகம் மூன்றன் தொகுதி, பண்டைய கிரேக்க துன்பியல் நாடகம் மேதை ஈஸ்கிலஸ் இயற்றிய *Oresteia* என்ற பழமரபுக் கதை நாடகம் மூன்றன் தொகுதியின் புத்துருவாகும். துரோயப் போருக்குப்பின் திரும்பிய கிரேக்கப் பெருந்தலைவனை அவன் மனைவி கிளைட்டெம்னெஸ் டிரா தனது சோரநாயகன் இகிஸ்தஸ் என்பானின் உதவியுடன் கொலை செய்கிறாள். இரண்டாவது பகுதியில், கொலையுண்ட அகமெம்னோன் மகன் ஒறெஸ்டீஸ், தனது தங்கை எலெக்டிராவின் தூண்டுதலினால் தாயையும் அவள் சோர நாயகனையும் கொன்று

விடுகிறான். மூன்றாவது பகுதியில் ஒறெஸ்டீசைக் கொலைப் பாவம் தொடர்ந்து பற்ற அவன் அலைந்து திரிவதும் இறுதியில் ஏதென்ஸ் நகரமன்றத்தில் விசாரணை செய்யப்பட்டு விடுதலை பெறுவதும் நடைபெறுகின்றன. இம்மூன்று நாடகங்களுக்கும் அடிப்படை ஏதுவாக அக்குடும்பத்துக்கு விதிக்கப்பட்ட சாபம் இயங்குகிறது.

மேற்கூறிய பண்டைக் கிரேக்க இதிகாசக் கதையிலே, தெய்வம், கொலைப்பாவம், விதி, சாபக்கேடு முதலியன பற்றிய ஆழ்ந்த நம்பிக்கை பிரிக்கவியலாப் பண்பாக உள்ளது. எனினும் அவற்றை நீக்கி, துரோயப் போருக்குப் பதிலாக, அமெரிக்க உள்நாட்டு யுத்தத்தை (1861–1865) பகைப்புலமாகக் கொண்டு நவீன நாடகமொன்றை (மூன்றன் தொகுதி) எழுதினார் ஓநீல். "கிரேக்கர்கள் விதி எனக் கொண்ட பொருளுக்கு ஏறத்தாழச் சமமாகும் உளவியல் உந்துதலின் அடிப்படையிலே, தெய்வம் உண்டென்றும், அறம் நின்று கொல்லும் என்றும் நம்பாத அறிவுடைய நவீன நாடகப் பிரியர்கள் ஏற்றுக்கொள்ளும் வகையிலும் அதனைப் பார்த்து மனமுருகும் வகையிலும் அமைந்த நாடகத் தொகுதி" என்று ஒரு திறனாய்வாளர் இப்புத்தகத்தை மதிப்பிட்டிருக்கிறார்.

ஜோய்ஸ், ஓநீல் முதலியோரது படைப்புக்களுடன் *பாலும் பாவையை* ஒப்பிட வேண்டுவது அவசியமில்லை. ஆயினும் அது பிற மொழிகளில் இருப்பதையொத்த நவீன நூல் என்பதை உணர்த்த இக்குறிப்புகள் அவசியமாயிற்று. அதுமட்டுமல்ல ஜோய்ஸ், "கலைப் படைப்பு, தன்னளவிற் பூரணமானது. புற உலகின் ஒப்புமை உணர்வை வேண்டாது தனித்து இயங்கவல்லது" என்ற கோட்பாட்டிற்கியைய இலக்கியம் சமைத்தவர்; சிக்கலான உத்திகளுக்கு முதலிடம் கொடுத்தவர்; தமது நாவலையே ஒரு ஐதிகமாகக் கருதியவர். அத்தகையவரது, வேலைப்பாடுகள் நிறைந்த பெரு நாவலுக்கும் 'கல்கி'யில் தொடர் கதையாக வந்த நாவலுக்கும் குண வேறுபாடுகள் பலவுண்டு.

விந்தன், வ.ரா., பாரதியார் ஆகியோர் மரபையொட்டி, 'இழுக்கை ஒழிக்கவும், ஒழுக்கத்தை வளர்க்கவும், நமக்கும் நாட்டுக்கும் நன்மை பயக்கவும்' குறிக்கோளோடு எழுதியவர். இது காரணமாகவே அவரைப் பிரசார நாவலாசிரியர் பிரிவிற் சேர்த்துவிடுகிறார் அகிலன்.[28] 'ஒரு கேள்வி' என்ற முன்னுரையில் விந்தன் கூறுகிறார்:

> "சர்ச்சைக்குரிய எத்தனையோ விஷயங்களில் தம்முடைய அபிப்பிராயத்தை அழுத்தந் திருத்தமாக வெளியிட்டிருக்கும் பாரதியார்கூடக் கற்பைப்

பற்றிக் குறிப்பிடும்போது 'ஆணுக்கும் பெண்ணுக்கும் அதைப் பொதுவில் வைப்போம்' என்று பட்டும் படாமலும் சொல்லிவிட்டுப் போயிருக்கிறார்.

"ஆணுக்கும் பெண்ணுக்கும் பொதுவாக அது எப்படி யிருக்கும்? அப்படியிருக்க ஆண்கள் விடுவார்களா? இயற்கைதான் அதற்கு இடங் கொடுக்குமா?

"கற்பு என்பது ஆண்களால் கடைப்பிடிக்க முடியாத விஷயமாயிருக்கும்போது, பெண்கள் மட்டும், அதைக் கடைப்பிடிக்க வேண்டும் என்று சொல்வதில் – இன்றும் சொல்வதில் – அர்த்தமில்லை".

ஆசிரியர் பெண்ணுரிமை விஷயத்தில் எவ்வளவு தூரம் தொடர்புற்றிருக்கிறார் என்பதை மேலேயுள்ள கூற்றுக் காட்டுகிறது. இதனாலேயே "நவீன அகலிகை" கதையான *பாலும் பாவையும்* அதே பொருளில் எழுந்த பல புதுமெருகுக் கதைகளி லும் சிறந்து விளங்குகிறது. அதன் சிறப்பியல்புகள் சிலவற்றை இனி கவனிப்போம்.

பாலும் பாவையில் ஆசிரியர் வேண்டுமென்றே இராமாயண பாத்திரங்களையும் கதாசம்பவங்களையும் குறிப்பிடுகிறார். இதனால் இதிகாசமும் நவீன கதையும் ஒன்றையொன்று ஒட்டவும் வெட்டவும் வாய்ப்பு ஏற்படுகின்றது. ஆசிரியர் பழைய கருத்துக்களைக் கொள்ளும் போதும், தள்ளும் போதும் நின்று நின்று நாம் கவனிக்குமாறு இசைவுப் பொருத்தங்களை உணர்த்திச் செல்கிறார். வேறொரு நூலுக்குத் திரு. கி.சந்திரசேகரன் எழுதியுள்ள முகவுரையில் கூறுவது இவ்விடத்திற் பொருத்தமாகக் காணப்படுகிறது.

ஆழ்ந்த மனச்சூழல்களில் நம்மைச் செருகும் தன்மை பெற்றவை இங்குள்ள கதைகளில் சில. ஒரு முறைக்கு இரு முறையாக அவைகளின் கருத்து நம்மைத் துழாவ வைப்பதற்குக் காரணம் அதுவே. அபிப்பிராயத்தின் தொனி விசேஷம் *(Suggestion)* சில சமயம் நம் உள்ளங்களைத் தொட்டு விடுகின்றது. சில வேளைகளில் உலுக்கியும் விடுகின்றது.[29]

சந்திரசேகரன் விதந்து கூறும் தொனி விசேஷம் – பாலும் பாவையிலும் நிறைய உண்டு. அகல்யா கூறுகிறாள்:

"வந்தான்! ஆனால் அவன் மகா சாது; பெயர் தசரத குமாரன். சாட்சாத் தசரத குமாரனோ சீதா தேவிக்காகச் சிவதனுசை முறித்தான்; மாரீசனை வதைத்தான்; இராவணனுடன் போரும்

> தொடுத்தான். எங்கள் தசரத குமாரனோ ஒருமுறை என்னுடன் வந்து 'மாட்டினி ஷோ' பார்க்கக்கூட விரும்பவில்லை – அவ்வளவு பயம்! – என்னைப் பார்த்து பெருமூச்சு விடுவதோடு தன் காதலை அவன் நிறுத்திக் கொண்டான். இளமையின் இதயத் துடிப்பை அறியாத அவனுடைய நடத்தை எனக்குக் கொஞ்சங்கூடப் பிடிக்கவில்லை..."

பழைய அகலிகை இரு அச்சிலே மட்டுமே வார்க்கப்பட்டவள். வான்மீகியின் சித்திரிப்பின்படி இந்திரனைக் கூடுவதில் பெருமகிழ்ச்சியடைந்தவள். நெஞ்சறிந்து இன்பத்தை ஏற்றவள். பிந்திய காவியங்களில் ரிஷிபத்தினியான அகலிகை கற்புக் கனலியாகச் சித்திரிக்கப்பட்டிருக்கிறாள். இஃது இக்காலத்துக்குப் போதிய குணச்சித்திரிப்பு அல்ல. நன்மை, தீமை என்ற இரு முனைப் பாகுபாடு இலட்சிய காவியங்களுக்கு ஏற்புடையதாக இருக்கலாம். சிக்கல்கள் நிறைந்த நவீன வாழ்க்கைக்குப் பொருந்துவதொன்றன்று. விந்தனின் அகல்யா கற்பு, கற்பின்மை என்ற நிலைகளை அதிகம் எண்ணாமல் எப்படியாவது வாழ வேண்டும் என்றே ஆசைப்படுகிறாள். அகல்யா சிந்திக்கிறாள்:

> "இந்த நிலையில் நான் இன்னும் உயிர் வாழ்ந்து கொண்டிருப்பதற்குக் காரணம் என்னவாயிருக்கும்? உயிரின் மீதுள்ள ஆசையா? – ஆம், உயிரின் மீதுள்ள ஆசைதான்."

பிறிதொரு சந்தர்ப்பத்திலே மனத்திலே உறுதி பிறக்கிறது.

> "அந்தத் துரோகிக்காக நான் ஏன் உயிரை விட வேண்டும்? அதனால் நான் அடையப் போகும் நன்மைதான் என்ன? மற்றவர்களைப் போல நானும் சமூகத்தின் அனுதாபத்தை வேண்டுமானால் பெறலாம். செத்துத்தான் அந்த அனுதாபத்தை பெற வேண்டுமென்றால் எனக்கு அது வேண்டாமே!... ஆம்! சமூகத்துக்கும் நான் பலியாக மாட்டேன். அந்தச் சண்டாளனுக்கும் பலியாக மாட்டேன். இரு தரத்தாரும் எனக்காக வேண்டுமானால் பலியாகட்டும்."

கல்லாகி நின்று சமூகத்தின் அனுதாபத்தைப் பெற்ற – பெற விரும்பிய – அகலிகைக்கும் இந்த அகல்யாவுக்கும் வேறுபாடு அதிகம். இவள் கனகலிங்கத்தைக் கைக்குள் போட்டுக் கொள்ளப் படாதபாடுபடுகிறாள்; அவனை மயக்கப் பார்க்கிறாள். ஓரளவு உறுதி பெற்று மீண்டும் வாழ்க்கையைத் தொடங்கும் பொழுது சமூகம் குறுக்கிடுகிறது.

"இதோ போகிறாள் பார், இவள் தான் அகல்யா." என்று அவளைச் சுட்டிக் காட்டினாள் அவர்களில் ஒருத்தி.

"எனக்குத் தெரியுமே! யாரோ ஒருவனுடன் ஓடிப்போய்விட்டாள் என்று சொன்னார்களே, அவள்தானே இவள்?" என்றாள் இன்னொருத்தி.

"ஆமாம்; ஆனால் ஓடிப்போகவில்லையாம். நடந்து தான் போனாளாம்" என்றாள் மற்றொருத்தி, 'களுக்' கென்று சிரித்துக்கொண்டே.

"எனக்கு யாரோ பறந்து போனாள் என்று சொன்னார்களே" என்றாள் வேறொருத்தி, 'கலகல'வென்று நகைத்துக்கொண்டே . . .

இந்தக் கட்டம் புதுமைப்பித்தனின் 'சாபவிமோன'த்திலும் சுருங்கிய வடிவில் வருவது நினைவிருக்கலாம். ரிஷிபத்தினிகள் ஏறத்தாழ இவ்வாறுதான் பழிச்சொற்களை வீசினார்கள். எவ்வளவுதான் உயிராசை இருந்தபோதும் இறுதியில் "கடைசி நம்பிக்கையும் இழந்து, கதியற்று, இனி தனக்குச் சாவதைத் தவிர வேறு வழியே கிடையாது" என்ற நிலைக்கு வருகிறாள். "எச்சில் இலைக்கு நேரும் கதிதான் இனி நமக்கு நேரும் போலிருக்கிறது" என்று ஏங்குகிறாள். நாவலின் முடிவிலே நிர்க்கதியாய், "வா வா என்று கைதூக்கி வரவேற்கும் அலை கடலை நோக்கி" ஓடுகிறாள். அதாவது சமூகத்தின் அனுதாபத்தைச் செத்துத்தான் பெறவேண்டும் என்ற முடிவுக்கு வருகிறாள். "நல்லவர்கள் வாழ்வதில்லை, நானிலத்தின் தீர்ப்பு" என்று முடிவுரை கூறி நாவலை முடிக்கிறார் விந்தன்.

ஒட்டு மொத்தமாகப் பார்க்கும்போது இதிகாசப் பாத்திரங்களையும் நிகழ்ச்சிகளையும் நுட்பமான முறையில் ஏளனத்துக்குரியவனாக்கி விடுகிறார் ஆசிரியர். அதற்கு அவரது 'தொனி விசேஷங்கள்' பெரிதும் பயன்படுகின்றன. ஒரு கட்டத்தை மாத்திரம் இங்குக் கவனிப்போம்.

கனகலிங்கத்தைக் கொலை செய்வித்தது தனது சித்தப்பா என்றறிந்த அதிர்ச்சியுடன் தனது வீட்டை விட்டு மெதுவாக வெளியேறும் அகல்யா தெருவில் விழுந்து விட்டாள். இனி விந்தனின் வருணனையைப் பார்க்கலாம்:

"அதே சமயத்தில் தன்னை மறந்து வந்துகொண்டிருந்த யாரோ ஒருவன் அவள் மேல் இடறி விழுந்தான்.

"ஐயோ!" என்று அகல்யா முனகினாள்.

"மன்னியுங்கள்" என்று பல்லை இளித்துக் கொண்டே அவன் எழுந்து நின்றான்.

"அகல்யா தலைநிமிர்ந்து அவனைப் பார்த்தாள் – என்ன ஆச்சரியம்! அவளுக்கு எதிரே ரிஷி பத்தினியான அகல்யாவின் சாபத்தைப் போக்க வந்த ஸ்ரீராமனைப்போலத் தசரத குமாரன் கையில் கோதண்டமின்றி, பக்கத்தில் லக்ஷ்மணன் இன்றி நின்றுகொண்டிருந்தான்.

"அவனைக் கண்டதும் எந்த விதமான உணர்ச்சியையும் வெளிக் காட்டிக் கொள்ளாமல், 'நீங்களா' என்றாள் அவள், தலையைக் கீழே குனிந்துகொண்டே.

"ஆமாம்! நான்தான்' என்று சொல்லிக்கொண்டே தசரத குமாரன் முதன் முறையாகத் துணிந்து அவளைக் கைகொடுத்துத் தூக்கினான். இருவரும் தனிமையை நாடிக் கடற்கரைக்குச் சென்றார்கள்."

இதிகாசக் காட்சிகளையும் தற்காலச் சம்பவங்களையும் ஒன்று கலந்து வேடிக்கை காட்டுகிறார் ஆசிரியர். அகலிகை சாப விமோசனம் இராமாயணத்திலே சிறியதொரு நிகழ்ச்சியாயினும், இராமனைப் பொறுத்தவரையில் அவன் பெருமைக்கு எடுத்துக்காட்டாய் இலங்குவது. "கண்ட கல்மிசைக் காகுத்தன் கழல் துகள் கதுவ" பண்டைய வண்ணமாய் அகலிகை நின்றாள் என்பார் கம்பர்; "கான் உற்ற காகுத்தன் கால் படலும், ஆங்கொருகல், மான் ஒத்த கண் அணங்கா" மாறுவதாக வெள்ளக்கால் பாடுவார்; "துன்பம் துடைக்கும் இராமரது தூய திருவடித் துகள்கள் பட்டதுமே, கல்லிலிருந்து அத் தவப் பெண்ணாகிய" அகலிகை வெளிப்பட்டாள் என்பார் துளசிதாசர். இத்தனை மகத்துவம் வாய்ந்த காட்சியை, அற்புதமான நகைச்சுவையுடன் கையாண்டிருக்கிறார் விந்தன். அகலிகைக்கு "மறுபடியும் புதிய வாழ்வைக் கொடுக்க வந்த தெய்விக புருஷன் காலில் விழுந்து நமஸ்கரிக்கிறாள் அகலிகை" என்கிறார் புதுமைப்பித்தன்.

இங்கே பயந்தவனான தசரத குமாரன் "மன்னியுங்கள்" என்று பல்லை இளித்துக் கொண்டுதான் எழுந்து நிற்கிறான். இராமன் கால்துகள் கதுவச் சாபவிமோசனம் பெற்ற அகலிகை எங்கே? கையாலாகாதவனான தசரத குமாரன் வந்து முட்டி மோதிக்கொள்ளும் அகல்யா எங்கே? இரண்டு காட்சிகளுக்கும் உள்ள மாறுபட்ட தன்மை தொனி விசேஷம் நிறைந்தது. கோதண்டம், லக்ஷ்மணன் முதலிய சொற்கள் நவீன தசரத குமாரனுக்குப் புதிய அர்த்தத்தைப் பெய்கின்றன.

கோதண்டமேந்திக் குவலயத்தைக் காக்க வந்த ரகுவீரனே அன்று அகலிகைக்கு விமோசனம் அளித்தான். இங்கோ சலன புத்திக்காரனான தசரத குமாரன் தனது மார்பை அழுத்திப் பிடித்துக்கொள்ளும் நோஞ்சான்; பேமானி. அதே சமயத்தில் பாலும் பாவையில் வரும் தசரத குமாரனுக்கும் இராமாயண நாயகனுக்கும் ஒப்புமை இல்லாமலுமில்லை. அதை உய்த்து உணர வைத்துள்ள விந்தனது இலக்கியத் திறன் குறிப்பிடத்தக்கது.

தசரத குமாரன் தயங்கித் தயங்கி அகல்யாவைத் தன் வீட்டுக்கு அழைத்துச் செல்கிறான். "ரொம்ப நேரம் கழித்து வந்திருக்கிறீர்களே! – பால் கெட்டுப் போய்விட்டதே" என்று சொல்லிக் கொண்டு வருகிறான் சமையற்காரன். அகல்யாவுக்குத் தான் மூன்றாவது ஆசாமி என்று பிறர் கருதக்கூடும் என்பது அவனது உள்மனக் கவலை. அம் மனநிலையில், "சரி, கெட்டுப் போன பாலை என்ன செய்யப் போகிறாய்?" என்று கேட்டு வைத்தான். சமையற்காரனது பதில் தசரத குமாரனது முடிவைத் தீர்மானிப்பதாயிருந்தது.

> "என்ன ஸார் இது? – கெட்டுப்போன பாலை என்ன செய்யப்போகிறாய்" என்று 'காலேஜ் ஸ்டூடென்ஸ்' கேட்கிற மாதிரி கேட்கிறீர்களே! – எங்கேயாவது கெட்ட பால் நல்ல பாலாகுமா ஸார்? எடுத்துக் சாக்கடையிலே கொட்டவேண்டியது தானே!" என்றான் சமையற்காரன்.

குற்றமற்ற இக்கூற்றைக் குத்தல் பேச்சாகக் கருதிய தசரத குமாரனுக்குச் 'சுருக்'கென்றது. அடுத்த செயலாகக் 'கெட்ட பாலாகிய' அகல்யாவைச் சாக்கடைக்கே தள்ளிவிடுகிறான். இதைப் படிக்கும்பொழுது தொனி விசேஷத்தால் எமக்கு இராமன் சீதையுடன் நடந்துகொண்ட விதம் நினைவில் தோன்றுகிறதல்லவா? இராவண வதத்தின் முடிவில், யுத்த பூமியிலே அக்கினிப் பரீட்சை வைத்ததே இராமனுக்குப் பெரும் இழுக்கு. அதன் பின்னரும் அயோத்தியில் பொறுப்பற்றவர்களின் வீணுரையைக் கேட்டு, இராமன் சீதையைக் காட்டுக்கு அனுப்பிவிட்டான் என்று 'உத்தரகாண்டம்' கூறும். இராமன் "வண்ணானின் மொழி கேட்டு வனம் விடுத்த சீதை" என்று ஈழநாட்டுப் புலவர் ஒருவர் பாடியிருக்கிறார்.[30] வண்ணான் சொன்னதைக் கருத்திற் கொண்டு வைதேகியை வனத்துக்கு அனுப்பிவிடும் விஷ்ணு அவதாரமாம் இராமனுக்கும், சமையற்காரன் வார்த்தைகளைக் கருத்திற் கொண்டு அகல்யாவைத் தரதரவென்று இழுத்துக் கொண்டுபோய் வீட்டை விட்டுத் துரத்திவிடும் தசரத குமாரனுக்கும் என்ன வித்தியாசமிருக்கிறது? ஒன்றுமேயில்லை. காவியத்திலும், நாவலிலும் ஆண் திமிர் ஒன்றுதான்.

"எல்லாம் ஈசுவர லீலை" என்று நன்மைக்கும் தீமைக்கும் பேதம் பாராட்டாமல் சமாதானம் கூறும் ராஜாஜியே இராமாயணத்தில் இராமன் பற்றிய இக்கதைக்குப் பெரிதும் முயன்று விளக்கம் கூறுகிறார். இராமன் சீதையைக் காட்டுக்கு அனுப்பியதாகக் கூறும் பழங்கதை பாமரர்களிடையில் வழங்கியதொன்று என்று அதன் முக்கியத்துவத்தைக் குறைக்க முயன்றுவிட்டு, "இந்தத் துயரக் கதை நம்முடைய தேசத்துப் பெண்மணிகளின் கடல்போன்ற துக்கத்தில் தானாக உதித்த ஒரு கற்பனை ... இந்தப் பரீட்சை என் புத்தியில் ராமனுடைய குணத்துக்கு அவ்வளவு பொருத்தமாக இல்லை. படிக்கும்போது கஷ்டமாக இருக்கிறது. துன்பம் என்ன! இன்பம் என்ன!—எல்லாம் ஈசுவர லீலை."[31]

இராமாயணத்திலே 'அறத்தின் நாயகன்' நடத்திய அக்கினிப் பிரவேசம்[32] முதலியவற்றைப் படிக்கும்போது மனத்துக்குக் கஷ்டமாக இருக்கிறது என்று ராஜாஜி கூறுவது போலவே விந்தனின் கதைகள் பற்றிக் கூறியிருக்கிறார் 'கல்கி'. அவர் சொன்னார்:[33]

"விந்தன் கதைகளைப் படிப்பதென்றால் எனக்கு எப்போதும் மனதிலே பயம் உண்டாகும். படித்தால் மனதிலே என்னென்ன விதமான சங்கடங்கள் உண்டாகுமோ, எப்படிப்பட்ட வேதனைகளுக்கு ஆளாக நேருமோ என்றுதான் பயம்!"

வான்மீகியிலிருந்து விந்தன் வரை இந்திய இலக்கியங்களிற் சித்திரிக்கப்பட்டுள்ள அகலிகையை மாத்திரமன்றிப் பிற பெண்கள் பலரையும் பார்க்கும்போது எமக்குக் கஷ்டமாகத்தானிருக்கிறது. ஒருவகையில் பார்க்கப்போனால், வான்மீகி தொடங்கிய இடத்துக்கு விந்தன் (கூடிய சிக்கல்களோடும், பிரச்சினைகளோடும்) வந்திருக்கிறார் என்று தோன்றுகிறது. இக்கூற்றைச் சிறிது விளக்கியுரைக்க வேண்டும். ஆதி கவியாகிய வான்மீகி வீரயுகக் கதையொன்றைப் பாடினார். அதில் மனித இயல்புகள் பெரும்பாலும் அறவியல், தெய்வீக வரையறைகளுக்குள் கட்டுப்படாமல் சித்திரிக்கப்பட்டன. காலப்போக்கில் கருத்து முதல் வாதமும் அதன் வெளிப்பாடான பல சிந்தனை வடிவங் களும் பெருகப் பெருக இராமகாதையும் உருமாற்றம் பெற்றது. ராஜாஜி ரகுவீரன் பற்றிக் கூறியிருப்பது காவியம் முழுவதற்கும் ஏற்புடையதே:

வால்மீகி ரிஷியின் காவியத்தில் இராமனுடைய நடவடிக்கைகளை ஈசுவர அவதாரமாக வைத்து எழுதவில்லை ... மொத்தத்தில் வால்மீகி ராமாயணத்தில் காணப்படும் ராமன் ஒரு சிறந்த

ராஜகுமாரன்; வீர புருஷன்; அபூர்வமான தெய்விக நற்குணங்கள் பெற்றவன். அம்மட்டே; கடவுளாக வேலை செய்யவில்லை!³⁴

கம்பன், துளஸிதாஸர் ஆகியோர் இறையவதாரமாக இராமன் வணங்கப்பட்ட காலத்தில், இலட்சிய நோக்கிற் பாத்திரங்களைப் படைத்தவர்கள். ஒரு சிறு உதாரணம் மாத்திரம் போதும். வான்மீகியார் வாலியின் மனைவி தாரையைக் குரங்கு ஒழுக்கமே கொடுத்து உருவாக்கினார். கம்பனோ அவளைக் கற்பரசியாக்கிக் காட்டினார். பிற பாத்திரங்களும் அவ்வாறே இலட்சிய வடிவம் பெற்றன. இப்பொதுப் பண்புக்கியைய, வான்மீகியார் காட்டும் அகலிகை மனமறிந்து சந்தர்ப்பம் கிடைத்தபோது சோர நாயகனைக் கூடியவள். வான்மீகியின் வருணனை இயற்கை நவிற்சியுடையதாய்க் காணப்படுகிறது. அந்த வகையில் ப.ரா. கூறியிருப்பதுபோல்³⁵ "வான்மீகியின் அகல்யா வழுக்கி விழுந்த ஒரு சகோதரி." பின்வந்த பக்திக் கவிஞரெல்லாம், 'பாபி'யான அகலிகை இராமனது பாதத் தாமரைகள் பட்டுப் பவித்திரமானதைக் கூறமுனைந்தவராதலால், "வழுக்கி விழுந்த" பிரச்சினையை வழுவவிட்டனர். மறுமலர்ச்சி (மணிக்கொடி) எழுத்தாளர்கள் வழுக்கி விழுந்தவளது மனநிலையைத் துருவித் துழாவினரேயன்றி அதனை ஆழ்ந்த கவனத்துக்குரிய சமூகப் பிரச்சினையாக அணுகினார் அல்லர். அவ்வாறு அவர்கள் செய்ய இயலாமைக்குக் காரணமும் கண்டோம். இருபதாம் நூற்றாண்டின் நடுப் பகுதியில் களமமைத்துக் கதையெழுதிய விந்தன் காட்டும் கதாநாயகி அகல்யா "நெஞ்சறிந்து பழி ஏற்றுக் கொண்டவள்". அவள் வழுக்கி விழுந்தமைக்குச் சமாதானம் கூறிச் சமாளிக்க முயலவில்லை ஆசிரியர். அப்படிச் செய்திருந்தால், அவர் படைப்பு, பிந்திய இராமாயணங்களின் நையாண்டிப் போலியாக (Parody) மட்டுமே அமைந்திருக்கும். வழுக்கி விழுந்த பின் வாழ முயல்பவள் அவள். அது காரணமாகவே புதுப் பிரச்சினைகள் தோன்றுகின்றன. வழுக்கி விழுவதிலும் ஆண்கள் தரம் பார்ப்பதைச் சித்திரிக்கிறார் விந்தன்:

"சிறிது நேரம் மௌனமாக இருந்த பிறகு, 'காந்திஜியின் தத்துவத்தில் உங்களுக்கு நம்பிக்கையுண்டா?' என்று கேட்டுப் பேச்சை மாற்றினாள் அகல்யா.

"உண்டு" என்றான் கனகலிங்கம்.

"வகுப்பு வெறியின் காரணமாகக் கற்பழிக்கப்பட்ட பெண்களை அவர்களுடைய கணவன்மார்கள் மீண்டும் ஏற்றுக்கொள்ள வேண்டுமென்று அவர் சொல்லவில்லையா?"

"சொன்னார்."

"அதே மாதிரி நானும் ஏதோ ஒரு வெறியால் கற்பழிக்கப்பட்டவள் தானே! – என்னை நீங்கள் ஏன் ஏற்றுக்கொள்ளக் கூடாது!" என்று கேட்டு அவள் அவனை மடக்கினாள்.

"இப்பொழுதுதான் பிடி கிடைத்தது அவனுக்கு. 'நீ சொல்வது ரொம்ப சரி; ஆனால் அவர்களுக்கும் உனக்கும் வித்தியாசம் இருக்கிறதே" என்றான்.

"அவள் குறுக்கிட்டு, 'என்ன வித்தியாசம்' என்று கேட்டாள்.

"தங்களுடைய விருப்பத்துக்கு விரோதமாக அவர்கள் கற்பழிக்கப்பட்டார்கள்; நீ அவ்வாறு கற்பழிக்கப்பட வில்லை?" என்றான் அவன்.

"அகல்யாவின் மென்மையான உள்ளத்தில் இது சுருக்கென்று தைத்தது. அதனால் ஏற்பட்ட வேதனையைத் தாங்க முடியாமல் அவள் 'கலகல' வெனக் கண்ணீர் உதிர்த்தாள்."

வழுக்கி விழுந்தவள் மீண்டும் வாழ முற்படும்போது குறுக்கிடும் தடைகளுக்கு இது ஓர் உதாரணம். கண்கண்ட பிரச்சினைகளுக்கும் காவியத்திற் கண்ட அகலிகைக் கதைக்கும் இயைபுண்டு எனக் காட்டியதில் விந்தன் நியாயமான அளவில் வெற்றியீட்டியிருக்கிறார். ஆனால் விந்தனது முயற்சியும் ஓர் எல்லைக்குள் நின்றுவிட்டது என்றே கூற வேண்டும். அகல்யா தற்கொலை செய்து கொள்வது உள்ளத்தை உருக்குவதாயிருப்பினும், ஆசிரியர் எழுப்பும் கேள்விகளுக்கு ஏற்ற விடையாக, முடிவாக அது அமையவில்லை. அல்லது ஆசிரியர் கேள்விகளைத் தக்கபடி எழுப்பவில்லை என்றும் கூறலாம். விந்தன் காட்டும் அகல்யா அவள் விரும்பும் விதத்தில் வாழ இயலுமா? "நானிலத்தின் தீர்ப்பு" என்பதன் அர்த்தம் என்ன? இவற்றுக்கு நாம் விடை காண்பது இன்றியமையாதது.

7

இராமன் சீதையைக் காட்டுக்கு அனுப்பியது போன்ற செயல்கள் அநீதியானவை என்று ராஜாஜி போன்றவர்கள் அரைகுறை மனத்துடன் ஒருவாறு ஒருப்பட்டபோதும், பெண்களின் பேரிடர்களைக் கேட்கும் போது சங்கடமாக இருக்கிறது என்று 'கல்கி' போன்றவர்கள் பெருமூச்சுவிட்ட போதும், வழுக்கி விழுந்த

சகோதரிகளுக்கு வாழ்வளியுங்கள் என்று காந்தி முதலான பெரியோர்கள் போதித்த போதும், அகலியாக்களைக் கண்டு விந்தன் போன்றவர்கள் அகங்கொதித்த போதும், பெண்களின் நிலைமை, பேச்சளவில் சிறிது திருந்தியிருக்கிறதேயன்றி, உண்மையான மாற்றம் பெறவில்லையென்றே கூற வேண்டும். சட்டம் ஏற்றுக் கொண்டாலும் சமூகம் இணக்கங்காட்டாத மாற்றங்கள் பல உள்ளன. ஜெயகாந்தன் போன்ற எழுத்தாளர் இன்றும் அவ்வப்போது எழுதும் 'அக்கினிப் பிரவேச'க் கதைகளையும் அவற்றின் எதிரொலிகளையும் கேட்கும்பொழுது, ஏமாற்றும் இயல்புடைய சமூக மேல்தோற்றத்துக்கடியில் பெண்கள் பிரச்சினை – பல்வேறு வடிவங்களிலே – கொதித்துக் கொண்டிருப்பது புலனாகும். அண்மையில் ஜெயகாந்தன் கூறியதொன்று இதனை வலியுறுத்தும். "தாலியைக் கட்டும் தைரியம் தாலியை அறுப்பதிலும் இருக்கவேண்டும்" என்று அவர் கூறினாராம்.[36] இது பெண்கள் சம்பந்தமான பிரச்சினையன்றோ. மேனாட்டிலே பெண்ணுரிமை இயக்கம் வேகம் பெறக் காரணமாயிருந்த *பொம்மை வீடு* (1879) என்ற நாடகத்திலே ஆசிரியர் இப்சன் *(Henrik Ibsen, 1828–1906)*, தமது கதாநாயகி நோராவைப் படைத்த விதம் இங்கு நினைவு கூரத்தக்கது. நாடகத்தின் இறுதியில், "மறக்க வியலாத கடைசிக் காட்சி" என்று பெர்னாட்ஷா வருணித்த உச்சக் கட்டத்தில், நோரா மோதிரத்தை – எமது தாலிக்குச் சமமான திருமணச் சின்னத்தை – கழற்றி வைத்துவிட்டு வீட்டிலிருந்து வெளியேறு கையில் இன்றும் ஒரு வகையான 'அதிர்ச்சி' ஏற்படத்தான் செய்கிறது. சமீப காலத்தில் ஜெயகாந்தன் படைத்துவரும் கதைகள் குணாம்சத்தில் இத்தகைய அதிர்ச்சி மதிப்பு உள்ளனவாகவே இருக்கின்றன. விந்தனல்ல, ஜெயகாந்தனும் வழுக்கி விழுந்தவர்களது பிரச்சினையை மூடி மழுப்பாது எத்துணை மொட்டையாகப் பேசினாலும், பிரச்சினை தீரப்போவதில்லை.

கூர்ந்து கவனிப்போர்க்கு ஒருண்மை புலனாகும். வழுக்கி விழுந்தவர்கள் பிரச்சினை தனித்த தொன்றன்று. அதனைப் பெண்களின் பிற பிரச்சினைகளிலிருந்து வேறாகப் பிரித்து வைத்து ஆராயவும் இயலாது. இப்பிரச்சினைகளை எமது எழுத்தாளரில் பெரும்பாலானோர், சமுதாயவியல் அடிப்படையிலும், வரலாற்றியல் அடிப்படையிலும் நோக்காமையாலேயே, இவற்றை ஒன்றுபடுத்திப் பார்க்கவும் மூலகாரணத்தைக் காணவும், இயலாதவராய், பிரச்சினைகளை அவ்வப்போது தோன்றும் தற்செயல் நிகழ்வுகளாய்க் கருதி எழுதுகின்றனர்.

வரலாற்றடிப்படையில் பார்க்கும்போது, வர்க்க சமுதாயம் தோன்றிய காலத்திலிருந்தே, பெண்ணினமும் சமுதாயத்தில் சம அந்தஸ்தையும் உரிமையையும் இழந்தது என்பது ஐயத்துக்

கிடமின்றித் தெரிகிறது. இதனை முதன் முதலிற் சமுதாயவியலடிப்படையில் எடுத்து விளக்கியவர் ஏங்கல்ஸ்[37]. நாகரிக வளர்ச்சியை யடுத்து ஜீவனோபாயத்துக்குரிய புதிய சாதனமாகக் கால்நடை, மந்தைகள் என்பவை அமைந்தன. அவற்றை ஆதியில் பழக்கிப் பின்பு பராமரித்ததன் விளைவாக அவை ஆணுக்கே சொந்தமாயின. அவற்றுக்குப் பரிவர்த்தனையாகப் பெற்ற பண்டங்களும் அடிமைகளும் அவனுக்கே சொந்தமாயின. ஏங்கல்ஸ் இதுபற்றிக் கூறுகிறார்:

> உற்பத்தியிலிருந்து இப்போது கிடைத்த மிச்சம் அல்லது உபரி எல்லாம் ஆணுக்குரியதாயிற்று; அதை அனுபவிப்பதில்தான் பெண் பங்கு கொண்டாள். அதன் உடைமையில் அவளுக்குப் பங்கில்லை... அவளால் புகார் செய்யவும் முடியவில்லை. குடும்பத்தில் இருந்த வேலைப் பிரிவினை கணவன் மனைவிக்கிடையே சொத்து வினியோகித்ததை முறைப்படுத்தி வைத்திருந்தது. இந்த வேலைப் பிரிவினை மாறாமலே தானிருந்தது; என்றாலும் இது முந்தியக் குடும்ப உறவு முறையைத் தலைகீழாக்கி விட்டது; காரணம் குடும்பத்துக்கு வெளியேயிருக்கிற வேலைப் பிரிவினை மாறிவிட்டது தான். வீட்டு வேலைகள் செய்வதோடு நின்றுகொள்ள வேண்டிய நிலை முன்பு வீட்டில் தலைமை ஸ்தானத்தில் பெண் இருக்கக் காரணமாயிருந்தது; அதே காரணம் இப்போது வீட்டில் ஆணுக்குத் தலைமை ஸ்தானத்தை உறுதிப்படுத்தியது. ஜீவனோபாயத்துக்காக ஆண் செய்த வேலையோடு ஒப்பிடும்போது, பெண் செய்த வீட்டு வேலை அதன் அர்த்த முக்கியத்துவத்தை இழந்துவிட்டது. ஆணின் வேலைதான் எல்லாம்; பெண்ணின் வேலை ஓர் அற்பப் பங்குதான். சமுதாய ரீதியில் உற்பத்தி வகைப்பட்ட வேலையில் ஈடுபடுவதிலிருந்து விலக்கப்பட்டுப் பெண்கள் தனிப்பட்ட வீட்டு வேலைகளைச் செய்வதோடு நிறுத்தப்பட்டு வரும் வரை பெண்கள் விடுதலை பெறுவதோ, ஆண்களோடு சரிநிகராக ஆவதோ சாத்தியமில்லை என்பதை ஏற்கெனவே இங்குக் காண்கிறோம். பெரிய சமுதாய அளவில் உற்பத்தியில் பெண்கள் பங்குகொள்ளும்படி வசதியளிக்கும்போது தான், வீட்டு வேலைகளை அற்பமாகக் கவனிக்க வேண்டியதாயிருக்கும் என்ற நிலை ஏற்படும்போது தான், பெண்களின் விடுதலை சாத்தியப்படும்.

> இது நவீன காலத்திய பெருமளவுத் தொழிலின் விளைவாகவே சாத்தியமாயிற்று… வீட்டில் ஆண் நடைமுறையில் தலைமையைச் சாதித்தது அவனது யதேச்சதிகாரத்துக்கு இருந்த கடைசித் தடையையும் வீழ்த்திவிட்டது. தாயுரிமையை ஒழித்தது, தந்தையுரிமையைப் புகுத்தியது, இணைக்குடும்ப முறையிலிருந்து படிப்படியாக ஒருதார மணத்துக்கு மாறியது ஆகியவை மூலமாக இந்த யதேச்சதிகாரம் ஊர்ஜிதம் செய்யப்பட்டு நிரந்தரமாக்கப்பட்டது.

ஏங்கல்சின் மிக முக்கியமான கருத்துக்களை மாத்திரம் இங்குச் சுருக்கித் தந்திருக்கிறேன். இவை பிரச்சினையின் வரலாற்றுப் பகைப் புலத்தைத் தெளிவாக்குகின்றன. இதனை ஓரளவேனும் *பாலும் பாவையும்* உணர்த்துவதாகத் தெரியவில்லை. காவியத்தில் வரும் அகலிகை தன் விருப்பத் தேர்வு இன்றி வயோதிக முனிவனுக்கு சுச்ரூஷை செய்வதற்காகத் தந்தையால் கொடுக்கப்படுகிறாள். நாவலில் வரும் அகல்யா, கல்லூரிப் படிப்புள்ளவளாயிருந்தும், ஓர் ஆண் மகனை அண்டி வாழவேண்டியவளா யிருக்கிறாள்.

இதற்கு, கனகலிங்கத்தின் கூற்றாக விந்தன் கூறும் விளக்கம் மேலெழுந்தவாரியானது. பிரச்சினையின் மையத்தைத் தொடாதது. கனகலிங்கம் அகல்யாவுக்குக் கூறுகிறான்:

> உன்னைப் போன்ற பெண்கள் முறைப்படி கல்யாணம் செய்துகொண்டு ஆண்களை அடிமை கொள்வதற்குப் பதிலாக முறைதவறிக் காதல் செய்து தங்களை ஆண்களுக்கு அடிமைகளாக்கிக் கொண்டு விடுகிறார்கள்.

கனகலிங்கத்தின் குணவியல்பைக் காட்ட இக்கூற்று பயன்படுகிற தெனினும், அகல்யா போன்ற பெண்களுக்கே சமூகத்திற் பிரச்சினைகள் தோன்றுகின்றன என்றும், சாதாரண மாகக் கலியாணஞ் செய்து குடும்பம் நடத்தும் பெண்கள் 'மகராசி'களாய் வாழ்கின்றனர் என்றும், அகல்யா போன்ற பெண்கள் விசித்திரமான உலகைச் சேர்ந்தவர்கள் என்றும் கருதும் வகையில் கனகலிங்கத்தின் இக்கூற்று மாத்திரமல்லாது, நாவலின் உருவமைதியும் அமைந்துள்ளது. ஆனால் கனகலிங்கத்தின் கூற்று முழுவதும் உண்மையா? மணிவண்ணன் வீடு செல்லும் அகல்யா, ஏதாவது வேலை வசதி தேடக்கூடும் என்று அந்தக் கட்டத்தில் நாம் எண்ணுகிறோம். ஆனால் 'காதல் செய்து' காலங்கழிக்க விரும்பும் அவளுக்கு அந்த எண்ணமே எழவில்லை. இது பாத்திரத்தின் பலவீனத்தை மட்டுமின்றி. கதாசிரியரது வரம்புக்குட்பட்ட மனப்பான்மையையுங் காட்டிவிடுகிறது.

ஏதாவது தொழில் பார்த்தாலன்றி அகல்யாவுக்கு அடிப்படை விமோசனம் கிடைக்காது.

அதைப் போலவே, முறைப்படி விவாகஞ் செய்து வாழ்க்கை நடத்தும் பெண்கள் சுகமாக இருக்கின்றனர் என்ற கூற்றும் சுவையான வாக்கியமேயன்றிப் பொருள் நிறைந்ததல்ல. சோதிடம் பார்த்து – மணப் பொருத்தம் நிச்சயித்து – நடக்கும் விவாகங்கள் நிலையானவை என்ற குருட்டு நம்பிக்கைக்கு ஒப்பானதே அக்கூற்று எனலாம். வ.ரா. கூறியிருப்பதைப் போல, "ஆண் பிள்ளைகள் குடும்ப தர்பார்" நடத்துவதுதான் பெரும்பான்மை.

> "பெரும்பான்மையான வீடுகளில், இல்வாழ்க்கை நடைபெறவில்லை. எலி – பூனை சண்டைதான்; அல்லது செக்கில் பூட்டின மாடுகளைப் போல, உயிரற்ற வாழ்வு வாழ்ந்து வருகிறார்கள். வீட்டை நரகமாக்கி வருவது ஆண்பிள்ளை என்பது நான் கண்ணால் பார்த்துவரும் உண்மையாகும்."

சுமார் முப்பது ஆண்டுகளுக்கு முன் வ.ரா. இவ்வாறு கூறினாலும், இன்னும் நிலைமையில் அதிக மாற்றமில்லை. ஆயினும் அருந்தலாகவே பெண்கள் பற்றிச் சர்ச்சைக்குரிய விஷயங்களை எழுத முற்படும் இரண்டொருவரும் பிரச்சினைகளைத் தொகுத்து நோக்காது அவை தனித்தன்மை வாய்ந்தவை என்று காட்டும் பொழுதுதான், எமது நாவல்களும் சிறு கதைகளும் தேக்கமுற்றிருப்பதன் காரணம் தெளிவாகிறது.[38]

உண்மையில், மகாகவி பாரதியார் கற்பனை கண்டளவிற்குக் கூட இன்னும் எமது சமூகத்திற் பெண்கள் உரிமையும் உயர்வும் பெறவில்லை. "புதுமைப் பெண்", "பெண்கள் வாழ்க", "பெண்கள் விடுதலைக் கும்மி", பெண் விடுதலை" முதலிய பாடல்களில் உள்ளுணர்வினாலும், உலக ஞானத்தாலும் பாரதியார் பாடியவையே இன்னும் தூரத்து இலட்சியங்களாக உள்ளன.

> பட்டங்கள் ஆள்வதும் சட்டங்கள் செய்வதும்
> பாரினில் பெண்கள் நடத்த வந்தோம்

என்று கவிஞர் பாடியதை மேலீடாகக் கொண்டு 'மாதர் நல்லறம்' நடைமுறைக்கு வந்துவிட்டது என்று சிலர் மயங்குவர். "இன்று பாரத பெண்குலம் கல்வி, கலை, அரசியல், சமூகம் ஆகிய பல துறைகளில் ஆண்களோடு சரிநிகர் சமானமாக ஈடுபட்டு வருகின்றனர். இந்தியப் பாராளுமன்றத்திலும், ராஜ்ய சட்டசபைகளிலும், அமைச்சராகவும், அங்கத்தினர்களாகவும் பலர் வீற்றிருக்கின்றனர்."[39]

எமது நாடுகளில், மத்தியதர வர்க்க, பூர்ஷ்வா மனப்பான்மை யோடு சில பெண்கள் பொது வாழ்க்கையில் புகழோடு விளங்குகின்றனர். ஆனால் இது "பாரதப் பெண் குலம்" முழுவதற்கும் பொருந்துமா? "நல்லவர்கள் வாழ்வதில்லை நானிலத்தின் தீர்ப்பு" என்றார் விந்தன். யார் இந்த நானிலம்? பண்டைக் காலத்தில் உலகம் என்ற ஆகுபெயர் உயர்ந்தோரைக் குறிக்கும் என்றனர். விந்தன் குறிப்பிடும் 'நானிலத்தவர்' சமூகத்தின் உயர் தளங்களில் வாழ்பவர்களா? நல்லோரை நாடிப் போற்றுபவர் இல்லையா? அவர்களை யார், எதற்காகச் சாகடிக்கிறார்கள்? இவையும் சிந்திக்க வேண்டியன.

இறுதியாக ஒன்று கூறலாம். எமது நவீன எழுத்தாளரில் பெரும்பகுதியினர் சமூகத்தின் பெண்கள் பிரச்சினை பற்றி, அகல்யாக்களின் அவல நிலை பற்றி, என்னதான் கூறியபோதும், இறுதியில், பெண்களையும் உள்ளடக்கிய பொதுவான – சமுதாய மாற்றத்தின் பயனாகவே உண்மையான பெண் விடுதலை கிடைக்கும். கடந்த பல நூற்றாண்டு காலமாக – அரசியல் அதிகாரம் வம்ச (குல) அதிகாரம், மத அதிகாரம், ஆண் (கணவன்) அதிகாரம் ஆகிய நான்கு வகையான அதிகாரங்களுக்கும் ஆட்பட்டவர்களாய்ப் பெண்கள் வாழ்ந்து வந்துள்ளனர். இவற்றில் சில நவீன காலத்தில் பலவீனமுற்றிருக்கின்றன. எனினும், பௌதிக முறையிலும், கருத்து முறையிலும் நிலப்பிரபுத்துவ – முதலாளித்துவ – சித்தாந்தங்கள் இவற்றை ஆதரிக்கவே செய்கின்றன. மேற்கூறிய அதிகாரங்களில் சில ஆண்களையும் உட்படுத்துகின்றன. எனவே ஆணும் பெண்ணும், யாவரும் சேர்ந்து இவ்வதிகாரங்களுக்கு ஆதாரமான சமுதாய அமைப்பைத் தகர்த்தெறியும் பொழுதுதான் பெண் விடுதலையும் கிடைக்கும். அது வாய்ப் பேச்சாலன்றிப் போராட்டத்தினாலேயே வருவதாகும்.

ஓரளவு விருப்பு வெறுப்பின்றி, வரலாற்று அடிப்படையில் இவ்விஷயத்தை ஆராய முயன்றவர்கள் மேற்கூறிய உண்மையை ஏற்றுக்கொண்டுள்ளனர். உதாரணமாக வரலாற்றில் பெண்கள் பங்கைப் பற்றிச் சிந்தித்து நூல்கள் பல கற்ற காலஞ்சென்ற ந.சி. கந்தையா பிள்ளை *பெண்கள் போராட்டம்*[40] என்றொரு சிறு நூல் எழுதியிருக்கிறார்.

ஆசிரியரது முன்னுரையிலிருந்து சில வாக்கியங்களைத் தருகிறேன்:

பொருளாதார விடுதலையே பெண்களின் விடுதலையுமாகும். பெண்கள் தமது ஊணுக்கும்

உடைக்கும் மற்றும் வேண்டியவைகளுக்கும் ஆடவரின் அல்லது கணவரின் கையை எதிர்பாராத நிலைமை உண்டாகும் போது, பெண்களுக்கு விடுதலை தானே உண்டாகின்றது. பெண்கள் தம்மை அடிமைப்படுத்தி வைத்திருக்கும் ஆடவரிடமிருந்து விடுதலை அடைவதற்குக் காலந்தோறும் நடத்தி வந்த போராட்டங்களை (struggle) இந்நூல் வாயிலாக அறிதல் கூடும். இந்நூலைக் கற்பதால் பெண்களுக்கு விழிப்பு உண்டாகும்.

வாய்ப் பேச்சினாலன்றி செயன்முறையாலேயே உண்மை யாகப் பெண்களுக்கு விடுதலை கிடைக்கும் என்பதை வ.ரா. தனது நாவலின் இறுதியில் சுவைபடக் கூறியிருக்கிறார்.

கணபதிராயன் சொல்லுகிறான்: 'ராமா' கோதைத் தீவில் கவாத்துப் பழகுவதும், ஈட்டி எறிவதும், துப்பாக்கி சுடுவதும்தான் கலைப் பயிற்சிகள் என்று நினைக்காதே. சங்கீதம், சித்திரம், நடனம் முதலிய மிருதுத் தன்மை கொண்ட அருங்கலைகள் அமோகமாகச் செழித்து நிற்கின்றன. சுதந்திரத்தைக் காப்பது கவாத்தும் துப்பாக்கியும்; சுதந்திரத்தின் நடுவேதான், அருங்கலைகள் பயிராகும்.

பாரதி, வ.ரா. முதலியோர் பல சந்தர்ப்பங்களிற் குறிப்பிட் டிருப்பது போலச் சுதந்திரத்தைச் செயலாலேயே பெற முடியும். அதுபோலப் பெண்களைச் செயலுக்கு உந்தும் இலக்கியங்களே அகலிகைகள் இல்லாச் சமுதாயத்தை உருவாக்கத் துணை நிற்கும். அவ்வாறு பார்க்கும்போது *பாலும் பாவையும்* கூட ஒரு 'வாய்ச்சொல்' நாவலேயாகும். இப்சன், ஷோ, இவர்கள் வழி நின்று, பலர் முகஞ்சுளிக்கும் விஷயங்களைச் சர்ச்சைக்குரியதாக்கும் பணியில் அது வெற்றி கண்டது. கனகலிங்கமும் அகல்யாவும் பேசிக்கொள்ளும் விஷயங்கள் பொதுவாக 'இலக்கியப் பாத்திரங்கள்' வெளிப்படையாகத் தொடாதவை. இச்சாதனையையே இன்னும் நேர்த்தியாக – ஆங்கிலச் சொற்கள் கலந்து வரும் நாகரிக நடையில் – இப்பொழுது ஆழமாகவும் விரிவாகவும் செய்து வருகிறார் ஜெயகாந்தன். (சில சமயங்களில் தி. ஜானகிராமனும் இவ்வாறு செய்வதுண்டு.) இவர்களது இலக்கிய முயற்சிகள் காலத்துக்கேற்ற 'பாஷன்' உடையவாயிருப்பினும், அகலிகைகள் தோன்றி மறைவதன் 'மர்மத்தை'த் தொட்டறிவன அல்ல.

க. கைலாசபதி

சான்றாதாரம்

1. இலக்கியச் சூழ்நிலையில் ஏற்பட்ட இம்மாற்றம் குறித்து எனது *தமிழ் நாவல் இலக்கியம்* (1968) என்ற நூலில் விரிவாக விளக்கியுள்ளேன். 'காவியமும் நாவலும்', 'உரை நடையும் நாவலும்' ஆகிய அத்தியாயங்களைப் பார்க்கவும்.

2. *கலைமகள்*, பெப்ரவரி 1951

3. இராமாயண, மகாபாரதக் கதாபாத்திரங்களைத் தவிர, சித்தார்த்தரைப் புதிய கோணங்களிற் பார்க்கும் சில கதைகளும் எழுதப்பட்டுள்ளன. கம்பதாஸனின் 'புத்தரின் புனர் ஜென்மம்' புது மெருகுப் பாடலுக்கு எடுத்துக்காட்டு. பி.எஸ். ராமையா எழுதிய 'தொண்டர்நாதன் தூது' பெரிய புராணத்திலிருந்தும், கு. அழகிரிசாமியின் 'வெந்தழலால் வேகாது' திருவிளையாடற் புராணத்திலிருந்தும் கதைக் கருக்கள் கொள்ளப்பட்டமைக்குச் சிறந்த உதாரணங்கள். பொதுவாகக் கூறுமிடத்து, மணிக்கொடி எழுத்தாளர்கள் இத்தகைய கதைகள் படைப்பதில் மிகுந்த ஈடுபாடு கொண்டிருந்தனர் எனலாம். எம்.வி. வெங்கட்ராம் இவ்வகைக் கதைகள் எழுதிப் புகழ்பெற்றவர்.

4. *சக்கரவர்த்தித் திருமகன்*, சம்பா வெளியீடு, சென்னை, 1957, பக். 33-34.

5. *History of Tamil Language and Literature*, Madras, 1955, p. 30.

6. ஸ்ரீநிவாஸய்யங்கார், சி.ஆர்., *ஸ்ரீராமாயண தத்வார்த்த தீபிகை*, சென்னை, 1963, பக். 19

7. *அகலிகை வெண்பா* – முகவுரை.

8. 'பெண்மை நலமும் புலமையறமும்', *நற்றமிழ்*, சென்னை, 1955.

9. அழகிய மணவாள தாசர் என்று மற்றொரு பெயருடைய இக்கவிஞர் கி.பி. 12 ஆம் நூற்றாண்டினர் என்பர். *அஷ்டப்பிரபந்தம்*, ராஜம் வெளியீடு, சென்னை, 1957.

10. இராகவையங்கார், ரா., *அகலிகை வெண்பா*, முகவுரை.

11. M.C. Bradbrook, *Shakespeare and Elizabethan Poetry*, London, 1951, pp. 110-117.

12. *துளசி இராமாயணம்* (தமிழில்: தி. வேங்கடகிருஷ்ணையங்கார்), சென்னை, 1967, பக். 68.

13. "அகலிகை வெண்பா—கவிநய ஆராய்ச்சி", *ஈழகேசரி* (ஆண்டுமடல்), 1939, பக். 25. அடிகளார் முதலியார்பால் ஈடுபாடுடையவர். "கவியும் சால்பும்" என்ற கட்டுரை (*செந்தமிழ்*, தொ. 38) முதலியாரது தனிக் கவித்திரட்டுப் பற்றிய திறனாய்வாகும். இருவருக்கிடையில் இலக்கிய நோக்கிலும் போக்கிலும் பல ஒற்றுமைகளும் உண்டு.

14. இவற்றைத் தவிர ஈழத்துக் கவிஞர்களான "மஹாகவி", "தான்தோன்றிக் கவிராயர்" (சில்லையூர் செல்வராசன்) ஆகியோர் ஆக்கிய கவிதை நாடகங்களும் உண்டு. என் கண்ணிற் படாதவையும் இருத்தல்கூடும். படித்து மறந்தனவும் இருக்கலாம். இக்கட்டுரையில் பிரச்சினைகளைக் கிளப்பி ஆராயும் படைப்புக்களையே குறிப்பாக நோக்குவேன்.

15. *தமிழ்க் குமரி* முதற்பதிப்புக்கு (1942) எழுதிய பதிப்புரை, மூன்றாம் பதிப்பில், புதிய பதிப்புரைகளோடு இதுவும் சேர்க்கப்பட்டிருக்கிறது.

16. *கோதைத்தீவு*, புத்தக நிலையம், திருச்சி, (இரண்டாம் பதிப்பு) 1950. இதன் முதல் பதிப்பு 1945–ல் வெளி வந்தது. மகாகவி பாரதியாரின் நண்பராயும் பக்தராயும் பிரசாரகராயும் வாழ்ந்த வ.ரா. நவீன தமிழிலக்கியத்தில் சிறப்பாகக் குறிப்பிடப்பட வேண்டியவர். எனினும் அவரைப் பற்றிப் போதிய அளவு திறனாய்வு இல்லை. இது, தற்கால இலக்கிய விமர்சனத்தின் மந்தத்துக்கு மற்றுமொரு சான்று. வ.ரா.வின் நூல்களும் தக்கமுறையில் பதிப்பிக்கப் பெறவில்லை. சமீபத்தில் (ஏப்ரல் 1968) 'வாசகர் வட்டம்' *வ.ரா. வாசகம்* என்ற தொகுப்பு நூலொன்றை வெளியிட்டிருக்கிறது. இதுபோன்ற தொகுப்பு நூல்களும் ஆய்வு நூல்களும் இன்னும் அனேகம் வேண்டும்.

17. வ.ரா., *கோதைத்தீவு* முகவுரை.

18. ச.து.சு. யோகியார் இயற்றிய *மேரி மக்தலேனா* (1946) கம்பனை எதிரொலிக்கும் விருத்தப்பாவில் அமைந்தது. மலையாள நவகவிகளில் ஒருவரான வள்ளத்தோள் நாராயண மேனோன், *மக்தலனாமரியம்* என்ற சிறப்புமிக்க சிறுகாவியத்தை இயற்றியிருக்கிறார். வேறு இந்திய மொழிகளிலும் மக்தலேனா கதை கையாளப்பட்டிருக்கிறது. ஏறத்தாழ இதே நோக்கிலேயே புத்தபெருமானுடைய ஆளுமையாலும் நற்போதனையாலும் திருந்திய வாழ்வு

பெற்ற அம்பபாலி, மாகந்தீ என்ற கணிகையரது கதை நவீன இலக்கியங்களிற் கையாளப்பட்டுள்ளது.

19. தென்மொழிகளின் புத்தக டிரஸ்டு ஆதரவில் வெளிவந்த *சிறுகதை மஞ்சரி* என்ற நூலில் தொகுப்பாசிரியர் மீ.ப. சோமசுந்தரம் இக்கதையைச் சேர்த்திருக்கிறார். (சென்னை, 1957.) ஈழத்தில் இ. இரத்தினம் எழுதிய "பாப விமோசனம்", சில்லையூர் செல்வராசன் எழுதிய "அகலிகை சாபம்" என்பன புதுமைப்பித்தனது கதையைப் படித்த அருட்டுணர்வில் முகிழ்ந்தனவே. கோ. சுந்தரமூர்த்தி (பானு சிம்மன்) எழுதிய "தோல்வி" என்ற சிறுகதைக்கும் சாப விமோசனமே உணர்வு மூலமாகத் தோன்றுகிறது.

20. *ஸ்ரீராமாயண தத்வார்த்த தீபிகை,* பக். 92.

21. *அகலிகை வெண்பா, முதற்பதிப்பு முன்னுரை.*

22. இத்திரைக்கதையே சில வருடங்களுக்கு முன் The Outrage "கற்பழிப்பு" என்ற பெயரில் அமெரிக்க உருவில் வந்தது. இரண்டும் சிறந்த தயாரிப்புக்களே.

23. விந்தன், *முல்லைக் கொடியாள்,* 'கல்கி'யின் முன்னுரை நான்காம் பதிப்பு, 1956.

24. இன்று பின்னோக்கிப் பார்க்கும்பொழுது, இருவரது அடிப்படைப் பலவீனமும் நன்றாகத் தெரிகிறது. சமுதாயத்தின் கீழ்மட்டத்தில் உள்ள மக்களைத் தமது எழுத்திற் சித்திரிக்க முற்பட்ட இவர்கள் அப்பாத்திரங்களைத் தனிப்பிறவிகளாய்க் கண்டனரேயன்றி ஒரு குறிப்பிட்ட வர்க்கத்தைச் சேர்ந்தவராய்க் காணவும் இல்லை; காட்டவும் இல்லை. இதன் விளைவாகக் காலப்போக்கில் அதீத தனி மனித வாதத்துக்கு ஆளாகிச் சமூகப் பார்வை குறைந்தவராய், சில சர்ச்சைக்குரிய விவகாரங்களைப் பற்றி எழுதுபவராய் எளிதில் மாறிவிட்டனர். அதிலும் ஜெயகாந்தன் ஆரம்ப காலத்திலிருந்தே அதிர்ச்சி மதிப்பிற்காகச் சில விஷயங் களைக் கூறும் போக்குடையவராயிருந்தார். சமீப காலத்தில் இப்போக்கு மாற்ற முடியாத பழக்கமாகிவிட்டது. உண்மை யில் இலக்கிய வரலாற்றடிப்படையில் ஆராயும் போது, இவ்விரு எழுத்தாளரும் புதுமைப்பித்தனைவிடச் சில விஷயங்களை விரிவாகவும் புதிதாகவும் காலத்துக்கேற்ற முறையிலும் கூறினார்கள். அடிப்படையில் இருவரும் புதுமைப்பித்தனது இயற்பண்பு வாதத்தை ஆழமாகவும் நுண்ணிய முறையிலும் வளர்த்தனர். ஜெயகாந்தன் மேனாட்டு இலக்கியப் பாணிகளையும் கலந்து, உலகியல்

ஆரவாரப் பண்பு பயின்ற நடையில் செயற்கை நலன் வாய்ந்த (sophisticated) சிறுகதைகளை எழுதி இக்காலத்தில் புகழேணியின் உச்சியை அடைந்துள்ளார். விந்தனுடைய சிறுகதைத் தொகுதிகளுக்கு முன்னுரை வழங்கிய 'கல்கி', கி. சந்திரசேகரன், மு. வரதராசனார் முதலியோரின் பாராட்டுரைகளைப் படிக்கும்போதே அவர் எழுத்தில் சுத்த இலக்கியவாதிகளும் ஈடுபட்டமை தெளிவாகும். புதுமைப்பித்தனது 'விபரீத ஆசை', 'கவந்தனும் காமனும்', 'பொன்னகரம்' முதலிய கதைகளின் வளர்ச்சி நிலையை விந்தன், ஜெயகாந்தன் எழுத்துக்களிற் காண்பது பயனுள்ள பயிற்சியாயிருக்கும்.

25. அகிலன், *கலையும் வயிறும்*, பெண்ணாடம், 1956, பக். 52.

26. *பாலும் பாவையும்*, பாரதி பதிப்பகம் (மூன்றாம் பதிப்பு), 1956. சமீபத்தில் மலிவுப் பதிப்பாக வந்துள்ளது. ராணி வெளியீடு, 1969. மலிவுப் பதிப்பில் நூலாசிரியர் முகவுரைச் சுருங்கியிருப்பது கவலைக்குரியது.

27. D. Daiches, *The Novel and the Modern World*, Chicago, 1959, p. 91.

28. *கலையும் வயிறும்*, பக். 53

29. விந்தன், *சமுதாய விரோதி* (இரண்டாம் பதிப்பு), 1956, கி. சந்திரசேகரன் முன்னுரை.

30. சோமசுந்தரப் புலவர், நவாலியூர், மேற்கோள்: *இலக்கிய வழி*, யாழ்ப்பாணம், 1955.

31. *சக்கரவர்த்தித் திருமகன்*, பக். 336–7.

32. இத்தலைப்பில் – "அக்கினிப்பிரவேசம்" என்ற மகுடத்துடன் – சமீப காலத்தில் ஒன்றன்பின் ஒன்றாகப் பல சிறுகதைகளும் குறுநாவலும் வந்திருக்கின்றன. அகலிகை வகைப் பாத்திரங்கள் தொடர்ந்து சர்ச்சைக்குரியனவாயிருப்பதையே இது காட்டுகிறது.

33. *முல்லைக் கொடியாள்*, முன்னுரை.

34. *சக்கரவர்த்தித் திருமகன்*, பக். 2; இப்பொருள் குறித்து, F.R. Allchin எழுதிய *The Petition to Ram* (London, 1969) என்ற நூலையும் N.I. Sidhanta எழுதிய *Heroic Age of India* என்ற நூலையும் படிக்கலாம்.

35. *தமிழ்க் குமரி* – பதிப்புரை, பக். 11.

36. கணையாழி, அக். 1969, பக். 40

37. எங்கெல்ஸ், பிரெடெரிக்., *குடும்பம் தனிச் சொத்து அரசு ஆகியவற்றின் தோற்றம்*, அயல்மொழிப் பதிப்பகம், மாஸ்கோ, ஏங்கல்சுக்கு முன்னோடியாய் விளங்கிய எல்.எச். மோர்கன் (1818–1881) புராதன சமுதாயம் என்ற ஆராய்ச்சி நூலை எழுதியிருந்தார்.

38. ஆண் – பெண் உறவிற்கு அடித்தளமாயுள்ள பொருளுறவைப் புலப்படுத்தும் வகையில் அமைந்த மிகச் சில நாவல்களில் ஒன்று, செ. கணேசலிங்கனின் *செவ்வானம்* (சென்னை, 1968). அவர் எழுதிய *தரையும் தாரையும்* (1969) என்ற நாவலில் இது விசேஷ அழுத்தம் பெறாவிட்டாலும், அடிப்படையை விளக்குவதாயிருக்கிறது. டி. செல்வராஜ் எழுதிய *மலரும் சருகும்* (சென்னை, 1967) என்ற நாவலும் குறிப்பிட வேண்டியதே. அதில் கன்னி மரியாள் என்ற பெண்ணை ரத்தினம் என்பவன் ஏமாற்றி விடுகிறான். அவளும் காதலைச் சுவைத்தவள்தான். ஆயினும், உழைக்கும் வர்க்கத்தைச் சேர்ந்த அவள் நம்பிக்கையுடன் புது வாழ்க்கை நடத்தியது மட்டுமின்றி பொலிஸ்காரரையே எதிர்க்கும் 'போர்க்குணமிக்க' பாத்திரமாகவும் மாறுகின்றாள். வர்க்கத்துக்கும் சிந்தனைகளுக்கும் உள்ள தொடர்பை இது நன்கு சித்திரிப்பதாயுள்ளது. சுருக்கமாகக் கூறுவதாயின், *பாலும் பாவையும்* மத்தியதர வர்க்கப் பிரச்சினையை அதற்கியைந்த தோரணையில் விவரிக்கிறது. இத்தொடர்பில் பி.எஸ். ராமையாவின் *பிரேம ஹாரம்* (2-ம் பதிப்பு, சென்னை, 1963) என்னும் நாவலும் வேறொரு வகையில் குறிப்பிடத்தக்கது.

39. அம்புஜம்மாள், எஸ்., "சுதந்திரப் போரில் பெண்கள் பங்கு" *சுதந்திரச்சுடர்* (1857 – விடுதலைப் போராட்ட நூற்றாண்டு விழா மலர்), சென்னை, 1957, பக். 223. இது போன்ற கூற்றுக்கள் இப்பொழுது வாய்பாடாகி விட்டன.

40. *பெண்கள் போராட்டம்*, பகுத்தறிவுப் பாசறை, சென்னை, 1948.

இக்கட்டுரையை எழுதி முடித்தபின், தற்கால எழுத்தாளர்கள் அகலிகை அடிக்கருத்திற் காட்டியுள்ள ஆர்வத்துக்கு மேலும் சில சான்றுகள் கிடைத்தன. இவற்றை எனக்குதவியவர் நண்பர் எம்.வி. வெங்கட்ராம். 'அகலிகை' கதைகளையெல்லாம் ஒரு தொகுதியாக வெளியிட திரு. முல்லை முத்தையா சில ஆண்டுகளுக்கு

முன் முயன்று கைவிட்டதாகத் தெரிகிறது. அத்தொகுதி வெளிவந்திருப்பின், இக்கட்டுரை மேலும் நிறைவுடையதாய் இருந்திருக்கும். சி.என். அண்ணாதுரையும் 'அகலிகை' கதையைக் கையாண்டிருப்பதாகத் தெரிகிறது. ஆயினும் இக்கட்டுரை எழுதும் சமயம் அது எனக்குக் கிடைத்திலது. கதையாக மட்டுமின்றி, கட்டுரைகளிலும் அவர் அகலிகையை ஆங்காங்கு போகிற போக்கிற் குறிப்பிட்டிருக்கிறார். அவர் எழுதிய முற்பட்ட நூல்களில் ஒன்றான *தேவலீலைகள்* (நான்காம் பதிப்பு, சென்னை, 1954) என்ற நூலில் இத்தகைய குறிப்பைக் காணலாம்.

இக்கட்டுரையில் நான் குறிப்பிட்டுள்ள 'கோடரி' (*கலைமகள்*, 1953) என்ற சிறந்த சிறுகதையைத் தவிர திரு. எம்.வி.வி. எழுதிய மகாபாரதக் கதைகள், கவிதை நாடகங்களின் தொகுதியிலும், (தமிழ்ப் புத்தகாலயம், சென்னை, 1966) அகலிகை ஒரு பகுதியாக அமைந்துள்ளது. ஈழத்திலே 'மஹாகவி' எழுதிய 'அகலிகை' என்ற பாடல் சமீபத்தில் (*கவிஞன்–காலாண்டுக் கவிதை இதழ்*, பங்குனி, 1969. கல்முனை, இலங்கை) வெளிவந்திருக்கிறது. இவற்றைத் தவிர என் கண்ணிற் பாடதன இன்னும் இருக்கக்கூடும். அவற்றையும் காண்போர் இக்கட்டுரைப் பாகுபாட்டுக்குள் அமைத்து, அமைதி காண்பர் என்று எண்ணுகிறேன்.

~ ~

4

சிலப்பதிகாரச் செய்திகள்

ஒவ்வொரு காலத்திலும் வாழ்பவர் தமது காலத்திற்கேற்ப இறந்த காலத்தை நோக்குவதும், அந்நோக்கிற்கு இயையப் பழமைக்கு விளக்கம் கூறுவதும் வரலாற்றில் நாம் காண்பதொன்று. இப்பொது விதிக்கு இணங்கவே இலக்கிய நூல்களும் காலத்துக்குக் காலம் ஏற்றமும் இறக்கமும் அடைகின்றன. காலத்துக்கும் கருத்துக்கும் உள்ள இத்தொடர்பினை மகாகவி பாரதி ஐயத்துக்கே இடமின்றிக் கூறினார்:

<blockquote>
காலத்திற் கேற்ற வகைகள் – அவ்வக்
காலத்திற் கேற்ற ஒழுக்கமும் நூலும்
ஞால முழுமைக்கும் ஒன்றாய் – எந்த
நாளும் நிலைத்திடும் நூலொன்றும் இல்லை.
</blockquote>

எந்த மொழியில் இலக்கிய வரலாற்றை படிப்பவர்க்கும் இவ்வுண்மை தானாகவே புலப்படும். தமிழிலே இலக்கிய வரலாறு இந்நூற்றாண்டிலேயே தோன்றி வளர்ந்து வருகிறது. சரியானபடி அது வளர்ந்துள்ளது என்றுங் கூறவியலாது. எனினும் குறுகிய வரலாறுடைய எமது இலக்கிய வரலாற்றை நோக்கினும், அதில் பலவகையான கணிப்புகளையும் மதிப்பீடுகளையும் காணலாம். இன்று சான்றோர் செய்யுள்களுக்கு இருக்கும் பெருமதிப்பும் பேரார்வமும் இடைக்காலத்தில் இருக்கவில்லை.

உதாரணமாகத் திருவாவடுதுறை ஆதினத்து மகாவித்துவானாக விளங்கிய யாழ்ப்பணம் கோப்பாய் சபாபதி நாவலர் எழுதிய *திராவிடப் பிரகாசிகை* என்னும் நூல் (1889), தமிழ் நூல்களுட் சிறந்தவற்றை வகைப்படுத்தி அவற்றின் முறையையும் பயனையும் எடுத்துக்காட்டும் நோக்கத்துடன் எழுதப்பட்டது. அந்நூலிலே இலக்கிய மரபியலில் பன்னிரு திருமுறைகள், "பொருள் மேம்பாட்டாலும் ஆக்கியோருட் பலரது முற்பாட்டாலுங் கடைச்சங்க இலக்கியங்களின் முன் வைக்கப்பட்டன".[1] பெரும்பாலான சான்றோர் செய்யுள்கள் சபாபதி நாவலர் நூலெழுதிய காலத்தில் வெளியிடப் பெறவில்லை; ஆதலால் அவற்றை ஆக்கியோரது முற்பாட்டை அவர் தக்கபடி அறிந்திருக்க வாய்ப்பில்லை. ஆயினும் இலக்கியங்களைத் தரப்படுத்திய போதும், அவற்றை விளக்கி விவரித்தபோதும், சபாபதி நாவலரவர்கள் திருமுறைகட்கும் புராண இலக்கியங்கட்கும் முதலிடம் தந்தமை வெளிப்படை. அவர் மட்டுமின்றிப் பொதுவாகவே ஆதீனப் புலவர்கள் புராண இலக்கியத்துக்கு அடுத்தபடியிலேயே சான்றோர் இலக்கியத்தை மதித்தனர். அதைப் போலவே சமயக்காழ்ப்புக் காரணமாகச் சமண பௌத்த காப்பியங்களை இடைக்கால அறிஞர் பலர் குறைவாகக் கற்றுப் பாராட்டினர். புராணங்களுள்ளும் உணர்ச்சிக் கனிவானவை சில இருக்க அவற்றை விரும்பாது, நயமெதுவுமற்ற தலபுராணங்களையே பத்தொன்பதாம் நூற்றாண்டின் பிற்பகுதி வரை எமது பெரும் கல்விமான்கள் கற்றுக் காலங்கழிப்பாராயினர். சென்ற நூற்றாண்டில் கல்வியிலும் கவித்துவத்திலும் சிறந்து விளங்கிய திரிசிரபுரம் மீனாட்சிசுந்தரம் பிள்ளை (1815–1876) தலபுராணங்கள் இயற்றிப் பெயரும் புகழும் பெற்றுயர்ந்தவரே. தலபுராணங்களும், கோவை உலா பிள்ளைத்தமிழ் என்ற பிரபந்தங்களும், பிரதான இலக்கியங்களாய்க் கருதப்பட்ட காலத்தில் சான்றோர் செய்யுள்களும், பிற்சான்றோர் நூல்களும் கவனிப்பாரற்றுக் கிடந்ததில் வியப்பு எதுவும் இல்லை. பிற்சான்றோர் இயற்றிய இலக்கிய இலக்கண நூல்களை, "ஆதுனிக நூல்கள்" என்றும் "சிற்றறிவுப் புலவர் நூல்கள்" என்றும் ஆதீனப் புலவர்கள் அலட்சியஞ் செய்து வந்தனர்.

இவ்வாறு இடைக்காலத்திலே தாழ்வுற்றிருந்து, தற்காலத்திலே ஏற்றம் பெற்ற நூல்களில் ஒன்று *சிலப்பதிகாரம்.* இருபதாம் நூற்றாண்டிலே பெரிதும் போற்றப்படும் பழந்தமிழ் நூல்கள் சில உண்டு. *பத்துப்பாட்டு, எட்டுத்தொகை, திருக்குறள், சிலப்பதிகாரம், கம்பராமயணம்* என்பன இவற்றுள் குறிப்பிடத்தக்கவை எனலாம். இவற்றுள்ளும் இரண்டொன்றை விதந்து கூறிப் பெருமைப்படுத்துவர்

சிலர். கம்பராமாயணமும் திருக்குறளுமே தமிழுக்குக் 'கதி' என ஒரு சாரார் கூறுவர்; இக்கருத்து, பெரும்பாலும் இரசிகமணி டி.கே.சி.வழி வந்தது போலத் தோன்றுகிறது. "திருவள்ளுவரும் இளங்கோவடிகளும் தமிழ் அன்னையின் இரு கண்கள் எனப் போற்றத்தக்க பெருமை படைத்தவர்கள்" என்று ஆணித்தரமாகக் கூறுகிறார் ம.பொ. சிவஞானம். சிலப்பதிகார இயக்கம் தேவை என்று கூறி, அந்நூலுக்குத் தனிப்பெருமை தேட முற்பட்டவர் அவர்.[2] ஆக, மூன்று நூல்கள் மிக முக்கியமானவையாகக் கொள்ளப்படுகின்றன. இம்மூன்றனுள், கம்பராமாயணமும் திருக்குறளும் வெவ்வேறு அளவில் இடைக் காலத்திலும் பேணிக் கற்கப்பட்டவை. சிலப்பதிகாரமே புதுவாழ்வு பெற்றதெனலாம்.

சிலப்பதிகாரத்துக்கு ஏற்பட்ட மௌசுக்குக் காரணம் இருத்தல் வேண்டும். அக்காரணத்தை அறிந்தால் எமது காலத்திலே செல்வாக்குடன் நிலவும் சில நோக்கு நிலைகளையும், மனச்சாய்வுகளையும் அறிந்தவராவோம். பண்டை இலக்கியங்களை எம்மவரிற் சிலர் எவ்வாறு கையாண்டு பயன்படுத்துகின்றனர் என்பதையும் அது தெளிவாக்கிவிடும்.

> "... இசையுணர்ச்சி, சரித்திர உணர்ச்சி, கதைநயம், சொல்நயம், நீதி, சமயத்துவம் முதலியவற்றுள் ஒரு சிலவற்றின் பொருட்டு, ஒவ்வொரு காலத்தில், இக்காவியம் தோன்றியது முதல் இன்று வரை பாராட்டப்பட்டு வந்துள்ளதெனக் கூறலாம்."[3]

இது உண்மையே. இவற்றிற்காகவும் வேறு சில காரணங்களுக்காகவும் எமது காலத்தில் சிலப்பதிகாரம் சிறப்பிக்கப்படுகிறது. இக்காரணங்களை விரிவாக ஆராய்வதோடு, அவற்றின் விளைவுகளையும் ஓரளவு தொட்டுக் காட்டுவதே இக்கட்டுரையின் நோக்கமாகும். அதே சமயத்தில் அவ்வாறு ஆய்வது, இருபதாம் நூற்றாண்டிலே தமிழ்நூல் மதிப்பீடு எவ்வாறு வளர்ந்து வந்திருக்கிறது என்பதற்கு மாதிரிக் கூறாகவும் அமையும். ஏனெனில் சிலப்பதிகாரத்தைப் போற்றுதற்குரிய மதிப்பீடுகளினாலேயே வேறு சில நூல்கள் புறக்கணிக்கப்படு கின்றன. அந்த வகையில், சிலப்பதிகாரம் பெற்ற பெருவாழ்வு எமது காலத்தில் பரவலாகக் காணும் இலக்கிய நோக்கிற்கு நேர் அறிகுறியாயுள்ளது.

சிலப்பதிகாரம் 1892இல் உ.வே. சாமிநாதையரவர்களால் பதிப்பிக்கபெற்றது. ஐயருக்கு முன் சுப்பராய செட்டியாரும் (1872), சீனிவாசராகவாச்சாரியாரும் (1876) புகார்க் காண்டத்தை மட்டும்

முறையே மூலமாகவும் உரையுடனும் வெளியிட்டிருந்தனர். சாமிநாதையரே நூல் முழுவதையும் உரையுடன் பதிப்பித்தவர். அதன் ஏழாம் பதிப்பு 1960இல் வெளிவந்தது. வேறு சிலரும் சிலப்பதிகாரத்தைப் பதிப்பிக்கின்றனர். அவருள் நூல் முழுவதும் புதிய உரையுடன் பதிப்பித்த ந.மு. வேங்கடசாமி நாட்டாரும் (1942), புகார் காண்டத்தைத் தெளிவுரையுடன் பதிப்பித்த ரா.க. சண்முகம் செட்டியாரும் (1946) குறிப்பிடத்தக்கவர்கள்.

1892இல் சிலப்பதிகாரம் வெளிவந்தபோது – பொதுவாகவே அக்காலப்பகுதியில் – அது நன்கறியப்படாமல் இருந்ததென்பதற்குச் சாமிநாதையர் ஒரு செய்தியைச் சான்றாகக் கூறியுள்ளார்:

> "அவர்கள் ஓர் வித்துவ பரம்பரையினர் இல்லத்தில் ஏட்டுச் சுவடிகள் தேடிப்பெறும் பொருட்டுச் சென்றிருந்தார்கள். அவ்இல்லத்தின் தலைவரும் ஒரு வித்துவானாக விளங்கியவர். அவரிடத்தில் சிலப்பதிகாரம் என்ற சுவடியைப் பற்றி ஐயரவர்கள் கேட்டார்கள். 'சிலப்பதிகாரம் என்றால் அதற்குப் பொருளே இல்லையே. அது சிறப்பதிகாரம் என்ற பெயருள்ளதாதல் வேண்டும்' என்று கூறினாராம். இதனால் சிலப்பதிகாரத்தைப் பற்றி வித்துவான்களிற் பலரும்கூட அறியாதிருந்தமை வெளிப்படை.[4]

இன்று தமிழுலகிற் போற்றப்படும் பல நூல்கள் சென்ற நூற்றாண்டினிறுதியிற் பெயரளவிலேயே அறியப்பட்டிருந்தன என்பதை, சி.வை. தாமோதரம் பிள்ளையும், உ.வே. சாமிநாதையரும் அனுபவத்திற் கண்டறிந்தனர். தமிழராய்ச்சிக்கு அடிப்படை சமைத்து அதனை உலகக் கண்ணோட்டத்தோடு இயைபுபடுத்திய கால்டுவெல் பாதிரியார் *சிலப்பதிகாரம்* போன்ற பிற்சான்றோர் இலக்கியங்களையும், சான்றோர் செய்யுள்களையும் நேரடியாக அறியாமலே தமது மகத்தான ஆய்வுகளை நிகழ்த்தினர். மற்றொரு மேனாட்டுத் தமிழியல் ஆய்வாளர் போப் பாதிரியாரும் *சீவகசிந்தாமணி* முதலிய சில நூல்களையே நன்கு தெரிந்தவராயிருந்தனர்.[5] இவ்வாறு இருளில் மூழ்கிக் கிடந்த முதல் தமிழ்க் காப்பியத்தைச் சாமிநாதையர் வெளியிட்டவுடனே அது அக்காலத் தமிழாராய்ச்சியாளரைக் கவர்ந்து கொண்டது. குறிப்பாக வீ. கனகசபைப் பிள்ளை (1855 – 1906), பெ. சுந்தரம் பிள்ளை (1855 – 1897) ஆகியோர் தமது ஆய்வுகளுக்குச் சிலப்பதிகாரத்தைப் பெருமளவுக்குப் பயன்படுத்தினர்.[6] பேராசிரியர் சுந்தரம்பிள்ளையின் நாடகக் காப்பியமாம் *மனோன்மணீயம்* 1891ஆம் ஆண்டு முதற்பதிப்பாக

அச்சிட்டு வெளியிடப்பட்டது. சிலப்பதிகாரம் (சாமிநாதையர் பதிப்பு) வெளிவருவதற்கு முன் அது வெளியிடப்பட்ட போதும், அதிலே பல விடயங்களில் சிலப்பதிகார அடிகளை மேற்கோளாகக் கையாண்டிருக்கிறார் ஆசிரியர். கல்வெட்டாராய்ச்சியிலும், இலக்கிய வரலாற்றாராய்ச்சியிலும் ஈடுபாடு கொண்டிருந்த சுந்தரம் பிள்ளை, தமிழ்நாட்டுப் பண்டை வரலாற்றை அறிவதற்குச் சிலப்பதிகாரம் சிறப்பாக வேண்டப்படுவது எனக் கருதினார். எனினும் சுந்தரம் பிள்ளையினும் கனகசபைப் பிள்ளையே சிலப்பதிகாரத்தை மிகப்பெரிய அளவு பயன்படுத்தினார்.

1895ஆம் ஆண்டளவிலிருந்து Madras Review என்ற ஆங்கிலப் பத்திரிகையில் பண்டைத் தமிழர் வாழ்க்கை பற்றிச் சில கட்டுரைகளை எழுதி வந்தார். இவை 1901ஆம் ஆண்டு வரை வெளிவந்தன. இவற்றுக்கும் முன்னர் 1889ஆம் வருடமளவிலிருந்து அக்காலத்தில் பிரசித்தி பெற்ற *இந்தியப் பழமை ஆராய்ச்சி* (The Indian Antiquary) என்னும் ஏட்டில் *களவழி, கலிங்கத்துப் பரணி, விக்கிரம சோழனுலா* முதலிய நூல்களைப் பற்றி ஆராய்ச்சிக் குறிப்புக்கள் எழுதி வந்தார். ஆயினும் சிலப்பதிகாரம் முழுதும் உரையுடன் வெளிவந்ததையடுத்தே அவரது ஆராய்ச்சிப் பெரும்படைப்பான, *(The Tamils Eighteen Hundred Years Ago) ஆயிரத்தெண்ணூறு ஆண்டுகட்கு முற்பட்ட தமிழர்* எனும் நூலை எழுதத் தொடங்கினார். இந்நூலின் சில பகுதிகளே Madras Review–வில் வெளிவந்தன. கனகசபைப் பிள்ளையின் நூல் தமிழியல் வரலாற்றில் ஒரு திருப்புமுனை. பழந்தமிழ நூல்கள் வெளிவரத் தொடங்கிய காலத்தையொட்டி எழுந்த ஆராய்ச்சிக் காலப் பகுதியில் அவருடைய நூல்தான் முதன்மையானது என்பது யாவரும் ஏற்றுக் கொண்ட உண்மை. ஏ.வி. சுப்பிரமணிய அய்யர் எழுதுகிறார்:

> தமிழ் ஆராய்ச்சியைப் பற்றிய விஷயங்களை, கீழ்நாட்டுக் கலைப்பயிற்சி பெற்ற மேனாட்டு அறிஞருக்கும் இந்தியாவில் பிற பாகங்களிலுள்ள புலவருக்கும், தெரிவிக்க வேண்டிய அவசியம் . . . முக்கிய காரணமாய் இருந்தது. இந்தத் தேவைக்கொப்ப கனகசபைப் பிள்ளை தமது நூலை ஆங்கிலத்தில் எழுதினார். பண்டைத்தமிழ் இலக்கியத்தில் காணப்பெறும் விஷயங்களையும், வெளிநாட்டார் நூல்களிலும் இந்திய இலக்கியத்திலும் பண்டைத் தமிழரைப் பற்றியுள்ள குறிப்புக்களையும் தொகுத்து, அவைகளை நேர்மையுடனும், நுட்பத்துடனும் சரித்திரப் பாங்குடனும் பரிசீலனை செய்திருப்பது

கனகசபைப் பிள்ளை செய்திருக்கும் ஆராய்ச்சியின் முக்கிய அம்சம்."[7]

கனகசபைப் பிள்ளையின் நூல் மிகச் சமீப காலம் வரை தமிழாராய்ச்சியாளருக்கு ஒரு முன்மாதிரியா யிருந்துவந்தது. 1956இல் இதனை இரண்டாம் பதிப்பாக வெளியிட்ட சைவ சித்தாந்த நூற்பதிப்புக் கழகத்தினர் தமது உரையில் அரை நூற்றாண்டுக் காலத்தின் பின்னும் இந்நூல் மதிப்புக்குரியதாய் உண்மையான செய்திகளைக் கொண்டிலங்குவது மகிழ்ச்சிக்குரியது என்று குறிப்பிட்டுள்ளனர். நூல் வெளிவந்த காலத்தில் "தமிழாராய்ச்சியின் போக்கு இவ்வகையாயிருத்தல் வேண்டும் என அறிவுறுத்தி ஆராய்ச்சியாளரின் கண்களை அது திறந்தது."[8]

இந்நூலிலே தமிழகப் புவியியல், தமிழ்க் குடிகளது மூலங்கள், தமிழ்நாடு அயல் நாடுகளுடன் நிகழ்த்திய வாணிபம், தமிழ்ச் சமுதாயத்தின் வாழ்க்கை நிலைமை, தமிழர் சமயம், தமிழர் மெய்யியல் என்பனவும் சோழர், பாண்டியர், சேரர், குறுநிலத்தவர், தமிழ்ப் புலவர்கள் ஆகியோர் சரிதங்களும் விளக்கமாய் விவரிக்கப்பட்டன. இவை யாவற்றுக்கும் ஆசிரியர் சிலப்பதிகாரத்தையே அடிப்படை ஆதார நூலாய்க் கொண்டனர். 1894இல் மகாவித்துவான் திருமயிலை சண்முகம் பிள்ளை (1858–1905), *மணிமேகலை* மூலத்தையும், உ.வே. சாமிநாதையர் *புறநானூற்*றையும் வெளியிட்டிருந்தனர். இவற்றையும் கனகசபைப் பிள்ளை சிறுபான்மை பயன்படுத்தினார். ஆனால் 'ஆயிரத்தெண்ணூறு ஆண்டுகட்கு முற்பட்ட தமிழகம்' என அவர் கருதியது சிலப்பதிகாரத் தமிழகத்தையேயாகும்.

இதன் முக்கியத்துவமும் விளைவும் கூர்ந்து கவனிக்க வேண்டியவை. கனகசபைப் பிள்ளையும் சுந்தரம் பிள்ளையும் சிலப்பதிகாரத்தைப் பலபடப் பாராட்டி, அதனை ஒரு பெட்டக ஏடாகக் கொண்டதும், பின்வந்த ஆய்வாளர் யாவரும் அதற்கு முதன்மைத் தானம் வழங்கலாயினர்.

> "சங்க கால நிர்ணயத்திற்கு இது சிறந்த சான்று என்றும், அக்காலத்தில் நாகரிக நிலையை நன்கு விளக்குகிறது என்றும் ஆராய்ச்சியாளர்கள் கருதி வந்தனர். தமிழ் – ஆராய்ச்சி செய்ய வேண்டும் என்ற நினைப்புக் கொண்டவர்கள் அனைவரும் சிலப்பதிகாரத்தை நன்கு கற்றுவரலாயினர்."[9]

ஏ.வி. சுப்பிரமணிய அய்யர் கூறுவதைப் போல, கனகசபைப் பிள்ளை "கட்டிய முடிவுகளில் பல இன்று ஏற்றுக் கொள்ளத்தக்கதா யில்லை." ஆயினும் பழந்தமிழர் வாழ்வியலையும் பண்பாட்டையும்

அறிந்து கொள்வதற்குச் *சிலப்பதிகாரம்* மூல ஆதார நூலாயுள்ளது என்னும் நம்பிக்கை தமிழுலகில் ஆழப் பதிந்துவிட்டது எனலாம். இப்போக்குக்கு எதிராகச் சிந்தித்து எழுதியவருள் பி.டி. சீனிவாசையங்கார் குறிப்பிடத்தக்கவர்.[10] 'சிலப்பதிகாரம் பழந்தமிழ் மன்னர்கள் பற்றிய கட்டுக் கதைகளின் வற்றாத களஞ்சியம்' என்றார் அவர். ஆயினும், சிலப்பதிகாரத்தைக் களஞ்சியமாகக் கொண்டே பழந்தமிழர் பற்றிய ஆராய்ச்சிகள் தொடர்ந்து நடைபெற்றன. கனகசபைப் பிள்ளையிலிருந்து தீட்சிதர்[11] வரை பலரும் சிலம்புச் செய்திகளைக் கொண்டே நூல்கள் யாத்தனர். எனவேதான் சான்றோர் செய்யுள்களை மாத்திரம் ஆதாரமாய்க் கொண்டு தமிழர் பண்பாட்டினை விவரிக்கப் புகுந்த ஓர் ஆசிரியர் பின்வருமாறு எழுத வேண்டியிருந்தது:

> திருக்குறள், சிலப்பதிகாரம் ஆகிய இரு நூல்களைக் கொண்டே இதுவரை ஆராய்ச்சியாளர் சங்ககால அரசியலைப் பற்றி ஆராய்ந்தனர். இவ்விரு நூல்களும் பிற்காலத்தன. சங்க நூல்கள் சித்திரிக்கும் அரசியலமைப்பு இவற்றில் காணப்படுவதினும் வேறுபட்டது.[12]

கே.என். சிவராஜப் பிள்ளை, எஸ். வையாபுரிப் பிள்ளை, வெ.சு. சுப்பிரமணியாச்சாரியார், மா. இராசமாணிக்கம் முதலியோரது ஆராய்ச்சிகளின் பயனாகச் சிலப்பதிகாரம், அற நூல்கள் தோன்றிய காலத்தையொட்டி எழுந்தது என்ற கருத்து இப்பொழுது ஓரளவு ஏற்றுக் கொள்ளப்பட்டிருப்பினும், அதனைக் கடைச்சங்க நூலாகக் கொள்வோரும் கணிசமானோர் உள்ளனர். இவ்விடத்தில் நாம் கவனிக்க வேண்டியது ஒன்றுதான்: கால ஆராய்ச்சியாளர் எல்லைகளை நுண்ணிதிற் கூறினாலும், பொதுப்படையாகச் சிலப்பதிகாரம் கி.பி. இரண்டாம் நூற்றாண்டுக்குரிய தென்பது வாய்பாடாகிவிட்டது.[13] சுருங்கக் கூறுவதாயின், சிலப்பதிகாரம் பதிப்பிக்கப்பெற்ற காலத்தில், அது பற்றிக் கூறப்பட்ட சில கருத்துக்கள் தமிழ்க் கல்வியாளர் உள்ளத்தில் மிகு கெட்டியாகப் பற்றிக் கொண்டதால் அதன் சிறப்பு நாளுக்கு நாள் வளர்ந்து வந்திருக்கிறது. இது சிலப்பதிகார நூற்பதிப்பு சம்பந்தமான பின்னணி; அறிவுபூர்வமானது. உணர்ச்சிபூர்வமாகவும் சிலம்பின் பெருமை பேசப்பட்டுள்ளது.

தற்காலத்திலே, கற்றோர் மட்டுமின்றி மற்றோரும் சிலப்பதிகாரத்தைப் பாராட்டுவதற்கு ஒரு காரணம், அந்நூல் மகாகவி பாரதியாரால் விதந்துரைக்கப்பட்டமையாகும். வள்ளுவன், இளங்கோ, கம்பன் ஆகிய மூவரையும் பாரதியார் சிறப்பாகப் பாடிப் பெருமைப்படுத்தினார்.

யாமறிந்த புலவரிலே கம்பனைப் போல்
வள்ளுவர்போல் இளங்கோவைப் போல்
பூமிதனில் யாங்கணுமே பிறந்த திலை

என்று முப்பெரும் புலவரையும் ஒருசேரப் புகழ்ந்த கவிஞர் வேறிடங்களிலே இவர்களைத் தனித் தனியே புகழ்கின்றார்:

நெஞ்சை
அள்ளும் சிலப்பதி காரமென் றோர்மணி
ஆரம் படைத்த தமிழ்நாடு

என்றும்,

சேரன் தம்பி சிலப்பை இசைத்ததும்

என்றும் புலவர்களின் கவித்திறனைக் குறித்துப் பாடிய பாரதியார், தமிழினத்துக்கு ஊக்கமும் உறுதியும் ஊட்டும் உயர் நூல்களில் சிலப்பதிகாரமும் ஒன்று எனக் கருதினார்.

சிலப்பதி காரச் செய்யுளைக் கருதியும்
திருக்குற ளுறுதியும் தெளிவும் பொருளின்
ஆழமும் விரிவும் அழகும் கருதியும்
எல்லையொன் றின்மை யெனும்பொரு ளதனைக்
கம்பன் குறிக்கோளால் காட்டிட முயலும்
முயற்சியைக் கருதியும் முன்புநான் தமிழச்
சாதியை அமரத்தன்மை வாய்ந்தது என்று
உறுதிகொண் டிருந்தேன்.

கவிஞர் கண் முன்னே தமிழ்ச் சாதி, "உள்ளூறு தருமமும் உண்மையும் மாறிச் சிதைவுற்று அழியும்" நிலையிலிருந்ததாம். பேராபத்திலே சிக்கிக் கொண்டிருந்த தமிழச் சாதியைத் தாங்கித் துன்பம் துடைக்கவல்ல செய்திகள் சிலப்பதிகாரத்திலே காணப்படுவதாகக் கவிஞர் கருதினர் என்பது மேற்கூறிய செய்யுளடிகளிலிருந்து புலப்படும். சிற்சில உருவ வேறுபாடுகளுடனும், விகற்பங்களுடனும் இந்த நம்பிக்கையை அடியொட்டியே இக்காலத்தவர் பலர் சிலப்பதிகாரத்தை அணுகுகின்றனர் எனலாம். 'சிலம்பு காட்டும் செந்நெறி' என்பதும் இக்காலத்தில் அடிபடுஞ் சொற்றொடர் ஆயிற்று. சிலம்பு காட்டும் செந்நெறி 'இது தான்' என்றொரு முடிவைத் தங்களுக்குள் எடுத்துக்கொண்டு, பின்னர் அதுவே சிலம்பின் குறிக்கோள் என்று நிலைநாட்டுவதற்குப் பல (வேண்டாத) சான்றுகளையும் பொருத்தமற்ற விளக்கங்களையும் கூறுவோர் பலர்.

சிலப்பதிகாரத்தைப் பாராட்டுபவர்கள் பிரதானமாக நான்கு கோணங்களிலிருந்து நோக்குகின்றனர்.

- தலையாய முத்தமிழ்க் காப்பியம்.
- சிறப்பான தமிழ் வரலாற்றுக் காப்பியம்.
- புரட்சி மிகுந்த அரசியற் காப்பியம்.
- பெண்மைக்குப் பல்லாண்டு பாடும் காப்பியம்.

சிலப்பதிகாரம் பற்றி நவீன காலத்தில் எழுதியுள்ளோரில் பெரும்பகுதியினரை இந்நான்கு நிலைகளில் அமைத்துக் கூறுதல் இயலும். சிலம்பைப் பற்றி எழுதாத தமிழறிஞரும், பாடாத கவிஞரும் தற்காலத்தில் இல்லை எனலாம். சிலம்புக்கு விளக்கங்கூற எழுந்த நவீன நூல்கள் யாவற்றையும் உரைத்துப் பார்ப்பதும் எளிதான காரியமன்று. எனினும் மொத்தத்தில் இந்நான்கு நோக்கு நிலைகளிலுமிருந்தே இளங்கோவின் படைப்பை எம்மவர் சுவைத்து வருகின்றனர் என்பது தவறாகாது. சிலப்பதிகாரத்தைப் பொறுத்தளவில் இலக்கிய நலத்திலும் மேற்கூறிய செய்திகளே முக்கியமானவை எனத் தற்காலத்தவர் பலர் கருதுகின்றனர் போலும்! ஆயினும் எம் கால ஆய்வாளரை அதிகம் குறை கூறத் தேவையில்லை. காவியகர்த்தா இளங்கோவே, சில செய்திகளுக்காகத்தான் நூலை இயற்றியதாகக் கூறியுள்ளார்.

> அரைசியல் பிழைத்தோர்க் கறங்கூற் றாவதூஉம்
> உரைசால் பத்தினிக் குயர்ந்தோ ரேத்தலும்
> ஊழ்வினை உருத்துவந் தூட்டும் என்பதூஉம்
> சூழ்வினைச் சிலம்பு காரண மாகச்
> சிலப்பதி காரம் என்னும் பெயரால்
> நாட்டுதும் யாம்ஓர் பாட்டுடைச் செய்யுள்.

முப்பெரும் உண்மைகளை நூலில் வற்புறுத்திக் கூறியிருப்பதாக நூலாசிரியர் கூறியிருக்கிறார். "அரசியலில் தவறு இழைப்போரை அறமே தண்டிக்கும் என்பதும், கற்புடைய பெண்ணைத் தேவரும் போற்றிச் சிறப்புச் செய்வர் என்பதும், யாவற்றினும் பெருவலியுடைய ஊழ் தப்பாது தன் பயனை ஊட்டியே தீரும் என்பதும்" ஆசிரியர் கூறும் செய்திகள். இக்காலத்தோர் இச்செய்திகளை ஏற்றுக்கொண்ட போதும், தமக்குகந்த வேறு சில செய்திகளையே சிலப்பதிகாரத்தின் 'உண்மை'கள் என்று வாதிடுவர். இவ்வாறு அடிக்கடி எடுத்துரைக்கப்படுஞ் செய்திகளையே நான்காக வகுத்து மேலே குறித்துள்ளேன். இனி, இவற்றை ஒவ்வொன்றாய்ப் பார்ப்போம்.

முதலாவது: பண்டைத் தமிழ் நூல்கள் யாவற்றிலும் சிலப்பதிகாரத்திலேயே முத்தமிழாம் இயல், இசை, நாடகம் ஆகியன நிறைவுற அமைந்திருக்கின்றன என்று கூறுவோர் இப்பிரிவிலடங்குவர். சிலப்பதிகாரம் 'முத்தமிழுக்கும் தலைமை

தாங்கும் தமிழ்க் காப்பியம்' என்னுங் கருத்து முற்றிலும் புதியதொன்றன்று. அகத்தியனார் முத்தமிழ் முனிவர் என்ற புராண வரலாறு வழங்கத் தொடங்கிய கால முதலாக, பல வேறு நூலாசிரியரும் உரையாசிரியரும் முத்தமிழ்ப் பாகுபாடு பற்றிக் குறிப்பிட்டு வந்திருக்கின்றனர். ஆயினும் இப்பாகுபாடு முதலாவதாகத் தமிழில் எக்காலத்திலே எழுந்தது என்று அறுதியிட்டுக் கூறுவதற்குப் போதிய ஆதாரங்கள் இல்லை.[14] ஆனால் சிலப்பதிகாரத்துக்குப் பதினான்காம் நூற்றாண்டில் அடியார்க்கு நல்லார் உரையெழுதியதன் பின்னரே அது முத்தமிழ்க் காப்பியம் என்ற சிறப்பை உறுதியாகப் பெற்றது என்பது பொருத்தமாகும்.

அடியார்க்கு நல்லார் உரைப்பாயிரத்தி னிறுதியில் அவையடக்கமாய்ப் பின்வருஞ் செய்யுளைக் கூறியுள்ளனர்.

எழுத்தின் திறனறிந்தோ இன்சொற் பொருளின்
அழுத்தந் தனிலொன் றறிந்தோ – முழுத்தும்
பழுதற்ற முத்தமிழின் பாடற் குரையின்று
எழுதத் துணிவதே யான்.

சிலப்பதிகாரத்தின் முத்தமிழ்த் திறத்தை உலகுக்கு உணர்த்திய இவ்வுரையாசிரியரை, 'முத்தமிழ் வித்தகராகிய அடியார்க்கு நல்லார்' என்று பிற்கால உலகம் பாராட்டுவதாயிற்று.[15] அடியார்க்கு நல்லார் உரைக்குச் சிறப்புப் பாயிரமாய்க் காணப்படும் பழைய செய்யுளொன்றிலே,

ஓரும் தமிழ் ஒரு மூன்றும் உலகு இன்புற வகுத்துச்
சேரன் தெரித்த சிலப்பதிகாரம்

என வருமடிகள் சேரன் செய்த முத்தமிழ்க் காப்பியமே பற்றிய மரபுணர்ச்சியைத் தெளிவிக்கின்றன. சிலப்பதிகாரக் கவி நயத்தையும் நுண்ணிதின் உணர்ந்து நுவன்றவர் அடியார்க்கு நல்லார் என்பதில் ஐயமில்லை. ஏ.வி. சுப்ரமணிய அய்யர் இரத்தினச் சுருக்கமாய்க் கூறியிருப்பது உண்மை: "பண்டைத் தமிழ் இசை இலக்கணம், நாடக இலக்கணம், கூத்துக்களின் இலக்கணம் ஆகியவைகளைப் பற்றி எல்லாம் இன்று நமக்குக்கிடைத்திருக்கும் அறிவு அடியார்க்கு நல்லாரின் உபயம்தான். அடியார்க்கு நல்லார் ஆற்றியிருக்கும் தமிழ்ப்பணி மதிப்பரியது."

இக்காலத்திலே எம்மவர் சிலப்பதிகாரத்தை முத்தமிழ்க் காப்பியம் எனச் சிறப்பித்துப் பேசும்பொழுது இயல், இசை, நாடகம் என்ற மூன்றனுள் பின்னது இரண்டையுமே உண்மையில் கருதுகின்றனர். சிலம்பின் தனிப் பெருமை அது முத்தமிழ் நூலாக இருப்பதேயாம் என அழுத்திக் கூறுவோரும்,

இந்நூலிற் காணப்படும் இசை, நாடகச் செய்திகளையே மனங் கொண்டு பேசுவர். பதிப்பாசிரியர் சாமிநாதையரவர்களே இதனைக் குறிப்பிட்டுச் சென்றனர். "பின்னும் இக்காலத்தில் வேறொரு வகையாலும் அறிதற்கியலாத இசையிலக்கணவகை, நாடக இலக்கணம், பரத இலக்கணம், அவிநய வகைகள் . . . ஆகியவைகளும் இவை போல்வன பிறவும் இந்நூலால் அறியலாகும்."[16] கனகசபைப் பிள்ளை யவர்களும் தமது நூலில் 'தமிழர் சமூக வாழ்க்கை' என்னும் அத்தியாயத்திலே பண்டைத் தமிழர் இசை, நாடகம் ஆகியன பற்றிக் கூறவந்த விடத்து சிலப்பதிகாரத்தில் கடலாடுகாதை, வேனிற் காதை முதலியவற்றிற் காணும் செய்திகளையே தொகுத்துரைத்தார்.[17] இவ்வாறு பதிப்பாசிரியரும் வரலாற்றாசிரியரும் கூறிவைத்தவை தமிழிசை பற்றிய ஈடுபாடு கொண்டோர்க்குத் தூண்டுகோலாய் அமைந்தன. 1931ஆம் ஆண்டு அண்ணாமலைப் பல்கலைக்கழகத்தில் தமிழ்ப் பேராசிரியராக அமைந்ததையடுத்து விபுலாநந்த அடிகள் பழந்தமிழ் இசையாராய்ச்சியில் குறிப்பாகக் கவனஞ் செலுத்தலானார். "சிலப்பதிகாரத்தில், அரங்கேற்று காதையில் யாழாசிரியன் அமைதி கூறும் இருபத்தைந்து அடிகளுக்கு இயைந்ததொரு விரிவுரையாக *யாழ்நூல்* ஆய்வு எடுத்துக் கொள்ளப்பட்டது." இவ்வாய்வே விரிவடைந்து மகத்தான *யாழ் நூல்* வடிவம் பெற்று 1947இல் திருக்கொள்ளம் பூதூரில் அரங்கேற்றஞ் செய்யப்பட்டது.[18]

இத்தகைய பின்னணியிலேயே 1941ஆம் ஆண்டளவில் தமிழ்நாட்டில் தமிழிசை இயக்கம் தொடங்கியது. தமிழ் இசை வளர்ச்சிக்காக முதன்முதலாக மாநாடு ஒன்று அண்ணாமலை நகரில் கூட்டப் பெற்றது.[19] இதையடுத்துத் தமிழிசை இயக்கம் வேகம் பெற்றது. இவ்வியக்கத்தில் ஈடுபட்டுழைத்தவர்கள் பலர் அவர்களுக்கெல்லாம் சிலப்பதிகாரமும் அதன் உரையுமே பக்கத்துணையாயிருந்தன. இதனை ஒருதாரணத்தால் விளக்குவோம். தமிழிசை இயக்கம் தோன்றிய காலத்து முன்னணியிற் நின்று உழைத்தவருள் ஒருவரும், 1943ஆம் ஆண்டு மே மாதம் சென்னையில் தமிழ் இசைச் சங்கம் நிறுவப்பட்ட காலை அதன் துணைத் தலைவராக இருந்தவரும், சேர்.ரா.க. சண்முகம் செட்டியார். இவர் 1946இல் சிலப்பதிகாரத்தின் முதற் காண்டத்தை எளிய உரையுடன் பதிப்பித்து வெளியிட்டார். இச்சூழ்நிலையில் சிலம்பிற்கு "ஒரு புதிய வாழ்வு உண்டாயிற்று."[20]

தமிழிசை இயக்கப் பற்றார்வலர்கள் சிலப்பதிகாரத்தை எந்தளவுக்குப் பயன்படுத்தினர் என்பதை அறிந்துகொள்வது வேண்டற்பாலது. அதே சமயத்தில், தமிழிசை இயக்கத்தின் அடிப்படை, இலட்சியம், தத்துவம் என்பனவற்றையும் ஒரு சிறிது தெரிந்துகொள்வது அவசியம். அப்பொழுதுதான்

சிலப்பதிகாரத்தை முத்தமிழ்க் காப்பியமாகப் போற்றுவதற்குரிய ஏதுக்களும் துலக்கமடையும்.

நாமக்கல் கவிஞர் வெ. இராமலிங்கம் பிள்ளை, தமிழிசை இயக்கத்திற் பங்கு கொண்டுழைத்து, இதன் பிரசாரகர்களில் ஒருவராய் இருந்தவர். அவர் கூறுவதை, இயக்கத்தின் குரலாகக் கொள்வதில் தவறில்லை:

> தமிழிசை இயக்கம் என்பது, தமிழன் தன்னுடைய தாய்மொழியாகிய தமிழில் இசையைக் கேட்க வேண்டுமென்ற இச்சைதான். எந்த மொழியில் எவர் பாடினாலும் அந்த மொழி அவருக்குச் சொந்த மொழியாக இருக்க வேண்டும்... ஆதலால் இந்த இயக்கத்தைத் தமிழ் மக்கள் வெகு வணக்கத்தோடு வரவேற்க வேண்டும். இந்த இயக்கம் இப்போது இசையைப்பற்றி எழுந்ததானாலும் பொதுவாக மொழி வளர்ச்சிக்கு மிக முக்கியமானது... தமிழிசை இயக்கத்தின் நியாயங்களை எவரும் தட்டிக் கழித்து விட முடியாது. தமிழின் முன்னேற்றத்துக்கும் தமிழ் மொழியின் கலையறிவுகளைப் பெருக்குவதற்கும் இந்த இயக்கம் இன்றியமையாதது... யார் எப்படி நினைத்திருந்தாலும், பொதுவாக எல்லா ஜனங்களும் இந்த இயக்கத்தின் நோக்கத்தை ஆதரித்தார்கள்... பல பிராமணர்கள் இதை முழு மனதுடன் வரவேற்று இதற்கான எல்லா முயற்சிகளிலும் கலந்து கொண்டதனால், இதை வெறும் பிராமணத் துவேஷத்தினால் உண்டான இயக்கமென்று சொல்ல முடியாமற் போய்விட்டது... அனேகமாக எல்லாக் காங்கிரஸ்காரர்களும் இதை ஆதரித்ததனால், 'இது வெறும் ஜஸ்டிஸ் கட்சி முயற்சி' என்று சொல்லிவிடக்கூடாமற் போய்விட்டது... ஆதலால் இந்த இயக்கத்தைத் தமிழ் மக்கள்... அரசியல் கட்சி வாதங்களோ சாதிமதச் சண்டைகளோ கலந்துவிடாதபடி கண்ணுங் கருத்துமாகக் காக்க வேண்டும்..."[21]

தமிழிசை இயக்கப் பின்னணியில் கவிஞர் எழுதிய கட்டுரைகளிலிருந்து இவற்றை எடுத்திருக்கிறேன். இதில் அரசியல் கலக்கக்கூடாது என்று கவிஞர் கூறும் பொழுதே அரசியல் கலந்து விடுகிறது. அது மட்டுமல்ல. மொழி, இயக்கம், பொது ஜனங்கள், பிராமணர்கள், காங்கிரஸ்காரர், ஜஸ்டிஸ் கட்சி, சாதி மதச் சண்டை என்ற சொற்றொடர்கள் வரும் ஒரு பொருளில்

அரசியல் கட்சி வாதம் கலக்கக்கூடாது என்பது முன்னுக்குப் பின் முரண் என்பதில் சந்தேகமில்லை. தமிழிசை ஆர்வம் ஒருபுறமிருக்க, மேற்காணும் கூற்றுக்களைக் கவிஞர் ஆழ்ந்த அரசியல் உணர்வோடும் அனுபவத்தோடும் கூறியுள்ளார் என்பது வெளிப்படை. அது போகட்டும். இந்நூலிலே, “தமிழில் சங்கீதம் உண்டா?”, “பழைய தமிழ் நூல்களில் சங்கீதம்”, “சிலப்பதிகாரமும் சங்கீதமும்” என்ற மூன்று கட்டுரைகளும் இடம் பெற்றிருக்கின்றன. இவற்றில், கவிஞர், இளங்கோவையும் அடியார்க்கு நல்லாரையும் துணைக்கிழுத்துத் தமிழிசையின் தொன்மையையும், தன்மையையும் விவரிக்கிறார்:

> “சிறப்பாகச் ‘சிலப்பதிகாரம்’ என்னும் தனித்தமிழ் நூலில் இந்த இசைக்கலையாகிய சங்கீதத்தைப் பற்றிய விவரங்களை மிகவும் விரிவாகக் காணலாம். சிலப்பதிகாரத்தையும் அதற்கு அடியார்க்கு நல்லார் எழுதியிருக்கிற உரையையும் மேலாகப் பார்த்தாலும் கூட எவ்வளவு காலத்துக்கு முன்னாலேயே தமிழில் இசைக்கலை எவ்வளவு போற்றப்பட்டிருக்கிறது என்பது எளிதிற் புலப்படும் . . . இத்தனித் தமிழ் நூலின் மூலத்திலும் அதன் உரையிலும் சொல்லப்பட்டிருக்கின்ற இசை நுணுக்கங்களை எல்லாத் தமிழன்பர்களும் சுருக்கமாகவேனும் அறிய வேண்டியது அவசியம்.”

இவ்வாறு தோற்றுவாய் செய்து கொண்டு, “கடைச் சங்க நூலாம்” சிலப்பதிகாரத்திற் கூறப்படும் இசை, நாட்டிய விவரங்களைச் சுருக்கிக் கூறுகிறார் ஆசிரியர். தமிழிசை இயக்கத்துக்கும் சிலப்பதிகாரத்துக்கும் இருந்த நெருங்கிய பிணைப்பைப் பற்றியும் ஒன்றற்கொன்று துணையாயிருந்ததைப் பற்றியும் இதற்கு மேலும் விளக்கத் தேவையில்லை. தமிழிசை இயக்கம் தோன்றிய ஆண்டிலேயே, கழக வெளியீடாக, அண்ணாமலைப் பல்கலைக்கழகத்தின் பேராசிரியராயிருந்தவரான, ந.மு. வேங்கடசாமி நாட்டாரது புதிய உரையுடன் சிலப்பதிகாரம் வெளிவந்தது என்பதும் இவ்விடத்தில் நினைந்து கொள்ளத்தக்கது. “ஆயிரத்தெண்ணூறு ஆண்டுகட்கு முன்னெழுந்த சிலப்பதிகாரம், தமிழ் நாகரிக ஒழுகலாறுகளின் பிழிவாய், இயற்றமிழேயன்றி இசை நாடகத் தமிழ்களும் தன்னுட் பொருந்தி முத்தமிழ்க் காப்பியமாய் விளங்குகின்றது” என்று பதிப்புரையில் கூறப்பட்டிருப்பதும் கவனிக்கத்தக்கதே. தமிழிசை இயக்கத்தின் விளைவாகச் சிலப்பதிகாரத்துக்கு ஒரு புதிய வாழ்வு உண்டாயிற்று என்பது மேற்கூறியவற்றால் தெளிவாயிற்று.

தமிழிசை இயக்கத்துக்குக் காரணமாயிருந்த அரசியல் சமூகக் கருத்துத் தொடர்பு எதுவும் இன்றி, 'கலையும் இரசனையும்' என்ற பொருளிலே, பாரதியார் இசை பற்றிக் கூறியதும் இங்குக் குறிப்பிடத்தக்கது. இரசனை உணர்ச்சியை அடிப்படையாகக் கொண்டு பாடுகிறவனுக்குப் பாட்டின் அர்த்தம் தெரிய வேண்டும் என்று அழுத்திக் கூறியுள்ளார் பாரதியார். 'ஸங்கீத விஷயம்' என்ற கட்டுரையில், தமிழிசை இயக்கம் தோன்றுவதற்குக் கால் நூற்றாண்டு முன்னதாகக் கவிஞர் பின்வருமாறு எழுதினார்:

> வித்வான்கள் பழைய கீர்த்தனங்களைப் பாடம் பண்ணி புராதன வழிகளைத் தெரிந்து கொள்ளுதல் அவசியம். ஆனால் தமிழ்ச் சபைகளிலே எப்போதும் அர்த்தம் தெரியாத பிறபாஷைகளில் பழம்பாட்டுகளை மீட்டும் மீட்டும் சொல்லுதல் நியாயமில்லை. அதனால் நமது ஜாதி ஸங்கீத ஞானத்தை இழந்து போகும்படி நேரிடும்.[22]

தமிழிசை இயக்கத்தினர் சிலப்பதிகாரத்தைப் பயன்படுத்திய அளவிலும் விதத்திலும் தமிழ் நாடக மறுமலர்ச்சியாளர் அல்லது நாட்டியப் பற்றார்வலர் அதனைப் பயன்படுத்தினர் என்பதற்கில்லை. ஒரு வகையில் சொல்லப்போனால் இசை இயக்கத்துக்குப் பல வருடங்கள் முன்பாகவே நாட்டிய மறுமலர்ச்சி ஏற்பட்டிருந்தது. ஆனால் அம்மறுமலர்ச்சியிற் சிலப்பதிகாரம் முதன்மை பெற்றது எனக் கூறவியலாது. நாடகத்திலும் அவ்வாறே. ஆயினும் நாடகக் கலைஞரும் அதன் வரலாற்றைக் கூறுவோரும் சம்பிரதாயத்தையொட்டிச் சிலப்பதிகாரத்துக்கு முதல் வணக்கங் கூறிவிட்டே பிற விஷயம் பேசத் தொடங்குவர். நாடகக் கலைஞர் அவ்வை டி.கே. சண்முகம் கூறுவதாவது:

> சிறந்த வரலாற்று நூலாகக் கருதப்படும் 'சிலப்பதிகாரம்' என்ற தமிழ்க் காப்பியத்தில் நாடகக் கலையைப் பற்றியும், காட்சித் திரைகளைப் பற்றியும் விரிவாகக் கூறப்பெற்றிருக்கிறது. இந்தச் சிலப்பதிகார நூலுக்கு உரையெழுதிய அடியார்க்கு நல்லார் என்பவர் தமது குறிப்பில் நாடகத் தமிழைப் பற்றிக் கூறும் 'பரதம்', 'அகத்தியம்' என்னும் நூல்கள் இருந்தனவென்றும் அவை அழிந்துவிட்டன என்றும் குறிப்பிடுகிறார்.[23]

தவிர்க்க இயலாத வகையில் இளங்கோவையும் அடியார்க்கு நல்லாரையும் சண்முகம் குறிப்பிடுகிறாரெனினும், நாடகத் தமிழுக்குச் சிலப்பதிகாரத்தின் முக்கியத்துவத்தை அவரால்

பெரிதுபடுத்த இயலாது. ஆக, சிலப்பதிகாரத்தை முத்தமிழ்க் காப்பியமாகப் போற்றுபவருள், இசைக் கலைஞரே அதனைப் பயன்படுத்தியும் அதனால் பயனடைந்தும் உள்ளனர். ஆயினும் இளங்கோ குறிப்பிட்ட முப்பெரும் உண்மைகளுக்கும் முத்தமிழ்ப் பெருமைக்கும் எட்டாத் தூரம் உண்டு. பொதுவாகத் தமிழ் நாடகக் கலை வளர்ச்சி குன்றி நாடகக் கலையின் ஏற்றத்தைக் கருதி ஒரு வகையான மனவமைதி பெறுவதற்கு உதவுகிறதேயன்றி வேறொன்றுமில்லை. உண்மையில் முத்தமிழின் பெயரால் இக்காலத்திற் சிலப்பதிகாரத்துக்குப் பெருமை தேடி அதனை அச்சிறையில் மாட்டிவைப்பது, மொழியுணர்ச்சியின் பிரதிபலிப்பு என்று கூறத் தோன்றுகிறது. ஏனெனில் சிலப்பதிகாரம் முத்தமிழ்க் காப்பியம் என்று முரசறைவோர், முத்தமிழ்ப் பாகுபாடும் அதன் தொன்மையும் தமிழுக்குத் தனிச்சிறப்பாயிருப்பவை என்பர்.

இரண்டாவது: சிலப்பதிகாரம் நாட்டு வரலாற்று நிகழ்ச்சி களைக் கூறும் நூல் என்று கொண்டு, அது வட வாரியரைத் தமிழ் மன்னர் வென்ற வீரமிகு கதையைக் குறிப்பிடுகிறது என்று பெருமைப்படுவோர் இப்பிரிவில் அடங்குவர். சிலப்பதிகாரம் அச்சேறி வெளிவந்த காலத்தில் கனகசபைப் பிள்ளை முதலிய ஆராய்ச்சியாளர் அதனைத் தமது வரலாற்றாய்வுக்குப் பயன்படுத்தியதை ஏலவே கண்டோம். அதன் தருக்க ரீதியான விளைவாகவே பிந்திய தலைமுறையினர் சிலப்பதிகாரத்தைத் தமிழின வரலாற்றாய்க் கொள்ளும் நிலைமை ஏற்பட்டது. பழந்தமிழர் பண்பாட்டையும், சமூக வாழ்க்கையையும் இன்னோரன்ன பிறவற்றையும் அறிவதற்குச் சிலப்பதிகாரம் ஆதாரமானது என்பதை ஏற்றுக்கொண்டால், அதில் கூறப்படும் நிகழ்ச்சிகளை நம்பாமல் இருக்க நியாயமில்லை. இவ்வடிப்படையிலேயே சிலப்பதிகாரம் ஒரு வரலாற்றுக் காப்பியம் என்னுங் கருத்து நிலைகொண்டது. இதன் பொருத்தமின்மையைப் பின்னர் ஆராய்வோம். இங்குக் கவனிக்க வேண்டுவது யாதெனில், வஞ்சிக் காண்டத்தில் செங்குட்டுவன் வடநாட்டின் மேல் படையெடுத்துச் சென்று தன்னை எதிர்த்த ஆரிய மன்னரைப் புறமுதுகிட்டு ஓடும்படி செய்தான் என்ற செய்தியே வரலாற்று நிகழ்ச்சியாகப் பேசப்படுகிறது. இதனை எத்தகைய ஐயப்பாடுமின்றி ஏற்றுக்கொள்வதற்கு முதற்றேவையாகச் சிலப்பதிகாரத்தின் காலம், இளங்கோவின் நேர்மை ஆகியன விதந்துரைக்கப்படுகின்றன. பெரும்புலமை படைத்த ஆராய்ச்சியாளர் பலர் சிலப்பதிகாரத்தின் நம்பத்தக்க நிலை குறித்துப் பலபட எழுதியுள்ளனர். ஒருதாரணம்.

> இனி, செங்குட்டுவனது வரலாறுகளை அறிவதற்குச்
> சாதனமாகக் கிடைத்துள்ள இலக்கியக் கருவிகளை

நோக்குமிடத்து, அவை பெரிதும் மதிப்புக்குரியன என்பதில் ஐயமில்லை. என்னெனின், இவ்வேந்தர் பெருமானுடன் பிறந்தவரான இளங்கோவடிகள் தாமியற்றிய சிலப்பதிகாரத்தில் ஒரு காண்ட முழுவதும், தம் தமையனது வாழ்க்கையின் ஒரு பகுதியை நேரிலறிந்தவாறு விளக்கியிருக்கின்றார். இவ்வாறு வெற்றி வேந்தனொருவன் செய்திகள் அவன் சகோதரராலே விரித்துரைக்கப்படுமாயின், நாம் அவற்றை நம்பத் தடையுமுண்டோ?[24]

மு. இராகவையங்காரின் இக்கூற்று, இப்பொருள் பற்றிப் பொதுவாக நிலவும் நம்பிக்கையைப் பிரதிபலிக்கிறது என்பது குறிப்பிடத்தக்கது. மு. இராகவையங்கார் (1878–1960) எழுதிய நூல் 1915இல் வெளிவந்தது. தமிழக வரலாற்றாராய்ச்சி குழந்தைப் பருவத்தில் இருந்தபோது மேற்கண்டவாறு எழுதியதைப் பெருங் குறைபாடாகக் கருதவியலாது. ஆனால் பின்னர் வந்த பதிப்புக்களிலும் (1947) அது எதுவித மாற்றமுமின்றிக் காணப்படுகிறது. பின்னர் அவர் மாற்ற விரும்பியிருந்தாலும் அதற்குகந்த சூழ்நிலை இருக்கவில்லை போலும்! பொதுப்படையாக வரலாற்றுப் பாங்கு நிறைந்ததொன்றாக முந்திய தலைமுறையினரால் கொள்ளப்பட்ட சிலப்பதிகாரம், காலாந்தரத்தில் தமிழினத்தின் வரலாற்றுக் காப்பியமாகக் கருதப்படலாயிற்று. ஆரியர் – திராவிடர், வடவர் – தென்னவர், என்பவற்றின் அடிப்படையில் உயர்வு தாழ்வு தோன்றியதும், இக்காலத் தேவைகளுக்குச் சிலப்பதிகாரம் வரலாற்றுச் சான்று காட்டுவதாய் அமைந்தது. கனக – விசயர் தலையில் செங்குட்டுவன் கல்லேற்றியதும், பொன்னிமயக் கோட்டில் வில், புலி, கயல் ஆகியன பொறித்ததுவும், குமரி முதல் இமயம் வரை ஒரு குடைக்கீழ் அரசோச்சியதும் அவை போல்வன பிறவும் பழந்தமிழர் பெருமை பேசுவோர்க்கு உவப்பானவையாதலின், அவற்றைப் பலபடப் பெருமளவில் உயர்வுநவிற்சியாய்க் கூறும் சிலப்பதிகாரம் மிகவும் வேண்டப்படுவதாயிற்று.

இன்று பின்னோக்கிப் பார்க்கும்போது, தென்னாட்டவர் வடவாரியரை வென்றடிமை கொண்ட ஐதீகம் சிலப்பதிகாரத்திற் கூறப்படாதிருப்பினும் கடந்த முக்கால் நூற்றாண்டுக்குள் அத்தகைய ஒருகதை எப்படியாவது கண்டுபிடிக்கப்பட்டிருக்கும் என்பதுறுதி. தமிழ் நாட்டிலே தோன்றிய இன இயக்கம் இத்தகைய ஐதீகங்கள் இன்றி ஒருநாள் உயிர் வாழ்ந்திருக்கமாட்டா. தன்மான இயக்கத்திற்கு இன்றியமையாத் தகுதிக்கூறாக இவ்வடிக்கருத்து அமைந்து செயற்பட்டது.

தன் முனைப்பான இவ்வைதீகத்தின் உட்கிடையாக, வடபுலத்துத் தோன்றிப் பேரரசர்களுக்கு ஒப்ப, பண்டைத் தமிழகத்திலும் 'உலகாண்ட' பெருமன்னர் இருந்தனர் என்று அடித்துக் கூறவேண்டியது அத்தியாவசியமாயிற்று. எனவே சிலப்பதிகாரத்திலே, சிறப்பாக வஞ்சிக் காண்டத்திலே, கூறப்படுவனவற்றை ஆதாரமாய்க் கொண்டு பெரிதாக்கப்பட்ட நிழற்படம் போலச் சேரன் செங்குட்டுவனைச் சக்கரவர்த்தியாக்கும் முயற்சியும் நடைபெற்றது. "இச்சேரர் பெருமானது பெருமையை நோக்குமிடத்து, இவனைத் தென்னாட்டு அசோகன் என்றே நாம் சொல்லல் தகும்" என்று கூறுகிறார் இராகவையங்கார்.

கண்ணகிக்குக் கற்சிலை வடிக்க விரும்பிய செங்குட்டுவன் இமயத்திலிருந்து கல்லெடுத்து வந்தான் என்ற கதையை, அன்று நிகழ்ந்த 'இனப்போரா'கக் கொண்டு தமிழினத்தின் வரலாற்றுக் காப்பியமாகச் சிலப்பதிகாரத்தைப் பலர் போற்றி வருகின்றனர்.

கடந்த அரை நூற்றாண்டுக் காலத்தில் இவ்வடிக்கருத்தை மையமாகக் கொண்டு தமிழில் படைக்கப்பட்ட கதைகளுக்கும் கவிதைகளுக்கும் கணக்கே இல்லை. திரைப்படங்களிலும் இது எத்தனையோ அவதாரங்கள் எடுத்துள்ளது. பிற்காலத் தமிழ்ப் பேரரசரான சோழர்கள் கலிங்கத்திற் புரிந்த போர் வருணனைகளைக் *கலிங்கத்துப் பரணி* முதலிய நூல்களிற் படித்துவிட்டு, அவற்றைச் செங்குட்டுவனுக்கு ஏற்றி, சங்ககாலப் பெரும்போர் நிகழ்ச்சிகளைக் கற்பனையிற் கண்டு வருணித்திருப்பவர் பலராவர். கதையைச் சுவைபடக் கூறுவதற்காகப் புலவர் மிகைபடக் கூறுகிறார் என்பது வெளிப்படையாய்த் தெரியும்பொழுதும் அதனை 'வரலாற்றுண்மை' எனக் கருதும் மூடபக்தியே சிலம்பின் பெருமைக்கு ஒரு காரணமாயுள்ளது. உதாரணமாக, "நீர்ப்படைக் காதை"யில் செங்குட்டுவனின் போர்த் திறமையையும் வேகத்தையும் உயர்த்தும் பொருட்டு, வடநாடு சென்று அவன் நிகழ்த்திய மாபெரும் போர் மிக விரைவில் முடிந்தது என்கிறார் இளங்கோ"[25] தேவாசுர யுத்தம் பதினெட்டாண்டிலும், இராம இராவண யுத்தம் பதினெட்டு மாதத்திலும், பாரத யுத்தம் பதினெட்டு நாட்களிலும் முடிந்தன. செங்குட்டுவன் கனக விஜயருடன் செய்த போர் பதினெட்டு நாழிகையில் முடிந்தது."[26] கவிஞரின் தற்புனைவை வரலாற்றுண்மை எனக்கொண்டு எழுதியிருப்போர் பலர். சுருங்கக் கூறின், சிலப்பதிகாரத்தை இன்றைய இன எழுச்சிக்கு ஏற்ற கருவியாகப் பயன்படுத்துவோர் கூற்றுக்குப் பின்வரும் உதாரணம் போதும். நூலிற் காணப்படுவதாகக் கூறும் செய்தியையும் தமது கருத்துரையையும் கலந்து கூறுகிறார் ஓர் எழுத்தாளர்:

"பத்தினிப் படிமத்துக்குக் கல் எடுப்பது ஒன்றே நோக்கமெனின் சேரன் செங்குட்டுவன் படையெடுத்து வடநாடு நோக்கிச் செல்லவேண்டா; தன்னுடைய வடநாட்டு நண்பர்கள் வாயிலாக அந்தச் செயலை முடித்துக்கொள்ள இயலும். நூற்றுவர் கன்னர் என்ற நட்பரசர் அவ்வாறே தெரிவிக்கின்றனர். அப்போது செங்குட்டுவன் தன் வடநாட்டுப் படையெடுப்புக்கு உரிய காரணத்தைச் சொல்லுகின்றான்... தமிழராற்றலைப் பழித்தவர்க்குப் 'பாடங் கற்பிக்க'வே சினங்கொண்டு சேனை செல்வதாகச் சேரன் செப்புகின்றான்... தமிழர்க்கு ஒரு பழிவரின் – அதனைத் துடைப்பது தமிழர் ஒவ்வொருவர் கடனுமாகும். 'என்னையா இகழ்ந்தனர்? அவனைத்தான் பழித்தனர்' என்ற மனப்பான்மை ஒற்றுமையின்மையின் பிறிதொரு சார்பாகும். பகைவர் கண்முன்னர்த் தமிழர் ஒன்றுபட்டுத் தோன்றுதல் வேண்டும். தமிழ் இனத்துக்கு வந்த பழி ஒவ்வொரு தமிழனுக்கும் வந்த பழி. இங்ஙனம் எண்ணியவன் செங்குட்டுவன் . . . 'நான்' என்ற உணர்ச்சித் தடிப்பைத் தவிரத் 'தமிழன்' என்ற இனத் தொகுப்புணர்ச்சி காண்பது அருமையாக இருக்கிறது. சிலப்பதிகாரச் செங்குட்டுவன் நமக்கு வழி காட்டுகின்றான்."[27]

ஆசிரியர் 'நமக்கு' என்பது யாரைக் குறிக்கிறது என்னும் கேள்வி எழுதுவது இயல்பே. தமிழகத்திலும், ஈழத்திலும் தமிழரசு விழைபவரின் குரல் ஏறத்தாழ இவ்வாறுதான் இருக்கும். இயக்கத்தின் மூலம் தமிழ் மக்களைத் தேர்தலுக்காகவோ அன்றிப் பிற காரணங்களுக்காகவோ 'ஒன்றுபடுத்த' விரும்பும் அரசியற் சார்புடையோர் இவ்வாறுதான் பேசுவர்; முழங்குவர். இக்கண்ணோட்டத்தின் அடிப்படையிலேயே சிலப்பதிகாரத்தை ஒற்றுமைக் காப்பியம் என்றும் சிலர் வழங்குவர்.[28] மேலே காட்டிய மேற்கோளில் 'தமிழர் ஒவ்வொருவர்' என்ற தொடரை ஆசிரியர் பயன்படுத்துவதும் வாதத்துக்குரியது. ஒவ்வொரு தமிழனுக்கும் வந்தபழி என்று செங்குட்டுவன் கருதினான் என்று எவ்வாறு நிரூபிப்பது? முடியுடை மூவேந்தரையும், மாசாத்துவான், மாநாய்கன் போன்ற நிதிக்கிழவரையும் பிரதம பாத்திரங்களாகக் கொண்டு, 'பெரிய இடத்து' விஷயத்தைப் பேசுகின்ற புலவர் படைத்த "பெருமன்னன்" 'ஒவ்வொரு தமிழனை'யும் கருத்திற் கொண்டான் என்பது காலமுரண் ஆகும். ஆனால், இனம், மொழி, என்றவற்றின் அடிப்படையில் தமிழரை ஒன்றுபடுத்த முனையும்

இயக்கத்தினர் தமக்கு உறுதுணையாகச் சிலப்பதிகாரத்தைப் பிரசாரஞ் செய்யும் பொழுது இத்தகைய செய்திகளையே பிரசாரஞ் செய்ய வேண்டியவராகின்றனர்.

பொதுவாகத் தமிழர் ஒற்றுமையைப் பற்றிச் சிலர் கூறுவதைப் போலவே, "முடிகெழுவேந்தர் மூவர்க்கும் உரியது" என்ற பதிக அடி, சேர சோழ பாண்டிய நாடுகள் மூன்றும் இணைந்து ஒற்றுமைப்பட்ட அகண்ட தமிழகத்தை இலட்சியமாக எடுத்துரைத்தது என்று மொழிவாரி இராச்சியக் கருத்தைச் சிலம்பின் மூச்சாய்க் கொள்வாரும் உளர். இவர்கள் யாவரும் தற்காலப் பிரதேச அரசியற் கொள்கைகள் சிலவற்றின் வழிவரும் இன, மொழி இயக்கக் குரல்களையே ஒலிக்கின்றனர் என்று சொல்லல் பொருத்தமாகும். சிலப்பதிகாரம் ஓர் இன எழுச்சிக் காப்பியம் என்று கூறினால் அது இளங்கோ அடிகளுக்குப் பொருள்படுமோ? தெரியாது.

இதுபற்றித் தமிழறிஞர் சாமி. சிதம்பரனார் கூறியது மனங்கொள்ளத்தக்கது:

> தமிழ் மன்னர்களுக்குள் அடிக்கடி போர் நடந்தது போலவே, சில சமயங்களில் தமிழ்நாட்டு மன்னர்களுக்கும் வடநாட்டு வேந்தர்களுக்கும் போர் நிகழ்ந்திருக்கின்றது. தமிழ்நாட்டு வேந்தர்களுக்குள் சண்டை நடக்கக் காரணம் என்னவோ, அக் காரணங்கள்தாம் வடநாட்டு மன்னர்களுக்கும் தமிழ்நாட்டு மன்னர்களுக்கும் சண்டை நடக்கக் காரணமாயிருந்தன. இச்சண்டைக்குக் காரணம், மொழியோ, மதமோ, பண்பாடோ அல்ல என்பது உறுதி. செங்குட்டுவனுக்கும் வட வேந்தர்களுக்கும் நடந்த போர் பண்பாட்டுப் போர் என்று சிலப்பதிகாரத்தில் ஓரிடத்திலும் காணப்படவில்லை. இவ்வுண்மைகளை மறப்பவர்கள் – அல்லது மறைப்பவர்கள் தான் சிலப்பதிகாரத்தை ஆரியர் – தமிழர் வேற்றுமைக்கு ஆதரவாகக் கொள்ளுவார்கள்.[29]

சாமி. சிதரம்பரனார் போன்ற சிலர் இளங்கோ எடுத்துரைத்த உண்மைகளை அறிய முயன்ற போதும், பெரும்பாலானோர் தமக்குகந்தவற்றையே சிலம்புச் செய்திகளாகக் கூறி வந்துள்ளனர்.

மூன்றாவது: பொதுமக்கள் யுகம் என்று வழங்கப்படும் இக்காலத்தைக் கருதிச் சிலர் சிலப்பதிகாரம் குடிமக்கள் காப்பியம் என்று கூறிச் சிறப்புச் செய்வர். மேற்போக்கான மனிதாபிமானிகள்,

பொதுசனத் தொடர்புடைய சில எழுத்தாளர், சமுதாயச் சீர்திருத்தவாதிகள், சமூக ஜனநாயக வாதிகள் முதலிய பல திறப்பட்டோர் இப்பிரிவில் அடங்குவர். முதலிரு பிரிவுகளும் வெளிப்படையாகவே பழமையைப் போற்றுவன; பழந்தமிழ்க் கலைகளையும் பழந்தமிழர் வீரத்தையும் ஒற்றுமையையும் பழமை நாட்டத்துடன் பார்த்துப் பெருமைப்படுவன. ஆனால் இப்பிரிவோ, பழமையைப் புதிய பாவனைக்கொப்ப அலங்கரிப்பதாகும். அவ்வொப்பனையின் பின்னர் பழமையைப் போற்றுவதே இதன் இயல்பு.

பண்டை நூல்களில் சிறப்பாகக் காவியங்களில் மன்னர்களைப் பற்றிய செய்திகளே இடம் பெற்றிருக்க, சிலப்பதிகாரத்திலேதான் சாதாரண மக்களது குடும்பக் கதையொன்று கையாளப்பட்டிருக்கிறது என்று சிலர் கூறுவர். அவ்வாறு கூறுவோர் கணிகை மகள் மணிமேகலை கதையைக் கூறும் காப்பியத்தையும் சேர்த்துக் கொள்ளுவர். 'பொதுமக்கள்', 'பொதுசன அபிப்பிராயம்' என்ற சொற்றொடர்கள் மந்திர சக்தி பெற்றுவிட்ட பாராளுமன்ற ஜனநாயக யுகத்திலே பழந்தமிழ்க் கவிஞரது பொதுசன உணர்வைக் காட்டுவது சிலருக்குப் பெருமைப்படத்தக்கதாயும், இன்னும் சிலருக்குப் பயன்படுவதொன்றாயும் இருக்கிறது என்பதில் எள்ளளவும் ஐயமில்லை.

மன்னன் முறைதவறியபோது, ஒரு பிரஜை வழக்குரைத்து வென்றது மாத்திரமன்றி அந்நகர்க்கே எரியூட்டியதால், புரட்சிகரமான பொதுமக்கட் சார்பான அரசியற் கருத்தைச் சிலப்பதிகாரம் வலியுறுத்துகிறது என்றும் இப்பிரிவைச் சேர்ந்தோர் கூறுவர். சிலப்பதிகாரம் ஒரு 'குடிமக்கள் காப்பியம்' என்று எடுத்தியம்பியவருள் தெ.பொ.மீனாட்சி சுந்தரனார் குறிப்பிடத்தக்கவர். பழமைக்கும் புதுமைக்கும், மேனாட்டுக் கருத்துக்களுக்கும் கீழைத்தேயக் கருத்துக்களுக்கும், வடமொழியிலக்கிய மரபிற்கும் தமிழ் மரபுக்கும் பாலமமைத்துச் சமரசம் காண்பதில் வல்லவரான மீனாட்சிசுந்தரனார் முடியாட்சிக்கும் குடியாட்சிக்கும் இசைவு காண முற்பட்ட முயற்சியே 'குடிமக்கள் காப்பியம்' என்ற கருத்துப்படிவமாகும். இதிலொரு சிறப்பு என்னவென்றால், இவ்வாறு கூறுவோர், இரு படிகளில் நின்று கருத்துரைப்பர். முதலிலே, சிலப்பதிகாரத்துக்கு வக்காலத்து வாங்குவர்: பெரும்பான்மை பண்டைய இலக்கியங்கள் 'ராஜா ராணி' கதைகளாயிருக்க, இதுவே சாதாரண மக்களைக் கதாபாத்திரங்களாகக் கொண்டது என்பர். பின்னர் மன்னனை எதிர்த்து வெல்லும் ஜனநாயகக் கோட்பாட்டைச் சிலம்பு சிறப்பாகக் கூறுகிறது என்று பிடித்த பிடியை வலியுறுத்திக் கூறுவர்.

சுருங்கக் கூறுவதாயின், ஜனநாயக ஆட்சியில் வாழும் சிலர் தமது சாயலிற் சிலப்பதிகார மாந்தரைக் காணும் முயற்சியாகவே இத்தகைய விளக்கங்கள் அமைகின்றன.

இவற்றின் உட்கிடையாக, மக்கட் பண்பும் மனித நல நாட்டமும் நிறைந்த ஒரு காப்பியம் பழந்தமிழ் நாட்டில் எழுந்தது என்று பெருமிதமும் தோன்றக் காணலாம். இந்தியவியல் ஆராய்ச்சியின் வளர்ச்சியை ஓரளவே அறிந்தவர்க்கு இது போன்ற முயற்சிகள் வேறு நினைவு வரலாம். இந்நூற்றாண்டின் முற்பகுதியில் இந்திய வரலாற்றாசிரியர்கள் நூல்கள் எழுதத் தொடங்கியபொழுது ஆங்கிலேய ஆராய்ச்சியாளர் சிலர் கூறியவற்றை மறுத்துரைக்கப் பாடுபட்டனர். இந்தியர்கள் தம்மைத் தாமே ஆள்வதற்குப் பக்குவமடையவில்லை என வெள்ளைக்காரர் ஏளனத்துடன் கூறிக்கொண்டிருந்த வேளையிலேயே, கே.பி. ஜயஸ்வால் புராதன இந்தியக் குடியரசுகள் (கணசங்கங்கள்) பற்றித் தீவிரமாக ஆராய்ந்து எழுதுகிறார். கி.மு. ஆறாம் நூற்றாண்டளவிலேயே இந்தியாவில் நாகரிகமிக்க குடியரசுகள் இருந்தன, ஜனநாயகக் கோட்பாடு செம்மையுற்று விளங்கிற்று என்று ஜயஸ்வால் நிலைநாட்ட முற்பட்டது, நிகழ்காலத்தையும் கருதியேயாகும். அது போன்றதொரு மனப்பான்மையுடனேயே சிலப்பதிகாரத்தைக் குடிமக்கள் காப்பியமாகச் சிலர் சித்திரித்துள்ளனர்.

சிலப்பதிகாரமும் மணிமேகலையும் அரச குடியினரல்லாப் பாத்திரங்களைச் சிறப்புடையராய்க் காட்டுகின்றன என்பது உண்மை. சிலப்பதிகாரம் தமிழ்நாட்டு வேந்தர் மூவரையும் பாடுகிறது என்பதும் உண்மையே. உண்மையில், வஞ்சிக் காண்டத்தில் கண்ணகி புகழுக்குப் பகைப்புலமாக அமைந்தது சேரன் – செங்குட்டுவன் பெரும் புகழேயாம். கடவுளரையும் மன்னரையும் தலைமைப் பாத்திரங்களாக அமைக்கவில்லை என்பது உண்மையாயினும் உயர்ந்தோரை வைத்துக் காப்பியம் இயற்றும் முறையோடு முரணவில்லை இளங்கோ. கோவலன், கண்ணகி முதலியோர் சாதாரண குடிமக்கள் அல்லர். இப்பர், கவிப்பர், பெருங்குடியர் என முப்பிரிவினரான வணிகரில், பெருங்குடி வணிக வகுப்பைச் சேர்ந்தவர்கள் கோவலனும் கண்ணகியும். அவரது பெற்றோர் அரசரும் விரும்பிய பெருநிதிக் குப்பையையுடைய வணிகப் பெருமக்கள்; 'கொழுங்குடிச் செல்வர்' என்றும் செழுங்குடிச் செல்வர் என்றும் இளங்கோவடிகள் அவர்களை வருணிக்கிறார்.

இன்னுமொன்று, *தொல்காப்பியம்* பொருளதிகாரம் மரபியலிலே, நால் வருணத்தாரின் உரிமையும் பிறவும் விவரிக்கப்பட்டிருக்கின்றன.

படையுங் கொடியுங் குடையும் முரசும்
நடைநவில் புரவியும் களிறுந் தேரும்
தாரும் முடியும் நேர்வன பிறவும்
தெரிவுகொள் செங்கோல் அரசர்க் குரிய.

அதாவது படை முதல் முடி ஈறாகிய ஒன்பதும் செங்கோலையுடைய அரசர்கட்கு உரியவை என்பது சூத்திரம். பின்னர் பிற வருணத்தார்க்கு உரியன கூறுமிடத்து, அரசரோடு வணிகருக்கும் படைக்கல வகை கூறப்பெறும் என்றும், வணிகருக்குக் கண்ணியும் தாரும் சொல்லப் பெறும் என்றும் வரையறை செய்வார் தொல்காப்பியர். இது நன்கு கவனிக்கத்தக்கது.

சிலப்பதிகாரத்திலே, கோவலன் கண்ணகி மணம், மாநகர்க்கு அறிவிக்கப்பட்டதைக் கூறவந்த இளங்கோவடிகள்,

அவ்வழி,
முரசியம்பின; முருடதிர்ந்தன
முறையெழுந்தன பணிலம், வெண்குடை
அரசெழுந்ததொர்படி யெழுந்தன
அகலுள் மங்கல அணியெழுந்தது

எனக் குறிப்பிட்டார். மங்கல மகளிர் மணவினையை அறிவிக்கச் சென்றவிடத்து முரசு முதலியன இயம்பின; மத்தளம் முதலியன அதிர்ந்தன; சங்கு முதலியன முறையே முழங்கின; வெண் குடைகள் வேந்தன் உலாப் போந்தபடியாக எழுந்தன; ஊரிலே மங்கல நாண் வலம் வந்தது என்பது பொருள். தொல்காப்பியர் வேந்தர்க்குரியனவாய் விதித்தவை, சிலப்பதிகாரத்திலே வணிகருக்குக் கூறப்படுவது தற்செயல் நிகழ்ச்சியல்ல. 'முக்குணவசத்தால் முறை மறந்தறைபவ' ரல்லர் இளங்கோ. மன்னரையொத்த மாண்புடன் விளங்கிய "உயர்ந்தோங்கு செல்வத்தாரை" அவ்வாறு சிறப்பித்தார். கதையில் பாண்டிமா தேவியினுடைய காற்சிலம்பினும் கண்ணகியின் சிலம்பு விலையுயர்ந்தது. இவையாவற்றையும் நோக்கும் போது சிலப்பதிகாரத் தலைமக்களைச் சாதாரண மாந்தர் எனக் கூறுதல் பொருந்துமோ?

'குடிமக்கள் காப்பியம்' என்று எளிதில் உளங்கொளத்தக்க விதத்திற் கூறிய மீனாட்சி சுந்தரனாருக்கே ஐயம் ஏற்பட்டிருத்தல் வேண்டும். ஆகவேதான் "இது வணிக மக்கள் சிறப்படைந்த காலத்துக் காப்பியம் ஆகலாம்" என்று சிறிது மாற்றியமைத்து வரையறையுடன் விரித்துரைத்தார்.[30] இதனையே வேறொரு வகையில், "ஒரு பணக்காரக் குடும்பத்தைப் பற்றிக் கூறும் கதைதான் சிலப்பதிகாரம்" என்றார் சாமி. சிதம்பரனார். மிக அண்மையில், ரகுநாதன் எழுதியுள்ள ஆராய்ச்சிக் கட்டுரையொன்றில், புகாரில்

வாழ்ந்து வந்த வணிகப் பெருங் குடிமக்களே, நகரத்தார் எனப் பிற்காலத்தில் அழைக்கப்பட்ட நாட்டுக் கோட்டைச் செட்டிமார் என்று நிறுவியிருக்கிறார்.[31]

சிலப்பதிகாரத்தைப் புரட்சிக் காப்பியம் என்றும் குடிமக்கள் காப்பியம் என்றும் உரத்துக் கூவுபவர்கள் உண்மையில் புரட்சியின் பண்பையும் குடிமக்கள் இயல்பையும் சரியாக விளங்கிக் கொள்ளாதவர். வெள்ளை வேட்டியில் தூசுபடாமலும் போட்ட சால்வையின் மடிப்புக் குலையாமலும் வீட்டுக்குள் இருந்து எழுதியும் மேடைகளில் முழங்கியும் 'புரட்சி' செய்பவர்கள் இவர்கள். மேலோட்டமான ஜனநாயக அரசியல் வேட்கைகளின் அடிப்படையில் புதுமையாக எதையோ கூறிச் செல்பவராகவே உள்ளனர். சிலப்பதிகாரத்திலே, வணிகர், அரசர், கடவுளர் எல்லோரும் உள்ளனர். இவர்கள் இன்றிக் காப்பியம் இயங்காது. இவ்வுண்மையைப் பூசிமெழுகிச் சிலம்புக்கு நவீன முலாம் பூசி, புதுமைக்கும் புதுமையான அரசியற் கருத்து அதிலிருக்கிறது என்போர், உண்மையில், புதுமையை அன்றிப் பழமையையே போற்றுகின்றனர்.

'அரசியல் பிழைத்தோர்க்கு' என்று இளங்கோ கூறியது இவர்கள் கருதும் 'ஜனநாயக' அரசியலைக் கருதி அன்று என்பது ஒருதலை. ம.பொ. சிவஞானம் போன்றோர் இத்தகைய அரசியலையே சிலப்பதிகாரத்தின் மேலேற்றிக் கூறுவர். அது ஒரு வகையான தற்குறிப்பேற்றமே அன்றி, வேறொன்றுமில்லை. இளங்கோவின் வார்த்தைகளைக் கொண்டே சிலப்பதிகாரத்திற் சிலம்பம் ஆடுவதை விடுத்துப் புதுக் கருத்துக்களைக் கூறுவதற்காகவே *கண்ணகி புரட்சிக் காப்பியம்* பாடினார் பாரதிதாசன். அதிலே, இயற்கையிகந்த நிகழ்ச்சிகளை அறவே நீக்கியதோடமையாது மதுரை மக்களையும் 'வீறு கொண்டெழுந்த புரட்சி'யாளராகச் சித்திரித்தார். பாரதியாரது *பாஞ்சாலி சபதத்தை* ஆங்காங்கு நினைவூட்டும் வகையில் அமைந்த இச்சிறு காப்பியத்தில், இக்காலத்திற் *சிலப்பதிகாரம்* பற்றி நிலவும் கருத்தோட்டங்களின் பிரதிபலிப்பையும் காணக்கூடியதாக இருக்கிறது.

நான்காவது: சிலப்பதிகாரம் பெண்ணின் பெருமையைக் கூறுகிறது என்போர் இப்பிரிவில் அடங்குவர். 'கற்புக் கடம்பூண்ட பொற்புடை'ப் பெண்ணாம் கண்ணகியின் பெருமையை எடுத்துக் கூறுவது இளங்கோவின் நோக்கங்களுள் ஒன்று என்பது தெரிந்ததே. ஆயினும் இன்றைய ஆய்வாளர் சிலர், கண்ணகியையும் மாதவியையும் மாத்திரமல்லாது பண்டைக்கால இலக்கியப் பெண்கள் பலரையும் இந்நோக்கில் எடுத்தாய்ந்து சமுதாயத்திற்

பெண்கள் நிலை இருந்தவற்றை விளக்க முற்படுவர். முதலில், பெண்ணின் பெருமையே காப்பியத்தின் கருப்பொருள் என்று கூறுவோரின் குரலைக் கேட்போம்:

"இளங்கோவடிகள், தமது காப்பியம் முழுவதிலும் பெண்ணின் பெருமையே பேசுகின்றார். காப்பியத்தின் பெயராகிய 'சிலப்பதிகாரம்' என்ற சொல் பெண்ணின் காலணியாகிய சிலம்பையே குறிக்கின்றது.[32] சிலப்பதிகாரக் கதையில் கண்ணகியே முக்கியப் பாத்திரமாக இருக்கின்றாள். கண்ணகி மூலம் பெண்ணினத்தின் வரலாற்றிலே ஒரு புரட்சியைச் செய்கிறார் இளங்கோவடிகள். புரட்சிக்கு ஆடவர்களே தகுதியுடையவர் என்று எல்லோரும் எழுதுவர். ஆனால், இளங்கோவடிகள், 'தாங்க முடியாத கொடுங்கோன்மை தாண்டவமாடினால், ஆக்கும் பண்பு படைத்த பெண்களும் பழிவாங்கும் படையில் முன்னணியில் நிற்பர்; முரசை முழக்குவர்; அரசை அழிப்பர்' என்று அறிவிக்கிறார். தாய்மைக் குணத்தையே பெண்மைக்கு உரிமையாக்கினர் பெரியோர். ஆனால், அநீதி அரசோச்சினால் அதை அழிப்பது பெண்களின் தலையாய கடமை என்பதே சிலப்பதிகாரம் காட்டும் அரசியல் நெறி... சிலப்பதிகாரத்தில் வரும் நம் புரட்சிக் கண்ணகி போல் பிற்காலத்திலும் சில வீராங்கனைகள் உலகத்தில் தோன்றியிருக்கின்றனர். அவர்களில் பிரிட்டிஷ் பேரரசை எதிர்த்து ஆயுதங்கொண்டு போர்புரிந்த பிரஞ்சு தேசத்து ஆர்க்ஜோன் அம்மையாரும், இந்தியச் சிப்பாய்ப் புரட்சியில் பங்குகொண்ட ஜான்ஸிராணியும் குறிப்பிடத்தக்கவர்க ளாவர்."[33]

ஆர்வ மேலீட்டால் சிவஞானம் அவர்கள் ஆர்க்ஜோன், ஜான்ஸி ஆகியோரைக் கண்ணகிக்கு ஒப்பிட்டிருக்கிறார். ஆனால் வரலாற்று அடிப்படையில் இவ்வொப்புமை பொருத்தமோ என்பது நிதானமாகச் சிந்திக்க வேண்டியது. ஆயுதந்தாங்கிய போராட்டம் வேறு; 'அறங்கொல்லும்' என்ற விதி நம்பிக்கை வேறு. இது நிற்க.

'பெண்ணின் பெருமை' என்ற பல்லவியைப் பல ராகங்களிற் பலர் பாடுவர். பெண்ணின் பெருமையைப் பேசும் அதே வேளையில், பண்டைத் தமிழகத்திற் பெண்களின் நிலையை நோக்கி, அன்று தமிழகத்திலே பெண்களிடையே இரு

முரண்பட்ட பிரிவுகள் இருந்தன என்பதே சிலப்பதிகாரம் கூறும் சிந்தனைக்குரிய செய்தி என்பர். இவர்களில் பேராசிரியர் மு. வரதராசனார், பேராசிரியர் தெ.பொ. மீனாட்சி சுந்தரனார் ஆகியோர் முதன்மையானவர்கள். பெண் உலகுக்கு ஏற்பட்ட இழுக்கே மதுரையம்பதி எரியக் காரணமாயிற்று என்பது வேறு சிலரது வாதம். குடும்ப வாழ்வு என்றும் கலை வாழ்வு என்றும் பெண்களது வாழ்வை இருமுனைப்படுத்தியதன் அனர்த்தமே சிலப்பதிகாரத்தின் துன்பியலுக்கு அடிப்படை என்பர் இப்பிரிவைச் சேர்ந்தோர். இத்தகைய தொடர்புள்ள சிந்தனைப் போக்கின் விளைவாக மாதவி மாசிலாதவள் என்ற கருத்தும் இக்காலத்திலே தோன்றியுள்ளது. டாக்டர் வரதராசன் கூறுகிறார்:

> மாதவி குற்றம் அற்றவள்... மனம் மாறிய மாதவி, பிறந்த குடும்பத்தின் தீமையை வேருடன் களைந்தாள். அது போன்ற மற்றக் குடும்பங்களின் சீர்திருத்தத்திற்கு வழிகாட்டியாக விளங்கினாள். பெரும்புரட்சி செய்தாள். கலையின் வளர்ச்சிக்காக மங்கையர் சிலரின் வாழ்வைக் கெடுக்கும் மடமையைக் கொளுத்தினாள்.[34]

மாதவியைப் பற்றி இப்பிரிவினர் கூறுவதற்கு ஏற்ற வகையில் நூலிற் சில குறிப்புக்கள் உண்டு என்பதை ஒப்புக்கொள்வதில் தவறில்லை. ஆயினும் மாதவியை இக்கோலத்திற் சித்திரிப்பதற்குத் தற்காலத்திலே பெண்ணுரிமை பற்றி எழுந்துள்ள அனுதாபக் குரலே காரணம் என்பதில் சிறிதும் சந்தேகமில்லை. மாதவி மடமையைக் கொளுத்தினாள் என்று வரதராசன் கூறியிருப்பது,

> மாதர் தம்மை இழிவு செய்யும்
> மடமை யைக்கொ ளுத்துவோம்
> வைய வாழ்வு தன்னில் எந்த
> வகையி னும்ந மக்குளே
> தாதர் என்ற நிலைமை மாறி
> ஆண்க ளோடு பெண்களும்
> ஸரிநி கர்ஸ மான மாக
> வாழ்வம் இந்த நாட்டிலே

என்ற விடுதலை பாடலடிகளின் நேரடியான எதிரொலியே என்பது வெளிப்படை. பெண்கல்வி ஆசிரியர் வேதநாயகம் பிள்ளை காலமுதலாக மெல்ல மெல்ல வேகம் பெற்று வந்துள்ள பெண்ணுரிமை இயக்கத்தின் பிரதிபலிப்பே, நேரடியாயும் மறைமுகமாயும் இத்தகைய ஆய்வுகளுக்கு மூலமாயிருக்கிறது. திரு.வி.க., பாரதியார், வ.ரா., பாரதிதாசன், கம்பதாசன் முதலியோர் எழுத்திலும் பேச்சிலும் பெண்ணுரிமை, பெண்கள் நலம் என்பன

புதிய வேகம் பெற்றன. இவற்றின் விளைவாகப் பண்டைய இலக்கியப் பெண்களையும் புதிய நோக்குடன் சிலர் ஆராய முற்பட்டனர். பெருந்தகைப் பெண்டிர் போன்ற விவரண நூல்[35] எழுதப்பட்ட பின்னணியும் இதுவேயாகும். இவ்வாய்வுகளில் எத்தனை இளங்கோவடிகளுக்கு உடன்பாடாயிருக்கும் என்பது சர்ச்சைகுரியதே. சுருங்கக் கூறின் எமது காலத்திலே பெண்ணுரிமைக்காகப் பரிந்து பேசும் *(Feminist)* இயக்கத்தின் கருவி நூலாய்ச் சிலம்பு அமைந்து விடுகிறது.

இன்னுமொன்று. பெண்ணுரிமையை இப்பிரிவினர் பிரதிபலித்த பொழுதும், அடிப்படையில் கற்பையே போற்றுகின்றனர். கண்ணகி கற்பரசி என்பது பிரசித்தம். ஆனால் கற்பு என்ற பண்பு மாதவியிடத்தும் குடிகொண்டு விளங்கியது என்ற வாதம் இக்காலத்திலே தோன்றியதொன்று. பேராசிரியர் வரதராசன் கூறுகிறார்: "பிறப்பின் காரணத்தால் அமைந்த கணிகையர் வாழ்விற்குக் கட்டுப்படாமல் கற்புடைய மங்கையாய் வாழ்ந்த நல்வாழ்வு முதலாவதாகப் போற்றத்தக்கது. அவளுடைய காதலின் பெற்றியை ஆராய்ந்தபோது அது நன்கு விளங்கியது."[36] மாதவியைக் குற்றமுள்ளவளாக அன்றிக் குணவதியாய்ச் சித்திரிக்கும் முயற்சி பெருமளவுக்குப் பலனளித்துள்ளது. "கண்ணகியா – மாதவியா சிறப்புடையவர்?" என்று விவாத அரங்குகள் நிகழுமளவிற்கு மாதவி மேனிலை அடைந்திருக்கிறாள். இவ்வாறு பாத்திரங்களைப் புதிய கோணத்திலிருந்து பார்ப்பதற்கு ஏதுவாயிருப்பது இலக்கியத்தில் பண்பு நலன் ஆராய்ச்சியாகும். மு. வரதராசன், அ.ச. ஞானசம்பந்தன், தெ.பொ. மீனாட்சிசுந்தரனார், எஸ். இராமகிருஷ்ணன், மார்க்கபந்து சர்மா என்போர் இத்துறையிற் பாதை வகுத்திருக்கின்றனர். தமிழிலக்கியத்திற் பண்பு நலன் ஆராய்ச்சி அவசியம் வேண்டற்பாலது எனக் கூறிவிட்டு மாதவி பற்றிய மறுமதிப்பீடு உளதானமைக்குக் காரணத்தை விளக்குகிறார் டாக்டர் மு.வ.:

> இத்தகைய ஆராய்ச்சி இல்லாத காரணத்தால், பழிப்புக்கும் வெறுப்புக்கும் ஆளான காவிய உறுப்பினரில் மாதவி ஒருத்தி. சிலப்பதிகாரக் கதையைக் கற்றறிந்தவர் மாதவியை வெறுக்கின்றனர்; கதையைக் கேட்டறிந்த பொதுமக்கள் மாதவியைப் பழிக்கின்றனர். பண்பு நலன் ஆராயும் இலக்கிய முறை இருந்திருப்பின், இந்த வெறுப்பும், பழிப்பும் காரணம் அற்றவை என்பது எளிதில் புலனாகியிருக்கும்; மாதவியின் குணமும் விளங்கி, குற்றமும் விளங்கி, மிக்கதாகிய குணச் சிறப்பும் விளங்கியிருக்கும்.[37]

உண்மை. ஆனால் மேனாட்டாரிடமிருந்து நாம் கற்றுக் கொண்ட இப் பண்பு நலன் ஆராய்ச்சி மாதவியைப் புதிய கண்ணோட்டத்திற் காண்பதற்குக் கருவியாயிருக்கின்றதே தவிர, காரணமன்று. பண்பு நலன் ஆராய்ச்சி என்பது உசாவல் முறையேயாகும். அதைப் பயன்படுத்திப் பழிப்புக்காளான மாதவியை நல்லவளாகக் காட்டக் காரணமாயிருந்தது பெண்ணுரிமை நாட்டமாகும். இவ்வாறெல்லாம், 'மாயப் பொய் பல கூட்டும் மாயத்தாள்" எனக் கருதப்பட்டு வந்த மாதவியைக் கலையரசியாயும் கற்பு நெறி நின்றவளாயும் காட்டியபின் சிலப்பதிகாரத்தைப் பற்றிப் பின்வருமாறு கூறுகிறார் பேராசிரியர்:

சிலப்பதிகாரம், பெண்ணின் பெருமையைக் கூறுகிறது; கற்பு என்னும் திண்மை உண்டாகப் பெற்ற பெண்ணின் பெருமையைக் கூறுகிறது. ஒரு பக்கம் கண்ணகி; மற்றொரு பக்கம் அவளுடைய பெருமையைப் போற்றி வணங்குவோர்; இவர்களையே சிலப்பதிகாரம் காட்டுகிறது.[38]

2

இதுவரை நாம் பார்த்த நால்வகைக் கண்ணோட்டத்திலும் ஒரு பெருங்குறை உள்ளது. அது யாதெனில், பிரச்சினையை மிகைபட எளிமையாக்கியமை யாகும். சிலப்பதிகாரத்திலே தாம் காணும் செய்தியே தலையாயது என்று இவர்கள் அழுத்திக் கூறும்பொழுது, முக்கியமான பிற அம்சங்கள் போதியளவு கவனிக்கப்படுவதில்லை. "காவியத்தைப் பாடிய கவிஞனது கண்கொண்டு நாமும் பார்த்தனுபவிக்க வேண்டும்" என்ற 'சுத்த இலக்கிய'க் கொள்கையை நான் கருதவில்லை. எமது கால அறிவின் வழி நின்று பழையவற்றைப் பார்ப்பது விரும்பத்தக்கது; தவிர்க்க இயலாதது; இயல்பானது. ஆனால் கவிஞன் அடிப்படையாய்க் கருதியவற்றை அலட்சியஞ் செய்து எமக்கு வேண்டியதை ஏற்றும் வேண்டாதவற்றைத் தள்ளியும் மனம் போன போக்கில் நூலுக்கு விளக்கம் கூறுவதிற் பயனில்லை. இதை ஓர் உதாரணத்தால் விளக்குவோம்.

இளங்கோவடிகள், மூன்று உண்மைகளைக் கூறுவதை நோக்கமாகக் கொண்டிருந்தார் என்பதை மேலே கண்டோம். அறத்தின் வலி, கற்பின் வலி, ஊழின் வலி என்பவை அம்மூன்று உண்மைகள். எமக்கு இவற்றில் நம்பிக்கை இருந்தாலென்ன, இல்லாவிட்டாலென்ன? இவற்றையும் உள்ளடக்கி விளக்கம் தரவல்ல ஆய்வே பயன்தரவல்லது. இக்காலத்திற் சிலர், இளங்கோ குறிப்பிட்ட உண்மைகளில் ஒன்றையோ பலவற்றையோ

வெவ்வேறு அளவில் ஏற்றும் ஏற்காமலும், சிலப்பதிகாரத்துக்கு முழுமையான விளக்கம் கூற முற்படுகின்றனர். இம்முயற்சியே மேலே காட்டிய நான்கு பிரிவுகளாய் வெளிப்படுகின்றது. இளங்கோ மூன்று உண்மைகளையும் ஏன் முக்கியமானவையாகக் கொண்டார்? அவரது காப்பியத்தின் முழுமையாக்கத்துக்கு அவை எவ்வாறு இன்றியமையாக் கூறுகளாயுள்ளன? என்ற வினாக்களுக்குத் தக்க விடை கூறமாட்டாத விளக்கத்தை எடுத்துரைப்பதில் எப்பயனுமில்லை. ஆனால் மேலே காட்டிய செய்திகள் அத்தகையவே.

உதாரணமாக, பாத்திரங்களின் பண்பு நலன் ஆராய்ச்சியைப் பற்றார்வத்துடன் வற்புறுத்தும் பேராசிரியர் வரதராசன், இளங்கோ தனது காப்பியத்துக்கு உயிர் நாடியாய்க் கொண்ட ஊழ்வினையை ஒதுக்கல் வேண்டும் என்கிறார்:

> ... இளங்கோவடிகளும் தம் நூலில் பல இடங்களிலும் திரும்பத் திரும்ப ஊழ்வினையை விளக்கியே கதை நிகழ்ச்சிகளைக் கூறிச் செல்கிறார்... பதிகமும் ஊழ்வினையின் வலிமையை நூலின் குறிக்கோள்களுள் ஒன்றாக எடுத்துரைக்கிறது... ஆயினும், இன்று இலக்கிய ஆராய்ச்சி செய்பவர், ஊழ்வினையை ஒரு பக்கம் ஒதுக்கி வைத்தல் வேண்டும்... இவ்வாறே இக்காலத்து ஆராய்ச்சிக்கு எட்டாத பகுதியே ஆயினும், ஒவ்வாத பகுதியே ஆயினும், அவற்றையும் ஒதுக்க வேண்டும். அவற்றை மறுப்பதா உடன்படுவதா என்பதைத் தனி ஆராய்ச்சி ஆக்கிக் கொண்டு, **இலக்கிய ஆராய்ச்சியைப் பொறுத்த வரையில் ஒதுக்கி வைத்தல் நன்மை பயக்கும்.**"[39]

பேராசிரியரின் அறிவுரை ஆழ்ந்து சிந்திக்க வேண்டியது. ஊழ்வினையைக் காவியகர்த்தா வற்புறுத்தியிருப்பினும், நாம் அதை ஒதுக்கி வைக்க வேண்டும் என்றும், அது பற்றிய ஆராய்ச்சி இலக்கிய ஆய்வுக்குப் புறம்பானது என்றும், அவர் கூறுகிறார். இதன் குறிப்பு யாது? தத்துவம் வேறு, இலக்கியம் வேறு என்பதே பேராசிரியர் போதனையாகும். இது தனித்த ஒரு குரலன்று. இன்றைய "இலக்கிய" ஆய்வாளர் பலரது குரலின் எடுத்துக்காட்டாகும். தத்துவத்தை இலக்கியத்தின் பெயரில் நிராகரித்துவிட்டு, "இளங்கோவடிகளின் உள்ளம் உணர்ந்த உண்மைகளைக் காண வேண்டும்" என்கிறார் பேராசிரியர். அவரது கூற்றுப்படியே, "ஊழ்வினையின் அமைப்பின்படி அல்லாமல் ஒன்றுமே நிகழ முடியாது என்று உணர்த்துவது இளங்கோவடிகளுக்கு நோக்கமாக

இருந்திருக்கிறது." அவ்வாறாயின், இளங்கோவடிகளின் நோக்கத்தை யும் நம்பிக்கையையும் "ஒதுக்கிட்டு" அவர் "உள்ளம் உணர்ந்த உண்மைகளை" எவ்வாறு காண்பது?

விடை ஒருபுறமிருக்கட்டும். இவர்கள் தத்துவத்தை ஏன் புறக்கணிக்கிறார்கள் என்று கண்டால் பல உண்மைகள் புலப்படும். தத்துவத்தை இலக்கியத்தின் பகுதியாக ஏற்றுக்கொள்வதற்குத் தயக்கமென்ன? அதன் விளைவுகளே. ஏனெனில் தத்துவத்தையும் குறிப்பாக அதன் சகல வடிவங்களையும் எடுத்துக்கொண்டு அவை இலக்கியத்தில் என்ன பாத்திரம் வகிக்கின்றன என்று ஒருவர் பார்க்க விரும்பினால், "தத்துவத்தைச் சரித்திரத்திலிருந்து பிரித்து வைக்காமல் பரிசீலனை செய்ய வேண்டும். தத்துவத்தைச் சரித்திரத்திலிருந்து பிரிக்காமல் பார்ப்பது என்று சொன்னால் தத்துவத்தைச் சமுதாய வாழ்விலிருந்து பிரிக்காமல் பரிசீலிக்க வேண்டும் என்று அர்த்தம். சமுதாயத்திலிருந்து தொடங்கி சமுதாயத்துக்குள் நின்று, தத்துவம் வகிக்கும் பாத்திரத்தையும் அதன் காரணப் பொருள்களையும் வடிவங்களையும் நாம் பரிசீலிக்க வேண்டும்."[40] இவ்வாறு செய்வது எத்தனை பேருக்கு உகந்தது?

மேற்கண்டவாறு இலக்கியத்தில் தத்துவ ஆராய்ச்சியை – அது இலக்கியத்துக்குப் புறம்பான தனி ஆராய்ச்சி என்று தவிர்த்துவிட்டால், வரலாற்றைப் புறக்கணிக்க வாய்ப்பு ஏற்படுகிறதல்லவா? சிலப்பதிகார ஆசிரியர் திரும்பத் திரும்பக் கூறும் தத்துவத்தை நிராகரித்துவிட்டால் அந்நூல் தோன்றிய காலத்தையும், சமுதாயச் சூழலையும், மக்கள் வாழ்க்கையையும் வரலாற்றியல் நோக்கில் ஆராய வேண்டிய அவசியம் இல்லாமற் போய்விடுகிறது. விடவும், கால எல்லைகளைக் கடந்து, சுய நிறைவுணர்வுடன் சிலம்பின் செய்திகளைப் பிரசாரஞ் செய்ய வழி பிறக்கிறது:

> பொதுவாகச் சிலப்பதிகாரம் போதிக்கும் செந் நெறிகள் பலப்பல; அவையனைத்தும் தமிழ் இனத்தவர் கடைப்பிடித்த தனி நெறிகள். பிற இனத்தவரும் பின்பற்றத் தக்க பொது நெறிகள் என்றுஞ் சொல்லலாம்.[41]

வரலாற்று வரம்பிலிருந்து இலாவகமாக விடுபட்டு நிற்பவர், சிலப்பதிகாரச் செந்நெறிகள் எல்லாக் காலத் தமிழர்க்கு மட்டுமின்றி எந்நாட்டவர்க்கும் ஏற்புடையவை என்று கூறித் திருப்தியடையத் தடை யாது?

மேலே நாம் கண்ட நான்கு கண்ணோட்டங்களும் வெவ்வேறு அளவிலும் வகையிலும் காலங்கடந்தன. பழைய கதையைத்

தமது தேவைக்கு இயைய மாற்றித் தமக்குப் பிடித்த சில பழைய கருத்துக்களைக் கூறுவதே, இப்பிரிவுகளைச் சேர்ந்தோர் செய்யும் பணியாகும்.

3

இவ்விஷயமாக இவர்களை நாம் அதிகம் குறைகூறத் தேவையில்லை. சிலப்பதிகாரமே இவ்வாறு பல தரப்பட்ட கருத்து விளக்கங்களுக்கு இடந்தருகிறது. அதன் பிறப்பை ஓரளவு அறிந்தால் வேறுபட்ட காலங்களுக்குரிய விஷயங்கள் அதில் அடங்கியிருப்பது தெளிவாகும்.

எட்டுத்தொகை நூல்களுள் ஒன்றான *நற்றிணையில்* காணப்படும் கதைக்குறிப்பு ஒன்று காலப்போக்கில் வளர்ந்து உருமாறிச் சிலப்பதிகாரக் கதையின் அடித்தளமாக அமைந்த படிமுறை வளர்ச்சியை வையாபுரிப் பிள்ளை நம்பத்தக்க வகையிற் காட்டியிருக்கிறார்.[42] அதனை இங்கு விரித்துரைத்தல் வேண்டியதன்று. அதினின்று பெறும் விளக்கத்தை மாத்திரம் இங்குக் கவனிப்போம்.

தொல்காப்பியம் செய்யுளியலில் 'தொன்மை' என்றொரு செய்யுள் வகை குறிப்பிடப்படுகிறது.

> தொன்மை தானே
> உரையொடு புணர்ந்த பழைமை மேற்றே.

இதை விளக்கிய உரைகாரர்கள், "உரை விராஅய்ப் பழையமையவாகிய கதைப் பொருளாகச் செய்யப்படுவது" என்றனர். அதாவது, உரையொடு பொருந்திப் பழங்கதையைக் கூறுஞ் செய்யுள் என்பதாம். இதற்கு உதாரணம் கூறிய நச்சினார்க்கினியர், 'அவை பெருந்தேவனாராற் பாடப்பட்ட *பாரதமும், தகடூர்யாத்திரையும் சிலப்பதிகாரமும்* போல்வன' என்றார். (செய்யுளியலிலே, தொன்மை என்பதற்கு மறுதலையாக 'விருந்து' என்பது கூறப்படுகிறது. இது புதிய கதையைக் கூறுஞ் செய்யுள் வடிவம்.)

நச்சினார்க்கினியர், சிலப்பதிகாரம் தொன்மையின் பாற்படும் எனக் கூறியிருப்பது மனங்கொள வேண்டியது. இனி, சிலப்பதிகாரத்துக்கு மூலக்கூறுகளா யிருந்தவற்றைப் பார்ப்போம். *நற்றிணையிலே*,[43] திருமாவுண்ணி என்பவள் தன் மீது அன்பற்றுத் தன்னைப் புறக்கணித்த கணவன் பற்றிக் கவலைப்பட்டா ளெனவும், பின் தனது ஒரு தனத்தைத் திருகியெறிந்து வேங்கை மரமொன்றின் கீழ் நின்றாளெனவும் கூறப்படுகிறது. இது ஒரு செய்தி, *யாப்பருங்கலவிருத்தியிலே*

பெண்ணொருத்தி, கொலையுண்டு கிடந்த தன் கணவன் நிலை கண்டு பாடியதாக ஒரு வெண்பா உள்ளது. விருத்தியுரைக்காரர் இதனைப் 'பத்தினிச் செய்யுள்' என்று கூறியுள்ளார். சோகரசத்தைப் பிழிந்து தருவதாக அவ்வெண்பா அமைந்துள்ளது. ஒரு காலத்தில் பாரதத்தை வெண்பாவிற் கவிஞர் ஒருவர் பாடியது போல, பத்தினியொருத்தியின் துன்பியற் கதையை வெண்பாவில் யாரோ செய்திருத்தல் வேண்டும். சான்றோர் செய்யுள்களையடுத்து வெண்பா பெருவழக்காயிருந்ததும் இவ்விடத்தில் நினைவு கூரத்தக்கது. தொல்காப்பியம், சொல்லதிகாரம் தெய்வச்சிலையார் உரையில் மேற்கோளாய் அமைந்துள்ள ஒரு வெண்பாவும் அத்தகைய நூலொன்று இருந்திருக்க வேண்டும் என்பதை வலியுறுத்துகிறது. இது ஒரு செய்தி.

புறநானூற்றில் ஐந்து பாட்டுக்கள் (143–147) வையாவிக் கோப் பெரும்பேகன் என்னும் குறுநிலத் தலைவனால் துறக்கப்பட்ட கண்ணகி என்பாள் காரணமாக, கபிலர், பரணர், வன்பரணர் அரிசில் கிழார், பெருங்குன்றூர்கிழார் என்ற ஐந்து புலவர்கள் பாடியனவாய்க் குறிக்கப்பட்டுள்ளன. காதலனால் கைவிடப்பட்ட அபலையொருத்தி, கண்ணகி என்னும் பெயருடன் இருந்தாள் என்பது மட்டுமின்றி, புலவர் பலர் பாடுமளவுக்கு அக்கதை அல்லது நிகழ்ச்சி பிரபலியமாயிருந்தது. இது ஒரு செய்தி.

இவையெல்லாம் இளங்கோவடிகள் காலத்துக்கு முன் வாய்மொழியாகவும், எழுதப்பட்டும் வழங்கி வந்த கதைகள். இவையொருபுறமாக, சேரமன்னர்கள் பற்றிச் சிறப்பாகக் கூறும் நூல் *பதிற்றுப்பத்து* என்பது பலருமறிந்ததே. ஒவ்வொரு பத்துக்கும் இறுதியில் பதிகம் உண்டு. பத்திற் கூறப்படாத சில விஷயங்கள் பதிகத்திற் கூறப்படுவது முண்டு. எனவே பாடல்களும் பதிகங்களும் முரணுகின்றன எனச் சிலர் கருதுவர். ஆனால், பதிகத்தைப் பின்னாளில் எழுதியவர்கள் வாய்மொழியாக வழங்கிவந்த செய்திகளையும் சேர்த்திருத்தல் கூடும் என்ற கருத்தை டாக்டர் மார் தெரிவித்திருக்கிறார்.[44] இதிலிருந்து பெறப்படுவது யாதெனில், சேரமன்னர் சிலரைப் பற்றிய செய்திகள் *பதிற்றுப்பத்தில்* இடம் பெறாதனவாய் வாய்மொழியாக நிலவின என்பது. இத்தகைய செய்திகள் யாவற்றையும் பயன்படுத்தி, தன்னையும் கதையுடன் தொடர்புபடுத்தி நீண்ட ஒரு தொடர்நிலைச் செய்யுளை இயற்றினார் இளங்கோவடிகள். இதனை நுணுகி விரிவுபட எடுத்துரைக்க நான் விரும்பவில்லை. சில குறிப்புக்கள் மாத்திரம் கூறுவேன்.

மரபு வழிவந்த கதைக் கருத்துக்களையும், செய்திகளையும், இசைப்பாடல் வடிவங்களையும், வடமொழிமூலம் வந்த சில

கதைகளையும் ஆதாரமாகக் கொண்டு, "சிற்சில சரித உண்மைகளை அடிப்படையாக" வைத்து இளங்கோவடிகள் தமது காவியத்தை இயற்றினார் என்பதை வையாபுரிப் பிள்ளை மட்டுமின்றி வேறு சிலரும் ஓரளவு காட்டியுள்ளனர்.[45]

பல மொழிகளிலுள்ள முற்பட்ட காவியங்களை ஒப்பிட்டுப் பார்ப்பவர்கள், நன்கு அறிந்த செய்தி ஒன்றுண்டு. முழுதும் வாய்மொழியாகவோ அல்லது ஒரு பகுதி வாய்மொழிப் பாடல்களைப் பெரிதும் தழுவியோ எழுந்த காவியங்கள், பல கூறுகளை ஒன்றுபடுத்தி இணைத்துச் சுவையான வகையில் அமைந்தனவாகும். இக்கூறுகள் கிளைக் கதைகளெனவும் வழங்கப்படும். கிரேக்க மொழியிலுள்ள இலியாது, ஒதீசி என்பனவும், வடமொழியில் மகாபாரதம், இராமாயணம் என்பனவும் பிறவும் இத்தகைய வளர்ச்சி முறை யுடையனவே. ஒப்பியல் இலக்கிய ஆய்வு உறுதிப்படுத்தியுள்ள உண்மைகளில் இதுவும் ஒன்று. இறுதியாக இவை முழுவடிவம் பெறும்பொழுது ஒரு தத்துவப் பூச்சைப் பெற்றுவிடுகின்றன.

திருமாவுண்ணி, கண்ணகி, செங்குட்டுவன் முதலாயினோர் பற்றிய மரபுவழிச் செய்திகளை மட்டுமல்லாது, வேறு பல 'குட்டிக்' கதைகளையும் இளங்கோ சாமர்த்தியமாகத் தமது காவியப் பட்டில் இழைத்துள்ளார்: இராமன் சீதை பற்றிய குறிப்பும் (14:46:49), நளன் தமயந்தி கதையும் (14:50–57), வானவர்க்கும் தானவர்க்கும் நிகழ்ந்த போர், மாயவன் நிகழ்த்திய போர் ஆகியன பற்றிய செய்தியும் (26:236–240), ஆட்டன்அத்தி–ஆதிமந்தியார் கதையும் (21:10–15), கற்புடைப்பெண்டிர் எழுவர் வரலாறும் (21:5–35), பொற்கைப் பாண்டியன் கதையும் (23:48–53), பிள்ளையைக் காத்த கீரியைக் கொன்ற கதையும் (15:54–75), இவைபோன்ற வேறு பலவும் தனித்தனிக் கதைகளாயும் நின்று சுவை பயக்கவல்லன. இவை யாவற்றையும் மூலப் பொருள்களாகக் கொண்டு, தமிழகத்திலே "வணிக மக்கள் சிறப்படைந்த காலத்தை"[46] பின்னணியாயமைத்து, செல்வச் செழிப்பின் மத்தியிலே ஏற்படும் சமுதாயச் சிக்கல்களையும், முரண்பாடுகளையும், சீரழிவையும் சித்திரித்துச் சமணசமய தத்துவத்தின் ஒளியில் அவற்றுக்கு விளக்கம் கூறினார் இளங்கோ. இளங்கோவுக்கு மூலப்பொருள்களாயிருந்த முந்திய கதைக் கூறுகள் தனிப்பட்ட சில மாந்தரது அவலங்களை எடுத்துரைப்பனவாயிருந்தன. சிலப்பதிகாரத்திலே தனி மனிதனுக்கன்றித் தமிழ்ச் சமுதாயத்திற்கே பொதுவான சில பிரச்சினைகள் அலசப்படுகின்றன. வணிக வர்க்கத்துக்கும் அரசுக்கும் ஏற்பட்ட கூர்மையான முரண்பாட்டை நாம் கண்டு கொண்டாலன்றி, இளங்கோ வற்புறுத்தும் மூன்று உண்மைகள் காவியத்தில் ஏன் இடம் பெற்றன என்பதற்குத்

திருப்திகரமான விடையிறுக்க இயலாது. இதனை "அறமும் அரசியலும்" என்ற கட்டுரையிலே ஓரளவு விளக்கமாக ஆராய்ந்து காட்டியிருக்கின்றேன்.[47]

சிலப்பதிகாரத்தின் வர்க்க அடிப்படையையும் அதிலிருந்து முகிழ்த்த பாத்திரங்களையும் ஆராயாமல், தமிழ்மொழி, தமிழினம், தமிழிசை, தமிழ் நாடகம், தமிழ்ப் பெண்மை ஆகியன பற்றிப் பேசுவதில் அர்த்தமில்லை. ஆனால் இந்நூற்றாண்டிலே தமிழ்ச் சமுதாயத்தில் தலைமைநிலை பெற்றுள்ள மாந்தருக்குத் தமிழைப் பற்றிய கோஷங்களும், தமிழரைப்பற்றிய கோஷங்களும் பெரிதும் பயன்பட்டிருக்கின்றன. சிலப்பதிகாரத்தின் "புதிய வாழ்வு", கடந்த அரை நூற்றாண்டுக் காலத்தில் தமிழ்ச் சமுதாயத்தில் எழுந்த பல்வேறு பழமை நாட்ட இயக்கங்களோடும், அரசியல் இயக்கங்களோடும் நெருங்கிப் பிணைந்துள்ளது என்பது சிறிது கூர்ந்து கவனிப்போர்க்குப் புலப்படக்கூடியதொன்று. அந்த வகையில் *சிலப்பதிகாரம்* பற்றிய தற்கால விளக்கங்கள் பல அரசியற் சார்புடையன என்பதை எத்துணை வற்புறுத்தினாலும் தகும். சுருங்கக் கூறுவதாயின், சிலப்பதிகாரத்தை எமது மத்திய தர வர்க்கத்தினரும் பிறரும், புதிய சமுதாயமொன்றை ஆக்குவதற்கு அன்றி, பழைய நிலையை நீட்டிப்பதற்கே பயன்படுத்தியுள்ளனர். சிலப்பதிகார விழாக்கள் பல நடைபெற்றுள்ள போதும், அவை சாதாரண தமிழ் மக்களைக் கவர்ந்துள்ளன என்பதற்கில்லை. உண்மையில் மேலே நாம் காட்டியுள்ள நான்கு செய்திகளும் பொது மக்களோடு நேரடியான தொடர்பற்றவை. தமிழிசை இயக்கத்திலே முன்னின்றுழைத்த கனதனவான்களுக்கும், பரந்துபட்ட தமிழ்ப் பொதுமக்களுக்கும் எத்தகைய ஒட்டும் உறவும் இருக்க இயலாதே! சிலப்பதிகாரம் 'மலிவுப்பதிப்பு' வந்துள்ள போதும் அது மக்கள் இலக்கியமாக மாறவேயில்லை. மாறுமோ என்பதும் ஐயமே!

பெரும்பகுதித் தமிழ் மக்களைப் பொறுத்த அளவில் சிலப்பதிகாரம் வேறு செய்திகளைக் கொண்டதாயிருந்து வந்திருக்கிறது. அச்செய்திகள் மக்கள் வாழ்க்கையோடு நெருங்கிய தொடர்புடையன; பின்னிப் பிணைந்து கிடப்பன. வையாபுரிப் பிள்ளை கூறுவது சிந்தனையைத் தூண்டுவதாயிருக்கிறது:

கி.பி. 1650க்கு முன்பு சிலப்பதிகாரம் தமிழ்க் கல்வியிற் சிறந்தவர்களுக்கு மாத்திரம் தெரிந்த ஒரு காப்பியமாக விளங்கிற்று. ஆனால் இக்காவியத்தைக் குறித்துப் பலரும் தெரிந்து கொள்ளாம லிருந்தாலும், இதனுள்ளே பொதிந்த கதை பல நூற்றாண்டுகளாகத் தமிழ்நாட்டிலுள்ள மக்களால் அறிந்து அனுபவிக்கப்

பட்டதொன்றாகவே இருந்தது. இலங்கைத் தீவிலும் கொச்சி முதலிய பிரதேசங்களிலும் இக்கண்ணகி கதை பலவாறாகத் திரிந்து வழங்கி வந்தது… சாதாரணக் கல்வியுடைய பலரும் அம்மானை ரூபத்தில் அமைந்த இக்கதையை மனனம் பண்ணி இரவில் மக்கள் பலரும் கேட்கும்படி சொல்லி வந்தனர்… வில்லுப் பாட்டாகவும் இக்கதை தமிழ் நாட்டில் பரக்க வழங்கி வந்தது. அம்மானை நூல்கள் சுமார் 1850ல் முதல்முதலில் அச்சில் வெளிவரலாயின… இச்சீரிய காவியத்தின் அடியாகவே கோவலன் கதையானது சாதாரண மக்களுக்குப் பயன்படும் பொருட்டுச் சிற்சில வேறுபாடுகளுடன் இயற்றப்பட்டது… இதன் கதாநாயகியாகிய கண்ணகி காளியின் அம்சம் என்ற கொள்கையை அடிப்படையாகக் கதையை அமைத்திருக்கின்றனர். கொடுங்கோளூரில் கோவில் கொண்டிருக்கும் பகவதி அம்மன் 'ஒற்றை முலைச்சி' என்ற பெயருடன் விளங்குகின்றாள்.[48]

சிலப்பதிகாரத்தின் பூர்வ கதியை நோக்கிய வையாபுரிப் பிள்ளையவர்கள், அது இரு தடங்களில் வழங்கி வந்தமையைச் சுருக்கமாகக் குறிப்பிட்டிருக்கிறார். கற்றோர் மத்தியில் இளங்கோ பாடிய காவியம் இலக்கியக் கல்விக்குரிய தொன்றாக விருந்தது. ஏறத்தாழப் பத்தாம் நூற்றாண்டளவில் இறுதி வடிவம் பெற்ற, – அல்லது எழுதிய முற்றிய – களவியலுரையிலிருந்து, 11ஆம் நூற்றாண்டிலே இளம்பூரணரின் தொல்காப்பிய உரையிலும், 12ஆம் நூற்றாண்டளவில் எழுதப்பெற்ற யாப்பருங்கல விருத்தியுரையிலும், 14ஆம் நூற்றாண்டினர் எனக் கருதப்படும் பேராசிரியரது செய்யுளியலுரையிலும், மயிலைநாதர் உரையிலும், பரிமேலழகர் உரையிலும், 16ஆம் நூற்றாண்டினரான நச்சினார்க்கினியர் உரைவரை பல கல்வியாளர் உரைகளிலும் சிலப்பதிகாரம் பயின்று வந்துள்ளது. அரும்பத உரைகாரரும் (சுமார் 12 அல்லது 13ஆம் நூற்றாண்டு), அடியார்க்கு நல்லாரும் சிலப்பதிகாரத்துக்குச் சிறப்பாக உரைகள் எழுதியிருக்கின்றனர். இவையெல்லாம் கற்றோர் நெஞ்சைச் சிலப்பதிகாரம் கொள்ளை கொண்டமையைக் காட்டும்.

ஆனால் எழுத்தறியாப் பாமர மக்களும், ஏழை உழவரும், பல்வகைப்பட்ட தொழில் செய்வோரும் தமக்கு வேண்டிய முறையில் சிலப்பதிகாரக் கதையைப் பயன்படுத்தினர். கண்ணகி காளியின் அம்சம் என்னும் நம்பிக்கை தமிழ் மக்கள் உள்ளத்தில் ஆழப்பதிந்திருக்கிறது. தென்னிந்தியாவிலும் ஈழத்தின் சில

பகுதிகளிலும் கண்ணகி வழிபாடு பெருவழக்காயிருந்தது. சிலப்பதிகாரத்திலேயே இதற்கு ஆதாரம் உண்டு. 'உரைபெறு கட்டுரை' இச்செய்தியைக் குறிப்பிடுகிறது:

> "அன்று தொட்டுப் பாண்டியனாடு மழை வறங்
> கூர்ந்து வறுமையெய்தி வெப்பு நோயும் குருவும்
> தொடரக் கொற்கையிலிருந்த வெற்றி வேற்செழியன்
> நங்கைக்குப் பொற்கொல்லர் ஆயிரவரைக் கொன்று
> களவேள்வியால் விழவொடு சாந்தி செய்ய நாடுமலிய
> மழை பெய்து நோயும் துன்பமும் நீங்கியது."

ஆராயாமல் தீர்ப்புக் கூறிக் கோவலனது மரணத்துக்குக் காரணனான நெடுஞ்செழியன் இறந்ததன் பின், பாண்டி நாட்டிற் பல வருடங்கள் மழை பெய்யவில்லை; மக்கள் வறுமையுற்று வருந்தினர்; நாட்டில் வெப்புக் கொதியும் வைசூரி முதலிய கொப்புளம் காணும் நோய்களும் பரவின. இது கண்ட பாண்டிய மன்னன், கற்பின் கனலியின் சீற்றமே இப்பேரிடருக்குக் காரணமென்று கருதுகிறான். கருதி, வஞ்சப்பொய் சொன்ன பொற்கொல்லன் பிழைக்கு ஈடுசெய்வது போல ஆயிரம் பொற்கொல்லர்களைப் பலியிட்டுக் கண்ணகிக்குச் சாந்திசெய்து விழாவெடுக்கிறான். எடுக்கவும், நாட்டிலே பருவமழை பொழிந்தது; நோயும் அவலமும் அகன்றன. இவையே 'உரைபெறு கட்டுரை' கூறும் தகவல்கள். பாண்டியன் இவ்வாறு செய்து நன்மையடைந்ததைக் கேள்வியுற்ற கொங்குமண்டிலத்துக் கோசரும், கடல்சூழ் இலங்கைக் கயவாகு வேந்தனும், சோழ மன்னன் பெருநற்கிள்ளியும் தத்தம் நாடுகளிற் பத்தினித் தெய்வத்துக்குப் பலவிதமாக விழாவெடுத்தனர் என்பது உரைபெறு கட்டுரையின் பிற்பகுதி கூறுஞ் செய்திகள். இங்கு நாம் முற்பகுதியையே கவனிப்போம்.

கண்ணகியின் சீற்றத்தால் கொடிய நோய்கள் உண்டாயின என்பதும், அவற்றை நீக்குவதற்கும், மழையைப் பெய்வித்தற்கும் சாந்தி செய்யப்பட்டது என்றும், பலியிடப்பட்டது என்றும் உரைபெறு கட்டுரை கூறுவது உற்று நோக்கத்தக்கது. மழையில்லாமையால் கடும் வரட்சியும் அதன் காரணமாய்த் தொத்து நோய்களும் உண்டாகிப் பரவுவது இன்றும் நாம் காண்பதொன்று. இதற்கும் கண்ணகிக்கும் தொடர்பு கற்பிக்கப்பட்டதால் சாதாரண மக்கள் தொன்று தொட்டு, தமது நல்வாழ்க்கைக்காகக் கண்ணகி அம்மனை வழிபட்டு வருவாராயினர். ஈழத்திலே மட்டக்களப்பு மாவட்டத்திலே கண்ணகியின் சீற்றம் சம்பந்தமான நம்பிக்கையும் அதுபற்றிய இலக்கியமும் இன்றும் வழக்கிலிருக்கின்றன. மட்டக்களப்புத் தமிழகத்திலே, 'குளுத்திப்பாடல்' இன்றும் பாடப்பெறுகிறது.

"மதுரையை எரிசெய்த கண்ணகி தேவியின் கோபமானது தணிந்து மனம் குளிருமாறு அவ்வன்னையை வேண்டுதல் செய்யும் பான்மையிலே அப்பாடல் அமைந்தது."[49] 'குளிர்' என்ற சொல் அப்பிரதேசப் பேச்சுவழக்கில் 'குளுமை' என்று வழங்குவது. குளுமையினடியாகப் பிறந்தது 'குளுத்தி'. ஈழத்திலே கண்ணகையம்மன் வழிபாடு பிறதெய்வ வழிபாட்டிலிருந்து பல வழிகளில் வேறுபட்டது.[50] இலங்கையில் தமிழர் மட்டுமின்றிச் சிங்களவரும் கண்ணகியைக் காவல் தெய்வமாகப் போற்றுகின்றனர்.

தென்னகத்திலே கண்ணகித் தெய்வத்துக்குக் கோயில்கள் இல்லையாயினும்[51] 'மாரியம்மன்' என்ற மாற்றுப் பெயரால் கண்ணகிக்குக் கோயில்கள் இருக்கின்றன. மாரியம்மன் வழிபாடு கண்ணகி வழிபாட்டிலிருந்தே வந்தது எனப் பல சான்றுகள் காட்டி நிறுவ முயன்றிருக்கிறார் டாக்டர் மு. ஆரோக்கியசாமி.[52] 'மாரி' என்றால் மழை எனப் பொருள்படும். மாரியம்மன் மழைத் தெய்வம். சிலப்பதிகாரக் காப்பியத்தின்படி ஆடி மாதத்திலே கயவாகு மன்னன் கண்ணகிக்கு விழா எடுத்தான். ஆனால் பிற்காலத்தில் வைகாசி நிறைமதிக் காலத்திலேயே மட்டக்களப்பில் இவ்விழா நடைபெறுகிறது. தமது தொழிலுக்கு ஏற்றபடி விழாக் காலத்தைப் பொதுமக்கள் மாற்றியமைத்தனர் எனக் கருதுதல் பொருந்தும். இலங்கையிலிருந்து ஆங்கிலேயர் எடுத்துச் சென்று இப்போது இலண்டன் நூதன சாலையில் வைக்கப்பட்டிருக்கும் பெண் தெய்வச் சிலை, கண்ணகி தேவியினுடையது என்பது பலர் கருத்தாகும்.

இவை யாவற்றையும் நோக்குமிடத்து, தமிழ்ப் பாமர மக்களைப் பொறுத்த அளவில், கண்ணகி கதை வாழ்க்கைப் போராட்டத்துக்கு உதவும் ஆத்மார்த்த கருவியாகவே பயன்பட்டிருத்தல் வெளிப்படை. மண்ணையும் மாரியையும் நம்பி வாழும் மக்கள், வரண்ட பிரதேசங்களில் வாழும் மக்கள், உயிர் வாழ்வதற்கு உணவும், உடலுழைப்புக்கு நோய் நொடியில்லாத வரமும் வேண்டிக் கண்ணகி அம்மனை வழிபட்டு வந்துள்ளனர்; இன்றும் வழிபட்டு வருகின்றனர். இதற்கு அடுத்த நிலையிலேயே கோவலன் கதையையும், நாடகத்தையும் பொழுது போக்காகச் சுவைத்தனர். முரண்பட்ட பண்புகள் கொண்ட பாத்திரங்கள் பொதுமக்களுக்குப் பிடிக்குமாகையால், "மாதவியின் சரித்திரத்தில் பல முக்கியமான வேறுபாடுகளையும் செய்தனர். பத்தினிக் கடவுளாகிய கண்ணகிக்கு முற்றிலும் மாறுபட்ட இயல்புடையவளாய் மாதவி இருக்க வேண்டும் என்று கருதி இவ்வேறுபாடுகள் அமைக்கப்பட்டன."[53] பொது மக்களைப் பொறுத்த அளவில் கோவலன், கண்ணகி, மாதவி என்ற மூவரைக்

கொண்ட முக்கோணியில் மாதவி மையலிலே மயங்கிய கோவலன் சீரழிகிறான். ஆகவே, கண்ணகி நல்லவள்; மாதவி கெட்டவள். ஆகவேதான் பழங்காலத்திலிருந்து சங்கரதாஸ் சுவாமிகள் வரை கோவலனை "விலைமாதர் கூட்டுறவால் அல்லற்படும்"[54] ஒருவனாகச் சித்திரித்தனர். இத்தகைய பாத்திர வார்ப்பே தமிழ்ப் பெண்களுக்கு விருப்பமாயிருந்தது என்பது சென்ற காலத்து நாடக வரலாற்றிலிருந்து தெரிகிறது. சுப்பிர தீபக் கவிராயரின் *கூளப்ப நாயக்கன் விறலிவிடு தூது*[55] என்ற இடைக்காலப் பிரபந்தத்திலிருந்து சென்ற நூற்றாண்டின் பிற்பகுதியில் (1872) எழுதப்பட்ட 'சமூக' நாடகமாம் டம்பாச்சாரி விலாசம் வரை விலை மாதர் வலை வீழ்ந்த ஆடவரின் சோகக்கதையே கூறுகின்றன. டம்பாச்சாரி விலாசத்துக்கு எழுதிய முன்னுரையில் விசுவநாத முதலியார் கூறுகிறார்:

> ... தம்முடைய சுபபத்தினிக ளிருக்க விலை மாதரைக் கூடி அவர்களுடைய மோக மயக்கத்தில் விழுந்து, வெறி கொண்டு, குடும்பத்தைத் துன்பப்படுத்தி, அவர்கள் மெச்சும்படி செலவழித்து, கை வரண்ட பின்பு, தான் கெட்டதுமல்லாமல் அநேகரைக் கெடுத்துத் துன்பப்படுத்தி, அபகீர்த்தியடைந்து மகா கஷ்டத்தை அனுபவிப்பதை நாம் பார்த்திருக்கிறோம்.[56]

நாயக்கர் காலத்திலெழுந்த சமய இலக்கியங்களிற்கூட இவற்றின் எதிரொலியைக் கேட்கலாம். அருணகிரிநாதர், சிவப்பிரகாச சுவாமிகள் பாடல்களிலும், தனிப்பாடற் றிரட்டிலுள்ள சில செய்யுள்களிலும் நெறி தவறிய ஆடவரின் அவலத்தைக் காணலாம். ஜனரஞ்சகமான தமிழ்த் திரையுலக வரலாற்றிலும் "உத்தம பத்தினி" முதல் "இரத்தக் கண்ணீர்" வரை இதன் மிச்ச சொச்சங்களைக் காணலாமல்லவா? ஆகவே தமிழ்ப் பெண்கள் கோவலன் கதையைத் தமது வாழ்க்கைப் பிரச்சினையாயும் குடும்பப் பிரச்சினையாயும் கருதியதில் வியப்பு எதுவுமில்லை. கோவலன் கதை பொழுதுபோக்காக மட்டுமின்றிப் போத உரையாகவுமிருந்தது. நுண்ணிய பண்புநலன் ஆராய்ச்சியை அறியாத மக்கள் இலக்கியத்தை வாழ்க்கையிலேயே உரைத்துப் பார்க்க இயலும்! கண்ணகியம்மனின் கருணையும் காவலும், கோவலன் பட்ட துன்பமுமே பொதுமக்கள் கண்ட சிலப்பதிகாரச் செய்திகள். ஓயாத துன்பத்தின் மத்தியில் இவை ஓரளவு அவர்களுக்கு நம்பிக்கையூட்டுவனவா யிருந்தன. ஒருவகையில் இப் "பாமரமக்கள்"தாம் மூலக் கதையின் செய்திகளை முறையாகப் பேணுகிறார்கள் என்றும் கூறலாம்.

ஏனெனில் நாம் மேலே சுட்டிக் காட்டியுள்ளது போலப் பல கூறுகள் சிலப்பதிகாரத்தின் உருவாக்கத்திற்குப் பயன்பட்டன. கணவனால் கைவிடப்பட்ட கண்ணகி என்பாளின் பழைய கதையும், காவலனையும் எதிர்த்துக் கடவுளான கற்புத் தெய்வத்தின் கதையும் இணைந்தே, பொருத்தமான சமுதாயச் சூழ்நிலையில், தத்துவ நோக்கோடு காப்பியமாக ஒன்றின. இவ்விரு கதைகள் காட்டும் உண்மைகளையும் பொதுமக்கள் நன்குணர்ந்திருக்கின்றனர்.

இதுவே இளங்கோவின் வெற்றி என்றும் கருதலாம். எங்கெங்கிருந்தெல்லாம் ஆக்கப் பொருட் கூறுகளை அவர் பெற்றபோதும், அவற்றைத் தமிழ் நாட்டுச் சூழலோடும். பண்பாட்டோடும் நயமாக இணைத்தார். ஆய்ச்சியர் குரவை, குன்றக் குரவை, கானல்வரி முதலியனவும் இவைபோன்ற பிறவும் தமிழ்ப் பொதுமக்கள் வாழ்க்கையையும், சடங்குகளையும், கலைகளையும் தழுவியவை. அவற்றிலிருந்து தார்மீக பலம் பெற்றவை. ஆகவே, அவற்றை மக்களும் மறக்கவில்லை.

இளங்கோவடிகள் வற்புறுத்திய முப்பெரும் உண்மைகளை ஒதுக்கி வைத்துவிட்டு நவீன பதில் செய்திகளைக் கூறுவது சிலப்பதிகார விளக்கத்துக்கு உகந்ததல்ல; நீண்ட கால நன்மை பயப்பதுமல்ல. சிலர் சிலப்பதிகாரம் பல செய்திகளைக் கொண்ட காப்பியம் எனக் கூறிச் சமரசம் காண முற்படுவர். “ஐந்திணை வளங்கள், திணைமக்களின் பழக்க வழக்கங்கள், பல்சமயத் திறங்கள், அயல்நாட்டுறவுகள், தமிழக ஆட்சி முறைகள், மன்னர் வரலாறுகள், தமிழ்மொழியின் ஆற்றல் என்றின்னனவெல்லாம் காட்டும் தமிழ் நாகரிகக் களஞ்சியம் சிலப்பதிகாரம்.”[57]

இத்தகைய எண்ணத்துடனேயே ஓர் எழுத்தாளர் சிலப்பதிகாரம்–தமிழ் இனங்கண்ட தலைசிறந்த “தேசிய காவியம்”[58] என்று கூறுகிறார். ஆனால் வேறோர் எழுத்தாளர் “*பெரியபுராணமே* தமிழ்த் தேசிய இனத்தின் ஈடிணையற்ற இலக்கியம்” என்கிறார்.[59] யாரை நம்புவது? எவர் கூற்றை ஏற்றுக்கொள்வது? பாரதிக்கு முன் தேசியம் என்ற அடைமொழியை இலக்கியத்துக்குப் பயன்படுத்தல் பொருத்தமா? இது சிந்திக்கவேண்டிய கேள்வி.

இனம், மொழி, மதம், பண்பாடு முதலியவற்றின் அடிப்படையில் நின்றுகொண்டு *சிலப்பதிகாரத்து*க்குத் தற்காலத்திற் கூறப்பட்டுள்ள பெரும்பாலான விளக்கங்கள் தகுதியில் குறைபட்டனவாயிருப்பதைக் கண்டோம். ஆகவே மென்மேலும் அவற்றைக் கட்டி மாரடிக்காமல், வர்க்கக் கண்ணோட்டத்திலே, கால ஆராய்வையும், சரித்திர உணர்வையும் துணையாகக் கொண்டு

இலக்கிய ஆய்வு நிகழ்த்துவது இன்றியமையாதது.[60] வையாபுரிப் பிள்ளையவர்கள் வேறொரு சந்தர்ப்பத்திற் குறிப்பிட்டது போல, "இத்தகைய ஆய்வு முறை கையாளப்படுதற்குரிய காலமும் இந்நூற்றாண்டேயாகும்."

சான்றாதாரம்

1. சபாபதி நாவலர், *திராவிடப் பிரகாசிகை*, சென்னை, 1972 (இரண்டாம் பதிப்பு), பக். xii.

2. *வீரக் கண்ணகி*, இன்ப நிலையம், சென்னை, 1961, முன்னுரை.

3. வையாபுரிப் பிள்ளை, எஸ்., இலக்கிய மணிமாலை, சென்னை, 1954, பக். 132

4. ஷை பக். 126–7.

5. Moraes, F., "Dr. Swaminatha Aiyar, Editor and writer", *Tamil Culture*, Vol. IV. No. 1 (Jan 1955), pp. 40-52.

6. ஈழத்தவரான கனகசபைப் பிள்ளை சென்னையில் துரைத்தன உத்தியோகத்தில் இருந்தவர். ஏறத்தாழ இருபது வருட காலமாகத் தமிழ் நூல்களின் ஏட்டுப் பிரதிகளைப் பெறுகின்ற முயற்சியில் ஈடுபட்டும், அவற்றைக் கடிதத்திற் பிரதி செய்தும், செய்வித்தும், ஆராய்ச்சி செய்தும் பல துறைகளிலே ஈடிணையற்ற முன்னோடியாய் விளங்கியவர். அப்பாவுப் பிள்ளையென்ற ஒருவரைப் பல்லாண்டுகளாகத் தமக்கு உதவியாளராக வைத்திருந்து பயனுள்ள பணிகள் புரிந்தவர். அக்காலத்திலே தமிழறிஞர்களிடத்துக் காணப்படாத ஓர் அருங்குணம் இவரிடத்திலிருந்தது. அதுவே இவரைத் தலையாய ஆராய்ச்சியாளராக்கியது என்றும் கூறலாம். தாம் அரிதின் முயன்று தேடிப் பெற்ற நூற்பிரதிகளையும் ஏட்டுச்சுவடிகளையும் பதிப்பாசிரியருக்கு மனமுவந்து உதவினார். உதாரணமாக, உ.வே. சாமிநாதையருக்குப் *பத்துப்பாட்டு*, *புறநானூறு*, *சிலப்பதிகாரம்* முதலிய பண்டையிலக்கியப் பிரதிகளை உதவினார். அதுமட்டுமன்று. தமது ஆராய்ச்சியிற் கண்ட முடிபுகளையும் விளக்கங்களையும் "தமிழறிஞர்களுக்குத் தாராளமாக உதவி வந்தனர்" (வையாபுரிப் பிள்ளை, *தமிழ்ச் சுடர்மணிகள்*, சென்னை, 1949. பக். 223–24). சாமிநாதையர் 1894இல் புறநானூற்றை வெளியிட்டபோது, அக்காலத்திற் கல்வெட்டாராய்ச்சித் திணைக்களத்திற் கடமையாற்றிய வி. வெங்கையர் எழுதியுதவிய வரலாற்றுக் குறிப்புகளுடன்

கனகசபைப் பிள்ளை உதவிய குறிப்புரையையும் நூலுக்குப் பிற்சேர்க்கையாகச் சேர்த்திருந்தனர். வி. கனகசபைப் பிள்ளை பற்றி மேலும் அறிவதற்கு மு. கணபதிப் பிள்ளை எழுதியுள்ள *ஈழநாட்டின் தமிழ்ச் சுடர் மணிகள்* (சென்னை, 1967) என்னும் நூலைப் பார்க்க.

7. *தமிழ் ஆராய்ச்சியின் வளர்ச்சி*, சென்னை, 1959, பக். xii.

8. *தமிழ்ச்சுடர் மணிகள்*, பக். 226.

9. *இலக்கிய மணிமாலை*, பக். 126.

10. Srinivasa Iyengar, P.T., *History of the Tamils from the Earliest Times to 600 A.D.*, Madras, 1929.

11. Dikshitar, V.R.R., *Studies in Tamil Literature and History*, London, 1930. இவரே சிலப்பதிகாரத்தை முதன்முதலில் ஆங்கிலத்தில் மொழிபெயர்த்தவர்.

12. வித்தியானந்தன், சு., *தமிழர் சால்பு*, கண்டி, 1954, பக். 5.

13. உதாரணமாக, *வீரக் கண்ணகி*, பக். 17.

14. *தமிழ் ஆராய்ச்சியின் வளர்ச்சி*, பக். 52. முத்தமிழ்ப் பாகுபாடுபற்றி மிகச் சுருங்கிய வடிவில் முக்கியமான செய்திகளை இந்நூல் ஓர் அத்தியாயத்திற் கூறுகிறது.

15. அரவிந்தன், மு.வை., *உரையாசிரியர்கள்*, சிதம்பரம், 1968, பக். 247.

16. மூன்றாம் பதிப்பின் முகவுரை.

17. *The Tamils Eighteen Hundred Years Ago*, 2nd edn., Madras, 1956, pp. 126-28.

18. *அடிகளார் படிவ மலர்*, மட்டக்களப்பு, 1969, பக். 153, 160.

19. *தமிழிசைச் சங்கம் வெள்ளிவிழா மலர்*, (1943–1968), சென்னை, 1967, பக். 37.

20. *இலக்கிய மணிமாலை*, பக். 126.

21. *இசைத்தமிழ்*, சென்னை, 1953.

22. பாரதியார், *கலைகள்*, பாரதி பிரசுராலயம் (ஐந்தாம் பதிப்பு), சென்னை, 1949, பக். 126

23. *நாடகக் கலை*, அண்ணாமலை நகர், 1949, பக். 12

24. இராகவையங்கார், மு., *சேரன் – செங்குட்டுவன் (ஆறாம் பதிப்பு)*, திருச்சி, 1947, முன்னுரை, பக். 3.

25. சிலப்பதிகாரம், 27:5–12.

26. சுத்தானந்த பாரதியார், *சிலம்புச் செல்வம்*, இராமச்சந்திரபுரம், 1944, பக். 220.

27. குருசாமி, ம.ரா.போ., *சிலப்பதிகாரச் செய்தி*, சென்னை, 1955, பக். 100–102.

28. உதாரணமாக, *வீரக் கண்ணகி*, பக். V., சிலப்பதிகாரச் செய்தி, பக். 87–102.

29. *சிலப்பதிகாரத் தமிழகம்*, பக். 177–181.

30. *சமணத் தமிழ் இலக்கிய வரலாறு*, கோவை, 1961, பக். 69.

31. “நகரத்தார் வரலாறும் சிலப்பதிகாரக் கதையும்”, *ஆராய்ச்சி*, ஜூலை, 1969.

32. காப்பியத்தின் பெயர் சிலம்பு காரணமாக வந்ததெனினும், அச்சிலம்பு யாருடையது என்பது பற்றி அண்மையில் சுவையான வாதம் எழுந்துள்ளது. இதுபற்றிச் சுருக்கமாக அறிவதற்கு, வ.சுப. மாணிக்கம் எழுதிய *எந்தச் சிலம்பு* (சென்னை, 1964) என்ற நூலைப் பார்க்கவும்.

33. *வீரக் கண்ணகி*, பக். 15–26.

34. *மாதவி*, சென்னை, 1951, பக். 87.

35. இதன் ஆசிரியர் ஔவை. சு. துரைசாமிப் பிள்ளை.

36. *மாதவி*, பக். 78

37. ஷை பக். 19–21

38. *கண்ணகி*, சென்னை, 1951, பக். 102.

39. ஷை பக். 43–44. தடித்த எழுத்துக்கள் எம்மாலிடப்பட்டவை.

40. கைலாசபதி, க., *பண்டைத்தமிழர் வாழ்வும் வழிபாடும்*, சென்னை, 1968, பக். 196. அங்குக் குறிப்பிடப்பட்டுள்ள சான்றாதாரத்தையும், அந்நூலிலுள்ள “அறமும் அரசியலும்” என்னும் கட்டுரையையும் படித்தால் இவ்விடத்தில் மேலும் விளக்கம் உண்டாகும்.

41. *வீரக் கண்ணகி*, பக். 86.

42. இலக்கிய மணிமாலை, பக். 135-153.

43. நற்றிணை 216. பாடியவர் மருதனிளநாகனார்.

44. டாக்டர் மார் எழுதியிருப்பது பற்றியும், அதையொட்டிய வேறு சில கருத்துக்கள் பற்றியும் எனது *Tamil Heroic Poetry* என்ற நூலிற் குறிப்பிட்டிருக்கிறேன். பக். 127-28.

45. Chettiar, A.C., "Cilappadikaram, The Earliest Tamil Epic", *Tamil Culture*, Vol. V. No.2 (1956), pp. 196 206.

46. மீனாட்சிசுந்தரம், தெ.பொ., *சமணத் தமிழ் இலக்கிய வரலாறு*, பக். 96.

47. மேலேயுள்ள 40ஆம் அடிக்குறிப்பைப் பார்க்கவும்.

48. *இலக்கிய மணிமாலை*, பக். 127-8.

49. கந்தையா, வீ.சி., *கண்ணகை அம்மன் குளுத்திப் பாடல்*, (பதிப்பு), மட்டக்களப்பு, 1958. இந்நூலில் குளுத்திப் பாடலோடு ஊர்சுற்றுக் காவியம், மழைக்காவியம், ஊஞ்சல் ஆகியனவும் அடங்கியுள்ளன. "மாரிவளம் குன்றி நாடு நலிவுறும் போது மழைக்காவியம்" படித்தல் இப்பிரதேசத்தில் நடைபெறுகிறது. இந்நான்கு நூல்களும் கண்ணகை அம்மன் உமையம்மனின் அவதாரம் எனக் கூறுகின்றன. கண்ணகி வழிபாடு பற்றிய ஆய்வாளருக்கு இச்சிறு நூலோடு இதே ஆசிரியர் பதிப்பித்துள்ள 'கண்ணகி வழக்குரை காதை' என்ற நூலும் பெரிதும் பயன்படும். வழிபாட்டு முறைகள் இடம் பெயரும்போது எத்தகைய மாற்றம் பெறுகின்றன என்பதை ஆராய விரும்புவோர்க்கும் இவை பிரயோசனமானவை.

50. கணபதிப் பிள்ளை, க., *ஈழத்து வாழ்வும் வளமும்*, சென்னை, 1962, பக். 50-51,

51. *வீரக் கண்ணகி*, பக். 55.

52. Arokiaswami, M., "The Cult of Mariamman or the Goddess of Rain", *Tamil Culture*, Vo. II, No.2. (1953), pp. 153-157.

53. *இலக்கிய மணிமாலை*, பக். 129.

54. சண்முகம், டி.கே., *தமிழ் நாடகத் தலைமை ஆசிரியர்*, சென்னை, 1955, பக். 17-18. *சங்கரதாஸ் சுவாமிகள் நூற்றாண்டு மலர்*, சென்னை, 1967, பக். 17-19; 109-110.

55. மூன்று காதல் பிரபந்தங்கள், பிரேமா பிரசுரம், சென்னை, 1958.

56. ரகுநாதன், தொ.மு.சி., *சமுதாய இலக்கியம்*, சென்னை, 1964, பக். 129. (மேற்கோள்)

57. மாணிக்கம், வ.சுப., *இரட்டைக் காப்பியங்கள்*, (பதிப்பாசிரியர்), காரைக்குடி, 1958, பக். 39–40.

58. சஞ்சீவி, ந., "சிலம்பின் குறிக்கோள்", *கட்டுரைக் களஞ்சியம்*, (புதுவை ஸ்ரீ இராமகிருஷ்ணா வாசகசாலை வெள்ளிவிழா மலரின் கட்டுரைகள்) புதுவை, பக். 74.

59. ஞானசம்பந்தன், அ.ச., *தேசிய இலக்கியம்*, சென்னை, 1996.

60. இத்தகைய நோக்குள்ள ஒரு கட்டுரைக்கு உதாரணமாக, ஈ.பொ.பூலோகசிங்கம் எழுதிய "இளங்கோவடிகளின் நோக்கம்" (சக்தி யாழ்ப்பாணம் இந்து மகளிர் கல்லூரி வெள்ளிவிழா மலர் – 1968) என்ற கட்டுரை அமைந்துள்ளது. சிறிய கட்டுரையேயாயினும் இலக்கிய வரலாற்று அடிப்படையில் பிரச்சினையை அணுகியுள்ளார் கட்டுரையாளர்.

~ ~

5

புலைப்பாடியும் கோபுர வாசலும்

அண்மையில் கவிஞர் முருகையன் வெளியிட்ட கவிதை நாடகம்[1] ஒன்றைப் படித்துக்கொண்டிருந்த போது என் மனம் பல நூற்றாண்டுகள் பின் சென்று, சுந்தரமூர்த்தி சுவாமிகள் பாடிய *திருத்தொண்டத் தொகை* மீது நிலைத்தது. "செம்மையே திருநாளைப் போவார்க்கு மடியேன்" என்று ஓர் அடியிற் சுந்தரர் பாடிய குறிப்பானது பிற்காலத்தில் வளர்ச்சி பெற்றுப் பல வடிவங்கள் பெற்று இன்று ஒரு நவீன கவிதை நாடகமாயிருப்பதை எண்ணிப் பார்த்த போது திருநாளைப் போவார் என்ற *நந்தனார் சரித்திரம்*, தமிழர் சமுதாயத்தில் இன்றும் தீராப் பிரச்சினையாயிருக்கும் சாதிப்பிரிவினை பற்றியும் அது இலக்கியத்திற் சித்திரிக்கப்பட்டிருக்கு மாற்றைப் பற்றியும் வரலாற்று முறையிற் சிந்திக்க வாய்ப்பளித்ததைக் கண்டேன்.

ஒன்பதாம் நூற்றாண்டின் முற்பகுதியில் வாழ்ந்தவர் சுந்தரமூர்த்தி சுவாமிகள். அப்பர், சம்பந்தர் ஆகியோருக்குப் பிற்பட்ட சுந்தரர், பக்தி இயக்கம் உச்சத்தைத் தாண்டிய பின்னர் வாழ்ந்தவராகையால், "சிவநெறிக்கண் நின்று சைவ சமயத்தின் மாண்பைத் தம் வாழ்வால் விளக்கஞ் செய்து காட்டிய நாயன்மார்"[2] பலருடைய சரிதங்களைத் தொகுத்துக் கூறினார். *திருத்தொண்டத் தொகையில்* தனியடியார் அறுபத்துமூவர் சரிதக் குறிப்பும் தொகையடியார் ஒன்பதின்மர் குறிப்பும்

கூறப்பட்டுள்ளன. சுந்தரர் திருவாரூர்த் திருக்கோயிலுக்குள் சென்றபோது தேவாசிரிய மண்டபத்திலிருந்த சிவனடியாரைக் கண்டு அவர்கள் பெருமையை நினைந்து பாடிய திருப்பதிகமே இது என்று சேக்கிழார் கூறுவார். அஃதெவ்வாறாயினும், சுந்தரர், திருத்தொண்டைத் தொகையைப் பாடியிராது விட்டால் பலரது சரிதங்கள் பிற்காலத்தவர்க்குத் தெரியவந்திரா.[3]

சுந்தரரின் இத்தொண்டின் சிறப்பை உணர்ந்த பிற்காலத்தவர்கள் அவரைத் 'திருத்தொண்டத் தொகையார்' என்றும், அவர் பிறந்த திருநாவலூரில் உள்ள சிவன் கோயிலுக்குத் 'திருத்தொண்டீச்சுரம்' என்று பெயரிட்டும் சிறப்புச் செய்தனர். சோழர் காலத்தில் தேவார நாயகங்கள் நியமிக்கப்பட்டுத் திருமுறைகள் ஆலயங்களில் கிரமமாக ஓதுவதற்கு ஒழுங்குகள் செய்யப்பட்டபோது, திருத்தொண்டத் தொகையை ஓதுதற்கென்றே நிவந்தங்கள் விடப்பட்டன. இவ்வாறு பல வகைகளிற் சிறப்புப்பெற்ற திருத்தொண்டத் தொகையிலேயே முதன்முதலாகத் திருநாளைப் போவார் பற்றிய குறிப்பு வருகிறது.

ஓர் அடியிலமைந்த இக்குறிப்பிலே 'திருநாளைப் போவார்' என்ற காரணப் பெயர் இடம் பெற்றுள்ளதன்றி வேறு விவரங்கள் இல்லை. எனவே இவரது குலத்தைப் பற்றி யாதும் அறிய வாய்ப்பில்லை. பல்லவர் காலத்திலே பிற நாயன்மார்களின் சரிதங்களைப் போலவே திருநாளைப் போவார் வரலாறும் சைவர்களிடையே பிரசித்தமாயிருந்திருத்தல் வேண்டும். ஏனெனில் திருத்தொண்டத் தொகையிலே மணிச்சுருக்கமாகக் குறிப்பிடப்பட்டுள்ள செய்தி அப்பதிகத்தைப் பாராயணஞ் செய்தோர்க்குத் தெளிவாயிருந்திருக்கவே வேண்டும். இலக்கியத்தில் இடம்பெறாதிருப்பினும், வாய்மொழியாகப் பல செய்திகள் வழங்கியிருத்தல் கூடும்.

பல்லவர் காலத்திலே எழுச்சி கொண்டு தலை தூக்கிய சைவம் சோழப்பேரரசிலே 'அரசமத'மாகிப் பெருஞ் சிறப்புற்ற காலத்திலே அதன் வரலாற்றை எழுதினார்கள். சைவம், தமிழ் ஆகிய இரண்டையும் ஆயுதங்களாய்க் கொண்டு பல்லவர் காலத்திலே நிலவுடைமை வர்க்கத்தினர் வணிக வர்க்கத்தினருக்கு எதிராக நிகழ்த்திய போராட்டத்தின் பயனாகவே சோழப் பேரரசும் அதன் தத்துவமும் நிலைபெற்றன.[4]

பெருநிலக்கிழார்களின் கை வலுத்திருந்த சோழப் பேரரசு ஆற்றல்மிக்க அரசரையும் தோற்றுவித்தது; படைத் தலைவர்களையும் உருவாக்கியது. சோழ மன்னர்கள் எல்லாருமே சிறந்த சிவ பக்தர்கள். மன்னரும் பட்டமகிஷியரும் போட்டி போட்டுக்கொண்டு செய்த திருப்பணிகள் அநந்தம். பக்தி

நெறியால் பலதரப்பட்ட தமிழ் மக்களை ஒற்றுமைப்படுத்திச் சமயப்போர் புரிந்தனர் நாயன்மார்; பரசமய கோளரிகளாய் அவர்கள் விளங்கினர். பேரரசு தோன்றுவதற்கு ஏதுவாயிருந்த வைதிகத்தைச் சோழப்பேரரசை நடத்தியவர்கள் உத்தியோக பூர்வமான சமயமாக்கி வைத்தனர். இந்நிலையில் பல்லவர் காலத்தில் வாழ்ந்த அடியார்கள் சரிதங்கள் புதிய வாழ்வு பெற்றன. அதே வேளையில் உடனிகழ்ச்சியாகத் தேவாரங்கள் தேடித் தொகுக்கப்பட்டன; திருமுறைகளாய் வகுக்கப்பட்டன. இப்பெரும் பணியைச் செய்தவர் முதலாம் இராசராசன் காலத்தில் (985–1016) வாழ்ந்தவரான நம்பியாண்டார் நம்பி. நாதமுனிகள் வைணவ திவ்விய பிரபந்தங்களைத் தொகுத்து வகுத்தது போலவே நம்பியடிகளும் அதுகாலவரை பாடப்பெற்ற *தேவாரங்*களைப் பதினொரு திருமுறைகளாக வகுத்தனர் என்பர். மூவர் முதலிகள் பாடியவற்றுட் கிடைத்தவற்றை முதலேழு திருமுறைகளாய் வகுத்தார் நம்பியடிகள்; அவைகளுக்குத் திருநீலகண்ட யாழ்ப்பாணர் மரபில் வந்த பாடினி ஒருத்தியைக் கொண்டு பண்கள் அமைக்கச் செய்தான் இராசராசன்.

தமிழ் வேதங்களைத் திருமுறையாக வகுத்த நம்பியாண்டார் நம்பிகள், நாயன்மார் மரபைப் பின்பற்றித் தாமும் பத்துப் பிரபந்தங்கள் பாடினார். அவற்றுள் ஒன்று *திருத்தொண்டர் திருவந்தாதி*. இது, சுந்தரர் பாடிய *திருத்தொண்டத் தொகை*யை முதலாகக் கொண்ட வழி நூலாகும். நம்பியாரூரர் மிகச் சுருக்கமாகக் குறிப்பிட்ட தொண்டர் வரலாறுகளைச் சிறிது விரித்து ஆளுக்கொரு பாட்டாகவும், சுந்தரர் வரலாற்றை இடையிடையே வரும் பல பாட்டாகவும் பாடினார் நம்பியாண்டார். அடியார்களின் வைப்புமுறை, திருத்தொண்டத் தொகையில் இருந்தது போலவே அமைக்கப்பட்டது. நம்பியாண்டார் நம்பி திருநாளைப் போவார் சரிதத்தைப் பின்வருமாறு கூறுவர்:

> நாவார் புகழ்த்தில்லை அம்பலத் தானருள் பெற்றுநாளைப்
> போவா னவனாம் புறத்திருத் தொண்டன்றன் புன்புலைபோய்
> மூவா யிரவர்க்கை கூப்ப முனியாய வன்பதிதான்
> மாவார் பொழில்திகழ் ஆதனூ ரென்பரிம் மண்டலத்தே.

வாழ்க்கை விவரங்களும் விலாசமுமின்றி இறையடியாருள் ஒருவராய்ச் சுந்தரரால் கணக்கீடு செய்யப்பட்ட திருநாளைப் போவார், நம்பியடிகள் பாடலில் ஓரளவு உயிருள்ள பாத்திரமாக உருவாகுவதைக் காணலாம். இவர் கூறும் விவரங்களாவன:

- திருநாளைப் போவார் ஆதனூரைச் சேர்ந்தவர்.
- அவர் புன்மையுடைய புலைச்சாதியினர்.
- தில்லையம்பலத்துக்கு இறைவனருளால் போனவர்.

• அவரைத் தில்லைவாழ் அந்தணர் மூவாயிரவர் கைகூப்பி முனிவரெனத் தொழுதனர்.

இச்செய்திகளை முதன்முதல் இலக்கியத்திற் கூறியவர் நம்பியாண்டார் நம்பி என்றே கருத வேண்டும். நாம் ஏலவே குறிப்பிட்டது போல இவை செவிவழிச் செய்திகளாய் நிலவி வந்திருத்தல் கூடும். எவ்வாறாயினும், நம்பியாண்டார் நம்பி குறிப்பிட்டவாறே திருநாளைப் போவார் சரிதம் பிற்காலத்தில் நிலைபெற்று விட்டது. ஆயினும் நம்பியாண்டாரும் திருநாளைப் போவார் என்ற காரணப் பெயரையன்றிச் சிவனடியாரின் இயற்பெயரைக் குறிப்பிட்டாரல்லர். பெயரிலும் பார்க்கச் சாதி முக்கியமெனக் கருதினார் என்பது தேற்றம். தில்லையம்பலத்தான் அருளினால் "புன்புலை போய்", வேதியர் தொழும் தகைமை பெற்றார் அவ்வடியார் என்று நம்பியாண்டார் கூறுவதே அச்சரிதத்தின் உயிர்நிலை எனக் கொள்ளல் தகும்.

பல்லவர் காலத்திலே பக்தி இயக்கத்தின் உச்ச எழுச்சித் தளத்தில் நின்று பாடிய அப்பர் சுவாமிகள்,

> ஆவுரித்துத் தின்றுழலும் புலைய ரேனுங்
> கங்கைவார் சடைக்கரந்தார்க் கன்ப ராகில்
> அவர்கண்டீர் நாம்வணங்குங் கடவு ளாரே

என்று சாதி எல்லைகளைக் கடந்து பாடினார் என்பது உண்மையே. அக்கூற்றுக்குத் தலையாய எடுத்துக் காட்டாகவே நந்தனார் சரிதம் அமைந்திருந்தது என்பதும் நம்பத்தக்கதே.

புறச்சமயங்களைப் போரிட்ட சூழ்நிலையில் – வணிக வர்க்கத்தினருக்கு எதிராக நிலவுடைமையாளர்கள் பரந்து பட்ட மக்கள் அணியொன்றைத் திரட்டிய காலகட்டத்தில் – சாதியினும் சமய நெறியே வற்புறுத்தப்பட்டமை புலனாகும். "சாதிச் சழக்குகள்" அப்பர் முதலியோரால் கண்டிக்கப்பட்டன என்பது உண்மையே. ஆனால் அது 'போர்க் கால இசைவு' ஒன்றாயமைந்திருந்ததேயன்றி நிரந்தரமான சமூகத் தத்துவமாய் இருக்கவில்லை; இருந்திருக்கவும் இயலாது. ஏனெனில் வணிக வர்க்கத்தை அதிகாரத்திலிருந்து அப்புறப்படுத்தியதும் நிலவுடைமையாளர் ஏதேச்சதிகாரம் நிலைநாட்டப்பட்டது. அதனையடுத்துப் பேரரசும் கட்டியெழுப்பப்பட்டது. தனிப் பெருந்தலைவன் வடிவத்தில் சோழப்பெரு மன்னனும், அவனோடு இரத்த உறவும் பொருளுறவும் கொண்ட பெருநிழக்கிழாரும் வர்க்க அடிப்படையில் அரசோச்சிய ஏகாதிபத்திய அமைப்பில் சாதாரண மக்கள் எத்துணைச் சிவபக்தராயிருப்பினும் அரசியல் விவகாரங்களில் தலையிட முடியுமோ? "எல்லாரும் இந்நாட்டு மன்னர்" என்று மறந்தும் கூற முடியுமோ?

ஒற்றுமை நாட்டுக்கு அவசியம் என்பதைச் சோழப் பெருமன்னரும் பெருநிலக்கிழாரும் உணர்ந்திருந்தனர். ஆனால் மக்களது ஒற்றுமையுணர்ச்சி சமூகக் கட்டுப்பாடுகளுக்கு உட்பட்டதாயிருத்தல் வேண்டும் எனவும் விரும்பினர். நான் பிறி தோரிடத்தில் குறிப்பிட்டிருப்பது போல, "யாவருக்கும் கடமைகளும் உரிமைகளும் வகுக்கப்பட்டு விதிக்கப்பட்டு ஓர் ஒழுங்கு நிலை நாட்டப்படுகிறது; நாட்டின் சக்தி கடலையும் பிற நாடுகளையும் கட்டி ஆள்வதற்குத் தேவையாக இருப்பதால் உள்நாட்டில் ஓரளவு சுதந்தரமும் சமரச மனப்பாங்கும் வளர்க்கப்படுகின்றன. தீண்டாதவருக்குஞ் சரி, சிவப்பிரமாணருக்குஞ் சரி சட்டங்களும் விதிகளும் வகுக்கப்பட்டிருந்தன."[5]

இத்தகைய சூழ்நிலையில் சுந்தரருக்கும் நம்பியாண்டார் நம்பிக்கும் மனப்பான்மையில் வேறுபாடு காணப்படுவது இயல்பே. சுந்தரர் மிகமிகச் சுருக்கமான தமது குறிப்பிலே, 'செம்மை' என்ற பண்புப் பெயரால் நாயனாரைக் குறிப்பிடும் பொழுது இறையடியார் ஒருவரது மனப்பண்பையே சிறப்பாகக் கருதினர். மனநெகிழ்ச்சியோடு தொடர்புடையதாய்ச் செம்மை என்ற சொல் அமைந்திருப்பதும் ஈண்டு நோக்கத்தக்கது. ஆனால் நம்பியாண்டார் நம்பி, பக்தியைப் பற்றிச் சிறப்பாகக் கூறும் அதே வேளையில், சம்பந்தப்பட்ட அடியாருடைய சமூக அந்தஸ்தையும் சுட்டுவது கூர்ந்து கவனிக்கற்பாலது. திருவந்தாதியிலே 'புறத்திருத்தொண்டன்' என்கிறார் நம்பி. புலையர் குலத்திற் பிறந்தவராதலால் கோயிலுட் புக இயலாத நிலையும், தமது மரபுக்கேற்ப கோயிலுக்குப் 'புறத்தே' நின்று தொண்டாற்றி வழிபட வேண்டிய நிலையும் அவருக்கிருந்தது என்பது வெளிப்படை. "சாதிகுலம் பிறப்பென்னும் சுழிப்பட்டுத் தடுமாறும் ஆதமிலி நாயேன்"[6] என்று திருவாதவூரர் தம்மையே யிகழ்ந்திருந்தபோதும், பல்லவர் காலத்தை விடச் சோழப் பெருமன்னர் காலத்தில் "சாதி எவ்வளவு வரையில் நிற்றல் வேண்டும் என்பதும் வகுக்கப்பட்டுள்ளது."[7]

இதனையே நியதியாக ஏற்றுக்கொண்டு உரை கூறுகிறார் சிவக்கவிமணி, வழக்கறிஞர் சுப்பிரமணிய முதலியார்:

> "புலையர் மரபில் சிவத்தொண்டு செய்வோர் புறத்தொண்டர்கள் எனப்படுவர். திருக்கோயிற் புறத்து நின்று அன்புடன் கும்பிட்டு ஆடியும் பாடியும் வழிபாடு செய்தலும், பேரிகை முதலிய முகக் கருவிகளுக்குப் போர்வைத் தோலும் விசிவாரும், யாழுக்கும் வீணைக்கும் தந்தியும், அர்ச்சனைக்குக் கோரோசனையும் தருவது இவர்கள் செய்யும்

திருத்தொண்டுகளாம். இவர்கள் திருக்குளம் தோண்டி அமைத்தற்கும் உரியர்."[8]

எனவே, நம்பியாண்டார் நம்பி திருநாளைப் போவாரின் இயற்பெயரைக் கூறாது அவர் பிறந்த இடத்தையும், அவரது சாதியையும் குறிப்பிட்டு, சாதி மரபுக்கேற்ற ஒழுக்க சீலராயிருந்தார் என்று கூறுகிறார். நம்பியாண்டார் நம்பிக்குப் பின் வந்த சேக்கிழார், *திருத்தொண்டர் புராணத்தில்* திருநாளைப் போவார் சரிதத்தைத் தனிப் புராணமாக விரித்துரைத்தார். சோழப் பேரரசிலே அமைச்சராயிருந்து, 'உத்தம சோழப் பல்லவராயர்' என்ற பட்டமும் பெற்று, உயரிய நிலையிலிருந்தவராகக் கூறப்படுபவர். ஆயினும் அவரது காலம் பற்றிக் கருத்து வேற்றுமையுண்டு.[9] தமிழகம் கண்ட தலையாய திருத்தொண்டர் புராண ஆசிரியரான சேக்கிழார் சைவ சமய வரலாற்றாசிரியராயும் விளங்குகிறார். அதன் சிறப்புக் கருதியே திருமுறைகளில் இறுதியாக அது சைவாபிமானிகளால் வைக்கப்பட்டது.

நம்பியாண்டார் நம்பி ஒரு விருத்தத்திற் கூறிய செய்திகளை விரித்து முப்பத்து ஏழு விருத்தங்களிற் காவிய நடையிற் பாடினார் சேக்கிழார். அது குறித்தே சுந்தரர் பதிகத்தைத் தொகை எனவும், நம்பியடிகள் அந்தாதியை வகை எனவும், சேக்கிழார் புராணத்தை விரி எனவும் வழங்குவர்.

காவிய நடையிற் கதை கூறும் போக்குக்கியைய திருநாளைப் போவார் பிறந்து வாழ்ந்த பதியை வருணிக்க முற்படுகிறார் சேக்கிழார். தாம் பாட எடுத்துக்கொண்ட அடியாரது வாழ்க்கைச் சூழலைத் தத்ரூபமாகப் படம் பிடிப்பது, சேக்கிழாரது இலக்கியச் சிறப்பியல்புகளில் ஒன்று. ஊர், பாடி, சேரி முதலியவற்றை வருணிக்கும் பாட்டுக்களில் அவர் தன்மைநவிற்சி யணியையே பெரும்பாலும் கையாள்வார். இப்பண்பிற்கிணங்க, 'வயல் வளமும் இடைவரு வளமும்' நிறைந்த மருதநிலப் பகுதியாகிய ஆதனூரை ஐந்து விருத்தங்களில் வருணிக்கிறார். "குடிநெருங்கி உளது அவ்வூர்" என்று கூறிவிட்டு,

> மற்றவ்வூர்ப் புறம்பணையின் வயல்மருங்கு பெருங்குலையிற்
> சுற்றம்விரும் பியகிழமைத் தொழிலுழவர் கிளைதுவன்றிப்
> பற்றியபைங் கொடிச்சுரை மேற் படர்ந்தபழங் கூரையுடைப்
> புற்குரம்பைச் சிற்றில்பல நிறைந்துளதோர் புலைப்பாடி

என்று களம் அமைக்கிறார். பல காரணங்களுக்காக இப்பாடல் நுனித்து நோக்க வேண்டியது. நம்பியாண்டார் நம்பி திருநாளைப் போவார் ஆதனூரைச் சேர்ந்தவர் எனப் பாடினார். ஆனால் உண்மையில் திருநாளைப் போவார் பிறந்தது ஆதனூரில் அல்ல; 'மற்றவ்வூர்ப் புறம்பணை' என்கிறார் சேக்கிழார்; ஆதனூருக்கு

வெளிப்புறத்திலுள்ள சேரியிலேயே அவர் பிறந்தார். ஊருக்குப் புறம்பானவர்கள்; புறநகரில் இருப்பவர்கள்; முதலிற் சொன்ன ஆதனூர்க் குடியிருப்புக்கு வேறாக உள்ள பாடியில் வாழ்பவர்கள் என்ற பொருளைத் தெளிவுறுத்தும் வகையில் 'புறம்பணை' என்று கூறினார் காவிய ஆசிரியர். இவர்கள் இடத்தால் மட்டும் வேறுபட்டவர்கள் அல்லர். "கிழமைத்தொழில் உழவர்" என்று குறிப்பிடப்படுவதினால், ஆதனூரில் வாழ்ந்த வேளாளராய மருதநிலக் கிழவர்க்கு உரிமையால் குடிமக்களாயிருந்து உழவுத் தொழில் செய்தவர் என்பது தெளிவாகிறது. அவ்வாறு கூறிய பின்னரே அவர்கள் தமது சாதிக்கும் தகுதிக்கும் ஏற்ப, பல சிறு குடில்களில் கூட்டமாய் வாழ்ந்தனர் என்கிறார் சேக்கிழார். இக்கால எழுத்தாளர் பலர் தவறாமற் கூறியிருப்பது போல, ஆதனூர்ச் சேரியைச் சேக்கிழார் அற்புதமான சொல்லோவியமாகத் தீட்டியுள்ளார்[10] என்பதை ஏற்றுக்கொள்ளும் அதே வேளையில், தொண்டை மண்டலத்துக் குன்றை நாட்டுக் குன்றத்தூரைச் சேர்ந்த வேளாளர் மரபினரான அவர் சமூக அந்தஸ்து பிறழாதவாறு நுட்பமாக இடங்களை வருணித்திருக்கிறார் என்பதையும் நாம் மனங்கொளல் தகும்.

ஆறாவது திருவிருத்தத்திலே புற்குரம்பைக் குடில்கள் பல நிறைந்த புலையர் பாடியைக் குறிப்பிட்டவர், அடுத்து வரும் நான்கு பாடல்களில் சேரியை நுணுக்க விவரங்களுடன் வருணிக்கிறார். கண்ணப்பர் பிறந்த உடுப்பூர்ச் சேரியாயினும், அதிபத்தர் வாழ்ந்த நுளைப்பாடியாயினும், வேறு எப்பகுதியாயினும் சரி, பழைய அகத்திணை மரபையனுசரித்து அவ்வந் நிலத்துக்குரிய கருப் பொருளை உயிர்த்துடிப்புடன் சித்திரிப்பதில் கைதேர்ந்தவர் சேக்கிழார். ஒன்பதாம் விருத்தத்திலே "புன்புலை மகளிர்" நெல்லைக் குற்றும்போது பாடும் பாடலைக் குறிப்பிடுகின்றார். இத்தகைய செய்திகளிளெல்லாம் புன்மைத்தொழில் செய்வோரது மரபையும் பண்பையும் சேக்கிழார் சுட்டிக்காட்டுவது கவனிக்கத்தக்கது.

பதினொராவது பாடலிலேயே சேக்கிழார் திருநாளைப் போவாரின் இயற்பெயரைக் குறிப்பிடுகின்றார்.

> இப்படித்தா கியகடைஞர் இருப்பின் வரைப்பினின் வாழ்வார்
> மெய்ப்பரிவு சிவன்கழற்கே விளைத்தஉணர் வொடும்வந்தார்
> அப்பதியி லூர்ப்புலமை ஆன்றதொழில் தாயத்தார்
> ஒப்பிலவர் நந்தனார் எனவொருவ ருளரானார்.

சிவனடியராய்த் திகழப்போகின்ற புலையன் நந்தன், பரம்பரை பரம்பரையாகச் சமூக ஊழியம் செய்யும் 'தொழிலுரிமை' பெற்ற மரபினர் வழி வருபவன் என்று ஆசிரியர் கூறுவது, ஏலவே கூறப்பட்ட ஒரு செய்தியை மீண்டும் உறுதிப்படுத்துவதாகும்.

புலைப்பாடியை அறிமுகப்படுத்திய பாடலிலும் மேலே காட்டிய பாடலிலும் நந்தனாரது இழிந்த குலநிலையும், அவர் மேற்குலத்தவர்க்குக் குடிமகனாய்க் கட்டுண்டிருந்த நிலையும் ஐயத்துக்கிடமின்றித் தெளிவுறுத்துப்பட்டுள்ளன. சாதியமைப்பின் மிக முக்கியமான அம்சத்தை, அதனை நன்கறிந்த சேக்கிழார் குறிப்பிட்டிருக்கிறார் என்று கூறுதல் பொருத்தமாகும்.

பெரியதொரு காவியத்தைப் பாட முற்பட்ட சேக்கிழாருக்குச் சில மூலங்கள் இருந்தனவெனினும் காவியத்தின் பல்வேறு தேவைகளை நிரப்புதற்குப் போதுமான செய்திகள் *திருத்தொண்டத் தொகையிலும் திருவந்தாதியிலும்* இருந்தன என்பதற்கில்லை. ஆகவே, சேக்கிழார் காவியத்தை நடத்திச் செல்லுகையில், முன்னோர் குறியாத பல புதிய செய்திகளைக் கூறியும், முன்னோர் குறிப்பாகக் கூறியவற்றைத் தெளிவாக்கியும், முன்னோர் குறித்த சிலவற்றை மாற்றிக் கூறியும்[11] "தமது தேவைக்கும் தொண்டர் புராண அமைதிக்கும் ஏற்புடைய வகையில் நிகழ்ச்சிகளையும் விவரங்களையும் அமைத்துக் கொண்டார். இம்மூவகை வேறுபாடுகளில் முதலிரண்டையும் திருநாளைப் போவார் புராணத்திற் கண்டுதெளியலாம்." புன்மையுடைய புலையர் குலத்திற் பிறந்து புறத்தொண்டனாய் இருந்தார் என்பதே நம்பியடிகள் கூறிய செய்தி. அதற்கு நிறைவான விளக்கம் தரும் விதத்தில் குல அடிமைத் தொழில் பற்றியும் உழுதுவித்துண்ணும் வேளாளர்க்குக் கொத்தடிமையான புலையர் புலைச்சியர் பற்றியும், அவர்கள் தமது குலத்தின் இழிவு கருதி வாழ்வது பற்றியும் பல புதிய செய்திகளைப் படைத்தும் முன்னர்க் கூறப்பட்டவற்றைத் தெளிவாக விளக்கியும் பாடியிருக்கிறார் வேளாண் குல முதல்வரான சேக்கிழார்.

தமது இழிபிறப்புக் காரணமாகப் புறத் தொண்டில் ஈடுபட்டிருந்த நந்தனார், அவ்வாறு ஆதனூரிற் சில காலம் வாழ்ந்து வருகையில், திருப்புன்கூர்ச் சிவலோகநாதரை மிகவும் நினைந்து இங்குச் சென்றடைந்தார், அங்கே சுவாமி தரிசனத்திற்கு இடையூறாக நந்திதேவர் இருக்கவும் அவரை விலகியிருக்கும்படி இறைவன் ஆணையிட்டார். சிவன்பாற் பெருகிய காதலுடன் புறப்பட்ட நந்தனார், கோயிலுக்கு அண்மையில் ஓரிடம் பள்ளமாய்க் கிடந்தது கண்டு அதனைக் குளமாகத் தோண்டினார். இதுவரை நடந்தவை பத்தொன்பது விருத்தங்களிற் கூறப்படுகின்றன.

திருப்புன்கூர் சென்று மீண்ட நந்தனாருக்குத் தில்லைச் சிதம்பரம் சென்று நடராசப் பெருமானைத் தரிசிக்க வேண்டும் என்ற ஆவல் இடைவிடாது எழுந்தது. ஆனால் தில்லை வாழ்

அந்தணர் உள்ள திருப்பதிக்குத் தாம் செல்லுதல் தகாது என்ற எண்ணமும் உடன் தோன்றிற்று. இவ்வாறு ஆசையும் அறிவும் தட்டுமறித்து ஆசை உந்த, 'நாளை, நாளை' என்று இருந்தவர் துணிந்து புறப்பட்டார்.

தில்லைக்குச் சென்று சேர்ந்தவருக்கு மீண்டும் மனப் போராட்டம் உண்டாயிற்று. மதிலைக் கடந்து போகத் துணியாதவராய்த் திருஎல்லையை இரவு பகலாக வலம் வந்தார். எண்ணிப் பார்த்தபோது தனது இழிபிறப்பே தனக்குத் தடையாயிருப்பதை உணர்ந்தார். அவ்வுணர்வுடன் நித்திரை செய்தவர் கனவிலே நிமலன் தோன்றி, "தீயில் மூழ்கி எம்மை வந்தடைவாய்" எனக் கூறினார். அவ்வாறே தில்லை வாழந்தணர்கள் கனவிலும் தோன்றித் திருநாளைப் போவாருக்குத் தீயமைத்துக் கொடுக்குமாறு கூறினார். நந்தனார் தீயிற் குளித்துப் 'புலால்புறத்திடும் புற்குரம்பையாகிய' பூத உடலை ஒழித்துப் புனிதராய்ப் புண்ணிய முனிவர் வேடத்தைப் பெற்று, தில்லைத் திருமன்றை நண்ணி யாவரும் அதிசயிக்க இறைவன் திருவடி நிழலையடைந்தார். இதுவே சேக்கிழார் கூறும் புராணக் கதைச் சுருக்கம்.

பின்வந்த நந்தனார் கதைகளிலும் இது சில வகைகளில் வேறுபடுகிறது. எனவே அவ்வேறுபாடுகளைக் குறிப்பிடுதல் வேண்டும்.

- *திருநாளைப் போவார் புராணத்திலே* நந்தனாருக்கும் பிற மனிதர் எவருக்கும் முரண்பாடோ மோதலோ கிடையாது. தனக்கு அடுக்கும் அடாது என்ற பிரச்சினை பற்றி அவர் தமக்குத்தாமே கூறிக் கொள்கிறாரே யன்றிப் பிறருக்கன்று.
- புலைப்பாடியை வருணிக்கும்போது பொதுப் படையாகச் 'சுற்றம் விரும்பிய தொழில் உழவர்' எனக் குறிப்பிடுகின்றாரேயன்றி, பின்னர் நந்தனாரது அதீத இறை பக்தியைப் பற்றி அவரது சுற்றத்தினர் யாது கருதுகின்றனர் என்பதைச் சேக்கிழார் சுட்டிக் காட்டவில்லை. இது மனங்கொள்ள வேண்டியதொன்று என எண்ணுகிறேன். கண்ணப்ப நாயனார் புராணத்தில், திண்ணனாருடைய மெய்க்காவலாளராகிய நாணன், காடன் என்ற இருவரும் மட்டுமின்றி அவருடைய தந்தை நாகனும் அவரது பக்தி நெறியையும் செயல்களையும் உணரமாட்டாது, 'பித்தன்' என்று கருதுகின்றனர். அத்தகைய முரண்பாடு எதுவும் நந்தனார் சரிதத்தில் இல்லை.

இவ்விரு பண்புகளும் குறிப்பிடத்தக்கவை. ஏனெனில் சோழர்காலச் சமுதாய இயல்புகள் சிலவற்றைத் திரண்ட

வடிவத்தில் இவை காட்டுகின்றன. அதனைப் பின்னர் எடுத்துக் காட்டுவேன். இவ்விடத்தில் ஒரு குறிப்பை மட்டும் கவனிக்கலாம். பெரிய புராணத்திற் பாராட்டப்பெறும் தொண்டர்கள் பல்லவர் காலத்திலும் அதற்கு முற்பட்ட காலத்திலும் வாழ்ந்தவர்கள். இத்துணைக் காலங்கடந்தபின் இவர்களது காலம்பற்றி அறுதியிட்டு எதுவும் கூறுதல் இயலாது. ஆயினும் சில விஷயங்களை ஆதாரமாய்க் கொண்டு சில தொண்டர்கள் காலத்தை ஒருவாறு ஊகித்தல் கூடும்.

நாயன்மார் காலத்தைத் துணிய முயன்ற இராசமாணிக்கனார், அவர்களை நான்கு காலத்தவராக வகுத்திருக்கிறார்:[12]

(அ) அப்பர் – சம்பந்தர்க்கு முற்பட்டவர் (கி.பி. 400–600): 17 பேர்.

(ஆ) அப்பர் – சம்பந்தர் காலத்தவர் (கி.பி. 600–660): 11 பேர்.

(இ) சுந்தரர் காலத்தவர் (கி.பி. 840–865): 13 பேர்

(ஈ) அப்பர் – சம்பந்தர் காலத்திற்கும் சுந்தரர் காலத்திற்கும் இடைப்பட்ட காலத்தினர் (சுமார் கி.பி. 660–840): 22 பேர்.

இறுதிப் பிரிவில் அடங்கும் இருபத்திரண்டு நாயன்மாரும் அப்பர்–சம்பந்தர் ஆகியோரால் குறிப்பிடப்படாதவரும் வரலாற்றுச் சான்றுகள் கொண்டு உணரப்பட முடியாதவருமாவர். இவர்களில் ஒருவரே நந்தனார். அதாவது சேக்கிழாருக்கு முன் திருநாளைப் போவார் வரலாறு பெயரளவில் தெரியப்பட்டிருந்ததேயன்றி விரிவாக இலக்கியத்தில் இடம் பெற்றிலது. அதுபோலவே, திருநாளைப் போவார் பற்றிய செய்திகளைச் சித்திரிக்கும் சிற்பங்களும் அவர் பற்றிக் குறிப்பிடும் கல்வெட்டுக்களும் தமிழ்நாட்டில் அருகியே காணப்படுகின்றன. சோழர்காலத்திலும் அதையடுத்த காலப் பகுதியிலும் நாயன்மார் வரலாறுகள் கோயிற் சுவர்களிலே சிற்பங்களாக வடிக்கப்படுவதை நோக்குமிடத்து, திருநாளைப் போவார் பற்றிய சிற்பங்களும் கல்வெட்டுக்களும் அருகியிருத்தல் குறிப்பிடத்தக்கது.

இரண்டாம் இராசராசன் காலத்தில் (கி.பி. 1146–1173) கட்டப்பெற்ற இராசராசபுரத்து (தராசுரம்) சிவன் கோவிற் புறச்சுவர்களில் நாயன்மார் வரலாறுகள் சிற்பங்களாகச் செதுக்கப்பட்டுள்ளன; தென்புறச் சுவர் மீதுள்ள சிற்பங்களில் ஒன்று, திருநாளைப் போவார் நான்குபேர் முன்னிலையில் தீ மூழ்கி எழுவதைக் காட்டுகின்றது. முனி வடிவத்தில் அவர் காட்சியளிக்கிறார். திருக்கோயிலாம் சிதம்பரத்தில் நிருத்த சபையின் வெளிமண்டபத்தின் தெற்குச் சுவரோரத்திலே நந்தனார் பாடிக் கொண்டிருக்கும் திருக்கோலம் சிற்பமாக அமைக்கப்பட்டுள்ளது.

நந்தனாரின் கையில் கடப்பாரையும் தோளில் மண்வெட்டியும் காணப்படுகின்றன.[13] நந்தனாரைப்பற்றிய குறிப்பிடத்தக்க சிற்ப வடிவங்கள் இவ்விரண்டுமேயாம். கல்வெட்டுக்களிலேயும் அவரைப்பற்றிய குறிப்புக்கள் அருந்தலாகவே யுள்ளன. இரண்டாம் இராசாதிராச சோழன் ஆட்சியில் (கி.பி.1163–1178) ராஜநாராயண சம்புவராயன் என்ற குறுநில மன்னன் அளித்த நிவந்தம் ஒன்றில்[14] "திருநாளைப் போவார் விளாகம்" குறிக்கப் பெற்றுள்ளது. இக் குறுநிலத் தலைவன் இரண்டாம் இராசராசன் காலத்தும் இருந்தவன் ஆவான்.[15] இவ்வாறு இடைப்பிறவரலாக வரும் கல்வெட்டுக் குறிப்புக்களைத் தவிர நந்தனார் பற்றிய செய்திகள் இல்லையென்றே கூறிவிடலாம்.

அறுபத்து மூவர் புகழ் சோழர் காலத்தில் அபரிமிதமாக வளர்ந்தபோதும் நாயன்மார் அனைவரும் ஒரேயளவு சிறப்புப் பெற்றனர் என்பதற்கில்லை. அவருள்ளும் ஏலவே நாம் பிரித்துக் காட்டிய இருபத்து இருவர் மற்றையோரிலும் குறைவாகவே மதிக்கப்பட்டனர் எனத் தோன்றுகிறது. இதற்குரிய காரணத்தை ஆராய முற்படுவது ஈண்டு வேண்டப் படாததொன்றாகும். ஒன்றுமட்டும் கூறலாம். இறைபக்தியில் அடியார் யாவரும் சமம் எனக் கூறினாலும், சமுதாய நோக்கிற் சிலர் சற்றுக் கூடிய அளவு சமமானவராயிருந்தனர் என்று கருதுவதில் தவறிருக்காது. பல்லவர் காலத்திலே உணர்ச்சிப் பெருக்கில் மக்கள் யாவரும் ஒன்று என்ற குரல் ஓங்கிக் கேட்டிருக்கக் கூடுமாயினும், நாளடைவில் மக்களிடையே சமுதாயப் படிநிலையாக இருந்தது போலவே, சமயகுரவர் மத்தியிலும் படிநிலையாக அமைந்த அடியார் அமைப்பு ஒன்று, கூறாமொழியாக இருந்து வந்திருக்கும் என்பது நியாயமான ஊகமாகும். காலஞ் செல்லச் செல்லத் திருநாளைப் போவார் நாயனார் போன்ற "புறத் தொண்டர்கள்" அடியார்க்கும் அடியவராகக் கருதப்பட்டிருந்தால் அதில் ஆச்சரியப்படுவதற்கு ஒன்றுமேயில்லை.

2

அநபாயச் சோழன் காலத்தில் சேக்கிழார் அரச பலத்துடனும் முழு ஆதரவுடனும் பாடிய *திருத்தொண்டர் புராணம்*, *பெரிய புராணம்* என நிலைத்தது. அதிலுள்ள கதைகள் 'சிவ கதைகள்' என்ற சிறப்புப் பெற்றன. ஆனால் காலச்சுழற்சியில் 'உலகாண்ட' சோழப் பேரரசும் ஒடுங்கி அடங்கித் தேய்ந்திருந்ததைப் போலவே தமிழர் சமுதாயமும் எத்தனையோ மாற்றங்களைக் கண்டது. இம்மாற்றங்கள் எல்லாம் இலக்கியங்களிற் பிரதிபலித்தன எனக் கூறவியலாது. ஆனால் இவற்றின் தாக்கம் இலக்கியத்தைப் பாதித்தது என்பது உறுதி.

தமிழகப் பொருளாதாரத்தின் அடிப்படையான நிலமானிய அமைப்பும் அதற்குள் இயங்கிய சாதிப் பாகுபாடும் சோழர் காலத்துக்குப் பின் மேலும் கட்டிறுக்கமாயினவே யன்றி நெகிழ்ச்சி யடையவில்லை. சோழருக்குப்பின், பாண்டியர், இஸ்லாமியர், நாயக்கர், மராட்டியர், ஐரோப்பியர் என்ற பலதிறத்தினர் வெவ்வேறு அளவிலே தமிழ்நாட்டிற் செல்வாக்குடையரா யிருந்தனர். ஐரோப்பியரில் இறுதியாக வந்தடைந்த ஆங்கிலேயரே முதன்முதலாக நாட்டின் மரபு வழி வந்த பொருளாதார அமைப்பில் அடிப்படையான மாற்றத்தை ஏற்படுத்தினர்.

அவ்வாறு பெருமாற்றங்கள் நிகழத் தொடங்கியிருந்த காலத்திலே நந்தனார் சரித்திரம் மீண்டுமொரு முறை இலக்கியமாக்கப்பட்டது. கோபாலகிருஷ்ண பாரதியார் பாடிய *நந்தனார் சரித்திரக் கீர்த்தனை* என்ற நூலையே இங்குக் குறிப்பிடுகிறேன்.

இக்காலத்திலே நந்தனார் சரித்திரத்தை அறிந்தவர்கள் கோபாலகிருஷ்ண பாரதியார் அளித்த கதையையே அறிந்திருக் கிறார்கள். சைவக் கல்வி கற்ற சிலரைத் தவிர, *பெரியபுராணத்தில்* காணும் திருநாளைப் போவாரை இக்காலத்தில் அறிந்தவர் அரிது. இதற்குக் காரணங்கள் பல. கோபாலகிருஷ்ண பாரதியாரின் படைப்பு எமக்குக் காலத்தால் கிட்டியது என்பது ஒன்று. புராண வரலாறுகளை இப்பொழுது ஈடுபாட்டுடன் படிப்போர் குறைவு என்பது மற்றொன்று. ஆனால் இவையிரண்டுக்கும் மேலாக இன்னொரு முக்கியமான காரணமும் உண்டு. அதுதான் கதை அம்சமாகும்.

இக்காலத்தவர் நோக்கிற் பார்க்கும்போது திருநாளைப் போவார் புராணத்திலே கதையம்சமே இல்லையென்று கூறி விடலாம். *பெரியபுராணத்திலுள்ள* கதைகள் அனைத்தும் இதைப்போன்றன என்பது பொருளல்ல. சுவையான நிகழ்ச்சிகள் நிறைந்த நாயன்மார் கதைகளும் உண்டு. சுந்தரரது சரிதம் நாவலாக விரித்தெழுதக் கூடிய உள்ளாற்றல் நிறைந்தது. கண்ணப்பரது சரிதம் மனவியல்பினை நுணுக்கமாக விவரிப்பது. இது போல வேறு கதைகள் உள்ளன. ஆனால் திருநாளைப் போவார் கதையில், நாம் ஏலவே பார்த்ததுபோலப் பிற பாத்திரங்கள் அவர் வாழ்க்கையில் வந்தெதிரப்படாமையால், மனித உறவுகளினடிப்படையாகத் தோன்றும் நிகழ்ச்சிகள் ஒன்றுமில்லை. அதனால், நிகழ்ச்சிகளின் சேர்க்கையின் விளைவான கதை சிறப்புடன் அமையவில்லை.

பக்திமார்க்கத்தில் நின்ற பரமனை வழிபட்டுச் சிவபதம் அடைந்த அடியாரொருவரின் வரலாறு என்ற வகையில் திருநாளைப் போவார் புராணம் சிவபக்தர்களுக்குத்

திருப்தியளிப்பதாயிருத்தல் கூடும். ஆனால் சேக்கிழார் காட்டும் திருநாளைப் போவாருடன் சாதாரண மக்கள் எந்த வகையிலும் ஒட்டி உறவாட இயலாது. அவருக்குப் பிரச்சினையே இல்லை. திருப்புன்கூர்ச் சிவன் கோயிலில் நாயகன் ஆணையால் நந்தி விலகினார்; காட்சி கிடைத்தது; தில்லையில் தீயில் மூழ்கிச் சிவனையடைந்தார். பக்தியின் பெருமைக்கு இவை சான்றாயினும், மிகவும் எளிமை நயமுடையனவாய் அமைந்துவிட்டன. உயர்வு நவிற்சி கட்டளைச் சட்டமாயிருந்த காலத்திலும் இவ்வளவு எளிதாகக் கருமங்கள் நடந்தேறுவது நம்பத்தக்கதாயில்லை. சென்ற நூற்றாண்டில் கோபாலகிருஷ்ண பாரதியார், *நந்தனார் சரித்திரக் கீர்த்தனை* இயற்றியபொழுது நந்தனாருக்குப் பிரச்சினைகள் தோன்றியதைக் காட்டும் வகையில் கதையை அமைத்தார். அதனையே கதையம்சம் என்று மேலே குறிப்பிட்டேன்.

இனி, கோபாலகிருஷ்ண பாரதியார் கூறும் கதையைக் கவனிப்போம்: திருநாளைப்போவார் புராணத்தை அனுசரித்துப் பாடும் பாரதியார், இரு பிரச்சினைகளைப் புதுவதாகப் புனைந்து கூறியிருக்கிறார். **முதலாவது:** புலைச்சேரியிற் பிறந்து புலையரோடு வாழும் நந்தனார், சாதிக்கடுக்காத சம்பிரதாயத்துக்கு முரணான வழிபாட்டு முறைகளிலும், பேச்சுகளிலும் ஈடுபடுவது சுற்றத்தவர் பெரும்பாலானோருக்குக் கடுப்பாயிருக்கிறது. எனவே அவரைப் 'பித்தன், பேயன்' என்று பழிக்கின்றனர்; தமது வழிக்குக் கொண்டு வரப் பல முயற்சிகள் மேற்கொள்ளுகின்றனர். இதனை ஒரு முரண்பாடு என்று கூறுதல் பொருத்தமாகும். இப்பிரச்சினை கதைக்கு விறுவிறுப்பு உண்டாக்குகிறது.

இரண்டாவது : புலைச்சேரியிற் பிறந்து புல்லடிமைத் தொழில் செய்து வாழும் நந்தனார் பண்ணைக்கார வேதியரொருவருக்குக் கட்டுப்பட்டவர். அவ்வேதியருக்கும் இவ்விசித்திரமான புலையனது போக்கும் பேச்சும் விளங்காத புதிராகவுள்ளன. தமது அதிகாரத்தை அவன் அலட்சியஞ் செய்வதாக அவர் கருதிக் கோபமடைகிறார். அங்கே ஆண்டானுக்கும் அடிமைக்கும் முரண்பாடு மூளுகிறது. இப்பிரச்சினை கதையின் இயக்க மையமாக அமைந்து விடுகிறது.

இவ்விரு பிரச்சினைகளும் கோபாலகிருஷ்ண பாரதியார் கற்பித்துக் கொண்டவை. இவற்றை விரிவாக ஆராய்ந்தால் பாரதியாரின் இலக்கிய ஆற்றல் மட்டுமின்றி, அவர்காலத்துச் சமுதாய இயக்கத்தின் தன்மையும், அதன் விளைவாகத் தோன்றிய மனவியல்புகளும், இன்றுவரை அவரது படைப்பு உயிராற்றலுடன் உலவுவதற்கான விளக்கமும் தெளிவாகும். ஒரு வகையிற் பார்த்தால் இவ்விளக்கம் எமது இலக்கிய வரலாற்றுணர்விற்கும் துணை செய்வதாயமையும்.

க. கைலாசபதி

கோபாலகிருஷ்ண பாரதியார் பதினெட்டாம் நூற்றாண்டின் கடைக்காற் பகுதியிற் பிறந்தவர். நெடிது நாள் வாழ்ந்து தமது தொண்ணூறாவது வயதில் இயற்கை எய்தியவர். உத்தேசமாகக் கூறுவதானால் 1785ஆம் வருடத்துக்கு முன்பின்னால் பிறந்து 1875ஆம் ஆண்டளவில் இறந்தார் எனக் கணக்கிடலாம். இவர் காலத்தவர்களாக, திரிசிரபுரம் மகாவித்துவான் மீனாட்சி சுந்தரம்பிள்ளை, திருவாவடுதுறை ஆதீனத்திலே பதினாறாம் பட்டத்தில் தலைவராக இருந்த மேலகரம் சுப்பிரமணிய தேசிகர், ஆறுமுக நாவலர், வேதநாயகம் பிள்ளை, மஹாவைத்தியநாத ஐயர், கனம் கிருஷ்ணையர், தியாகராஜ ஐயர், கவிகுஞ்சரி, சிலேடைப்புலி பிச்சுவையர், பொன்னுசாமித் தேவர், கோடக நல்லூர் சுந்தரசுவாமிகள், இராமதாசர் ஆகியோரைக் கூறலாம். இவர்களில் பெரும்பாலானோருக்கு வயதால் மூத்தவர் கோபால கிருஷ்ண பாரதியார். இவர்களிற் பலரை பாரதியார் நேரில் அறிந்திருந்தார். பாரதியார் இயற்றிய நந்தனார் சரித்திரத்தின் முதற்பதிப்பு துன்மதி (1861–2) வருடம் ஐப்பசியில் பதிப்பிக்கப் பெற்றது. இரண்டாம் பதிப்பு அடுத்த ஆண்டிலேயே (துந்துபி 1862–3) வெளிவந்தது. *திருநீலகண்ட நாயனார் சரித்திரம்*, *இயற்பகை நாயனார் சரித்திரம்* ஆகியனவும் இவர் இயற்றியனவே.

சேக்கிழார் பாடிய புராணத்தினின்றும் பாரதியார் வேறுபட்டுத் தமது கதையை அமைத்திருக்கிறார் என்பது பலரும் அறிந்ததொன்றே. இவ்வேறுபாட்டிற்கான காரணத்தையும் சில எழுத்தாளர்கள் போகிற போக்கிற் குறிப்பிட்டுள்ளனர். இரண்டொருவர் அதனை ஓரளவு விரிவாகவும் ஆராய முயன்றிருக்கின்றனர்.[16] ஆனால் *பெரியபுராணத்தையும்* நந்தனார் சரித்திரத்தையும் ஒப்பு நோக்கி ஆராயும் பணி இது காலவரை நடைபெற்றிருப்பதாகத் தெரியவில்லை. சிறு வயதிலே கோபாலகிருஷ்ண பாரதியிடம் சிறிது இசைப்பயிற்சி பெற்று அவரோடு பழகியவரான சாமிநாதையர் இவ்விஷயம் பற்றித் தமக்கே உரிய நடையிற் கூறியுள்ளார்:

> . . . வேதியரைப்பற்றிய செய்தியேனும், நந்தனாரை அவர் துன்புறுத்திய விஷயமேனும் *பெரிய புராணத்தில்* காணப்படவில்லை. நந்தனார் பழைய கால வழக்கப்படி தம் குலத்திற்கேற்ப ஒரு பண்ணையாளாகத்தான் இருந்திருக்க வேண்டு மென்று ஊகித்து அவருக்கு ஓர் எஜமானனை இவர் உண்டாக்கிக்கொண்டார். நந்தனாருடைய சிவபக்தியும் துறவு நிலையும் சாந்த உள்ளமும் நிறைந்த குணங்களும் பிரகாசிக்க வேண்டுமென்று நினைந்து, அவருடைய இயல்புகளுக்கு மாறாக

> உள்ளவைகளை அவ்வாண்டைக்குப் பொருத்தினார். இந்த இருவகை நிலைகளும் ஒன்றுக்கொன்று சுவை பயந்துகொண்டு உலகியலை வெளிப்படுத்துகின்றன... இந்த வேற்றுமைகள் பாரதியாருடைய சரித்திரத்திற்கு அழகைக் கொடுக்கின்றன.[17]

சாமிநாதையரது இக்கூற்று நுணுகி நோக்கத்தக்கது. 'ஊகம்', 'சுவை', 'அழகு' முதலிய சொற்களைக் கையாளும் ஐயரவர்கள், பாரதியார் படைத்துக் கொண்ட வேறுபாடுகளை இலக்கிய உத்தியின்பாற் பட்டனவாகவே கருதுவது வெளிப்படை. அதாவது நந்தனாருக்கு எதிர் வண்ணப் பின்னணியாக (Foil) வேதியர் உருவாக்கப்பட்டார் என்பது அவரது கருத்து. இம்முரண்பட்ட சித்திரிப்பு 'உலகியலை வெளிப்படுத்து'வதாய் இருக்கிறது என அவர் கூறியபோதும், அது ஒரு சமூகப்பிரச்சினை என அவர் கருதியதாகத் தெரியவில்லை. இது "பழைய கால வழக்கப்படி" நந்தனார் அடிமையாக இருந்திருக்க வேண்டும் என்று பாரதியார் ஊகித்தார் என அவர் கூறுவதிலிருந்து தெரிகிறது. சுருக்கமாகக் கூறுவதாயின், ஆண்டான் – அடிமைப் பிரச்சினை சமகாலத்ததாக இருக்கிறது என்ற உணர்வு ஐயரின் எழுத்திற் கடுகளவேனும் காணப்படவில்லை. அல்லது அது நியதி என ஏற்றுக் கொண்டாரோ?

நந்தனாரினும் வேறுபட்ட குணவியல்புகளைக் கொண்டவராக வேதியர் அமைந்திருப்பது போலவே *சிலப்பதிகாரத்திலே* கண்ணகிக்கு எதிர்ப் பண்புடையவளாக மாதவி உருவாக்கப்பட்டிருக்கிறாள். "தாசியின் தொழில் முறை பற்றிய சரித்திரம் பலருக்கும் இன்பம் ஊட்டும் என்று நினைத்து மாதவியின் சரித்திரத்தில் பல முக்கியமான வேறுபாடுகளையும் செய்தனர்; பத்தினிக் கடவுளாகிய கண்ணகிக்கு மாறுபட்ட இயல்புடையவளாய் மாதவி இருக்க வேண்டும் என்று கருதி இவ்வேறுபாடுகள் அமைக்கப்பட்டன என்று கொள்ளலாம்."[18] அவ்வாறு கொள்ளுவதிலே தவறில்லை. ஆனால் இலக்கிய ஆசிரியர்களின் விருப்பு வெறுப்பு மட்டுமின்றி, மாதவி பிறந்த குடும்பச் சூழலும் – அதாவது பரத்தைமையும் அவளது குணவியல்புக்கு வரம்பாக அமைந்தது என்பதையும் சுட்டிக்காட்டுதல் அவசியம். அது போலவே, நந்தனாருக்கு முற்றிலும் மாறுபட்ட இயல்புடையவராய் வேதியர் அமைந்தது தற்செயல் நிகழ்ச்சியன்று. சமூக அமைப்பிலே நந்தனார் கட்டுப்பட்டவராகவும் வேதியர் பண்ணையாராகவும் இருந்தமையாலேயே வகை மாதிரிக்குப் பொருத்தமாக அவர்களது குணவியல்புகளும் வேறுபட்டன. இவ்வடிப்படை உண்மையைப் புறக்கணிப்பதாலேயே, எமது இலக்கிய ஆய்வாளர்

பலர் இத்தகைய மாறுபட்ட இயல்புகளை இலக்கிய உத்தியின் விளைவாகக் கொண்டு மயங்குவாராயினர்.

*திருத்தொண்டர் புராண*த்திலிருந்து வேறுபட்டு *நந்தனார் சரித்திரக் கீர்த்தனை*யைக் கோபாலகிருஷ்ணர் இயற்றியதைக் குறிப்பிட்டுப் பின்வரும் விளக்கமும் கூறியுள்ளார் ம.பொ. சிவஞானம்.

> . . . கோபாலகிருஷ்ண பாரதியார் தஞ்சை மாவட்டத்தில் பிறந்து வாழ்ந்தவர். அவர் காலத்திலும் நிலப் பிரபுக்கள் கோட்டையாக விளங்கி அவர்களின் கொடுமையும் மிகுந்திருந்தது தஞ்சை மாவட்டத்திலே. நிலப்பிரபுக்களிலே அந்தணர்களும் அதிகமாக இருந்தனர். அவர்கள் தங்களிடம் கூலிக்கு உழைத்த, தாழ்த்தப்பட்ட ஜாதியினரான உழவர்கள் மீது பொருளாதார ரீதியிலும், சமய வழிப்பட்ட வைதீக முறையிலும் ஆதிக்கம் செலுத்தி அவர்களை அடிமைப்படுத்தினர் . . . சேக்கிழார் பெருமான் வாழ்ந்த நூற்றாண்டில் நிலப்பிரபுத்துவம் கொடுமை மிகுந்ததாக விருக்கவில்லை போலும். அதனால் பெரியபுராணத்தில் வரும் நந்தன் கதையிலே அந்தண மிராசுதார் பாத்திர மாக்கப்படவில்லை.

சேக்கிழார் வாழ்ந்த காலத்து நிலப்பிரபுத்துவம் பற்றிய கணிப்பைத் தவிர, இக்கூற்று ஏறத்தாழ ஏற்றுக்கொள்ளக்கூடியதே. சாமிநாதையர் கருதியது போல நந்தனார் சரித்திரத்திலே காணப்படும் பிரதான பாத்திரங்களின் வேறுபாட்டு முனைப்பு, "பாரதியாருடைய பேராற்றலையும் கற்பனை மிகுதியையும் நன்கு விளக்குவதாக மாத்திரம் அமையவில்லை; அவர் பிறந்து வளர்ந்த நிலவுடைமைச் சமுதாயத்திலே நிலவிய வர்க்க முரண்பாட்டின் பிரதிபலிப்பாகவும் இருக்கிறது.[19]

வர்க்க முரண்பாடு என்ற செய்தியைக் கணக்கெடுத்தாலன்றி, நந்தனாருடைய சுற்றத்தார் நடந்து கொள்ளும் முறைக்கும் போதிய – நம்பத்தக்க – விளக்கம் காண இயலாது. அடிமைப்பட்ட நிலையிலேயே அவர்களது சிந்தனைகள் கட்டுப்பட்டனவாய் அமைந்துள்ளன. ஆகவே, கோபாலகிருஷ்ண பாரதியார் படைத்த நந்தனார் சரித்திரத்தை நன்கு விளங்கிக்கொள்ள வேண்டுமானால், தவிர்க்க இயலாதவாறு அவர் காலச் சமுதாய அமைப்பை ஆராய வேண்டியவர்களாயிருக்கிறோம்.

கோபாலகிருஷ்ண பாரதியார் சேக்கிழாரிலிருந்து மாறுபடுவதால் சேக்கிழார் காட்டும் சமுதாய அமைப்பிலிருந்தே எமது ஆய்வைத் தொடங்குதல் பொருத்தமாயிருக்கும்.

அதுமட்டுமல்லாது அது வரலாற்று வளர்ச்சியையும் ஒட்டியதா யிருக்கும்.

சோழர் காலத்தில் நிலவிய நிலமானிய அமைப்பைப் பற்றி இக்கட்டுரையின் முற்பகுதியில் ஏலவே சிறிது குறிப்பிட்டோம். புலையரிலிருந்து பிராமணர் வரை யாவருக்கும் உரிமைகளும் கடமைகளும் வரையறை செய்யப்பட்டிருந்தன என்றும் கூறியிருந்தோம். அதனையே இவ்விடத்திற் சிறிது விரித்துரைப்போம்.

பல்லவர் காலத்திலே நாயன்மார்கள் சாதி பேதத்தைப் பற்றி எவ்வளவுதான் இழித்துரைத்திருந்தபோதும், மநுநீதி தவறாது மாநிலத்தை ஆண்ட சோழப்பெருமன்னர் காலத்திலே மநுதர்மம் நுணுக்கமாய்ப் பேணப்பட்டது. மநுதர்ம சாஸ்திரம் சாதி (வருணம்) குறித்து யாது கூறுகிறது?

"உலக நியதி நிலைபேறடையும் பொருட்டு, நால்வருணத்தார்க்கும் உரிய கடமைகளைத் தனித்தனியே இறைவன் விதித்தார்.

அந்தணர் வேதம் ஓதியும், ஓதுவித்தும், தியாக வேள்விகள் புரிந்தும், புரிவித்தும், செல்வராயின் பிறருக்கு ஈந்தும், வறிஞராயின் செல்வந்தரிடம் ஏற்றும் வாழத்தக்கவர்.

குடியோம்புதல், கொடை கொடுத்தல், வேள்வி செய்தல், வேதபாராயணஞ் செய்வித்தல், பொருளின்பங்களில் மனத்தை அலைபாயவிடாது உறுதியாய் நிற்றல் ஆகியன மன்னர் தம் கடமையாகும்.

வணிகர்க்குப் பசு நிரைகளைக் காத்தல், தானம் கொடுத்தல், கடலாரம், மலையாரம், கனிப்பொருள், விளைபொருள், கூலம் இவற்றை வியாபாரஞ் செய்தல், வட்டிக்கு விடுதல், பயிர்த்தொழில் செய்தல் ஆகியவற்றை விதித்தார்.

ஏவலரான மக்கள் மேற்சொன்ன மூவர்க்கும் அடங்கி அழுக்காறு இன்றிப் பணிபுரிதல் ஒன்றையே தலையாய கடமையாகக் கொள்ளக் கடவரென்றும், ஈதல் முதலிய நற்கருமங்களும் அவர்களுக்கு உண்டென்றும் பணித்தார்.

இதில் எல்லாத் தர்மங்களும் செயல்களின் குணாகுணப்பான்மைகளும், நால்வருணத்திற்கும் பண்டு தொட்டு இருந்து வந்திருக்கிற ஒழுகலாறுகளும் கூறப்பட்டுள்ளன.

> தர்மங்களுக்கு ஆதாரமாக இருப்பவை *வேதமும் சிமிதிகளும்* தொன்றுதொட்டு வந்த ஒழுக்க மரபும் கவலையற்ற மனநிறைவுமாகும்.
>
> *வேதம் சிமிதி*களில் சொல்லப்பட்ட அற முடிபுகளைத் தருக்கவியல் சார்ந்த உலகியல் அறிவைக் கொண்டு சோதித்தறிய முயல்வது கூடாது. ஏனெனில் இவை யின்றி சீவர்களுக்குக் கடமைகள் என்பதே இல்லை.
>
> இவ்விரண்டையும் தனது நூலறிவினாலும், தருக்கவாதத் தனித்திறமையினாலும் சோதித்துச் சோதித்து அவமதிப்போன் யாராயினும் அவன் நாத்திகனாகவும் சமூகத்திலிருந்து விலக்கப்பட வேண்டியவனாகவும் ஆகிறான்."

தமிழ்நாட்டிலே நிலவிய சாதிப்பாகுபாட்டை இவ்விதிகள் முற்றாகப் பிரதிபலிக்கவில்லை யாயினும், வருணாசிரம தருமத்துக்கு எத்தகைய மத பலம் இருந்தது என்பதை இவை தெளிவாக்குகின்றன. பொதுவான நால்வருணப் பாகுப்பாட்டி னடிப்படையில் எண்ணற்ற உட்பிரிவுகளையுடைய சாதி தருமம் காலக்கிரமத்தில் உருவாகியது. இந்திய சமுதாயம் பல்வேறு சாதிகளின் வலைப்பின்னலாகவே இயங்கி வந்தது. ஏனெனில் தொடக்கத்திலே வைதிக நெறியின் அடிப்படையிலே நால்வருணப் பாகுபாடு நிலவியபோது அது ஓர் இந்து மத நிறுவனமாயிருந்தது. ஆனால் காலப்போக்கில் பெருகிக் கொண்டேபோன சாதி தருமமானது இந்திய நிறுவனமாயிருந்தது. இவ்வடிப்படையிலேயே பிற்காலத்திற் சமண பௌத்த சமயங்களை மட்டுமின்றி, இந்தியாவின் ஜனத்தொகையில் பத்தில் ஒரு பங்கினரான ஆதிவாசிகளையும் அது தனது அமைப்பிற்குள் அடக்குவதாயிருந்தது.[20]

அனைத்திந்தியாவுக்குப் பொதுவான இந்நிறுவனம் சோழர் காலத்திலே தென்னிந்தியாவில் முழுநிறை வெய்தியது எனலாம். இதற்குக் காரணம் இல்லாமலில்லை. சோழர் காலத்திலேயே நிலமானிய அமைப்பு *(Feudalism)* தென்னிந்தியாவில் உச்சத்தை எட்டியது; உறுதிப்பாடும் பெற்றது. இவ்வரலாற்று நிகழ்ச்சியின் உடனிகழ்ச்சியாகவே சாதிப்பாகுபாடும் பூரணத்துவம் பெற்றது.

ஆனால் நிலமானிய அமைப்பையும் அதனோடு பின்னிப் பிணைந்துவிட்ட சாதி தருமத்தையும் தனித்து நோக்காது, இந்தியாவுக்குரிய மற்றொரு நிறுவனத்துடன் சேர்த்தே ஆராய்தல் வேண்டும். ஏனெனில் இம்மூன்று நிறுவனங்களினது கூட்டுச் சேர்க்கைதான், இந்தியாவில் நிலவிய நிலமானிய அமைப்பைப் பிறநாடுகளிலே – குறிப்பாக ஐரோப்பாவிலே – காணப்பட்ட

நிலமானிய அமைப்பிலிருந்தும் வேறுபடுத்தியது. இம்மூன்றாவது நிறுவனமே பல நூற்றாண்டுகளாக இந்தியாவில் நிலைத்து வந்த கிராம அமைப்பு ஆகும். "மிகப்பழைய காலத்திலேயே சிறப்பியல்புகளுக்கு உரிய சமுதாய அமைப்பாக" இது உருவாகியிருந்தது. இந்தியாவைப் பற்றி எழுதிய முக்கியமான மேனாட்டு ஆய்வாளர்கள் யாவரும் "ஒவ்வொரு கிராமத்துக்கும் சுயேச்சையான ஸ்தாபனத்தையும் தனிச் சிறப்பான வாழ்வையும் அளித்த" இக்கிராம அமைப்பை விதந்து கூறியுள்ளனர்.[21]

இந்தியாவிலே பல்லாயிரக்கணக்கிற் சிதறுண்டு கிடந்த சிறுசிறு கிராம சமூகங்களையே *(Village Communities)* மேனாட்டுச் சமூகவியலாளரும் வரலாற்றாசிரியர் சிலரும் மேற்கூறியவாறு விதந்து கூறினர். தமிழர்கள் இக்கிராமங்களை 'ஊர்' என்றும் 'சிற்றூர்' என்றும் வழங்கி வந்தனர். இவை குடிசைத் தொழிலுக்கும் விவசாயத்துக்கும் உள்ள ஒற்றுமையின் அடிப்படையில் நாடு முழுவதும் பரவிக் கிடந்த சிறுசிறு குடியிருப்புக்களாகும். ஓரளவுக்குச் சுயதேவைகளைப் பூர்த்தி செய்து கொள்வனவாய் இவ்வூர்கள் இருந்தமையால், அவற்றின் அமைப்பிற்குள் 'புராதன ஜனநாயகம்' ஓரளவிற்குக் காணப்பட்டது.

வட இந்தியாவிலும் பார்க்கக் குறைந்த அளவு அந்நிய ஆதிக்கத்தையும், படையெடுப்புகளையும் கண்ட தென்னகத்தில், பண்டு ஒழிந்த காலத்திலிருந்து ஏறத்தாழ நாயக்கர் ஆட்சிகாலம் வரை ஊர் ஆட்சி முறை வழக்கில் இருந்தது. சான்றோர் செய்யுள்களில் குறிக்கப்படும் 'மன்றம்', 'பொதியில்' ஆகியவற்றி லிருந்து, சோழர்காலக் கல்வெட்டுக்களில் மிக விரிவாய்க் குறிக்கப்படும் 'மஹாசபை' போன்ற உள்ளூர் ஆட்சி மன்றங்கள் வரை கால வேறுபாட்டோடு பெயர்கள் மாறிய போதும், அடிப்படையான ஊர் ஆட்சி அமைப்பும் முறையும் மாறவில்லை என்றே கூற வேண்டும். நாட்டாண்மைக்காரனிலிருந்து தோட்டி (புலையன்) வரை சாதிவருணத்துக்கு ஏற்ப வெவ்வேறு பணிகளைப் புரிந்த போதும், யாவரும் ஒரு குறிப்பிட்ட ஊர் ஆட்சிக்கு உட்பட்டவர்கள் என்ற முறையிலும், ஒருவரையொருவர் அறிந்தவர் என்ற முறையிலும் ஒருவகையான அமைதி நிலவியது.

பொருளுடைமையின் அடிப்படையில் ஏற்றத்தாழ்வு இருந்த போதும் ஒருவரையொருவர் இன்றியமையாது வாழ்ந்த காரணத்தால் கட்டுக்கோப்பு நிலவியது; ஓர் ஊரில் வாழும் அனைவரையும் "ஊரார்" என்றழைத்தனர். அவர்களுக்குள் ஊர்க்காரியங்களை நடத்துவதற்குச் சிலரை ஆண்டுதோறும் குடவோலை முறையினால் தேர்ந்தெடுத்தனர். அவ்வாறு தேர்ந்தெடுக்கப்பட்டு ஊர்ச்சபையில் பதவியேற்கும்

உறுப்பினர்களை "ஊர்ப் பெருமக்கள்" என்றழைத்தனர். குடவோலைத் தேர்தல் ஜனநாயக முறையே யாயினும் தவிர்க்க இயலாதபடி வர்க்க ஆதிக்கத்தின் அடிப்படையில் 'உயர்ந்தோரே' தகுதி வாய்ந்தவராய்க் கணிக்கப்பட்டனர். சோழர் காலத்துக் கல்வெட்டுகள் இச்செய்தியை வெளிப்படையாகவே கூறுகின்றன. "பெருமக்கள்" உண்மையில் பெருமக்கள்தாம்!

> கிராமச் சபைகளுக்குத் தேர்ந்தெடுக்கப்படுபவர்கள் தாங்கள் ஏற்று நடத்தும் காரியங்களைச் செவ்வனே முடிக்கக்கூடியவர்களாக இருக்க வேண்டும். சொத்துரிமை, கல்வி, வயது, ஒழுக்கம் ஆகிய நான்கு வகையிலும் அவர்கள் தகுதி பெற்றிருத்தல் வேண்டும். கிராமத்திலே சொத்துரிமை உடையவர்களே அங்கத்தினராக தேர்ந்தெடுக்கப்படுவர். அந்தக் கிராமத்திலே விளைநிலமும் வீடும் கொண்டு அவர்கள் நிரந்தரமாக உள்ளூரிலேயே வசிப்பவர் களாக இருத்தல் வேண்டும். குறைந்தபட்சம் ஒரு பங்கு நிலம் உடையவராய் இருத்தல் வேண்டும் . . . சொத்துரிமை குறைவாக இருந்து கல்வி அதிகமாக இருந்தால் அதைக் கொண்டு ஈடுகட்டலாம் என்று கொண்டிருந்தார்கள் . . . கல்வி விஷயத்தில் தேர்ந்தெடுக்கப்படும் உறுப்பினர், வேதம் அறிந்தவராகவும் வியாக்கியானம் செய்து உரை நிகழ்த்தும் ஆற்றல் உடையவராகவும்... முக்கியமாகச் சபையின் தீர்மானங்களை எழுத்து வடிவில் கொள்வதற்கான வாசகத்தைச் சொல்ல நியமிக்கப்படுவோர் மந்திர பிரமாணத்தில் வல்லவராக இருக்க வேண்டும்.[22]

சாதி தருமத்துக்கு அருகருகே வர்க்க 'தருமம்' நிலவியதை இம் மேற்கோள் நிரூபிக்கிறது. அதே சமயத்தில் ஏற்றத்தாழ்வு இருந்தபோதும் அது ஊரில் யாவருக்கும் உரிமைகளையும் கடமைகளையும் வகுத்து விட்டமையால் ஒருவகைச் சமநிலை எய்த வாய்ப்பிருந்தது. அந்தச் சமநிலையைப் பற்றுக் கோடாய்க்கொண்டே ஏறத்தாழ ஆங்கிலேயர் வருகைவரை இந்தியாவில் ஊராட்சி முறை நிலைத்திருந்தது. 1812இல் வெளியிடப்பட்ட பிரித்தானிய பாராளுமன்றத்தின் அதிகாரபூர்வமான அறிக்கை இதுபற்றிப் பின்வருமாறு கூறுகிறது:

> இந்தச் சிக்கலற்ற எளிய ஊராட்சி முறையின் கீழ், அந்நாட்டு மக்கள் ஆதிகாலந்தொட்டு வாழ்ந்து வருகிறார்கள். கிராமங்களது எல்லைகள் மாறுவது அருமை. போர், பஞ்சம் அல்லது

நோய் அக்கிராமங்களையே சில சமயங்களில் சேதத்துள்ளாக்கிய போதிலும் அல்லது பாழாக்கினாலும்கூட, அதே பெயர், அதே எல்லைகள், அதே நலன்கள், அதே குடிகள் தொன்றுதொட்டுத் தொடர்ந்து வாழ்கின்றனர். அரசுகள் சிதைந்து சின்னாபின்னமானதைப் பற்றி அக்குடிகள் கவலைப்பட்டதேயில்லை; கிராமம் முழுசாக இருக்கும் போது அது எந்த அரசுக்கு மாறுகிறது அல்லது எந்த மன்னனது பொறுப்பாயிருக்கிறது என்பதைப்பற்றி அவர்கள் கவலைப்படுவதில்லை. கிராமத்தின் பொருளாதார அமைப்பு மாறவேயில்லை.

இவ்வாறு தம்மளவில் தாமே நிறைவுபெற்ற இக்கிராம சமூகங்கள் பொதுப்படையில் வருணாசிரம தருமத்தின் அடிப்படையிலும் நடைமுறையிற் குறிப்பாகச் சாதி தருமத்தின் அடிப்படையிலும் இயங்கி வந்ததால் சிதைவுறாமல் கட்டுப்பாட்டுடன் இருந்தன. திரு. இராமகிருஷ்ண முகர்ஜி இதன் இயக்கப்பாட்டை இரத்தினச் சுருக்கமாகக் கூறியிருக்கிறார்:

சமூக வாழ்விலும் பொருளியல் வாழ்விலும் மக்கள் கொண்டுள்ள முரண்பட்ட அபிலாஷைகளின் காரணமாகக் கிராமங்கள் வெடித்துப் பிளவுறாமல் இருக்க வேண்டியது கிராம சமூகங்களுக்கு இன்றியமையாச் சமூகத் தேவையாயிருந்தது. இத் தேவையைச் சாதித் தத்துவம் நிறைவேற்றியது. அதன் பிரகாரம் கிராம சமூகத்திலே ஒருவர் எவ்வளவுதான் உயர்ந்தவராயினும், அல்லது தாழ்ந்தவராயினும், அவருக்குச் சமூக வாழ்விலும், சமய வாழ்விலும், பொருளாதார வாழ்விலும் நிர்ணயிக்கப்பட்ட நிலை ஒன்றிருந்தது. அவர் செய்யவேண்டிய குறிப்பிட்ட பணி இருந்தது. அது மட்டுமல்ல. கிராம சமூக அமைப்பிலே குலங்களுக்குரிய இந்நிலை தலைமுறை தலைமுறையாக மாறாதிருந்தது. இவ்வாறாக, கிராம சமூக அமைப்புக்குச் சாதி தருமம் சமூக அடித்தளமா யமைந்தது. ‘மாற்ற முடியாத தொழிற் பிரிவினையையும்’ ஏற்படுத்தியது. இந்தியாவின் மிகப் பிரதானமான பொருளாதார நிறுவனமாக இருந்த இவ்வமைப்பு, பதினான்காம் நூற்றாண்டளவில் இந்திய சமுதாயத்திலே தோன்றிய சில புதிய சக்திகளினாலும் இறுதியில் ஆங்கிலேயர் வருகையினாலும் முற்று முழுதாகத் தகர்த்தெறியப்பட்டது.[23]

கிராம சமூகங்களிலே சாதி தருமம் நிலைபெற்று விளங்குவதற்கு, *மநுதரும சாஸ்திரம்* குறிப்பிட்டதுபோல, 'வேத வழக்கு' என்ற அதிகாரத் தொனியும், கன்மவினைக் கோட்பாடும், மறுபிறப்புக் கொள்கையும் பெரிதும் உதவின. 'வினைப்பயனை யாரால் வெல்ல முடியும்' என்ற நம்பிக்கை வேரூன்றியிருந்தது. இதனால் வருணசாதி தருமங்களை மீறி நடக்கும் அளவுக்குத் தீவிரவாத சக்திகள் அச்சமுதாயத்தில் தோன்ற வாய்ப்பேயில்லை. அப்படித் தோன்றினாலும் சட்டமும் அவற்றை ஈவிரக்கமின்றித் தண்டிக்கவும் தயங்கவில்லை.

இவ்வாறு வர்க்கம், வருணம், சாதி ஆகிய மூன்று வகையான பிரிவுகளும் ஒன்றையொன்று தழுவியும் ஒன்றற்கொன்று ஆதாரமாயும் இயங்கிய 'பொற்'காலத்திலேயே – சோழப் பெருமன்னர் காலத்திலேயே – புலையனான புறத்தொண்டனைச் சித்திரித்தார், "வேளாண் முதல்வ"ரான சேக்கிழார். மேலே நாம் விரிவாயும் விளக்கமாயும் காட்டியதற்கியைய, புலையனான நந்தனாருக்கும் "சமூக வாழ்விலும் சமய வாழ்விலும் பொருளாதார வாழ்விலும்" நிர்ணயிக்கப்பட்ட ஸ்தானம் இருந்தது. அதனை நியதியாகச் சேக்கிழார் ஏற்றுக் கொண்டிருந்தமையால் நந்தனாரது "சாதி" பற்றிப் பிரச்சினை யெதுவுமில்லை. ஊருக்கும் இறைவனுக்கும் தொண்டு செய்து வாழ்ந்த நந்தனாருக்குப் பிறப்புரிமையும், கடமையும் தொண்டுதான். இதன் காரணமாகவே, சேக்கிழார் தீட்டிய திருநாளைப்போவார் புராணத்தில் முரண்பாடு எதுவும் காணப்படவில்லை. ஆசிரியருக்கு முரண்பாட்டு உணர்வு இருந்தாலன்றோ அது பாத்திரவாயிலாகவேனும் புலப்படும்?

அலெக்சிஸ் தொக்வீல் *(Alexis de Tocqueville, 1805–1859)* என்ற பிரெஞ்சு அரசியல் ஞானியும் வரலாற்றாசிரியனும், *பழைய ஆட்சி முறையும் புரட்சியும்* (1856) என்னும் பிரசித்தி பெற்ற நூலிலே நினைவில் நிற்கத் தக்க கருத்தொன்றைக் கூறினன். "தவிர்க்க முடியாதனவாய்த் தோன்றும்பொழுது பொறுமையுடன் தாங்கிக் கொள்ளப்படும் தீமைகள், அவற்றிலிருந்து விடுதலை பெறவியலும் என்ற எண்ணம் தோன்றியதும், பொறுக்க முடியாதனவாகிவிடுகின்றன."

தவிர்க்க முடியாத சாதி தருமத்தையும் பிற 'தீமை'களையும் நந்தனார் போன்றவர்கள், பொறுமையுடன் இறைவனது திருவடிகளை நினைந்துகொண்டு தாங்கிக் கொண்டனர். அத்தீமைகளிலிருந்து மீட்சி பெறும் மார்க்கம் அவர்களுக்குக் கனவிலும் தோன்றியிருக்காது. சமயக் கொள்கைகளும், போதனைகளும் இறப்பே விடுதலை என்று எண்ண வைத்திருந்தன.

சேக்கிழார் பாடல்களுக்கு உரை விளக்கம் எழுதிய 'நவீன' ஆசிரியர் இருவர் இப்பிரச்சினை பற்றிக் கூறியுள்ளதைக் கவனிப்போம்:

> யாவராயினும் தங்கள் தங்கள் சாதிக்கு விதித்த விதி கடவாது நின்று சிவனை வழிபடின், முத்தி பெறுவர். அவ்விதி கடந்தோர் பயன் பெறார். இத்திருநாளைப் போவார் நாயனார் தாம் முற்பிறப்பிற் செய்த புண்ணிய மிகுதியினாலே சிவனிடத்து மெய்யன்பு உடையராகி, தாம் இழிவாகிய புலையர் குலத்திற் பிறந்தமையால் அதற்கு ஏற்பச் சிவனுக்குத் தொண்டு செய்தலே முறையாம் என்று சிவாலயங்கள் தோறும் பேரிகை முதலிய ஒருமுகக் கருவிகளுக்கும் மிருதங்கம் முதலிய இருமுகக் கருவிகளுக்கும் தோலும் வாரும், வீணைக்கும் யாழுக்கும் நரம்பும், அருச்சனைக்குக் கோரோசனையும் கொடுத்தலும், ஆலயங்களின் திருவாயிற்புறத்தில் நின்றுகொண்டு ஆனந்த மிகுதியினாலே கூத்தாடிப் பாடுதலும் செய்தனர்.[24]

சாதி தருமத்தைச் சைவ சமய நெறிக்குள் நாவலர் அவர்கள் சேர்த்துக்கொள்வதைக் காண்கின்றோம். இறைவனை வழிபட்டுப் பயன் பெற விரும்புகிறவர்கள் சாதிக் காப்பைக் கைவிடலாகாது என்று 'ஐந்தாம் குரவர்' கூறுவது கூர்ந்து கவனிக்கத்தக்கது. சேக்கிழார் கருத்தைத் தானுடன்பட்டு வழிமொழிந்துள்ளார் நாவலர்; சென்ற நூற்றாண்டின் கடைக்காலிலே (1864) அவர் இவ்வாறு கூறினார்.[24a]

அதன்பின் தமிழ்ச் சமுதாயத்தில் எத்தனையோ மாற்றங்கள் நிகழ்ந்திருப்பதாகக் கூறப்படுகிறது. "சாதிகள் இல்லையடி பாப்பா" என்று யுகக் கவியும் பாடிச் சென்றபின், சேக்கிழார் மரபிலேயே உதித்து விளங்கும் கோவை அறிஞர் சிவக்கவிமணி சி.கே. சுப்பிரமணிய முதலியார் இப்பொருள் பற்றிக் கூறியிருப்பது இங்குக் கவனிக்கத்தக்கது.

> ... சமூகம் (சாதியினடிப்படையில்) பிரிவு பெற்றிருப்பது எந்நாளுமியல்பே ... அவ்வாறன்றிச் சாதி சமூக அமைப்புகளைத் தலைதடுமாறச் செய்தொழிக்க முயல்வது விபரீத உணர்ச்சியேயாம் என்பது வெளிப்படை ... பற்பல வேற்றுமைகள் எந்தப் பெயரினாலாவது எல்லா நாட்டிலும் ஒரு வகையால் உள்ளனவே யாகும்[25] ... தத்தம் குலமரபு பிழையாது நின்றே சிவன்பால் பத்தி செய்யலாம். குலநலம் மரபு முதலிய ஒழுக்கத்தையும்

> நிலையினையும் உளங்கொண்ட நிலையிலுள்ளோர் அது பற்றி விதித்த தருமங்களின்படி நடத்தல் வேண்டும் . . . மக்கட் கூட்டத்தினுள், பிறப்பினாலும் சிறப்பினாலும் உயர்வும் தாழ்வும், காலத்திற்கும் இடத்திற்கும் ஏற்றவாறு **எந்நாளும் உண்டு என்பதை மறுக்க இயலாது**. இது இறைவன் நூல்களாலும் வகுக்கப்பட்டது. மக்கள் அனுபவத்தினும் அறிந்தது. எந்த வகையாலேனும் ஆன்ம பக்குவ பேதம் காரணமாக மக்களும் பிற உயிர்களும் பலதிறப்பட்ட வேற்றுமை யுடையார்களே யாவர். இவை, சாதி, ஆயு, போகம் என்றவற்றுள் அடங்குபவையாய், அவ்வவ் வுயிரின் கன்மத்துக்கீடாய், இறைவன் கூட்டுவிக்க வருவன என்பது ஞான சாத்திரங்கண்ட வுண்மை.[26]

(தடித்த எழுத்துக்கள் எம்மாலிடப்பட்டவை)

அறிவின் வாயில்களாக மூன்றைக் குறிப்பிட்டனர் முந்து நூலோர்கள். சுருதி, யுக்தி, அனுபவம் என்றும்; உரை, கருதல், காண்டல் என்றும்; ஆப்த வாக்கியம், அனுமானம், பிரத்தியட்சம் என்றும் வெவ்வேறு பெயரில் இவை வழங்கப்பட்டன. தருக்கத்தின்பாற்பட்ட இம்மூன்றையும் துணைக்கிழுத்து, அவை சாதியுண்மையையும் மக்கட் பிரிவினையையும் உணர்த்துகின்றன என்று வாதாடுகிறார் வழக்கறிஞர் சுப்பிரமணிய முதலியார். சட்ட அறிவைச் சமய உணர்ச்சி மழுங்கடித்து விட்டது என்பதில் தடையில்லை. இந்நிலையை மனத்திற் கொண்டே தற்கால இந்திய வரலாற்றாசிரியர் ஒருவர் மேல்வருமாறு கூறியிருக்கிறார்: "மனிதனுக்கு 'இயற்கை உரிமைகள்' (பிறப்புரிமைகள்) உண்டு என்பதை இந்து சமூக அமைப்புத் தத்துவம் எள்ளளவும் ஏற்றுக் கொள்ளவில்லை."[27]

இவ்வாறு பிறப்பினால் பறையனான நந்தனார் தமது குலமரபை உணர்ந்து ஏற்றுக்கொண்ட படியால் தொல்லையெதுவும் இருக்கவில்லை. சேக்கிழார் முதல் சுப்பிரமணிய முதலியார் வரை சிவநெறியாளர் அனைவருக்கும் அது உடன்பாடே. ஆனால், வழக்கறிஞரும் நவீனருமாய சுப்பிரமணிய முதலியாருக்குத் தமது வாதத்தில் தவறு இருப்பது புலப்பட்டது. எனவே சாதுரியமாகச் சமாதானம் கூறுகிறார். அது சுவையாகவும் அவரது கண்ணோட்டத்தைத் தெளிவுபடுத்துவதாகவு முள்ளது:

> . . . தனக்கெனவோர் செயலற்றுத்தான் சிவமாய் நிற்கும் நிலைவரும் அளவும் அறநூல்களில் (தரும சாத்திரங்களில்) விதித்தவாற்றால் ஒழுகவேணடியதே

முறை. தன்னுணர்வு உறங்கினவன் கைப்பொருள் போல் தானே கழன்று விழும் நிலை வரும்போது வீழ்ந்தொழியும். கண்ணப்ப நாயனாருக்குத் தன் உணர்வு காளத்திநாதரைக் கண்டதும் ஒழிந்து போயிற்று. அவர் பின்னர்ச் சாதிநிலை ஒழுக்கம் கடந்த நிலையினராயினர். இங்கு நந்தனாருக்குத் தன்னுணர்வு நினைவிலிருந்தது, அதனை ஒழித்தல் அவ்வுடம்பினை ஒழித்தோம் என்ற நினைவு நிலை வந்தபின்னரே கூடும். ஆதலின் இறைவர் அவர்க்கு அந்நிலையினைக் கூட்டுவிக்க எரியின் மூழ்கி எழுந்து வருமாறு அருள் புரிந்தனர் என்க.

வாதம் நுணுக்கமாக இருந்தபோதும் நடைமுறைக்கு ஒத்துவருவதாயில்லை. நந்தனாருக்குத் தன்னுணர்வு நினைவிலிருக்காமல் எங்கு போகும்? 'தத்தம் குலமரபு பிழையாது நின்றே' சிவனை வழிபட வேண்டும் என்று ஆகம – அறநூல் விதி கூறுகின்ற வழக்கறிஞர், அவ்வொழுக்க உணர்வின் விளைவாகத் தன்னுணர்வு, மறைந்து ஒழிந்து போவதற்குப் பதிலாக மேலோங்கும் என்று சிந்திக்காதது ஏனோ? நந்தனாருக்குத் தன்னுணர்வு நீங்கியிருப்பின் யாது நேர்ந்திருக்கும்? சாதி தருமத்தைக் கடந்த குற்றத்துக்காக யாவராலும் புறக்கணிக்கப்பட்டு நடைப்பிணமாகியிருப்பார். இது சிவக்கவிமணிக்குத் தெரியாததொன்றன்று. ஆனால் அவ்வாறு யதார்த்தத்தை ஆராய முற்பட்டால் அது எங்கு சென்று முடியும் என்பதை அவர் நன்கறிந்தவராதலின், நந்தனார் உடலை யொழித்து உன்னதமான நிலையையடைந்தார் என்று நொண்டிச் சமாதானம் கூறுகிறார். உண்மை யென்னவென்றால் நந்தனாருக்கு வேறு வழியில்லை. ஒரு சிறிதளவு சாதி வழக்கத்தை மீற முயன்ற நந்தனாருக்கு ஏற்பட்ட இன்னல்களைத் தத்ரூபமாகச் சித்திரித்தார் கோபாலகிருஷ்ண பாரதியார். அவரும் ஒரே வகையான முடிவைக் கூறினாலும் சாதி தருமத்தைக் கடக்க எண்ணிய பாத்திரத்தைப் படைத்தமையால் அவ்வெண்ணத்தின் விளைவுகளையும் காட்ட வேண்டியவராயினர். அதனைப் பின்னர்க் கவனிப்போம்.

எரியில் மூழ்கிய நந்தனார் இறைவன் திருவடி நிழலை யடைந்தார் என்பது ஒருபுறமிருக்க அதுவரை புலையனான நந்தன் சாதி தருமத்தைக் கடக்கவில்லையென்பதே திருத்தொண்டர் சீர் பரவிய சேக்கிழாரும், அவர் வழி வந்தோரும் கூறாமற் கூறிக்கொள்ளும் செய்தியாகும். இன்னொரு விதத்திற் கூறுவதானால் நந்தனார், 'பல்லோரும் ஏத்தப் பணிந்து சிவனடிக்கீழ்ச்' சென்றதிலும் பார்க்க, குலவொழுக்கத்தின் வரம்பை மீறாமல் நடந்து கொண்டமையையே இவர்கள் மறைமுகமாகப்

பாராட்டுகிறார்கள். இவ்வாறு தான் பல நூற்றாண்டுகளாய்ச் சாதி தருமத்தை இலக்கியங்கள் வாயிலாக வளர்த்துப் பேணி வந்துள்ளனர்.

இனி, கோபாலகிருஷ்ண பாரதியார் படைத்த நந்தனாரைக் கவனிப்போம். ஏலவே நாம் பார்த்தது போல, *பெரியபுராணத்திற்* காணப்படும் சுருக்கமான சரிதத்தை விரித்து அமைத்ததோடு அமையாது, கதையிலும் சிற்சில மாற்றங்களை உண்டாக்கி யிருக்கிறார் பாரதியார். அம்மாற்றங்களில் முக்கியமானவற்றையும் நாம் குறிப்பிட்டிருக்கிறோம். அவற்றிற்கு ஆதாரமாயமைந்த சமுதாயப் புறநிலைச் சூழலைச் சுருக்கமாக விவரிப்பதே இவ்விடத்தில் வேண்டப்படுவதாகும்.

மேலே, நிலமானியத்தைப்பற்றிக் குறிப்பிட்ட பொழுது அது நன்னிலையில் இருந்த காலத்தில், அதாவது கிராம சமூக அமைப்பு வலுவுடன் திகழ்ந்த காலத்தில், ஊராட்சியில், ஒருவகையான சமூக சமநிலையும் அமைதியும் நிலவின எனக் கண்டோம். வர்க்கம், வருணம், சாதி ஆகிய மூவகைப் பாகுபாடுகளும் பாரதூரமான ஏற்றத் தாழ்வுகளையும் சுரண்டல் முறையையும் வளர்த்து வந்தன என்பதையும் பார்த்தோம். அதே சமயத்தில் "ஒரே தன்மையினவாயும். ஒன்றோடொன்று தொடர்பற்றனவாயுமுள்ள – அணுக்களாகச் சிதறுண்டு" கிடந்த கிராமங்களில் கட்டுப்பாடும் சுரண்டலும் எல்லையைத் தாண்டாமலும் நிகழ்ந்தன. சமயமும் அறநூல்களும் இதற்கு ஓரளவு உதவியாயிருந்தன. ஆனால் கிராம சமூகங்களின் ஊராட்சி அமைப்பும் பொருளாதார அடிப்படையும் மாற்றமடைந்த காலத்தில் முன்னர் நிலவிய சமநிலையும் தவறியது எனலாம். சோழப் பெருமன்னர் ஆட்சிக்குப் பின்னால் மெல்ல மெல்ல இம்மாற்றம் ஏற்படத் தொடங்கியது. தி.நா. சுப்பிரமணியன் கூறுகிறார்:

> இந்த ஆட்சிமுறை விஜயநகர மன்னர் காலத்திலும் வழக்கில் இருந்தது. அவர்களுடைய ஆட்சியின் பிற்பகுதியில் மத்திய அரசு வலிகுன்றிவிடவே, நாட்டில் அமைதி குலைந்தது. அதன் பயனாகப் பலரும் தங்கள் செல்வாக்கைப் பெருக்கி ஊன்றிக் கொள்ள முயன்ற போது, கிராமச் சபைகள் கலகலக்க ஆரம்பித்தன. அவர்களுக்குப் பின்வந்த முஸ்லீம் ஆட்சியிலும் நிலைமை சீரடையவில்லை.[28]

தமிழ்நாட்டைப் பொறுத்தமட்டில் நாயக்கர் ஆட்சி வேற்றுவர் ஆட்சிதான். அவ்வாட்சியில் கிராமச் சபைகள் வழக்கிலிருந்தபோதும், காலமுழுவதும் போருக்காகவே இயக்கிய விஜய நகரப் பேரரசு, ஊராட்சி முறையில் மரபினைப்

பேணுவதிலும் பார்க்க, வேறு முக்கிய நோக்கங்களைக் கொண்டிருந்ததால் கிராம சபைகளில் நிலவ வேண்டிய சமநிலை பற்றிக் கவனஞ் செலுத்தவில்லை. ஆகவே தமிழ்நாட்டில் சோழப் பேரரசின் வீழ்ச்சியைத் தொடர்ந்து, தொன்றுதொட்டு நிலவிவந்த பாரம்பரியப் பெருமைமிக்க ஊராட்சி முறை மங்கு தசையையடைந்தது என்பதில் ஐயமில்லை. விஜயநகரப் பேரரசில் உரிமைகளிலும், கடமைகளே பெரிதும் வற்புறுத்தப்பட்டன.

அதுமட்டுமல்ல, இடைவிடாத போர்களின் காரணமாகவும், வெளிநாட்டு வாணிபம், ஐரோப்பியர் வருகையைத் தொடர்ந்து பாதிக்கப்பட்டதனாலும், அடிப்படைப் பொருளாதார நிலை தடுமாறியது. மாறவும் ஊராட்சி மன்றங்களும் தமது உள்ளூரங்குன்றிச் சீரழிந்து போயின. இதுபற்றி வரலாற்றாசிரியர் அனைவரும் ஏகமனதாகவே கருத்துத் தெரிவித்திருக்கின்றனர். நீலகண்ட சாஸ்திரியார், டி.வி. மகாலிங்கம், விருத்தகிரீசன், கிருஷ்ணசாமி ஆகியோரெல்லாம் சோழர் ஆட்சிக்குப் பின் பல்வேறு காரணங்களினால் பழைய கிராமச் சபைகள் நிலைகுலைந்ததைக் கூறியுள்ளனர்.[29]

இச்சீரழிவின் தன்மையைச் சிறிது விவரித்தல் தகும். சில உதாரணங்களைக் காட்டுவோம். சோழர் காலத்திற் கிராமங்களிலும் ஊர்களிலும் ஊர்மன்றங்களே நிலங்களை உடைமையாக வைத்திருந்த முறையும் இருந்தது. இத்தகைய “பொதுவுடைமை”யான அல்லது கூட்டுடைமையான நிலம் ‘கணபோகம்’ எனப்பட்டது. ஊராரின் பேரில் ஊர் மன்றங்கள் நிலங்களையும் பிற பொருள்களையும் வாங்கவும், விற்கவும் உரிமை பெற்றிருந்தன. தனிப்பட்டவர்கள் சகல உரிமைகளையும் பெற்றிருந்த நிலங்கள் ‘ஏகபோகம்’ என வழங்கப்பட்டன. ஏகபோகத்தைப் பிற்காலத்தில் உண்டாக்கப்பட்ட ராயத்துவாரி முறைக்கு ஒப்பிடலாம். ஆனால் கணபோகம் மக்கள் நிலத்துக்கு உரிமையாளராய் இருந்தமையைக் காட்டுகிறது.

நாயக்கர் காலத்தில் கணபோகக் கிராமங்கள் நாயக்கர்களுக்கு அதாவது படைத்தலைவர்களுக்கு மானியமாக வழங்கப்பட்டன. விஜய நகரப் பேரரசுக்குப் படைச் சேவை புரிவதற்காக இவ்வாறு நில உரிமை அளிக்கப்பட்டது. அதைப்போலவே சோழர் காலத்திற் சிறப்புடன் விளங்கிய சதுர்வேதி மங்கலங்கள் (பிராமணர் கிராமங்கள்) நாயக்கர் ஆட்சியில் நாயக்கர் மங்கலங்கள் ஆயின. சோழர் காலத்திலே ஊர்ச்சபையினரே பல குழுவினராகப் பிரிந்து வெவ்வேறு துறைப்பணிகளைச் செய்வர். ஒவ்வொரு குழுவும் ‘வாரியம்’ எனப்படும். குழு உறுப்பினரை “வாரியப் பெரு மக்கள்” என்று அழைத்தனர். ஊராட்சி மன்றத்தின்

தேவையைப் பொறுத்து ஐந்து முதல் எட்டு வாரியங்கள் வரை அக்காலத்திலிருந்தன. உதாரணமாக வடஆர்க்காடு மாவட்டத்தைச் சேர்ந்த காவேரிப்பாக்கம் சபையில் எட்டு வாரியங்கள் இருந்தன. தோட்டம், ஏரி, கழனி, பஞ்சவாரம், கணக்கு, கலிங்கு, தடிவழி, ஸம்வத்ஸரம் ஆகிய ஒவ்வொன்றுக்கும் தனித்தனி வாரியங்கள் இருந்தன. சில ஊர்களில் பொன் வாரியம் என ஒன்று இருந்தது. தண்டமாயும் வரியாயும் பெறப்பட்ட காசுகளை ஆராய்வது பொன்வாரியத்தின் பொறுப்பாயிருந்தது. இவ்வாறு ஒன்றுபட்டு இருந்த கிராம அமைப்பையும் ஆட்சி முறையையும் இரு கூறாக்கினர் நாயக்க மன்னர்கள். நாயக்கர் (படைத்தலைவர்) ஆட்சி முறையும், ஆயக்காரன் (சுங்கம் முதலிய வரி வாங்குவோர்) முறையும் என இவை வழங்கின. ஆயக்கார முறையில் முன்னர் இல்லாத புதுமுறை உத்தியோகத்தர்கள் நியமிக்கப்பட்டனர். இவர்களில் குறிப்பிடத்தக்கோர் மூவர்: (1) கரணம், (2) மணியம் (ரெட்டி அல்லது கவுடர்), (3) தலையாரி. வேறு பல வகையான பணியாளரும் இருந்தனர்.

இம்முறை இன்னும் தென்னிந்தியாவிற் காணப்படுவதாலும், கிழக்கிந்தியக் கம்பெனியாட்சியில் காணப்பட்டதாலும் சோழர் ஆட்சியில் காணப்படாமையாலும் நாயக்கர் காலத்திலே புகுத்தப்பட்டது எனக் கொள்வதில் தடையில்லை. இம்முறை பழைய ஊர், நாடு, சபை ஆகியவற்றைப் பலவீனப்படுத்திப் பொருளற்றதாக்கியது.

முன்பின் தெரியாதவர்கள், ஊரவர்களால் தேர்ந்தெடுக்கப் படாதவர்கள், வரிவசூலிப்பதொன்றையே பிரதான நோக்கமாகக் கொண்டவர்கள், தெலுங்கு மொழி பேசுபவர்கள் ஆகியோர் ஆட்சிக்கு வந்ததும், பழைய ஊராட்சி மன்றங்களிற் குடிகொண்டிருந்த "புராதன ஜனநாயக"ப் பண்பு மறைந்தது. ஒற்றுமையுணர்வு குன்றி, மோசமான பொருளுறவுகள் தலைதூக்கின. நிலமானிய அமைப்பின் கேடுகெட்ட அம்சங்கள் அத்தனையும் இக்காலப்பகுதியில் வெளித் தோன்றின. அனைத்திந்தியாவுக்கும் பொருத்தமான இம்மாற்றம் தென்னிந்தியாவிலே துலக்கமாகத் தெரியலாயிற்று.

இம்மாற்றத்தின் தவிர்க்கவியலாத உடனிகழ்ச்சியாகச் சாதி தருமத்திலும் கட்டுப்பாடு அதிகரித்தது. விஜயநகரப் பேரரசு வைதிக நெறியிற் செலுத்தப்பட்ட தொன்றாகும். பேராசிரியர் எஸ். கிருஷ்ணசாமி ஐயங்கார் குறிப்பிட்டது போல[30] இந்துமதம் இறுதி வடிவம் பெற்றது விஜயநகரப் பேரரசுக் காலத்திலேயாகும். வருணாசிரம தருமமும் சாதி தருமமும் வளையாத உறுதிப்பாடு பெற்றதும் இக்காலப் பகுதியிலேதான். மதம் அரசின் உத்தியோக

பூர்வமான கருவியாயிற்று. ஆகவும் ஆளும் வர்க்கங்களின் சுரண்டல் வெளிப்படையாகவும், வரம்பற்றதாகவும் நடைபெற்றது. பொதுவான இப்போக்குப் பற்றிப் பேரறிஞர் கோசாம்பி கூறியவை மனங்கொளத்தக்கன:

> மதம் பொதுவாகவே அரசினதும் ஆளும் வர்க்கங்களினதும் கருவியாக அமைந்தது. ஆகவே எந்த விதமான எதிர்ப்பும் அத் தத்துவார்த்த வரம்புக்குள்ளேயே அமைந்து வெளிப்பட வேண்டி யிருந்தது. பொருளுறவிற் பெருமாற்றங்களை ஆதாரமாய்க் கொண்ட அக்காலச் சமயப் பேரெழுச்சிகளும் இதனையே தெளிவாக்குகின்றன. மதம் பிராமணனின் வாழ்க்கையாயிருந்தது. அதே சமயத்தில் உபரி உற்பத்தியாளரைத் தன் கைக்குள் அடக்கி வைத்திருந்தமையால் அது அரசவைக்கு ஒத்தாசை புரிவதாயிருந்தது. அதன் சமுதாய வெளிப் பாடான சாதி, ஒரு காலத்தில் அமைதி நிறைந்த சமுதாயத்தைச் சிருட்டிப்பதில் முன்னேற்றங் கண்டது; வர்க்க முரண்பாடுகள் இறுகவும் அதே சாதியமைப்பு சமுதாயத்துக்குத் தளையாயமைந்தது; நிலைமை இருந்தவாறே இருப்பதால் இலாபம் பெற்றவர்களின் கண்ணில் எந்தவிதமான புதுமையும் புதிய நோக்கும் ஆபத்தானவையா யிருந்தன.[31]

மேலே நாம் விரித்த சமுதாய மாற்றங்களின் பின்னணியிலேயே கோபாலகிருஷ்ண பாரதியார் படைத்த நந்தனாரைப் பார்க்க வேண்டும். பாரதியார் படைத்த நந்தனாருக்கும் சேக்கிழார் சித்திரித்த திருநாளைப் போவாருக்கும் உள்ள வேறுபாடு இப்பின்னணிச் செய்திகளை யறிந்ததும் தன் விளக்கமாகி விடும். அந்நியர் வருகையால் நிலைமை மேலும் சிக்கலாகியதே யன்றிச் சீரடையவில்லை. விஜயநகர ஆட்சியில் உருவாகிய நாயக்கர், பாளையக்காரர், ஆயக்காரர் முறைகளை உட்கொண்டு, ராயத்துவாரி, ஜமீன்தார் முறைகளைப் புகுத்தினர் ஆங்கிலேயர். இவை பழைய ஊராட்சியையும் "ஜனநாயகத்தையும்" குழிதோண்டிப் புதைத்துத் தனிமனித வாதத்தின் சாயலில் பெருநிலக்கிழார்களையும் மிராசுதார்களையும் உண்டாக்கின. 1853ஆம் வருடம் ஜூலை மாதத்தில் *நியூயார்க் டெயிலி டிரிப்யூன்* பத்திரிகைக்கு எழுதிய கட்டுரையில் கார்ல் மார்க்ஸ் இதன் விளைவுகளைக் குறிப்பிட்டார்.

> "கிராம சமூகங்களின் ஊராட்சி அமைப்பும் பொருளாதார அடிப்படையும் தகர்ந்துவிட்டன

என்பதை நாம் அறிவோம். ஆனால் அவற்றின் உயிராற்றல் அழிந்த பின்பும், அவற்றின் மோசமான அம்சம் ஒழியவில்லை."

சோழர்காலப் பகுதியிலே நிலமானிய அமைப்பு உயிராற்றலுடன் இயங்கியபோது, மிகத் தாழ்ந்தவனுக்குக் கூட 'சமுதாய–சமய–பொருளாதார–வாழ்வில்' ஓர் குறிப்பிட்ட ஸ்தானம் உத்தரவாதம் அளிக்கப்பட்டிருந்தது. வேறொரு வகையிற் சொன்னால் சுரண்டல் நோகாத வண்ணம் நடைபெற்றது. நாயக்கர் ஆட்சியின் பிற்பகுதியிலும் ஆங்கிலேயர் ஆட்சியிலும் உழைப்பாளிகளின் நிலைமை அதலபாதாலத்தைத் தொட்டது. ராதா கமால் முகர்ஜி, *இந்தியாவின் நிலப்பிரச்சினைகள்* என்ற நூலில் (1933) கூறியிருப்பவை இங்குப் பொருத்தம் நோக்கிக் கூறப்படுகின்றன:

> "இந்தியாவின் பொருளாதார ஏணியின் அடித்தட்டில் நிரந்தர விவசாயத் தொழிலாளர் நிற்கின்றனர்; இவர்கள் கூலிப்பணம் பெறுவது அபூர்வம்; இவர்கள் அடிமைகளாக வாழ்கிறார்கள். தேசத்தில் பல பாகங்களிலுள்ள சம்பிரதாயப்படி, ஜமீன்தார் அல்லது மிராசுதார் தங்கள் வேலைக்காரன் கடன் வாங்கும்படி செய்து, அதன் மூலம் அவன் மீது ஆதிக்கம் ஏற்படுத்திக்கொள்கிறார். அவன் சந்ததி மீதே இதன் மூலம் அவர்களுக்கு ஆதிக்கம் ஏற்படுகிறது.
>
> "பம்பாய் இராஜதானியில் துப்ளாக்களும், கோலிகளும் இருக்கின்றனர். இவர்கள் ஏறத்தாழ அடிமைகளே. தங்கள் எஜமானர்களிடம் இவர்களில் பல குடும்பங்கள் பல தலைமுறைகளாக வேலை செய்து வந்திருக்கின்றனர். தென்மேற்குச் சென்னையில் ஈழவர்கள், புலையர்கள், செருமன்கள், ஹோலியர்கள் முதலியவர்களெல்லோரும் நடைமுறையில் அடிமைகளாகவே நடத்தப்படுகின்றனர். கிழக்குக் கடற்கரைப் பிரதேசத்தில், நிலத்தின்மீது பிராமணருடைய ஆதிக்கம் பலமானது; விவசாயத் தொழிலாளர்களில் பெரும்பான்மையோர் தீண்டத்தகாதவர்களாக நடத்தப்படுகின்றனர். அவர்களிற் பலர் 'பண்ணை அடிமைகள்' ... கடன் கொடுத்தவன் இறந்தாலும், நிலத்தை விற்றாலும் பண்ணையடிமைகள் நிலச்சுவான்தாருக்குக் கைமாற்றிக் கொடுக்கப்படுகிறார்கள்."[32]

முகர்ஜி குறிப்பிட்டுள்ள பண்ணையடிமைகளில் ஒருவராகவே நந்தனாரை நாம் கவனிக்க வேண்டும். சேக்கிழார் காட்டும் 'அடிமை' கோவில்களுக்குப் போய்வரும் – புலைச் சேரியிலிருந்து அயலூர்களுக்குப் போய்வரும் – உரிமையைப் பெற்றிருந்தான். கோபாலகிருஷ்ண பாரதியார் காட்டும் நந்தன் பூரண அடிமை. ஆண்டையைக் கேட்டே அயலூருக்குப் போதல் வேண்டும். எனவே முரண்பாடும் தோன்றிவிடுகிறது. பழைய காலத்தில், அதாவது சோழர் காலத்தில் புலையனான நந்தனுக்குக் கூலி என்ற பேச்சுக் கிடையாது. "ஊரில் விடுகின்ற பறைத்தொழிலுக்குரிய மானிய வருவாயினால் தாம் உணவுண்டு வாழ்வார்." புலைத் தொழிலைத் தவிர நந்தனார் சுற்றத்தவர்கள் "வழி வழியாய் உழவுத் தொழில் செய்வோர்" என்ற பொருளில் சேக்கிழார் பாடியிருக்கிறார். பறைத்தொழிலுக்குரிய மானிய வருவாயை "உணவு உரிமை" அதாவது உரிமையாற் பெறும் உணவுக்குரிய ஆதரவு (சீவனம்) என்பார் சேக்கிழார். நிலமானிய அமைப்பை உள்ளும் புறமும் நன்கறிந்த 'உத்தமச் சோழப் பல்லவர்' கூறும் இத்தொடர் ஊன்றிக் கவனிக்க வேண்டியது. கிராம சமூகத்தில் புலையன் சொல்லொணாத் துன்பத்துக்கு உட்படுத்தப்பட்ட போதும், அடிக்கடி கசக்கிப்பிழியப்பட்ட போதும், எப்பொழுதுமே இகழ்ச்சியாக நடத்தப்பட்டபோதும், மானிய அடிப்படையில் "உணவு உரிமை" இருந்தது.

ஆனால் ஆங்கிலேயர் புகுத்திய ஜமீன்தார் முறையில் பழைய முறை விவசாயிகள் நிலமில்லாத உழைப்பாளிகளாக மாறியதுமட்டுமின்றி, கூலிக்கு உழைப்போராகவும் மாறினர். 'கூலி' என்ற சொல், நிலமானியத்துக்குப் புதிதானது.[33] இதன் எதிரொலியைக் கோபாலகிருஷ்ண பாரதியார் பாடலிற் கேட்கலாம். நந்தனார் சிதம்பரம் போகிறேன் என்று கூறியதைக் கேட்டுக் கொதித்த அந்தண மிராசுதார் கூறுகிறார்:

> பறையா! நீசிதம் பரமென்று சொல்லப்
> படுமோடா ? போகப்படுமோடா – அடா (பறையா)
> அறியாத் தனம்இனி சொன்னால் இனிமேல்
> அடிப்பேன் கூலியைப் பிடிப்பேன் . . .

என்றும், பிறிதொரு சந்தர்ப்பத்திலே,

> வாடா – உன் கூலி முழுதுந்தர
> வோடா – பண்ணைப் பறைச்சிகளுடனே
> நாடா – பழனங்கடோறும் நடப்
> போடா – இதுவல்லவோ புண்ணியம்

என்றும் கூறும்பொழுது பூர்ஷ்வா ஆதிக்கத்தின் எதிரொலியையும் கேட்க முடிகிறது.

ஆயினும் பாரதியார் காட்டும் நந்தனார் தீவிரமிக்க விவசாயப் 'புரட்சி'வாதி அல்லர். புதிய ஜமீன்தார் அமைப்பில் சிக்கித்தவிக்கும் பண்ணையடிமையாகவே காட்சி தருகின்றார். கோசாம்பி கூறியதைப் போல பாரதியார் காட்டும் நந்தனாரது எதிர்ப்பு (*protest*) சமயக் கொள்கைகளின் கட்டமைப்புக்குள்ளேயே தெரிவிக்கப்படுகிறது. "உணவு உரிமை"யுமின்றி ஊர்ப்பலமுமின்றித் தனித்தவனாகக் காட்சி தருகின்றான் நந்தன். நிலமானிய அமைப்பில் ஏற்பட்ட பரிபூரண மாற்றத்தின் பிரதிபலிப்பு இதுவெனலாம். எவ்வாறு "முன்னால் தன்னாட்சி செய்து கொண்டிருந்த கிராம சமூகத்தின் பொருளாதாரக் கடமைகளும், நிருவாக உரிமைகளும் பறிக்கப்பட்டு, பொது நிலங்களில் பெரும்பாகம் தனி நபர்களுக்கு அளிக்கப்பட்டதோ"[34] அவ்வாறே "தனிநபர் நில உரிமை, நிலவிற்பனை, நிலத்தை அடமானம் வைத்தல் முதலிய இங்கிலிஷ் பூர்ஷ்வா சட்டதிட்டங்களின்" அரக்கப் பிடியில், உரிமை பெற்ற பூர்விகக் குடிகளான மக்கள் நிலத்தை வாடகைக்கு எடுத்து வேலை செய்யும் குடிகளாக மாற்றப்பட்டனர். இது சோகம் நிறைந்த வரலாற்று மாற்றம், இதன் எதிரொலியையே சமயப்போர்வையில் அற்புதமாகக் காட்டியுள்ளார் கோபாலகிருஷ்ண பாரதியார்.

நந்தனார் சரித்திரக் கீர்த்தனையில் மிகவும் சிறந்த பகுதி ஆண்டையான வேதியருக்கும் அடிமையான நந்தனாருக்கும் நிகழும் மோதலாகும். எத்தனை முறை வேதியர் கண்டித்தும் 'புத்தி' சொல்லியும் நந்தனாருக்குச் சிதம்பரம் போகவேண்டும் என்ற பேராவல் தீர்ந்தபாடில்லை. இறுதியில் வேதியர் "கல்லாலெறிந்து, தடியாலடித்து, வாயால் திட்டி, தேள்போலவே கொட்டி" நந்தனாரைத் துன்புறுத்திய பின் சிவபெருமான் அருளால் கழனி வேலைகள் ஓரிரவில் நடந்தேறுகின்றன. நந்தனாரும் வேதியரைத் 'தங்கள் நஞ்சை நிலத்தைப் பார்க்க வரவேணுமென்று கேட்டபொழுது' அவர் முதலிற் கூறும் வார்த்தைகள் அவரது சமூக – பொருளியற் கண்ணோட்டத்தைத் தெளிவுறுத்துவனவாயுள்ளன. "நந்தா உனக்கிந்த மதி வந்த தென்ன" என்று தொடங்கும் கீர்த்தனம் பலமுறை படித்தின்புறத்தக்கது. பின்வருஞ் சரணங்கள், வேதியர் நந்தனாருக்குப் புத்திமதி கூறுவனவாயிருப்பினும், உண்மையில் வேதியரின் மனப்போக்கையும் பேராசையையுமே பிரதிபலிக்கின்றன:

எல்லாம்முழுப் புரட்டு வல்லான் வகுத்தவழி
செல்லாதே சும்மா நில்லாதே
காரியத்தைப் பாரடா உனக்கிணை யாரடா
காசுபணஞ் சேரடா இதுநல்ல வூரடா!

காணியில்லாதவனொரு மாணியில்லாதவன் போலே
தோணினாலும் தோணாது கோணிநடந்தாலுமென்ன
பெண்ணாட்டியிலாச் சுகமெவ்வளவுமனங்
கொண்டாட்டங் கொள்ளாது அதைச்சொல்லவோ?

மூலக்கால் விளைந்ததானால் சேலைக்குக்காணும் உனது
கூலிக்குக் காணும் குழந்தை பாலுக்குக் காணுமல்லவோ!
ஊருக்குளிந்த நிலஞ்சப்பையேநீ வாரிவிடவேணு மிந்தக் குப்பையே
காடுவெட்டி நஞ்சைபண்ணு; மாடுகட்டி வைக்கோல் போடு
பாடுபட்டுழைத்தாலன்றோ வீடுகட்டி வாழலாம்?

ராகமாலிகையாய மைந்த இக்கீர்த்தனத்துக்குரிய சரணங் களில் இவை சிலவே. இவற்றைப் படிக்கும்போது பழைய கிராம அமைப்பில் வாழ்ந்த பண்ணைக்காரனின் குரலையன்றி, துட்டுக் கணக்குப் பார்த்துப் பெட்டியை நிரப்ப விரும்பும் நிலச்சுவான்தாரின் குரலையே கேட்கின்றோம். காணி, கூலி, வீடு முதலிய சொற்கள் "உணவு உரிமை"யில் வாழ்ந்த சேக்கிழார் காலக் கிராமப் புலையன் கேட்டறியாதன. தமது காலத்து ஜமீன்தார்களது மனோநிலையையே படம் பிடிக்கிறார் பாரதியார். சிவகதை பாடும் தெருப் பாடகர் கோபாலகிருஷ்ண பாரதியார். இறை பக்தி, தத்துவம், தலமகிமை ஆகியனவெல்லாம் பாடல்களில் பொதிந்துள்ளன. ஆயினும் அவற்றோடு அக்காலச் சமுதாயச் செய்திகளும் இடம்பெற்று விடுகின்றன.

உளவியல் நோக்கிற் பார்க்கும்பொழுது நந்தனாரது தவிப்பு எமது உள்ளத்தை உருக்கிவிடுகிறது.

ஐயோ தெய்வமே இந்த ஐயர்க்கடிமை யானேன்
செய்யாவினை செய்தல்லவோ!
உள்ளங் கரைந்துருகி உய்யும் படிகேட்கில்
கல்லுங் கரையுமல்லவோ!

என்று வேதியர் விடை கொடாமையால் வெந்து நைந்துருகும் நந்தனாருடைய மனஉருக்கம், கேவலம் பாரதியாருடைய "பேராற்றலையும் கற்பனை மிகுதியையும்" மாத்திரம் எமக்குணர்த்த வில்லை. அக்காலத்திற் காணப்பட்ட பொருளுறவுகளையும் சமூக உறவுகளையும் உணர்ச்சி பூர்வமாக எமக்கு உணர்த்துவதா யிருக்கிறது.

உண்மையில் அக்காலத்திற் பல தமிழ்ப் புலவர்களும் செய்ததுபோல, பிரபுக்களையும் மடங்களையும் அண்டி வாழ்ந்தவரல்லர் கோபாலகிருஷ்ண பாரதியார். உதாரணமாகப் பாரதியாருக்கு இசைப் பயிற்சியளித்தவருள் ஒருவரான கனம் கிருஷ்ணையர் அமரசிம்ம மகாராஜாவிடம் ஆஸ்தான சங்கீத வித்துவானாக இருந்தவர். மகாவித்துவான் திரிசிபுரம் மீனாட்சி சுந்தரம்பிள்ளை "ஆங்காங்குள்ள செல்வர்கள் ஆதரவிற்

காலங்கழித்தவர்". பின் திருவாவடுதுறையை அணுகி ஆதீன வித்துவானாய் வீற்றிருந்தவர். கோபாலகிருஷ்ண பாரதியார் இயற்றிய நந்தனார் சரித்திரத்துக்கு மீனாட்சிசுந்தரம் பிள்ளை சிறப்புப் பாயிரம் கொடுப்பதற்கு விரும்பாதவர். இலக்கணப் பிழைகள் இருப்பதனாலும் *பெரியபுராணத்திலு*ள்ளவாறே இயற்றப்படாமையாலும் அவ்வாறு மறுத்தார் என்று அவர் சீடர் சாமிநாதையர் சமாதானங் கூறியுள்ளார். இத்தகைய வித்துவான்களோடு ஒப்பிட்டுப் பார்க்கும்போது கோபாலகிருஷ்ண பாரதியார் நாடோடியாக வாழ்ந்தார் என்றே கூறத் தோன்றுகிறது. பிரமச்சாரியாயிருந்த பாரதியார் இளமையில் பிட்சையெடுத்து உண்டுவந்தார்.

பாரதியாரின் சமகாலத்தவரும் சிரேஷ்டருமான தியாகையரைப் பற்றி ஒரு சந்தர்ப்பத்திலே ஆர்.கே. கண்ணன் எழுதியது தியாகையரை ஆதர்ஷமாகக் கொண்ட பாரதியாருக்கும் பொருந்தும்.

> 'எளிய மனிதர்; சாமான்ய மக்களுடன் வாழ்வில் ஒன்றிவிட்டவர்; இரந்துண்ணும் நிலையில் அக்கால வாழ்க்கையின் நடப்புகளையும் நடிப்புகளையும் நன்கு கண்டவர். சாமான்ய மனிதனுக்கு ஏற்படும் அநுபவ நிகழ்ச்சிகளே அவரையும் ஆட்டி உலுக்கின. சாமான்ய மனிதனைக் கவ்விய மனக் குழப்பங்களும் பிரச்சினைகளும் கவலைகளும் அவரையும் பற்றின. இருட்டில் சிக்கித் திணறிய பிற மனிதர்களைப் போலவே அவரும் ஒளி தேடிச் சென்றார்.

"ஆன்மிக – பக்திரூபத்தில் அவை வெளிப்பட்ட போதிலும் அவற்றிற்கு மூலமாய், தூண்டுகோலாய், விளங்கிய மக்களின் வாழ்க்கை நிலையைக் கண்டிக்கும் ஆட்சேபக் குரலாய் அமைந்துள்ளன."

ஆமாம். வேதியர் கோபத்தைத் தாங்கமாட்டாதவராய், நந்தனார் இறைவனிடம் முறையிடும் வார்த்தைகள், பக்தி ரூபத்தில் ஆண்டையைப் பற்றிய முறையீடாகவே இருக்கின்றன என்பதை மறுப்பதற்கில்லை:

பாவியெனக்கோ வந்த
    பார்ப்பான் மனதிரங்கான்
ஆவி தவிக்கு தல்லவோ,
    கோவில் கும்பத்தைக் கண்டால்
கோடி வினைகள் தீரும்
    பாவிக்குக் கிடையாது காண்
தில்லையம்பல வாண தெய்வம்
புலையர்க்காகக் கல்லாச் சமைய லாச்சுதே.

பத்துவருட காலமாக வந்து
பார்ப்பானைக் கேட்டேன்
சித்தமிரங்கிப் போய்வா என்றொரு
நல்ல சேதி சொல்லக்காணேன் ஐயோ!

பாவிப் புலையனாய்ப் பிறப்பேனோ.
இந்தப் பாரினிலிருப்பேனோ ?
ஆவி தவிக்குதே அம்பலவா உன்!
அடிக்கமலங் காணேன் ஐயோ!

பல்லு முளைத்தநாள் முதலாகவிந்தப்
பாடுகள் படுவேனோ,
தில்லை நாயகா கனகாஎன்
றுனைத் தரிசிக்க வகைகாணேன் ஐயோ!

விளக்கம் வேண்டா எளிமையுடன் விளங்கும் இச்சரணங்களில் ஆட்சேபக் குரல் ஆத்மார்த்த வடிவில் அழுத்தம் பெறுவதைக் காணலாம். "தெய்வம் புலையர்க்காகக் கல்லாச் சமையலாச்சுதே" என்ற அடியில், தெய்வத்தின் உண்மையையே சந்தேகிக்குமளவுக்கு நந்தனாரது மனக்கொதிப்பு இருக்கிறது. பறையருக்கும் புலையருக்கும் பள்ளுப்பாடிய விடுதலைக்கவி சுப்பிரமணிய பாரதிக்கு முன்னோடியான கோபாலகிருஷ்ணர் சாதிக் கொடுமையை ஆட்சேபித்தார்; பின்வந்த கவிஞர் அதனைப் பிளந்தெறியத் துடித்தார்; முயற்சி செய்தார்.

நாம் ஏலவே சுட்டிக் காட்டியது போல, நந்தனார் ஒரு கிளர்ச்சியாளர் *(Rebel)* அல்லர். ஆட்சேபக் குரல் எழுப்பியவரேயாவர். அதுவும் மறைமுகமாகத்தான். ஏனெனில் நந்தனாருக்குப் போதிய பக்கபலமிருக்கவில்லை. அவருடைய சுற்றத்தவரும் மற்றைய புலையரும் அவர் சாதி வழக்கங்களை மீறுவதாகப் பேசிக் குறை கூறுகின்றனர்.

ஞாயந்தானோ நீர் சொல்லும் – ஓய் நந்தனாரே
நம்ம சாதிக்கடுக்குமோ

என்று தொடங்கும் கீர்த்தனத்தில், அடிமைகளாய்ப் பல தலைமுறைகள் வாழ்ந்தவர்களின் தாழ்மையுணர்ச்சி பலவாறு வெளிப்படக் காணலாம். இது தவிர்க்க இயலாததே. நந்தனார் வாழ்ந்த பண்ணையைப் பொறுத்தளவில், ஆண்டை அந்தணனாகவும் இருப்பதால் சாதி தருமமும், வர்க்க தருமமும் கைகோத்துக் கொண்டு தாழ்த்தப்பட்டவர்களை அமுக்குகின்றன. இத்தகைய தாழ்வுணர்ச்சி உலகியலை ஒட்டியதாகவே யிருக்கிறது.

முத்துப்பட்டன் கதையில்[35] இதற்கு எடுத்துக்காட்டாக ஒரு சந்தர்ப்பம் வருகிறது. பொம்மக்காவும் திம்மக்காவும் முத்துப்பட்டனைக் காதலித்தனர். அவனும் ஆசையுடன் அவர்களை அணுகியபொழுது,

சாம்ப சிவநாதர் போலிருக்கிறீர் – சுவாமி
சக்கிலிச்சி நாங்கள் தீண்டப்பொறுக்குமோ பூமி

என்று தங்கள் சாதிச் சிறுமையைக் கூறி மறுக்கிறார்கள். பின்னர் பெண்களின் தந்தையான வாலப்பகடையும் பாவிகளாய தமது குலத்தை இழித்துக் கூறுகிறான்.

நாயல்லவோ எங்கள்குலம் ஓ நயினாரே
நாற்றமுள்ள விடக்கெடுப்போம் ஓ நயினாரே
செத்த மாடறுக்கவேணும் ஓ நயினாரே
சேரிக்கெல்லாம் பங்கிடவேணும் ஓ நயினாரே

ஆட்டுத்தோலும் மாட்டுத்தோலும் அழுகவைப்போமே
அதையெடுத்து உனக்குநன்றாய் அடியறுப்போமே
அடியறுப்போம் சுவடுதைப்போம் வாரறுப்போமே
அதையெடுத்துக் கடைக்குக்கடை கொண்டுவிற்போமே

சாராயம் கள்குடிப்போம் வெறிபிடித்த பேர்
சாதியிலே சக்கிலியன் தான் நயினாரே . . .

வாலப்பகடை கூறுவதைப் போன்றே, நந்தனாரது கிளைஞரும் தம்மைப் பலவாறு இழித்துக் குறைத்துப் பேசிக் கொள்கின்றனர். சிலர் நத்தனாரது பக்தி விசுவாசத்தால் கவரப்பட்டு உயர்சமய நெறிக்குத் திரும்புகின்றன ரெனினும் அவர்கள் ஆட்சேபக் குரல் எழுப்புபவர்கள் அல்லர். நந்தனார் ஒரு சந்தர்ப்பத்தில்,

ஆண்டைக் கடிமைக்கார னல்லவே – யான்
ஆண்டைக் கடிமைக்கார னல்லவே

மூன்றுலோகமும் படைத்தளித்திடும்
ஆண்டவர் கொத் தடிமைக்காரன்

என்று தமது அடிமைத்தனத்துக்கு வேறு விளக்கம் கூறுகிறார். இவ்வுலக வேதியர்க்கன்றி மூவுலகத்தையும் படைத்துக் காத்து அளித்திடும் விமலர்க்குத் தாம் கொத்தடிமை யென்கிறார். அடிமைத்தனத்தை உதறித்தள்ளும் உணர்வு அவருக்கு இல்லை. அந்தச் சூழ்நிலையில் அவ்வுணர்வு தோன்றியிருக்க முடியுமோ என்பது சிந்திக்கற்பாலது.

இவ்விடத்தில் நாம் வரலாற்றடிப்படையில் ஒரு செய்தியைக் கவனிக்கலாம். தஞ்சை மாவட்டத்திலே பண்ணைக்காரரில் பிராமணர்கள் கணிசமான தொகையினர். இதற்கு வரலாற்றுக் காரணங்கள் இருக்கின்றன. பல்லவர்காலச் சைவ – வைணவ மறுமலர்ச்சியைத் தொடர்ந்து உருவாகிய சோழப் பேரரசிற்குப் ‘பொன் விளையும்’ பூமியான காவிரி நாடு மையமாயிருந்தது. அங்கேயே நிலமானிய அமைப்புப் பூரண வளர்ச்சி கண்டது.

வைதிக நெறியையும் வருணாசிரம தருமத்தையும் போற்றி வளர்த்த சோழ மன்னர்கள் பிராமணர்களுக்குக் கொடுத்த

நிலங்கள் ஏராளம். பிரமதாயம், சர்வமானிய அக்கிரகாரம், சதுர்வேதிமங்கலம் என்பன பிராமணரது நிலவுரிமையைக் குறிப்பன. இவற்றிற் சில இறையிலியாகவும் வழங்கப்பட்டன. பிராமணர் பெரும்பான்மையினரா யிருந்த ஊராட்சி மன்றங்களே சபைகள் எனப்பட்டன. சாதியைப் பொறுத்தளவில் வேளாளரே சோழர்காலத்திலும் பின்னரும் உடையாராக இருந்த போதிலும், சில இடங்களில் பிராமணரது செல்வாக்குக் குறிப்பிடத்தக்கதா யிருந்தது.

சோழர் காலத்தையடுத்து வந்த நாயக்கர் ஆட்சியில் பிராமணருக்கு மேலும் சில அனுகூலங்கள் ஏற்பட்டன. இந்து தரும சாத்திரங்களுக்கு இயைய ஆட்சிபுரிய முயன்ற நாயக்க மன்னர்கள் தமது நிர்வாக அமைப்பிற் பிராமணருக்குச் சிறப்பிடம் அளித்தனர். தென்னகத்தில் ஆட்சிபுரிந்த நாயக்கர்கள் தமக்கு ஆலோசனை கூற மந்திரி சபையொன்றை நியமித்திருந்தனர். முதலமைச்சர் 'பிரதானி' என்றழைக்கப்பட்டார். நாயக்கர் ஆட்சியில் இப்பதவியைப் பிராமணரே வகித்தனர்.[36] தஞ்சையிலிருந்து ஆண்ட அச்சுதப்ப நாயக்கனுக்கும் அவன் மகன் இரகுநாத நாயக்கனுக்கும் பிரதானியாயும் பிரதி காவலராயுமிருந்து பெரும் புகழீட்டிய கோவிந்த தீட்சிதரும், விஜயநகரப் பேரரசின் தாபிதத்துக்கு இலட்சியவேக மூட்டிய வித்தியாரணீயரும் அக்காலப்பகுதியில் செல்வாக்குடன் விளங்கிய பிராமண குலத்தவருக்குத் தக்க பிரதிநிதிகள் எனலாம். நாயக்கர்கள் 'பூர்வ மரியாதை'யைப் பேணியவர்கள். இவ்வாறு பிராமணர்கள் கையோங்கிய சூழ்நிலையில் தஞ்சையில் வேதியர்கள் பிற்காலத்தில் மிராசுதாரர்களாக மிடுக்குடன் வாழ்ந்ததில் வியப்பொன்றுமில்லை. இவ்வரலாற்றுக் காரணங்களால் தஞ்சாவூர் பிராமணர்கள் கொண்டிருந்த தடித்த மனோபாவத்தைக் கோபாலகிருஷ்ண பாரதியார் தமது கதையமைப்பிற்குள் தத்ரூபமாகச் சித்திரித்துள்ளார். இம்முயற்சியில் தமது காலத் தமிழ்ப் புலவர்கள் பலரினின்றும் அவர் வேறுபட்டுக் காணப்படுகிறார்.

பெரும்பாலான தமிழ்ப்புலவர் சிகாமணிகள், நந்தனாரை நலிவித்த அதே வர்க்கத்தினரைப் போற்றித் துதிபாடி அருவருப்பை யுண்டாக்கும் சிற்றின்பப் பாடல்களில் அமிழ்ந்து இருந்தனர். பழைய மரபுகளைத் தவறாது கையாண்டு பாடப்பெற்ற பிரபந்தங்களிலும், தனிப்பாடல்களிலும் காமக் குறிப்பே மிகுந்திருந்தது. "இத் தனிப்பாடல்கள் பெரும்பாலும் ஜமீன்தார்கள் முதலிய பிரபுக்களைப் பற்றியன. ஜமீன்தார்கள் பெரும்பாலும் சிற்றின்பப் பிரியர்களாய் இருந்தனர். ஆகவே, காதல், உலா, மடல், சித்திர மடல் முதலிய சில்லறைப் பிரபந்தங்கள் மிகுதியாகத்

தோன்றின"[37] ஜமீன்தார்களோடு புதிய துரைத்தனக்காரரைப் பாடினர் சிலர். உதாரணமாக ஆதீன மகாவித்துவானும், சாமிநாதையரின் ஆசிரியப் பெருந்தகையுமான மீனாட்சிசுந்தரம் பிள்ளை முன்சீபு வேதநாயகர் மீது *குளத்தூர்க் கோவை* பாடினார்.

இத்தகைய குருவிச்சை வாழ்க்கை நடத்தாமல் எளிய முறையில் வாழ்ந்த கோபாலகிருஷ்ண பாரதியார் பல விடங்களுக்குஞ் சென்று பெற்ற அநுபவத்தையுஞ் சேர்த்துச் சிவகதையைச் சிறப்புமிக்க சமுதாயப் பதிவு ஏடாக்கிவிட்டார். அத்திறமையே பின்வந்த மகாகவி பாரதியைக் கவர்ந்தது.[38]

ஆயினும், இதனை நாம் அளவுக்கு மீறி மதிப்பிடக்கூடாது. ஏனெனில் கோபாலகிருஷ்ண பாரதியாருக்கு முன்னரே சாதி வேற்றுமையையும், பண்ணைக்காரரையும் குறிப்பிடத்தக்களவு துணிவுடன் நையாண்டி செய்து பாடல்கள் இயற்றியவர் சிலர் இருந்திருக்கின்றனர். குறிப்பாக, *பள்ளுநாடகம், நொண்டி நாடகம்* முதலியவற்றில் பண்ணைக்காரனைப் பரிகசித்துப் பேசும் பகுதிகள் உள்ளன. இது இலக்கிய வழக்கு என்று கூறப்பட்டாலும், பல பாடல்களில் பரிகசிப்பிலே வசைத்தொனியைக் கேட்கலாம் என்பது கவனிக்கக்கூடியது. உலகமெங்கும் காணப்படும் நாட்டுப் பாடல்களில் மேல்தட்டு மக்களை இகழ்ந்து கிண்டல் செய்யும் பகுதிகள் ஆங்காங்குக் காணப்படுகின்றன. ஆண்டாண்டுகாலம் அடக்கி வைத்திருக்கும் உணர்ச்சிகளைச் சுவையான முறையில் பாடலுக்குள் நுழைத்துவிடுவர் மக்கள் கவிஞர்கள். உதாரணத்துக்கு ஈழத்தில் எழுந்த *பறாளை விநாயகர் பள்ளுப்* பிரபந்தத்தில் ஆண்டை வருணிக்கப்படுவதைப் பார்ப்போம். இந்நூல் நாட்டுப் பாடல் அன்று; மரபு வழிவந்த இலக்கிய கர்த்தா ஒருவர் பாடியதே. ஆயினும் பள்ளன் வாயில் வருஞ் சொற்களாதலால், அவன் கூற்றில் அவனுடைய உள்ளக் கருத்துப் புலப்படும் வண்ணம் அமைத்துள்ளார் சின்னத்தம்பிப் புலவர்:

குட்டச்சொறி மேனியாரே கும்பிடுகிறேன் – உப்புக்
    கொட்டுப்போல் வயிற்ற னாரே கும்பிடுகிறேன்
சட்டிவைத்த முகத்தனாரே கும்பிடுகிறேன் – தூங்கற்
    சண்டைக்கடா அழகனாரே கும்பிடுகிறேன்
கட்டை மூளிக் காதனாரே கும்பிடுகிறேன் – மதிக்
    கார்த்திகைமாங் காயனாரே கும்பிடுகிறேன்
அட்டைவா யுதட்டனாரே கும்பிடுகிறேன் – பண்ணை
    ஆண்டவரே ஆண்டவரே கும்பிடுகிறேன்.

பள்ளுப் பிரபந்தங்களில் இவ்வாறு பண்ணையாரைப் பரிகசிப்பது 'மரபு' எனக் கொண்டாலும் அம்மரபின் தொடக்கத்திற்குச் சமூக உணர்வே அடிப்படையாயிருந்தது என்பது நியாயமாகத் தோன்றுகிறது. பாத்திரங்களின் பேச்சு

பல செய்திகளைக் கூறுவன; மனோநிலைகளைக் காட்டுவன. *முக்கூடற்பள்ளு* என்ற பிரபந்தத்திலே பண்ணைக்காரன் பள்ளனைத் தொழுவில் அடைத்திருக்கையில் சோறு கொண்டு வந்த மூத்த பள்ளியிடம் பள்ளன் பின்வருமாறு கூறுகிறான்:

மக்க ளாணைஎன் னாணைஉன் னாணைநீ
வார்த்த கஞ்சி குடித்துக் கிடப்பேன்
விக்கல்வாய்ப் பண்ணை யாண்டையைக் கேட்டென்னை
மீட்டுக் கொள்ளடி முக்கூடற்பள்ளி.

இங்கே "விக்கல்வாய்ப் பண்ணையாண்டை" என்ற வருணனையிற் பொதிந்து கிடக்கும் ஏளனமும், பழிப்பும் அலட்சியமும் அலாதியானவை. இதைப்போலவே *செண்பகராமன் பள்ளு* என்ற நாஞ்சில் நாட்டுப் பிரபந்தத்தில்,

என்னத்தை விற்றும்பத் தஞ்சைக் கைக்கூலிக்
கீந்து வேண்டிய இச்சகஞ் செய்தும்
கொன்னை வாய்ப்பாதிச் சொல்ஆண்டையைச் சென்று
கும்பிட் டுமவர் காலைப்பிடித்தும்

மன்னிப் பாய்உனை மீண்டுன் சிறையையும்
மாற்று வேன்நீ மலங்காதே பள்ளா

என்று மூத்தபள்ளி கூறும்போது, "கொன்னை வாய்ப்பண்ணையாண்டை" என்ற வருணனையில் ஏளனம் கொப்புளித்தலைக் காணலாம். இத்தகைய வருணனைகள் *நந்தனார் சரித்திரக் கீர்த்தனையில்* இல்லை. ஆயினும், ஏறத்தாழப் பதினேழாம் நூற்றாண்டிலிருந்து உருவாகி வந்த இசை நாடகத் தமிழ் நூல்களின் வரிசையிலேயே இதனையும் வைத்து நோக்குதல் தகும்.

பாரதியாரின் கீர்த்தனையிலே பிற்பகுதி பெரும்பாலும் *பெரிய புராணத்தை* தழுவியதாகவே உள்ளது. *பெரியபுராணத்திலே* சிவபெருமானது ஆணையால் திருநாளைப்போவாரை எதிர் கொண்டழைத்த அந்தணர்க்கும் அந்தணராய தில்லை மூவாயிரவரும் அவரை "ஐயரே" என்று அழைக்கின்றனர்.[39] சிவபெருமான் தலையிட்டபின் அனைத்தும் சுபமாகவே முடிகின்றன. கோபாலகிருஷ்ண பாரதியாரும் அவ்வாறே கதையை அமைத்துச் செல்கிறார். தீயில் மூழ்கியதும் துன்பத்திலிருந்து விடுதலை கிடைக்கிறது என்பது விளக்கம்.

நாம் நுனித்து நோக்க வேண்டிய கருத்தொன்றும் இம்முடிவில் தொக்கியுள்ளது. நந்தனார் புலையனாக இருந்தவரை பூசுரராலும் பிற உயர் சாதியினராலும் சமத்துவத்துடன் ஏற்றுக்கொள்ளப்படவில்லை. தீயில் மூழ்கியதும், உருமாற்றம் பெறுகிறார்:

செந்தீமேல் எழும்பொழுது
    செம்மலர்மேல் வந்தெழுந்த
அந்தணன்போல் தோன்றினார்

என்றும்,

அருமறைசூழ் திருமன்றில்
    ஆடுகின்ற கழல்வணங்க
வருகின்றார் திருநாளைப்
    போவாராம் மறைமுனிவர்

என்றும்,

பொய்த்தகையும் உருவொழித்துப்
    புண்ணியமா முனிவடிவாய்
மெய்திகழ் வெண்நூல் விளங்க
    வேணிமுடி கொண்டெழுந்தார்

என்றும், அருண்மொழித்தேவர் பாடுவதன் அர்த்தம் என்ன? இறுதியில் இறைவன் பக்கலில் சென்றடையுமுன், அந்தணன் போலவும், மார்பில் வெண்புரிநூல் விளங்கச் சடைமுடியும் கொண்ட முனிவர் போலவும் தோற்றப் பொலிவு கொண்டே நந்தனார் நற்கதியடைகின்றார். புலையர் வடிவத்தில் அல்ல. அந்தளவுக்குப் படிநிலைகள் நுணுக்கமாகக் கடைப்பிடிக்கப்பட்டுள்ளன. அதாவது பாபவிநாசத்துக்காகத் தீயில் மூழ்கிய அதே வேளையில் சமூக நிலையிலும் உயர்ந்தவராகவே நந்தனார் காட்சியளிக்கின்றார். வேதியர்கள் வடிவிலே தோன்றிய புதிய நந்தனாரை வேதியர்கள் கொண்டாடியதில் வியப்பில்லை. புலையன் நந்தன் ஆலயப் பிரவேசஞ் செய்யவில்லை என்பது மனங்கொளத்தக்கது.

சூத்திர னுக்கொரு நீதி – தண்டச்
    சோறுண்ணும் பார்ப்புக்கு வேறொரு நீதி
சாத்திரம் சொல்லிடு மாயின் – அது
    சாத்திரம் அன்று சதியென்று கண்டோம்

என்று பாடிய மகாகவி பாரதியாரும்,

நந்தனைப் போல்ஒரு பார்ப்பான் – இந்த
    நாட்டினில் இல்லை; குணம் நல்லதாயின்
எந்தக் குலத்தின ரேனும் – உணர்
    வின்பம் அடைதல் எளிதெனக் கண்டோம்

என்றே பாடினார். நந்தனாரைச் சிறந்த அந்தணராக ஏற்றிக் கூறும் மரபு இலகுவில் அழிந்து போகாது போலும்! அதுமட்டுமல்ல. சுப்பிரமணிய பாரதியாரது கருத்துக்களை முடிவாக நோக்கும்போது அவரும் அடிமைத்தனத்தை ஒரு துறையில் ஏற்றுக் கொண்டமை புலனாகும். வீரசுதந்தரம் வேண்டி நின்ற கவிஞர்,

பூமியில் எவர்க்கும் இனி
அடிமை செய்யோம் – பரி
பூரணனுக்கே யடிமை
செய்து வாழ்வோம்

என்று தான் பாடினார். அது அவருடைய சிந்தனையின் எல்லையையும் பலவீனத்தையும் காட்டுகிறது. ஆனால் அப்பிரச்சினையை இவ்விடத்தில் ஆராய வேண்டிய அவசிய மில்லை.

நந்தனார் சரித்திரக் கீர்த்தனையைப் பற்றிக் கூறி முடிக்குமுன் இரண்டொரு செய்திகள் நினைவுகூரத்தக்கவை. இன்று பார்க்கும்போது பள்ளு – நொண்டி நாடக ஆசிரியர்கள் சாதித்த அளவுக்குப் பண்ணைக்காரரைக் கோபாலகிருஷ்ண பாரதியார் கண்டனஞ் செய்யாதிருப்பினும், அவரது குறிக்கோள், சூழல், கலை நோக்கு ஆகியவற்றை எடுத்தாராய்கையில், காலத்தை வென்ற ஒரு படைப்பை ஆக்கியுள்ளார் என்பதை மறுக்கவியலாது. ம.பொ. சிவஞானம் அவர்கள் கூறுவதுபோல, "நிலப்பிரபுத்துவத்தின் கொடுமையை எதிர்க்கும் புரட்சியைத் துவக்கி வைக்க வேண்டுமென்ற எழுச்சி பெற்று நந்தனார் சரித்திரக் கீர்த்தனையை இயற்றினார்" என்று கூற முடியாவிட்டாலும், "நாடகக் கலையை சமூக சீர்த்திருத்தக் கொள்கையைப் பரப்பவும் பயன்படுத்தி, நாடகவுலகில் அழியாப் புகழ் பெற்று விளங்குகிறார்" பாரதியார் என்பதில் தடையெதுவும் இல்லை.

தமிழ்நாட்டு மக்கள் தீர்ப்பும் இம்முடிவுக்கு அரண்செய்கிறது. நந்தனார் சரித்திரக் கீர்த்தனை தோன்றிய நாள் முதலாத் தமிழ்நாட்டில் பிரபலியமாயிருந்திருக்கிறது.

நந்தன் சரித்திரத்தைக் கேளாதே–நாளும்
வந்த தரித்திரந்தான் மாளாதே
....
பெரிய புராணத்திலே இருப்பதை விட்டுப்
பேய்த்தன மாகஇவன் சொன்னதைத் தொட்டு
அரிய புலவர்க்கு வந்ததே சொட்டு
ஐயையோ அத்தனை யுங்கதைக் கட்டு

என்றெல்லாம் இயற்றமிழ்ப் புலவர்கள் பொறாமை காரணமாக வும், வரட்டுப் புலமை காரணமாகவும் நந்தனார் சரித்திரக் கீர்த்தனையைக் குறை கூறிக் கண்டனஞ் செய்தபோதும், தமிழ் மக்கள் அதனைச் சுவையுடைய சிவ கதையாக ஏற்றுக் கொண்டனர். கற்றோரை மாத்திரமின்றி மற்றோரையும் கவர்ந்ததே வெற்றிக்குக் காரணமாகும்.

சைவசமயப் பிரசாரகராயும், பெரியபுராணப் பதிப்பாசிரியரா யும், சிதம்பர பக்தராயும் விளங்கிய நல்லைநகர் ஆறுமுக நாவலர்

ஒருமுறை கோபாலகிருஷ்ண பாரதியாருடைய பக்திரசம் ததும்பும் பாடல்களைச் சிதம்பரத்திற் கேட்டு, “மறுநாள் ஆலயத்துக்கு வந்த காலத்தில் இவரைக் கண்டு தம்முடைய ஞாபகத்தின் அறிகுறியாக இருக்க வேண்டுமென்று பத்து ரூபா அளித்தனர்.[40] சமயப் பிரசங்க முறையைத் தமிழில் முதன்முதலாகத் தொடங்கி வைத்த நாவலரவர்கள், கோபாலகிருஷ்ண பாரதியாரது கீர்த்தனங்கள், “சிவபிரான் திருவருட் சிறப்பைப் பல வகையாக எடுத்துப் பாராட்டுவனவாக இருத்தலை” உணர்ந்து இன்புற்றதில் ஆச்சரியம் எதுவுமில்லை.

கோபாலகிருஷ்ண பாரதியார் பிறந்த அதே தஞ்சாவூர் மண்ணிற் பிறந்து, அவருக்கு முன்னோடியாயும் வழிகாட்டியாயும் இருந்த *இராம நாடகம்* ஆசிரியர் சீர்காழி அருணாச்சலக் கவிராயர் இங்கு ஒரு கணம் எண்ணத்தக்கவர். செம்மையான பேச்சுத் தமிழில், “சுவைமிக்க நடை, துடிப்பான சொல்லாட்சி, அபாரமான வர்ணனைத் திறன், அற்புதமான நகைச்சுவை போன்றவையும்” சேர்த்து ராமகாதையைக் கீர்த்தனங்களாக இயற்றிவர் அருணாச்சலக் கவிராயர். “பாமர பாஷையைப் பேசவைத்தே இராமனைத் தன்னேரில்லாத் தலைவனாகப் படைத்திருக்கும்” அருணாச்சலக் கவிராயரின் நூலுக்குப் பின்வந்த நந்தனார் சரித்திரக் கீர்த்தனை, “அதன் பக்கத்தில் கூட வரமுடியாதவாறு எவ்வளவோ தூரம் பின் தங்கி நிற்கிறது” என்று சிலர் கூறுவர்.[41] அது ஆராய்ச்சிக்குரியது. இலக்கிய ஆசிரியர் என்ற ‘குறுகிய’ நோக்கில் அருணாச்சலக் கவிராயர் சிறந்து விளங்கக்கூடும். ஆனால் சமுதாய நோக்கில் கோபாலகிருஷ்ண பாரதியர் தமது முன்னோடியை விஞ்சிவிட்டார் என்றே தோன்றுகிறது. அதுமட்டுமன்று. கோபாலகிருஷ்ண பாரதியாருக்குக் காலத்தாற் பிந்தியவரான சபாபதி நாவலர் இயற்றிய *சிதம்பர சபாநாத புராணம்* (1886) என்னும் நூலிலே இருபத்து நான்கு விருத்தப்பாக்களில் நந்தனார் சரித்திரத்தைச் சுருக்கமாகக் கூறியுள்ளார். “நந்தனென்று ஓர் நீசன்” கதையாகப் பாடிய அவர், சிதம்பர தீர்த்த விசேடத்தைப் பாடுகையில் இடைப்பிறவரலாகவே இச்சரிதத்தைப் பாடினார்; எனினும் சேக்கிழாரினின்றும் கடுகளவும் வேறுபட்டார் அல்லர். பழமைப் பற்றாளராயும், சமயக் கோட்பாட்டை ஒருதலையாக அதிகார முறையிற் கூறுபவராயும் சிறிதளவேனும் சமுதாய உணர்வு இல்லாதவராயும் ஆதீனத்தை அண்டி வாழ்ந்த சபாபதி நாவலர் நந்தனார் கதையில் மனிதருக்கு உண்டாகும் இடர்ப்பாட்டு நிலையைக் காணவேயில்லை. அவரைப் பொறுத்தளவில் சமயாசாரம், சாதியாசாரமாகவே யிருந்தது. இவர்களோடு ஒப்பு நோக்குகையில், கோபாலகிருஷ்ண பாரதியார் பத்தொன்பதாம்

நூற்றாண்டில் வாழ்ந்த தலையாய சிருஷ்டி கர்த்தா என்றும் கூறத்தோன்றுகிறது.

3

கோபாலகிருஷ்ண பாரதியாரது ஆற்றலுக்கும் செல்வாக்குக்கும் சான்று பகர்கிறது, அண்மையில் முருகையன் வெளியிட்ட *கோபுரவாசல்*. நவீன தமிழ்க் கவிஞருள் ஒருவரான முருகையன் நந்தனார் கதையைக் கவிதை நாடகமாக்கியிருக்கிறார். அந்த முயற்சியில் கோபாலகிருஷ்ண பாரதியார் நடத்திய கதைப் போக்கைப் பின்பற்றியிருப்பது மூல நூலின் உள்ளார்ந்த நாடகத் தன்மைக்குக் கட்டியங் கூறுவதாய் இருக்கிறது.

முதலில் நூலைப் பற்றிய பொதுச் செய்திகள் சிலவற்றைத் தெரிந்துக்கொள்வோம். ஆசிரியர் கூறுகிறார்:

"நந்தனார் என்ற திருநாளைப் போவார் சரிதை தமிழகத்துக்குப் புதியதன்று. சேக்கிழார் பெருமான் ஒரு சில திருவிருத்தங்களிலே இச்சரிதையைப் பாடினார். அண்மைக் காலத்திலே கோபாலகிருஷ்ண பாரதியார் இக்கதையைக் கீர்த்தனைகளாக அமைத்துப் பாடிப் பிரசங்கம் செய்தார். அக்கீர்த்தனைகள் புத்தக வடிவிலும் கிடைக்கும். இப்போது 'கோபுர வாசல்' என்ற நாடகமாக இதை ஆக்கியுள்ளேன் ... கவிதை நாடகம் மேடைக்கென எழுதப்படுவது மிகவும் அருந்தலாகவே நடைபெறுகிறது. இந்நிலையில் முழுநேர மேடைக் கவிதை நாடகம் ஒன்றை எழுத வேண்டும் என்ற ஆசை எனக்கு உண்டாயிற்று. அந்த ஆசையின் பேறுதான் 'கோபுர வாசல்'.

" ... இந்நாடகம் எழுதி முடிந்த பின்னர் ஈழத்துச் சமுதாய வாழ்வின் சூழலிலே ஒரு சில மாற்றங்கள் முனைப்பாகத் தோன்ற ஆரம்பித்தன. இந்த மாற்றங்களுடனும் இயக்கங்களுடனும் நாடகத்தை இசைவுபடுத்துவது மிகமிக அவசியம் என நான் கருதினேன். ஆகவே முதலில் எழுதப்பட்ட பிரதியிலே சிறுசிறு மாற்றங்கள் செய்வது அவசியமாயிற்று."

இம்மேற்கோளிலிருந்து இரண்டு செய்திகள் பெறப்படுகின்றன. ஒன்று: 'கவிதை நாடகம்' என்ற வடிவத்திலே ஆசிரியருக்குள்ள ஈடுபாடு. மற்றொன்று: சமுதாய இயக்கங்களிலே ஆசிரியருக்குள்ள அக்கறை. இவ்விரண்டும் அறிவுபூர்வமாக ஆசிரியரால் நூலில் கையாளப்படுகின்றன. நூலாசிரியன் கூறுவதை வைத்துக்

கொண்டே நூலினை ஆராய வேண்டும் என்ற கட்டுப்பாடு எமக்கில்லையாயினும், அவற்றையும் மனங்கொள்ளல் உதவியாயிருக்கும் என்பதை வற்புறுத்த வேண்டியதில்லை.

ஆசிரியர் நந்தனார் சரித்திரக் கீர்த்தனைப் போக்கையே பெரிதும் பின்பற்றிச் சென்றுள்ளார் என்று ஏலவே குறிப்பிட்டோம். எனினும் தமது நோக்கத்துக்கியையச் சில மாற்றங்களைப் புகுத்தியிருக்கிறார். இவற்றில் ஒன்று முந்திய நூல்களிற் காணப்படாத சில புதிய பாத்திரங்களைப் படைத்துள்ளமையாகும். இதில் ஒரு தருக்கரீதியான 'வளர்ச்சி' இருப்பது புலனாகும், நாம் முன்னர்க் காட்டியிருப்பதுபோலச் சேக்கிழார் பாடிய புராணத்திலே, திருநாளைப் போவார் பிறந்து வளர்ந்த சூழ்நிலையைச் சேர்ந்த பாத்திரங்கள் இல்லை. புராணத்திற் சிவபெருமானும், நந்தனாரும், தில்லைவாழ் அந்தணர்களுமே பாடப்பெற்றுள்ளனர். கோபாலகிருஷ்ண பாரதியார், நந்தனாருக்கு முரண் பாத்திரமாகப் பார்ப்பன மிராசுதாரையும், நந்தனாரைப் புரிந்துகொள்ள மாட்டாத சேரிப்புலையர் பலரையும் அவரது சிவபக்தியால் கவரப்பட்ட புலையர் சிலரையும் படைத்து, சரித்திரத்தில் மோதலை யுண்டாக்கினார். இப்போக்கைப் பின்பற்றி, முருகையன் நந்தனார் – வேதியர் முரண்பாட்டைப் பிரதானமாகக் கொண்டு நந்தனாரது இரத்த உறவினர் சிலரையும் பாத்திரங்களாக்கி, தீயவர்களாகச் சாத்தனார் என்ற பூசாரியாரையும், சொறியன் என்ற ஊர் 'வம்பனை'யும் வேறு சில முரடர்களையும் கற்பித்து இவர்கள் யாவரினதும் மனப்போக்குகளைச் சித்திரிக்கிறார்.

இவ்வாறு சில புதிய பாத்திரங்களைப் படைத்து நாடகத்தை நடத்துவதன் நோக்கத்தை ஆசிரியரே முன்னுரையிற் கூறுகிறார்: "இந்த நாடகத்திலே திருநாளைப் போவாரின் சுற்றத்தையும் சூழலையும் சிறிது நுட்பமாகக் காட்ட முயன்றுள்ளே னாதலால், அவரது சூழலினின்றும் பிறப்பெடுத்து அக்காலத்துப் பின்னணியில் ஓங்கி நிமிர்ந்த அவரது ஆன்ம சொரூப விகசிப்பை, சாதாரண மக்களின் மறுசெயல்களுடன் அருகருகே வைத்து வியாக்கியானம் செய்வதற்கு வசதியாக இப்பாத்திரங்கள் வார்க்கப்பட்டுள்ளன." இக்கூற்று ஆசிரியரது நோக்கைத் தெளிவிப்பதில் மிக முக்கியமானதாயும் முடிவைத் தீர்மானிக்கிற தன்மையுடையதாயும் இருக்கிறது.

வெளிப்படையாய்க் கூறுவதானால், நந்தனாரை அவரது சூழலில் வைத்து அவரது "ஆன்ம சொரூப விகசிப்பை" எடுத்துக்காட்ட முயலும் முருகையன் தவிர்க்க இயலாதவாறு உளவியல் அடிப்படையிலேயே பாத்திரங்களைப் படைத்து நடமாடவிடுகிறார். இவ்வுளவியல் நோக்கு, நந்தனாரது

ஆளுமையைக் குறிப்பிடத்தக்களவு "நுட்பமாகக் காட்ட" உதவுகின்ற அதே வேளையில் சமூகக் காட்சியை விழுங்கி விடுகிறது. இதன் விளைவுகள் பாரதூரமானவை.

"அகலிகையும் கற்பு நெறியும்" என்ற கட்டுரையில் நான் விவரித்திருப்பதுபோல, இக்காலத் தமிழ் எழுத்தாளர் பலர், மேனாட்டிலக்கியத்திற் சிறப்பிடம் பெற்றுள்ள உளவியல் நோக்கைப் பின்பற்றி எழுதும்பொழுது அதனையே முடிந்த முடிவாகக் கொள்வதால், சமூக நோக்கைப் பெருமளவுக்கு இழந்துவிடுகின்றனர். அகலிகை, கௌதமர் முதலிய பாத்திரங்களின் மன ஓட்டங்களைச் சித்திரிக்க முயன்று, அதன் பயனாகச் சமுதாயத்திலே பெண்களுக்குரிய நிலையையும் அறவியற் பிரச்சினையையும் கைநெகிழ விட்டது போலவே, இந்நாடகத்தில் நந்தனாரது "ஆன்ம சொரூப விகசிப்பை" ஆழமாகப் பார்க்க முனைந்த முருகையன் சாதிப் பிரச்சினையைக் கைநெகிழ விட்டு விட்டார் என்றே தோன்றுகிறது.

கோபாலகிருஷ்ண பாரதியாரும் நந்தனாரது "ஆன்ம சொரூப விகசிப்பை"த்தான் இறுதியில் சிறப்பித்திருக்கிறார். ஆனால் நந்தனாருடைய ஆன்ம பலமும், ஆளுமையும் நன்கு வெளிப்படும் வகையில், அவருக்கும் மிராசுதாருக்கும் மூண்ட மோதலைச் சமூக முரண்பாடாகச் சித்திரித்து வெற்றி கண்டார். ம.பொ. சிவஞானம் கூறுவதுபோல, "புராணக் கதையை, மிராசுதார் உழவர் போராட்டக் கதையாக மாற்றினார்" கோபாலகிருஷ்ண பாரதியார். "நந்தனார் சரித்திரக் கீர்த்தனையில் மிராசுதார், உழவர் போராட்டம் இதயம் போன்று அமைந்திருக்கிறது. மிராசுதார் பாத்திரம் இல்லையேல் நந்தன் நாடகமே இல்லை."

இன்னுஞ் சொல்லப்போனால், நந்தனார் சரித்திரத்தில் வரும் உளமுருக்கும் கீர்த்தனைகள் பல இம்முரண்பாட்டினின்றும் முளைத்தெழுவனவே. நந்தனாருக்கும் வேதியருக்கும் நிகழும் மோதல் தனிப்பட்ட இவரது மனப்போக்குகளின் முரண்பாடாக மட்டுமன்றி, அக்காலச் சமுதாயத்திற் காணப்பட்ட பொருளியல் – சமுதாய முரண்பாடாகவும் அமைந்தது. அதுவே சரித்திரத்துக்கு உள்ளார்ந்த நாடகப் பண்பை உண்டாக்கியது. முருகையன் படைத்த வேதியரும், சாத்தனாரும், சொறியனும், குண்டர்களும் வர்க்க அடிப்படையில் இயங்காதவராய்த் தனிப்பட்ட 'கெட்டவர்'களாய்க் காணப்படுகின்றனர்.

இலங்கைச் சூழ்நிலையில் வேதிய மிராசுதார்கள் இல்லை. வேளாளர்களே கோயில்களைக் கட்டியாண்டு கண்காணிக்கும் முகாமையாளராய் இருக்கின்றனர். ஆகவே அவர்களின் பிரதிநிதியொருவர் நாடகத்தின் பிரதான முரண்பாத்திரமாக

உருவாக்கப்பட்டிருந்தால் கதை யதார்த்தமாகவும் வேகமுடைய தாகவும் அமைந்திருக்கும். இந்நாடகத்தில் வரும் வேதியர் நந்தனாருக்கு எதிர்ப் பாத்திரமாக அமைந்தாலும் சமூக அச்சில் வார்க்கப்பட்டவராய்க் காணப்படவில்லை. இப்பொதுக் குறிப்புரையோடு இனி, நாடகத்தை ஆராய்வோம்.

தற்கால இலக்கிய வடிவங்களில் ஒன்றான நாவலில் வருவது போன்ற பாத்திரங்கள் சிலவற்றைப் படைத்திருக்கிறார் ஆசிரியர். இவற்றில் இரண்டை முதலில் நோக்குவோம். நந்தனாரது தங்கை வள்ளி யென்பவளும், தாய்மாமன் மூத்தார் என்பவரும் ஆசிரியர் படைத்திருக்கும் புதிய பாத்திரங்களாவர். இவரிருவரும் நந்தனாரை உணர்ச்சி பூர்வமாக நேசிக்கின்றனர். மூத்தார் நந்தனாருடன் திருப்புன்கூர் சென்றவர்; வள்ளி, அவரும் வேறு சிலரும் விவரங்கள் சொல்லக் கேட்டவள். நந்தனாரைப் பற்றிய பல செய்திகளையும் குறிப்புகளையும் இவர்கள் வாயிலாக நாடகாசிரியர் எமக்குணர்த்துகிறார். கோபாலகிருஷ்ண பாரதியாருக்கு இது விஷயத்தில் குறைபாடிருந்தது.

ஊர் முரடர்கள் சிலர் நந்தனாரை நையப்புடைத்துவிட்டு ஓடிப்போன சமயம் வள்ளி கூறுவன அவளது பாத்திர இயல்பை நன்கு காட்கின்றன.

அண்ணா! அண்ணா! அடித்து விட்டார்களே ...
கழுதைகள் முன்னர் ஏன் கற்பனை நயத்தொடும்
கற்பூரத்தின் பெருமையைச் செப்பினாய்?
அறிவிலா மூர்க்கர் அடித்து விட்டார்களே ...
அம்மா! அம்மா! அண்ணனைத் தடுத்து
வீட்டுக்கு உடனே கூட்டி வாராமல்
சும்மா இருந்ததேன்? சொல்லுவாய் அம்மா.

வள்ளியிலும் பார்க்க, மூத்தார் சற்றுத் தீவிரமாக நந்தன் 'கட்சி'யை ஆதரிப்பவர். ஆயினும், இவர்கள் இருவரும் நந்தனை முற்றிலும் அறிவுபூர்வமாக அறிந்தவர்கள் என்பதற்கில்லை.

இந்நாடகத்தில் வரும் சொறியன் என்ற 'கோள் சொல்லி'ப் பாத்திரம் உலகியலை ஒட்டியிருப்ப தொன்றாயினும் வேதியருக்கு விஷயங்களை "முடைஞ்சு"விடும் வகையில் படைக்கப்பட்டிருப்பதால் வேதியரின் கடுஞ்செயல்களுக்குத் தூண்டுகோலாய் அமைகின்றான். இதனாலும் வேதியர் – நந்தனார் நேரடி மோதல் வேகம் குறைந்து போகிறது எனலாம். ஆயினும், தனிப்பட்ட தீய பாத்திரமாக இருந்தாலும், சொறியன், சாத்தனாரையும் வேதியரையும் சார்ந்து நிற்பது தீய சக்திகளின் சேர்க்கையைச் சித்திரிப்பதாயிருக்கிறது.

இவ்வாறு நந்தனாருக்குச் சாதகமாய்ச் சிலரையும் பாதகமாய்ப் பலரையும் படைத்து நாடகத்தை நடத்திச் செல்லும் ஆசிரியர்

மீண்டும் மீண்டும் நந்தனது மனநிலையையே நுணுகி நுணுகிச் சித்திரிக்கிறார். நாடகத்தில் முக்கியமான கட்டங்களில் ஒன்று வேதியர் – நந்தன் வாக்குவாதம். வேதியர் முன் தம்மை நிறுவும் நாட்டம் சிறிதும் இல்லாதவராக நிற்கிறார் நந்தனார்.

சீ – நீ பிடித்த பிடியை விடாதவன்
அடம் பிடிக்கின்ற அடாத்துக்காரன்
வேலையைப் போய்ப் பார்

என்று திட்டித் தீர்க்கிறார் வேதியர். அப்பொழுது இறைவனைத் தியானித்து

ஈசனே,
ஒப்பிலாய், உன்மேல் அன்பு வைப்பது
தப்பா என்ன ? சகலரும் கூடிச்
சிப்பிலி ஆட்டினார். சீவனை உலைக்கிறார்

என்று கூறுகிறார் நந்தனார். பின்னரும் ஒரு சந்தர்ப்பத்தில் மூத்தாரும் வேதியரும் சந்திக்குமிடத்திலே மூத்தார் பின்வருமாறு கூறுகிறார்:

சங்கரன் கருணையின்
பாத்திரமான பண்பினர் என்பதை
ஏனோ ஒருவரும் எண்ணுவதில்லை.
கலகக்காரனாய்க் காண்பவர் சிலபேர்
குழப்பக்காரனாய்க் கொள்பவர் சிலபேர்
கிளர்ச்சிக்காரனாய்க் – கீழ்மகனாகப்
பழிப்புக்காரனாய்ப் பார்ப்பவர் சிலபேர்
நாத்திகள் என்றும் நகைப்பவர் சிலபேர்
புரட்சியன் என்று புகல்பவர் சிலபேர்.

இச்சந்தர்ப்பத்திலேயே மனமாற்றமடைந்த வேதியர் மூத்தார் கூற்றுக்கு முத்தாய்ப்பாக,

பாவம், நந்தன், பலரும் அவனைச்
சரியாய் விளங்கும் தகுதி இல்லாராய்ச்
சங்கடம் கொடுக்கிறோம்

என்று கூறுகிறார். வேதியரின் மனமாற்றத்தைக் கோபாலகிருஷ்ண பாரதியாரை அடியொட்டியே முருகையனும் அமைத்துள்ளார். பாத்திரங்களின் எண்ணிக்கையை மிகுதியாக்கிக் கொண்டபடியால் மன அவசங்களையும் அவதிகளையும் “சிறிது நுட்பமாகக் காட்ட” வாய்ப்பு ஏற்பட்டுள்ளது.

உளவியல் நோக்கில் நாடகத்தை ஆசிரியர் வளர்த்துள்ளமைக்குச் சிறந்த எடுத்துக்காட்டு, சிதம்பர தரிசனத்தின்போது வருகிறது. சேக்கிழாரும், கோபாலகிருஷ்ண பாரதியாரும், நந்தனார் எரியில் மூழ்கிப் புனிதமடைந்தவராய்ப் பரமன் சன்னிதியை அணுகினார் என்பர். அதனை விரிவாக மேலே விவரித்திருக்கிறோம். நந்தனார்

தீயில் மூழ்கிய நிகழ்ச்சியை நீக்கிவிட்டு, அதற்கு உளவியல் அமைதிகாண முயல்கிறார் முருகையன். பௌதிகப் பொருளாம் நெருப்பை உருவகப்படுத்தி நெஞ்சக்கனலாக மாற்றிவிடுகிறார். இது உளவியற் போக்கைக் காட்டுகிறதன்றோ?

திருக்குறள் கரையிலே தியான மூர்த்தியாய்
வீற்றிருக்கின்றார். விகசிதமுற்ற
முகமலர்ச் சுடரின் முழுமையைக் காண்போர்
கண்கள் கூசி இமைகளை மூடினர்!

என்றோர் அந்தணரும்,

நெஞ்சிலே சிவத்தை நிறுத்தினார் போலும்!

என்று மற்றோர் அந்தணரும்,

நெஞ்சு மட்டுமா, நின்மலன் நினைவினால்
அவர் தாம் அருட்கனல் மூட்டி முழுகினார்.
அருட்கனல் மூட்டி அதற்குள் முழுகிய
முத்தரை பற்றி யார் முற்றும் அறிவார்?

என்று பிறிதோர் அந்தணரும்,

தியானித்திருந்தவர்
சில அருட் கனலின் தேசினாற் பழைய
உருவம் நீங்கி ஓர் புத்துருப் பெற்றார்

என்று அப்பு தீட்சிதரும் கூறுகிறார்கள். இவை நெருப்பிற்கு "நவீன" விளக்கம் கூறியதாகும். இதிகாசத்திலும், புராணங்களிலும் அகலிகை கல்லானாள் என்றே கூறப்படும். அதுவே பல நூற்றாண்டுகளாக நம்பப்பட்டும் வந்தது. ஆனால் உளவியல் ரீதியில் சிறுகதை எழுதிய புதுமைப்பித்தன், எம்.வி. வெங்கட்ராம் முதலியோரும், கவிதைகள் பாடிய சில்லையூர் செல்வராசன், மஹாகவி ஆகியோரும் அகலிகையின் உள்ளம் கல்லாயிற்று என்று விளக்கம் கூறுவதை ஒப்ப உள்ளது முருகையன் கூறும் "அருட் கனல்". அதன்படி நந்தனார் தாமே தம்மைத் தூய்மைப்படுத்தியவராகிறார். இதுவே உளவியல் நோக்கின் உச்சம் எனலாம்.

பௌதிக நெருப்பு காலத்துக்கு ஒவ்வாததா யிருப்பினும், நந்தனாருக்கு ஏற்பட்ட சோதனைக்குச் சான்றாகவும் உதாரணமாகவும் விளங்குகிறது. அக்கினிப் பிரவேசம் ஆளையே அழித்துவிடுவதா யிருந்தது. "அருட் கனலில் முழுகினார்" என்ற விளக்கம் ஆன்மீகத்துக்குப் பொருத்தமாயிருக்கக் கூடுமாயினும், வேகத்தைக் கெடுத்துவிடுகிறது என்பதில் ஐயமில்லை. ஒட்டுமொத்தமாகப் பார்க்கும் பொழுது, ஒருவகையான சீர்திருத்தவாதம் நாடகத்தில் இழையோடுவதைக் காணலாம். இதில் பலமும் பலவீனமும் இருக்கிறதாயினும், பலவீனமே ஓங்கி நிற்கிறது.

எல்லோரையும் இறுதியில் மனமாற்றத்துக்கு உள்ளாக்குவது பிரச்சினையைத் தீர்த்து வைப்பதாகத் தோன்றுமாயினும், நாடகத்திலே முரண்பாட்டைக் கெடுத்துவிடுகிறது. இது யதார்த்தத்தைக் குறைத்து விடுகிறது.

இன்னொரு வகையிற் பார்க்கும்போது இந்நாடகத்திற் சாதிப் பிரச்சினை சமயப் பிரச்சினையாகவே சித்திரிக்கப்படுகிறது. கோபாலகிருஷ்ண பாரதியார் காலத்தில் இது ஒரு வேளை பொருத்தமா யிருந்திருக்கலாம். ஆனால் எமது காலத்தில் சாதிப்பிரச்சினையைச் சமயப் பிரச்சினையாக மாத்திரம் கணிக்கவியலாது. வர்க்கப் பிரச்சினையாகவும் தேசியப் பிரச்சினையாகவும் அது இருக்கிறது. ஆகவே கோபாலகிருஷ்ண பாரதியார் சேக்கிழாரின்றும் பெருமளவுக்கு வேறுபட்டது போல, முருகையனும் பாரதியாரினின்றும் இவ்விஷயத்தில் வேறுபட்டிருந்தால் பிரச்சினை துலக்கமடைந்திருக்கும். ஆனால் நந்தனார் சரித்திரக் கீர்த்தனையைத் தழுவிச் சென்றிருக்கும் முருகையன் நந்தனார் சரித்திரத்தில் எமது காலப் பிரச்சினையை இணைக்காது, பிற்சேர்க்கையாக மூன்றாம் அங்கத்தின் இறுதிக் காட்சியில் "ஈழத்துச் சிற்றூர்க் கோயில்" ஒன்றைக் காட்டுமுகமாக ஆலயப் பிரவேசப் பிரச்சினையை அறிமுகஞ் செய்கிறார். இது வரவேற்கப்பட வேண்டியதே ஆயினும், இவ்விறுதிக் காட்சி விட்டிசைப்பதும் குறிப்பிடத்தக்கதே. கதையின் மையத்தோடு இப்பிரச்சினை சம்பந்தப்படுத்தப்படாததால், ஓரளவு விலகி நிற்பது மட்டுமின்றிப் பிரச்சாரப் பண்பு தெரியும் வகையிலும் அமைந்துவிட்டது இறுதிக் காட்சி.

தொடக்கத்திலிருந்து இறுதிவரை சூத்திரதாரன் ஒருவன் ஆசிரியர் கூற எடுத்துக்கொண்ட "பழங்கதையை இக்கால மக்களின் எண்ணப் போக்குகளுடன் இசைவு காட்டி" நடத்தவும், சில செய்திகளை வியாக்கியானஞ் செய்யவும் பயன்படுகின்றான் என்பது உண்மையே. அந்த வகையில் இறுதிக் காட்சியில் அமைந்த நிகழ்ச்சிகளையும் முந்திய நிகழ்ச்சிகளோடு தொடர்புபடுத்துகிறான். நாடகத்தில் உள்ளார்ந்த வேகம், இல்லாமைக்கு ஈடாக அமையத் தவறிவிட்டது என்றே கூறவேண்டும்.

இங்குதான் நான் முன்னர் குறிப்பிட்ட சீர்திருத்தவாதம் பாதகமாகச் செயற்பட்டிருப்பதைக் காணக்கூடியதாக உள்ளது. நந்தனார் சரிதப் பகுதி முடிந்து திரை விழுந்ததும் சூத்திரதாரன் தோன்றிக் கூறுகிறான்:

> ... ஆதனூர் நந்தரின் அழகிய சரிதையில்
> சாதியினர் கடும்பிடி தளர்ந்தமை கண்டோம்
> பிறப்பின் வழியே பேசும் சாதியின்
> இறுக்கம் சற்றே இளக்கம் கண்டது

ஆயினும், பின்னர் மறுபடி பழமையே
வெற்றி கொண்டது; வேற்றுமை தொடர்ந்தது . . .

இக்கூற்றிலே சில மயக்கங்கள் உள்ளன. நந்தனார் சரிதத்தையொட்டித் தமிழகத்திற் சாதியின் கடும்பிடி சற்றுத் தளர்ந்ததாக ஆசிரியர் குறிப்பது ஏற்றுக்கொள்ளவியலாது. நந்தனார் ஒரு விதிவிலக்கு; அது மட்டுமல்ல. நாம் மேலே விளக்கியிருப்பது போல், அவருக்கு மரணத்திலேயே விமோசனம் கிடைத்தது. ஆனால் நிலமானிய அமைப்பும், அதன் வாரிசாக வந்த முதலாளித்துவ அமைப்பும் வெவ்வேறு வடிவத்தில் ஏற்றத்தாழ்வுகளை இன்றியமையாதன வாக்கியுள்ளன. ஆகவே நாட்டில் சாதியின் கடும்பிடி தளர்ந்தது எனக் கூறுதல் பொருந்தாது. இவ்வாறு சற்றுத் தளர்ந்ததால் மெல்ல மெல்ல முன்னேற்றம் ஏற்படும் என்ற கருத்து உட்கிடையாயுள்ளது. இவையே நாடகத்தில் மோதல் அல்லது முரண்பாடு வேகமற்றிருப்பதற்குக் காரணமாயமைந்தன என்று எண்ணுகிறேன்.

கல்வியறிவற்ற சகோதரரான புலையர்கள் சிலரோடு நந்தனார் தர்க்கிக்கும்போது ஓரிடத்திற் பின்வருமாறு கூறுகிறார்:

நாட்டிலே இப்படி நாங்களே எங்களைத்
தாழ்த்தித் தாழ்த்தி ஒடுங்கி இறங்கினால்
எப்படி அப்பனே, நற்பதம் கிட்டும்?
உழவுத் தொழிலுக்கு உரிமை பூண்ட நாம்
தொழுது நம் ஆண்டவர் தொண்டுகள்
முறைப்படிசெய்திடும் கடமை உடையோம். அன்றி எம்
அறிவைத் தீட்டும் அந்த உரிமையும்
இல்லாதார் என எவர்தான் கூறலாம்?
பாட்டு நூல் படிப்பதாற் பலன் உண்டாயின்
பாட்டு நூல் தேடிப் பலமுறை படிப்போம்
கல்வி அறிவாற் கடையவர் கூட
நல்ல நிலைமையை நண்ணுதல் கூடும்.
ஆகையினால் நாம் அறிவினைத் தேடுவோம்
அறிவினைத் தேடினால் இறைவனைத் தேடலாம்
இறைவனைத் தேடினால் இன்பம் கிடைக்கும்.

நந்தனார் பாத்திரத்துக்கு இயைபுடைய 'நவீன' கூற்றாக இருப்பது மட்டுமின்றி, ஆசிரியரது சீர்திருத்த வாதத்தையும் இது எடுத்துக்காட்டுகிறது என்று நினைக்கிறேன்.[42] இது தாராளக் கொள்கையின் *(Liberalism)* வெளிப்பாடாகும். நகைச்சுவை மன்னர் கலைவாணர் என்.எஸ். கிருஷ்ணன், நந்தன் சரித்திரத்தைத் திரித்து நவீனப்படுத்தி அமைத்த *கிந்தனார் சரித்திரத்தில்* இதே நோக்கும் போக்கும் இருப்பதைக் காணலாம். கல்வியால் உயர்ந்தவன் கிந்தன். நாளடைவில் இக்கல்வியும் அதன் வழி வரும் பொருள் வசதியும் தாழ்த்தப்பட்டோரிடையே புதிய ஏற்றத்தாழ்வை உண்டாக்குகின்றன. ஆக, இது நிறைவான

நிவாரணம் அல்ல என்பதை நடைமுறை அனுபவமும் வரலாறும் எமக்கு உணர்த்துகின்றன. ஈழத்தில் இது வெளிப்படுமாற்றை அண்மையில் செ. கணேசலிங்கன் எழுதியுள்ள *போர்க் கோலம்* என்ற நாவலிற் காணலாம்.

ஆயினும் ஆசிரியரது தாராளக் கொள்கையின் பலவீனத்தை நாம் பெரிதுபடுத்துதல் கூடாது. ஏனெனில் நாடகத்தின் இறுதிக் காட்சியிலே தோன்றும் இளைஞன் வளர்ந்து வரும் புதிய – துடிப்புள்ள – கிளர்ச்சியாளர் பரம்பரைக்குப் பிரதிநிதியாகவே காட்சியளிக்கின்றான். நூலின் பொதுப் போக்குக்கு இணங்க அவனது பாஷை சமய வரம்புக்குட்பட்டதானாலும் புதியதொரு அழுத்தம் அதிற் காணப்படுவது கவனிக்கத்தக்கது.

> ஆகையால், ஐயரே! அகந்தை எனப்படும்
> சைவ விரோதம் தவிர்த்தல் வேண்டும்
> சைவவிரோதம் தவிர்த்திடீராயின், உம்
> சாதிபேதம் உட்பட, தகாத
> அநீதி அனைத்தும், அறம் தரும்
> பெரும் புயலிடையே துரும்பெனத் தொலையுமே!

இத்தகையவொரு இளைஞனைச் சேக்கிழாரோ, கோபால கிருஷ்ண பாரதியாரோ படைத்திருக்கவியலாது. இன்று முருகையனால் முடியும். ஆனால் இவனை நந்தனார் சூழலிற் படைத்திருந்தால் நாடகத்தின் போக்கே வேறுவிதமாயிருந்திருக்கும். புதியதொரு சமுதாய நாடகமாக, நந்தனார் சரித்திரம் மாறியுமிருக்கும்.

ஆயினும், முழுநேர மேடைக் கவிதை நாடகம் என்ற முறையில் பல சிறப்பியல்புகள் இதிலுள்ளன. குறிப்பாக, "சொற்களின் இயல்பான ஓசையைக் கொண்டே கவிதை ஓசையைப் பின்னியிருக்கிறார்" ஆசிரியர். இது, இதுகாலவரை பல ஆசிரியர்கள் செய்யத் தவறியதொன்றாகும். "இயற்றமிழ்க் கவிதைகளை யதார்த்தத்திற்கு முரண்படாத பேச்சாக இயற்றும் வேலையிலே மேற்கூறிய கவிஞருட் பெரும்பாலானோர் தோல்வியே கண்டனர்" என்று முன்னொரு சந்தர்ப்பத்தில் குறிப்பிட்ட முருகையன் இந்நாடகத்தில் இயல்பான உரையாடலை நுணுக்கமாகக் கையாண்டிருக்கிறார்; வெற்றியும் கண்டிருக்கிறார். ஆனால் இதனை இவ்விடத்தில் விரிவஞ்சி விடுக்கிறேன்.[43]

முருகையனது படைப்பின் பொருட் சிறப்பினும் சொற்சிறப்பே மேலோங்கியிருக்கிறது என்று பொருள்பட எழுதியுள்ளார் ஈழத்து விமர்சகர் ஒருவர்:

> "பழமையான சமய நம்பிக்கையின் அடிப்பிறந்த மரபுக் கதைக்குப் பெரிதும் முரண் இல்லாமல் சிறு மாற்றங்களுடன் நாடகம் அமைந்துள்ளது . . .

கோபுர வாசலின் சிறப்பு அதன் உரையாடல் எனலாம். முருகையனின் தனி இயல்பை அதில் காண முடிகின்றது. எளிமையும் தெளிவும் இயல்பும் முருகையனின் கவிதைப் பண்பாகும். கவிதை நாடக உரையாடலுக்கு ஒரு முன்மாதிரியாக அமையும் தகுதி கோபுர வாசலுக்கு உண்டு."[44]

இம்மேற்கோளிலே விமர்சகர் நாடகத்தின் பிரதான பலவீனத்தைத் தொட்டுக் காட்டியுள்ளார்; "மரபுக் கதைக்குப் பெரிதும் முரண்படாமல்" நாடகம் நடக்கிறது. *அகலிகை வெண்பா* பாடிய வெ.ப. சுப்பிரமணிய முதலியாரும் அவ்வாறே தமது காவியத்தை இயற்றினார். ஆனால் எமது காலத்தில் பல நிகழ்ச்சிகள் மரபுக்கு மாறாகவும் 'மரபை' மீறியுமே நடைபெறுகின்றன. "சாத்திரம் உத்தமம்" என்பது மரபுக் கதை. அது மனிதனது முன்னேற்றத்தைத் தடுக்குமானால் சாத்திரமன்று, சழக்கு என்றார் பாரதியார். ஈழத்தைப் பொறுத்தவரையில் இன்று ஆலயப் பிரவேசம் ஒரு தேசியப் பிரச்சினையாகிவிட்டது. எனவே அதனையும், அதற்கு ஆதாரமாயுள்ள சாதி பேதத்தையும் நாடகக் கருவாகக் கொண்டிருந்தால், உருவத்திற் காணப்படும் சொற்சிறப்பும், உத்தி நுணுக்கங்களும் மேலும் பன்மடங்கு கலையம்சம் பெற்றிருக்கும். சாதிப் பிரச்சினை பற்றிச் சிறந்த சில தனிப்பாடல்கள் யாத்துள்ள கவிஞர் முருகையன், இந்நாடகத்தில், "மரபுக் கதையை"ப் பற்றியதாலேயே வேகமிழந்தார் என்று கூறத் தோன்றுகிறது.

இன்னொன்று, இக்காலப் பகுதியில் போர்க்குணமிக்க பாடல்கள் பல ஈழத்தில் எழுந்துள்ளன. முருகையனது நாடகத்தை அவற்றுடன் ஒப்பிடுவதும் தவிர்க்க இயலாததே. 'யாழ்ப்பாணக் கவிராயர்' என்ற புனைபெயரிற் கவிதைகள் பல யாத்த, க. பசுபதி (1925–1965) அத்தொடர்பில் நினைவுகூரத்தக்கவர்.[45] பசுபதி, சுபத்திரன், கணேசவேல் ஆகியோர் இயற்றும் கவிதைகளில் சாதிப்பிரச்சினை புதிய உணர்வுடனும், நோக்குடனும் கையாளப்படுவதைக் காணலாம். இதற்குக் காரணம் ஈழத்தில் இன்று தோன்றியுள்ள சாதியொழிப்பு இயக்கமேயாகும். இயக்கத்திற்கும் இலக்கியத்திற்குமுள்ள இன்றியமையாப் பிணைப்பை இவ்வியக்கம் திரையெறிந்த கலை இலக்கியப் படைப்புக்களிற் காண்டல் கூடும். சுபத்திரன் வெளியிட்ட *இரத்தக் கடன்*[46] யாழ்ப்பாணத்தில் வெளியிடப்பட்ட *தீண்டாமை ஒழிப்பு வெகுஜன இயக்க மாநாட்டுச் சிறப்பு மலர்*[47] மட்டக் களப்பிற் சிலர் தயாரித்த *சங்காரம்* என்ற வடமோடிக் கூத்து[48] ஆகியன சில உதாரணங்கள். இப்படைப்புக்களில் எல்லாம் சாதியமைப்பை வரலாற்றடிப்படையில் ஆராயும்

போக்கு காணப்படுகிறது. ஆகவே அவற்றில் கூறப்படும் சில முக்கியமான கருத்துக்களைச் சுருக்கமாகவேனும் இங்குக் குறித்தல் அவசியம். பழங்காலத்திலிருந்து வளர்ந்து வந்துள்ள மனிதாயதக் கருத்துக்களின் போதாமையை அவை புலப்படுத்துவனவாயுள்ளன.

சாதிப் பிரச்சினை பற்றிப் பேசுகின்ற சிலர், பழந் தமிழிலக்கியங்களிலே ஆங்காங்குக் கூறப்பட்டுள்ள சில 'மனிதாபிமான'க் கருத்துக்களைச் சுட்டிக்காட்டிப் பெரும் பெரும் பெரும்புலவர்கள் எல்லாம் சாதிமுறையை எதிர்த்தே வந்திருக்கின்றனர் என்று தமக்குத்தாமே ஒரு வகையான மன அமைதியைத் தேடிக்கொள்வதைக் காணலாம். சங்கச் சான்றோர் தொடக்கம் வள்ளலார் வரை "சாதி சமயச் சழக்குகளை" கண்டித்துப் பாடியவர் பலர் உள்ளனர் என்பது உண்மையே. ஆனால் அக்கண்டனத்தின் தன்மையே கூர்ந்து நோக்கத்தக்கது. சாதிமுறை கூடாது என்பதை எடுத்துக் கூறுவதற்குப் பெரும்புலமையோ, பேரறிவோ தேவையில்லை. நிலைமையை மாற்றுவதற்கு ஏற்ற வழிவகைகளைக் கூறுவதிலேயே முந்தையோர் பெரிதும் வேறுபடுகின்றனர்.

"கொடிது கொடிது வறுமை கொடிது" என்று ஔவைக் கிழவியும் பாடினாள். ஆனால் வறுமை சமுதாய நிதர்சனமாக இருந்து வந்திருக்கிறது. "இல்லை என்ற சொல்லை உலகில் இல்லையாக வைப்பேன்" என்று பாரதி முழங்கியபோது வறுமை வெறும் வருணனையாகவன்றி, மாற்றப்பட வேண்டிய பொருளாகக் காட்சி தந்தது. சாதி முறையும் அவ்வாறுதான். இலட்சியமான கற்பனையுலகைக் கவிதையிற் காட்டி மகிழ்ந்த சோழர் காலத்துக் கவியரசனான கம்பனும்,

நீதியால் வந்ததொரு
நெடுந்தரும நெறியல்லால்
சாதியால் வந்த சிறு
நெறி அறியான் என்தம்பி

என்று கும்பகர்ணன் வாயிலாக நீதிநெறி, சாதி நெறியினும் மேம்பட்டது என்று கூறிப்போயினான். ஆனால் அவன் வாழ்ந்த சோழர் காலத்திலேதான் சாதிப் பாகுபாடு ஆட்சியியலின் அடிப்படைகளில் ஒன்றாயிருந்தது. ஈழத்துக் கவிஞர் சுபத்திரன்,

நீதி மறந்தவர் எந்த மதத்தினிற்
சாதி படைத்தனரோ – அதை
மோதியுடைப்பது தானொரு பாதையென்
றோதி எழுந்திடுவாய்

என்று உரக்கக் கூறும்பொழுதுதான் சாதி வெறும் வருணனையாகவன்றி நீக்கப்பட வேண்டிய நிறுவனமாகக் காட்சி தருகிறது.

மனிதனை மனிதன் அடக்கி அடிமைப்படுத்தும் சகல விதமான ஏற்பாடுகளும் பல்வேறு காரணங்களில் போராட்டங்களினாலேயே அகற்றப்பட்டுள்ளன என்பது வரலாற்று உண்மை. கேவலம் மனமாற்றத்தால் அடிப்படை மாற்றம் எதுவும் நிகழாது; மந்திரத்தால் மாங்காய் விழாது. சாதிக் கொடுமையைப் பற்றியும் சாதி முறையைப் பற்றியும் எமது பழைய இலக்கியங்களிலே எடுத்துரைத்தவர்கள் ஆகக் கூடிய பட்சம் மனமாற்றத்தையே எதிர்பார்த்தனர். உடையவனும் இல்லானும் இருந்த –வணிக வர்க்கச் செல்வாக்கு ஓங்கிய சமுதாய அமைப்பிலே–வறியார்க்கு ஒன்று ஈவது பற்றி விரிவாக எடுத்துரைத்துப் "பகுத்துண்டு பல்லுயிர் ஓம்பும்" இணக்க முறையை வகுக்க முயன்றார் வள்ளுவர். வறுமையை அதிகப்படவிடாது அதனைக் குறைக்க முயன்றால் செல்வனுக்கு அதுவே உதவியாயமையும் என்று உபதேசம் பண்ணினார் வள்ளுவர். "அறம்" உரைத்த வள்ளுவர் எவர் பக்கம் நிற்கிறார் என்பது வெளிப்படை. ஆனால் சமூக சிந்தனையாளனாக அவரைக் கொண்டு இன்று வாழும் வழிவகுக்க விரும்புகின்றனர் பல தமிழ்க் காவலர்கள்.

பிறப்பாற் பெறும் பேதத்தைப் பேச்சளவில் மறுத்த பொய்யா மொழியார், செய்தொழில் வேற்றுமையை நியதியாக ஏற்றுக்கொண்டு மனிதரிடையே ஏற்றத்தாழ்வை அமைத்து அமைதி கண்டார்.[49] வள்ளுவர் புத்துலகு அமைக்க முயன்றவர் அல்லர். பழைய உலகைப் புத்திசாலித்தனமாக நடக்கும்படி யுக்தி கூறியவரே. தார்மீகப் புனருத்தாரண இயக்கத்தினர், முதலாளிக்கும் (முதலாளித்துவம் அல்ல) தொழிலாளிக்கும் நட்புறவும் நல்லெண்ணமும் பரஸ்பர நம்பிக்கையும் உருவாக வேண்டும் எனப் பிரசாரஞ் செய்து 'கலை' வடிவங்களிலே அக்கருத்தை முக்கியப்படுத்துவது போல, தமது காலத்துச் சமூக முரண்பாட்டிற்கு "அமைதியான" நிவாரணம் காணமுயன்றவர் வள்ளுவர். ஆனால் அதிற் சிறிதளவும் வெற்றி பெறவில்லை என்பதும் சரித்திரச் செய்திதான்.[50]

அருளும் அன்பும் ஆருயிர் ஓம்பலும் வள்ளுவர் தமது சார்பிலிருந்த வணிக வர்க்கத்தினருக்குக் கூறியவை. நேர்மையாகப் பொருள் கொடுத்து நீதியாகப் பணம் பெறுமாறு இடித்துக் கூறினார். ஆனால் வள்ளுவர் பலவாறு கூறி எச்சரிக்கை செய்திருக்கவும், வணிக வர்க்கம் தனது ஈவிரக்கமற்ற சுரண்டலைத் தொடர்ந்து நடத்தியதை *மணிமேகலை, சிலப்பதிகாரம்* ஆகிய தொடர்நிலைச் செய்யுள்களும் பிற நூல்களும் ஓரளவு எமக்குக் காட்டுகின்றன. அச்சுரண்டலையும் அதன் விளைவாகச் சமுதாயத்திற் பரவலாகக் காணப்பட்ட துன்ப துயரங்களையும் எதிர்த்து மூண்டெழுந்ததே 'பக்தி இயக்கம்' எனப்படும் சமுதாய எழுச்சிப் போராட்டமாகும்.

நாயன்மாரும் ஆழ்வாரும் சாதி முறைமையை எதிர்ப்பவரா யினர். இறைவன் சன்னதியில் எல்லோருஞ் சமம் என்று குரல் எழுப்பினர். வைணவரான திருப்பாணாழ்வாரும், சைவரான திருநாளைப் போவாரும் இக்காலத்திலேயே செம்மை பெற்றவராயினர். ஆனால் நாயன்மாரும் ஆழ்வாரும் வளர்த்த வைதிக சமயங்கள் தனியுரிமையும் சிறப்புச் செல்வாக்கும் பெற்று விளங்கிய பேரரசுக் காலத்திலே முன்னிருந்ததைவிடச் சாதி முறை மிகக் கடுமையாய் அனுட்டிக்கப் பெற்றது. இறைவன் முன் யாவரும் சமம் என்ற குரல் கம்மியே ஒலித்தது; உயர்ந்த குல மக்களே தெய்வங்களாக உலாவினர். 'உலாப் பவனி' வந்த மானிட மன்னன் இறைவன் ஆனான். இச்சூழ்நிலையில் பக்திமான்கள் இழித்துப் பாடிய சாதிமுறை, சாதிச் சழக்கு, சமூக நிறுவனத்தினதும் கட்டுப்பாட்டினதும் கூறுகளில் ஒன்றாயிற்று. மேன்மை கொள் சைவ நீதி விளங்கிய பிற்காலச் சோழர் ஆட்சியிலும், பெருமடங்களும் ஆதீனங்களும் செழித்து வளர்ந்த காலத்திலும் வருணாசிரம தருமமே தலையறமாகப் பேணப்பட்டது.

எனவே மக்களது அபிலாஷை மீண்டும் தலைதூக்குகிறது. இத்தடவை, சம்பிரதாயங்களையும் சடங்குகளையும் எதிர்த்துக் குரல் எழுப்பிய சித்தர்கள், சாதி எதிர்ப்பையும் தமது கொள்கையில் இணைத்துக் கொண்டனர். ஆனால் சமூகத்திலிருந்து ஒதுங்கி, புறவாசிகளாக – வெறும் ஆட்சேபனையாளராக மட்டும் – சித்தர்கள் வாழ்ந்தனர். மக்களது அபிலாஷைக்கு ஆக்கபூர்வமான உருக்கொடுத்து எதிர்ப்பை நடைமுறை இயக்கமாக நெறிப்படுத்தும் ஆற்றலும் அறிவும் அவர்களுக்கு இருக்கவில்லை. தமக்குப் பிடிக்காத சமுதாயத்திலிருந்து தாமாகவே விலகிக்கொண்டனர். அவ்வளவில் அவர்கள் ஆட்சேபனை நின்றது. அந்தளவிலேயே அவர்கள் மக்களைக் கவர்ந்திருந்தமையை நோக்குமிடத்து, மக்கள் இன்னும் கடுமையான எதிர்ப்பைக் கைக்கொள்ளத் தயாராயிருந்தமை புலப்படும்.[51] இன்னொன்று, சித்தர்கள் சமுதாய உணர்வு நிறைந்தவராயிருந்தும், அவர்களது "தத்துவம்" சமய சம்பந்தமானதாயும், அகநிலைப்பட்டதாயும் குறுகிய வரம்புக்குள் செயற்பட்டது. படவே, ஒரு குறிப்பிட்ட எல்லைக்கு அப்பால் அதன் செல்வாக்கு இயங்க முடியாமற் போயிற்று.[52]

இவ்வரலாற்றுச் சுருக்கம் சற்று ஆழமாக நோக்கத்தக்கது. ஏனெனில் சமயப் போர்வையிலேயே இதுகால வரை சாதிப் பிரச்சினை நோக்கப்பட்டு வந்தமையால் மிகச் சமீப காலம் வரை – அதாவது நவீனகாலப் பகுதியிலும் – பலர் சமய அடிப்படையிலேயே இப்பிரச்சினைக்கு விடிவுகாண எண்ணினர்.

மதமாறுவதால் சாதிப்பிரச்சினைக்குத் (தம்மளவிலே) தீர்வு காண்பதாகப் பலர் கருதியிருக்கின்றனர்.

பிரச்சினை என்பது முரண்பாட்டின் உருத்தோற்றமாகும். அம்முரண்பாட்டை இயக்கத்தினரால், அதாவது, செயலினால் – பேராட்டத்தினால் – தீர்க்கலாமேயன்றி, அதிலிருந்து நழுவுவதால் தீர்த்துவிடவியலாது. ஒருவர் மதமாறிய பின்னரும் வேறு வகையான ஏற்றத் தாழ்வுகளும் முரண்பாடுகளும் தோன்றக் காண்கிறோம். எனவே அந்நிவாரணம் தவறாக இருந்திருக்கிறது என்பது நிரூபிக்கப் பெறுகிறது.

ஆகவேதான் முற்றும் புதிய நடைமுறையில் இப்பிரச்சினையை அணுகும் உணர்வு இக்காலத்து எழுத்தாளர் சிலரிடத்துக் காணப்படுகிறது. இதனைத் தனித்தெடுத்துச் சாதிப் பிரச்சினையாகவும், சமயப் பிரச்சினையாகவும் மாத்திரம் கருதாமல், பொதுவான தேசப் பிரச்சினையாகவும் சிறப்பாக வர்க்கப் பிரச்சினையாகவும் கருதிச் செயலாற்றும் நிலைமை தோன்றியுள்ளது. பல்வேறு வகைகளிலும் பல்வேறு நிலைகளிலும் ஒடுக்கப்பட்ட மக்களது அடிப்படை உரிமைகளுக்காகக் கிளர்ந்து எரியும் போராட்டங்களில் இதுவும் ஒன்று. பழைய சமூக அமைப்பில், சிலர் "தீண்டாதார்" என ஒடுக்கப்பட்டது போலவே, பெண்கள் பின்புத்தி உள்ளவராகவும் பேதைகளாகவும் ஒதுக்கி வைக்கப்பட்டனர்; சாதிக்கொரு நீதி பேசப்பட்டது போலவே ஆணுக்குப் பெண்ணும் நீதி வேறுபட்டது. இளைஞரோ அனுபவம் அற்றவராகவும் பெரியோரைப் பின்பற்றிச் செல்ல வேண்டியவராகவும் குறைத்து மதிக்கப்பட்டனர். இங்கெல்லாம் ஏற்றத்தாழ்வும் பேதமும் "தீண்டாமையும்" வெவ்வேறு அளவில் உள்ளன. இவை யாவற்றுக்கும் அடிப்படையாகப் பொருளாதாரக் காரணிகள் இருக்கின்றன.

பழைய இலக்கியங்களைக் காட்டி, "சாந்தியும் சமதானமும்" போதிப்போர் உண்மையில் மாற்றத்தை எதிர்ப்பவர்களேயாவர். அவர்களும் இலக்கியத்தைத் தமது நோக்கிற்கு ஏற்பப் பயன்படுத்துகிறார்கள். வள்ளுவன் முதல் வள்ளலார் வரை வாழ வழிவகுத்தோர் தொகை பெரிதுதான். ஆனால் மனிதனது அடிமைத் தளைகள்தாம் பலவிடங்களில் இன்னும் அறுபட வில்லை. எவ்வளவுதான் இலட்சிய உணர்வும், இரக்க சிந்தையும் இருந்தவராயினும், பண்டைய இலக்கிய கர்த்தாக்கள் – அல்லது எமக்குக் கிடைக்கும் நூல்களின் ஆசிரியர்கள் – உலகை விவரித்தவரேயாவர். எமது மொழியில் பாரதிதாசன் தான் ஓரளவேனும் "புதியதோர் உலகு செய்வோம்" என்று முதலிற் பாடினான். யாழ்ப்பாணக் கவிராயரும்,

புதுவுலகம் காண்பதற்குப்
புரட்சி வேண்டும்
இது உலகம் எமக்களித்த பாடம்

என்றும்,

விடிவுகாலம் இங்கு எமக்காம் – இதை
வெற்றியோ டேட்டித் தருவோம்

என்றும் புதுக் குரலிற் பாடினார். இப்புதுக் குரல், போர்க் குரல் ஆகும். 'நல்லார் ஒருவர் உளரேல் அவர் பொருட்டு எல்லார்க்கும் பெய்யுமழை' என்பது பழைய இலக்கியக் குரல். எல்லோரையும் உழைத்துண்ணும் 'நல்லவ'ராக்கும் பெருமாற்றத்தை நாடி நிற்கிறது இன்றைய உலகம்.

வீணில் உண்டு களித்திருப்போரை
நிந்தனை செய்வோம்

என்று இப்புதுக்குரலின் விடிவெள்ளி பாரதியும் பாடினான். அவ்வேணவாவின் ஒரு சிறு பொறியே ஈழத்தில் இன்று எழுந்துள்ள சாதியொழிப்புப் போராட்டம். பழைய நோக்கின் பொருந்தாமையைக் குத்திக் காட்டுகிறார் ஈழத்துக் கவிஞர் ஒருவர்:[53]

உழுவார்க்கும் வெறுவயிறும்
உழைப்பார்க்குப் பட்டினியும்
எழுதி வைத்தவிதி இறையவன்
விதியென்றால்,
அறைகூவல் விடுத்திடுவோம்
அடுக்காத செயல்செய்த
இறைவனுக்கும் எதிராக
எம்போரைத் தொடுத்திடுவோம்
அடிமைகளே! எழுந்திடுக
ஆண்டவனை ஆண்டிடவே
படையமைத்துப் போர்புரிவோம்
பலம் எங்கள் பலமேதான்
மனமாற்றம் உறுவரெனும்
மடமைகளைக் கைவிட்டு
இனியொரு விதிசெய்வோம்
எந்நாளும் காத்திடுவோம்...

இவையெல்லாம் ஈழத் தமிழிலக்கியத்தின் புதுக்குரல்கள். 'புலைப்பாடியும் கோபுர வாசலும்' என்று பாகுபடுத்திய சகல விதமான விதிகளையும் விலக்கிக் கொண்டு "குவலயம் நமது சொந்தமடா" என்று புத்துலகைப் படைக்க விரும்புவோரது போர்க்குரல்கள், புராதன காலத்தில் சகோதரராக வாழ்ந்த மனிதன், வர்க்கங்களின் தோற்றத்தால் பலவாறாகப் பிளவுண்டு புண்பட்டுக் கிடந்தான். அந்நிலையை மாற்றி,

ஏழை யென்றும் அடிமை யென்றும்
எவனும் இல்லை ஜாதியில்

என்று கூறத்தக்கதாக, விஞ்ஞானயுகம் தரும் வியத்தகு பொருள்கள் அனைத்தும் எல்லோர்க்கும் பொது என்று முரசறையத் தக்கதாக, சமத்துவ உலகில் மனிதன் வாழ முடியும் என்ற நம்பிக்கை இப்புதுக் கலைஞர்களின் படைப்பில் மேலோங்கிக் காணப்படுகிறது. *சிதம்பரக் கும்மியி*ல் கோபாலகிருஷ்ண பாரதியார், ஆன்மீகப் பொருளிற் பாடினார்:

விதியினெழுத்தைக் கிழித்தாச்சு
முன்னே விட்ட குறை
வந்து தொட்டாச்சு
மதியமிர்தமு முண்டாச்சு
தென்று வாழ்த்திக்
கும்மி யடியுங்கடி!

இத் தன்னம்பிக்கையும், இனிமை நம்பிக்கையும் இன்று பரவலாகக் கேட்கும் சோகக் குரல்களுக்கும் விரக்தி விம்மலுக்கும் மாற்றுமருந்துகளாம். நந்தனார் வரலாறு இதனையே இன்று எமக்குப் போதிக்கிறது.

சான்றாதாரம்

1. முருகையன், இ., *கோபுரவாசல்*, கொழும்பு, 1969
2. துரைசாமிப் பிள்ளை, ஔவை சு., *சைவ இலக்கிய வரலாறு*, அண்ணாமலை நகர், 1958, பக். 245
3. ஞானசம்பந்தன், அ.ச., *தேசிய இலக்கியம்*, சென்னை, 1966, பக். 113.
4. மகத்தான இப்புரட்சி பற்றி எனது *பண்டைத் தமிழர் வாழ்வும் வழிபாடும்* (சென்னை, 1966) என்ற நூலில் விரிவாக எழுதியிருக்கிறேன். இத்தொடர்பில் அந்நூலிலுள்ள "நாடும் நாயன்மாரும்" என்னும் அத்தியாயம் பொருத்தம் நோக்கி வாசிக்கத்தக்கது.
5. ஷை பக். 169–170
6. திருவாசகம்: கண்டபத்து.
7. சுப்பிரமணிய முதலியார், சி.கே., *திருத்தொண்டர் புராணம்* (உரையுடன்), இரண்டாம் பகுதி, கோயமுத்தூர், 1940, பக். 1397.
8. ஷை பக். 1396

9. க.அ. நீலகண்ட சாஸ்திரியாரும் வேறு சிலரும் சேக்கிழார் இரண்டாம் குலோத்துங்கன் ஆட்சிக்காலத்தில் (1113–1150) பெரியபுராணத்தை இயற்றினார் என்பர்; டி.வி. சதாசிவப் பண்டாரத்தார் மூன்றாம் குலோத்துங்கன் ஆட்சியில் (1178–1218) என்பர். இருசாரார் கூற்றுக்களையும் சீர்தூக்கிப் பார்க்குமிடத்துச் சதாசிவப் பண்டாரத்தார் முடிவே பொருத்தமாகத் தோன்றுகிறது.

10. உதாரணமாக மா. இராசமாணிக்கனார் எழுதிய *பெரியபுராண ஆராய்ச்சி* (இரண்டாம் பதிப்பு, சென்னை, 1960) என்ற நூலில் 300ஆம் பக்கம் பார்க்கவும்.

11. ஷை பக். 192–3.

12. ஷை பக். 79–97.

13. இவ்வுருவத்தைக் கண்டுருகியே சென்ற நூற்றாண்டிலே கோபாலகிருஷ்ண பாரதியார், "எந்நேரமும் உந்தன் சந்நிதியிலே – நானிருக்க வேணுமையா" என்னும் பல்லவியைக் கொண்ட கீர்த்தனத்தை இயற்றினார். பிற்காலத்தில் இது நந்தனார் சரித்திரக் கீர்த்தனையிற் சேர்க்கப்பட்டது. உ.வே. சாமிநாதையர், *கோபாலகிருஷ்ண பாரதியார்* (இரண்டாம் பதிப்பு), சென்னை, 1964, பக். 23; *பெரியபுராண ஆராய்ச்சி*, பக். 369, சி.கே. சுப்பிரமணிய முதலியார், *திருத்தொண்டர் புராணம்*, ஷை பக். 1374.

14. *Ins.* 203 of 1912.

15. சதாசிவ பண்டாரத்தார், டி.வி., *பிற்காலச் சோழர் சரித்திரம்*, பகுதி II (இரண்டாம் பதிப்பு), அண்ணாமலை நகர், 1957, பக். 141; சுந்தரமூர்த்தி சுவாமிகள் தேவாரம், (திருப்பனந்தாள் காசிமட வெளியீடு) 1958, பக். 317.

16. தமிழன் (ம.பொ. சிவஞானம்), "நாடகத்தில் புரட்சி" சங்கரதாஸ் சுவாமிகள் நூற்றாண்டு மலர், சென்னை, 1968, பக். 151–152. இப்பொருள் பற்றி எழுதப்பட்டுள்ள சிறந்த கட்டுரை இது என்பதில் ஐயமில்லை.

17. கோபாலகிருஷ்ண பாரதியார், பக். 44–5.

18. வையாபுரிப் பிள்ளை, எஸ்., *இலக்கிய மணிமாலை*, சென்னை, 1954, பக். 129

19. இங்குக் காட்டப்பட்டுள்ள மேற்கோளிலே கிராமணியார் தஞ்சை மாவட்ட நிலப்பிரபுத்துவத்தின் கொடுமை பற்றிக் குறிப்பிடுவது வரலாற்றுண்மைக்குப் பொருத்தமானதே.

பொதுவாக நிலப்பிரபுத்துவம் எல்லாவிடங்களிலுமே ஏழைக் குடியானவரின் துன்ப துயரங்களுக்குக் காரணமாயிருப்பினும் தஞ்சையில் இது மிக மோசமாய் இருந்துவந்திருக்கிறது. அதற்குக் காரணங்களும் இல்லாமலில்லை. சமீபத்தில் தஞ்சை மாவட்டத்தில் 'வெண்மணி' என்னுமிடத்தில் நடந்த எரியூட்டல் சம்பவம் ஈண்டு நினைவுகூரத்தக்கது. தஞ்சையில் விவசாயிகள் – கிஸான் – இயக்கம் எப்பொழுதும் பலமுள்ளதாய் இருப்பதும் மனங்கொளக்கூடியது.

20. Mukherjee, R., *The Dynamics of a Rural Society*, Berlin, 1957, p. 67.

21. உதாரணத்துக்கு, மார்க்ஸ் இந்தியா பற்றி எழுதிய கட்டுரைகளைப் பார்க்கவும்; மக்ஸ் வெபர் என்ற ஜெர்மானிய சமூகவியலாளரும் வேறொரு கோணத்திலிருந்து இதே நிறுவனத்தை நுணுக்கமாக வருணித்திருக்கிறார்.

22. சுப்பிரமணியன், தி.நா., "கல்வெட்டுக்களில் கண்ட நாடு, ஊர் ஆட்சிமுறை", கையேடு (இரண்டாவது உலகத் தமிழ்க் கருத்தரங்கு மாநாடு), சென்னை, 1968, பக். 176.

23. Mukherjee, ibid., p. 71, also *The Rise and Fall of the East India Company*, Berlin, 1957, passim.

24. ஆறுமுக நாவலர், பெரியபுராணம், சூசனம், (6ஆம் பதிப்பு) பக். 167.

24 (a) நான் இவ்விடத்தில் 'கடைக்காலிலே' என்று கூறுவதற்குக் காரணம், பெரியபுராணம், நாவலர் அவர்கள் மறைவுக்குப் பின்னரே வெளிவந்தமையாகும். பெரியபுராண வசனத்தை நாவலர் பரிதாபி வருஷத்திலே (1852) வெளியிட்டாராயினும், இம்மேற்கோள் இடம்பெறும் பெரியபுராண சூசனத்தை 1864ஆம் ஆண்டளவிலேயே அச்சிற் பதிப்பிக்கத் தொடங்கினார் என அறியக்கிடக்கிறது. பெரியபுராண சூசனம் எழுதி முடிக்குமுன் நாவலர் இறந்தமையால் அவர்கள் பரிசோதித்துவைத்த பிரதிகளைக் கொண்டு, காரைக்காலம்மையார் புராணம் வரையில் எழுதப்பட்ட சூசனத்தோடு 1884இல் திரு. சதாசிவப் பிள்ளை பெரியபுராணத்தைப் பதிப்பித்தார். சூசனத்திற் கூறப்பட்டுள்ள கருத்துக்கள் சில நாவலரது ஏனைய நூல்களிலும் ஆங்காங்கு இடம் பெற்றிருப்பது எதிர்பார்க்கக்கூடியதே. சாதிபற்றிக் கடுமையாக நாவலர் இவ்விடத்திற் கருத்துத் தெரிவித்திருப்பது அவரது அடிப்படையான முடிவைத் தெளிவாக்குகிறதாயினும்,

வேறொரு கோணத்திலிருந்து நோக்கும்போது நாவலரவர்கள் சாதியினும் சமயத்தையே 'சிறப்பாகக்' கொண்டார் என்பது போதரும். ஒருபுறம் கிறித்தவ சமயத்தைத் தழுவிய வேளாளரையும், மறுபுறம் அறியாமை, பொறாமை, துரபிமானம், தீயொழுக்கம் முதலியன பொருந்தப்பெற்ற பிராமணரையும் எதிர்த்து இருமுனைப் போராட்டம் நிகழ்த்திய நாவலர், "சாதியாசாரம் சமயாசாரம் இல்லாத எழுத்துச் சாதியாற் பயன் யாதோ" என்று வினவினார். பல்லவர் காலத்திலே புறச்சமயிகளை எதிர்த்து நின்ற நாயன்மார் சாதியினும் சமயத்தையே வற்புறுத்தியதைப் போல நாவலரும் சைவத்தையே சாதியினும் உயர்வாக மதித்தார். ஆனால் அதற்காகச் சாதி தருமத்தை கைவிட்டாரல்லர். உதாரணமாக, "இங்கே நம்மவருள்ளே சிலர் கள்ளுக் குடிப்பதைவிட்டும், பறையருள்ளே சிலர் மாட்டிறைச்சி தின்பதை விட்டும் திருத்தமடைகிறார்கள். இவர்கள் யோக்கியர்களா? கிறிஸ்தவர்களோடு கூடி மாட்டிறைச்சி தின்று சாராயங் குடிக்கும் லலாட சூனியர்களாகிய வேளாளர்களும், இவர்களுக்கு அந்தியேட்டி கலியாண ஓமஞ்செய்யும் சைவ குருமார்கள் பிராமண குருமார்களும் யோக்கியர்களா?" இக்கூற்றிலே நாவலருக்குத் தோன்றிய முரண்பாடு எமக்கு புலப்படுகிறது.

நாவலரைச் சிலர் 'ஐந்தாம் குரவர்' என்று குறிப்பிட்டபோதும், அவரையும் முன்னைய குரவர்களையும் ஒப்பு நோக்கி ஆராயும் முயற்சி இன்னும் மேற்கொள்ளப்படவில்லை. சமயப் போராட்டத்திற்குப் பின்னாலிருந்த வர்க்கப் போராட்டத்தையும் அதன் விளைவுகளையும் ஆராய்வது பயனுடையதாயிருக்கும். தேசியவாதத்தின் எழுச்சிக்கு முன்னரே தோன்றிய சைவ மறுமலர்ச்சி இயக்கத்தில் நாவலரின் பங்கும், அவருக்குப் பின் அது திசைமாறிச் சென்றதுவும் இன்னோரன்ன செய்திகளும் இன்னமும் நுணுக்கமாக ஆராயப்படவில்லை. சுருங்கச் சொன்னால் சைவம், தமிழ் என்ற வரம்புக்குள்ளேயே நாவலர் இன்றும் ஆராயப்பட்டு வருகிறார். கா. இந்திரபாலா கூறியிருப்பது போல (*நாவலர் சிறப்பு மலர்*, மத்திய மாகாணச் சைவமகாசபை வெளியீடு, கண்டி, இலங்கை, *1969*, பக். *20*) "நாவலருடைய சமய இயக்கத்துக்கு ஆதரவு கொடுக்காது வந்த வர்க்கத்தினர் இன்று நாவலர் தமிழ்த்தொண்டை மட்டுமின்றி, மதத் தொண்டையும் போற்றிக் காக்க முற்படுகின்றனர். ஆனால் அவர்கள் தாமே

இந்துப் பாடசாலைகளுக்குச் செல்லாதவர்கள்; தங்கள் பிள்ளைகளைக்கூட இந்துப் பாடசாலைகளுக்கு அனுப்ப விரும்பாதவர்கள்". நாவலரைப் தொடாப் புனிதராகக் கொள்ளும் தடைவிலக்கு (taboo) மனப்பான்மை நீங்கினாலன்றிப் புறநிலைச் சார்பான ஆராய்ச்சிகள் தோன்ற வாய்ப்பில்லை. இவ்வுணர்வு அண்மையில் அரும்புவதற்கு எடுத்துக்காட்டாக, "இங்கிலாந்தில் தப்பிப் பிறந்த தமிழ் மகன்" என்ற கட்டுரையைக் குறிப்பிடலாம். (எழுதியவர்: கா. மாணிக்கவாசகர், *வீரகேசரி*, 4.1.1970)

25. *சேக்கிழார்* (மூன்றாம் பதிப்பு), சென்னை, 1952, பக். 90–94. இந்நூல், சிவக்கவிமணி அவர்கள் 1930ஆம் ஆண்டு 'சென்னை சர்வகலாசாலை'யில் நிகழ்த்திய மூன்று பிரசங்கங்களைக் கொண்டது. முதற்பதிப்பு 1933இல் வெளிவந்தது.

26. திருநாளைப் போவார் புராணம், (குறிப்புகள்): *திருத்தொண்டர் புராணம்*, இரண்டாம் பகுதி, பக். 1396.

27. Misra, B.B., *The Indian Middle Classes*, London, 1961, p. 51; also see Max Weber, *The Religion of India*, 1958, p. 16 passim.

28. ஷை கட்டுரை பக். 178

29. Krishnaswami , A., *The Tamil Country Under Vijayanagar*, Annamalai Nagar, 1964, p. 103.

30. Krishnaswami Aiyangar, S., *Some Contributions of South India to Indian Culture*, (2nd edn.) Calcutta, 1942, pp.298 ff. Also see, Sastri, K.A.N., *A History of South India* (2nd edn), 1958, p. 254.

31. Kosambi, D.D., *An Introduction to the Study of Indian History*, Bombay, 1956, p. 272. இந்தியாவிலே தோன்றி வளர்ந்து தேய்ந்த நிலமானிய முறைபற்றி அறிய விரும்புவோர்க்கு இந்நூலின் இறுதி அத்தியாயங்கள் இன்றியமையாதவை. சிந்தனைக் கருவூலமான இந்நூல் இதுவரை தமிழில் மொழிபெயர்க்கப்படாதிருப்பது கவலைக்குரியதாகும்.

32. பாமி தத், ரஜனி., *இன்றைய இந்தியா* (தமிழ் மொழி பெயர்ப்பு) சென்னை, 1947, பக். 222. இந்தியாவின் நிலப்பிரச்சினைகள் என்ற தலைப்பில் ஆர்.கே. முகர்ஜி எழுதிய ஆங்கில நூலிலிருந்து இந்த மேற்கோளை எடுத்தாள்கிறார் பாமி தத்.

33. சுப்பிரமணிய முதலியார், *திருத்தொண்டர் புராணம்*, பக். 1394.

34. பாமி தத், ஷை பக். 211–2.

35. பெரிய முத்துப்பட்டன் கதை – வில்பாட்டு, திருநெல்வேலி, 1961. முத்துப்பட்டன் கதையைப் பற்றியும் வேறு சில வில்லுப்பாட்டுக்களைப் பற்றியும் சில வருடங்களுக்கு முன் நா. வானமாமலை சில கட்டுரைகள் எழுதியிருந்தார் (சரஸ்வதி, 1958) அவரது *தமிழர் நாட்டுப்பாடல்கள்* என்ற நூலிலும் இவை பற்றிய குறிப்புக்கள் உண்டு. சாதிப் பாகுபாட்டை நாட்டுப் பாடல்கள் கையாளும் முறைக்கும் "இலக்கிய" நூல்கள் கையாளும் முறைக்கும் வேறுபாடு உண்டு. முடிவு சோகமாக இருப்பினும், நாட்டுப்பாடல்களிலே பொதுவாகத் தாழ்ந்த நிலையிலிருந்து தோன்றும் கதாபாத்திரங்களின் விசாலமான உள்ளம், வீரம், தியாகம், பொதுநல வேட்கை, சமூகநல நாட்டம் ஆகியன போற்றப்படுகின்றன.

36. Vriddhagirisan, V., *The Nayaks of Tanjore*, Annamalai Nagar, 1942, p. 170.

37. வையாபுரிப் பிள்ளை, எஸ்., *தமிழ்ச் சுடர்மணிகள்* (முதற்பதிப்பு), சென்னை, 1949, பக். 288–9

38. கோபாலகிருஷ்ண பாரதியார், அண்ணாமலை ரெட்டியார் முதலியோர் பாரதியின் கவிதைக்கு உரமூட்டியிருக்கும் விதத்தைப் பற்றி *ஒப்பியல் இலக்கியம்* (சென்னை, 1969) என்ற நூலில் விவரித்திருக்கிறேன். அதில், "சிந்துக்குத் தந்தை" என்னும் அத்தியாயத்தைப் பார்க்கவும்.

39. இவ்வாறு குலத்தால் இழிந்த அடியார்கள் சிலரை "ஐயர்" என்று சேக்கிழார் குறிப்பதன் முக்கியத்துவம் குறித்துக் கருத்து வேறுபாடுண்டு. சாதிசமயக் கொள்கைகளைக் கடந்த தமிழ்த் தேசியத்தின் வெளிப்பாடாக இதனைக் கருவதுவர், அ.ச. ஞானசம்பந்தன் (*தேசிய இலக்கியம்*, பக். x). சிறிது வேறுபட்ட கருத்துக்கு, சுப்பிரமணிய முதலியார் (*திருத்தொண்டர் புராணம்*, இரண்டாம் பகுதி, பக். 1386) எழுதியிருப்பதைக் காண்க. பெரியபுராணம் சமாஜப் பதிப்பிலும் (மூன்றாம் பதிப்பு, பக். 17) ம. பாலசுப்பிரமணிய முதலியார் இதனைக் குறிப்பிட்டிருக்கிறார்.

40. சாமிநாதையர், உ.வே., *கோபாலகிருஷ்ண பாரதியார்*, 1936, பக். 55.

41. அழகிரிசாமி, கு., "ராமநாடகம்", *சங்கரதாஸ் சுவாமிகள் நூற்றாண்டு மலர்*, பக். 219–222. அருணாசலக் கவிராயரை

யும் கோபாலகிருஷ்ண பாரதியாரையும் ஒப்பு நோக்கி ஆராய்வது சுவையான—பயன்தரும் முயற்சியாகவிருக்கும்.

42. விடுதலைப் போராட்டக் காலத்தில் சமூக சீர்திருத்தத்திலும் ஈடுபாடு கொண்டிருந்த காலத்திலே, தீண்டாமை ஒழிப்பு இயக்கத்திற்கு ஆதரவு தேடும் வகையில் ராஜாஜி நந்தனார் சரித்திரக் கீர்த்தனையிற் சில பகுதிகளை வெளியிட்டார் எனத் தெரிகிறது. ஆயினும் அந்நூல் என் கைக்கெட்டவில்லை. மதுவிலக்கு, சாதியொழிப்பு முதலிய சமூக சீர்திருத்த முயற்சிகளில் அக்கறை கொண்டிருந்த ராஜாஜி நந்தனார் கதையைப் பிரசாரத்துக்குப் பயன்படுத்தினார். ஆயினும் அச்சீர்திருத்த உணர்வு எத்தகையது என்பது பிந்திய நிகழ்ச்சிகளால் நன்குணர்த்தப்பட்டது.

43. கைலாசபதி, க., "கவிதை நாடகங்கள்", *தினகரன் நாடக விழா மலர்*, கொழும்பு, நவம்பர் 1969, இக்கட்டுரையில் தமிழில் எழுந்த நவீன கவிதை நாடகங்கள் பற்றிச் சில குறிப்புக்கள் கூறியுள்ளேன். இத்துறையில் தென்னகத்தைவிட ஈழத்தில் முன்னேற்றம் அதிகம் என்றே தோன்றுகிறது. அண்மையில் 'மஹாகவி' எழுதி மேடையேற்றிய "கோடை" என்ற நாடகத்திலும் உரையாடல் சிறப்பாயமைந்திருந்தது.

44. *கவிஞன்*, இதழ் 3 (கல்முனை), இலங்கை, நவம்பர், 1969, பக். 32.

45. *புது உலகம்* (பசுபதி கவிதைகள்), கொழும்பு, 1965.

46. *இரத்தக்கடன்* (சுபத்திரன் கவிதைகள்), மட்டக்களப்பு, 1967.

47. புதிய இலக்கிய எழுச்சிக்கு எடுத்துக்காட்டாக அமைந்த இம்மலர் யாழ்ப்பாணத்தில் (1969) வெளியிடப்பட்டது.

48. புதியதொரு கலைப்பரிசீலனையாகவும், ஈழத்தில் இன்று காணப்படும் இலக்கிய எழுச்சிக்குச் சிறந்த எடுத்துக் காட்டாகவும் அமைந்த இப்புதுக் "கூத்து" குறித்து கார்த்திகா கணேசர் *தமிழர் வளர்த்த ஆடற் கலைகள்* (சென்னை, 1969, பக். 14–5) என்னும் நூலில் குறிப்பிட்டிருக்கிறார்.

49. கைலாசபதி, க., *ஒப்பியல் இலக்கியம்*, பக். 24.

50. கைலாசபதி, க., *பண்டைத் தமிழர் வாழ்வும் வழிபாடும்*. இதில் "நாடும் நாயன்மாரும்", "அறமும் அரசியலும்" ஆகிய இரு அத்தியாயங்களைப் பார்க்கவும்.

51. சோழர் காலத்திலே "செல்வச் செழிப்பின்" மத்தியில் தமிழர்கள் மனோன்னதமான வாழ்க்கை நடத்தினர்

என்பதே வரலாற்றாசிரியர் பலரும் கூறுவதாகும். ஆனால் சோழர் காலத்திலும் "ஏழ்மையால் வருந்திய மக்கள் பற்பலவிடங்களில் தங்களது உரிமைகளை நிலைநாட்டிக் கொள்ள இயலாமல், கோயிற் சுவர்களை இடித்தும், பத்திரங்களைத் தீக்கிரையாக்கியும் சுரண்டல் முறைக்கு எதிராகத் தங்களது எதிர்ப்பைக் காட்டியுள்ளனர்." நா. வானமாமலை, *தமிழர் நாட்டுப் பாடல்கள்* (சென்னை, 1964, பக். 4–7.) பொதுவாகவே இந்திய விவசாயிகளின் – அடிமைகளின் – எதிர்ப்பு வரலாற்றை இந்திய வரலாற்றாசிரியர்கள் அலட்சியஞ் செய்து வந்திருக்கின்றனர். இது சிந்தனைக்குரியது. உயர்ந்தோர் செய்யுள்களிலும் பார்க்க, நாட்டுப் பாடல்களிலேயே இக்காலங்களினதும் போராட்டங்களினதும் எதிரொலியைக் கேட்கலாம்.

52. *ஒப்பியல் இலக்கியம்*, பக். 206–212.

53. கணேசவேல், எஸ்.ஜி., *தீண்டாமை ஒழிப்பு*, வெகு ஜன இயக்க மாநாட்டுச் சிறப்பு மலர், பக். 15.

இக்கட்டுரையை எழுதி முடித்த பின்னர், நந்தனார் பற்றிய கருத்துரையொன்றைப் படிக்க நேர்ந்தது. இதன் ஆசிரியர் எனது கட்டுரையில் ஏலவே குறிப்பிடப்பட்டிருப்பவரான அ.ச. ஞானசம்பந்தன் (*கல்கி தீபாவளி மலர்*, 1969, பக். 85–88). "திருநாளைப் போவார் தீக்குளித்தது ஏன்!" என்ற கட்டுரையில் ஞானசம்பந்தன் உளவியற் கோட்பாடுகள் வழிநின்று திருநாளைப் போவார் சரிதத்தை எடுத்து விளக்குகிறார். அகலிகை பற்றிய கட்டுரையிலும் நந்தனார் பற்றிய கட்டுரையிலும் நான் தெளிவாக எடுத்துக்காட்டியிருப்பது போல, பழைய இதிகாச இலக்கிய பாத்திரங்களை அவற்றின் சமுதாயப் பின்னணியினின்றும் பிரித்தெடுத்து, 'நவீன' உளவியற் கருத்துக்களுக்கு இயைய அவற்றை விளக்க முயல்வது சுவையானதெனினும், பயனற்றது. நந்தனாருக்குத் தாழ்வு மனப்பான்மை (inferiority complex) இருந்தது என்று வாதிடும் கட்டுரையாசிரியர், எவ்வாறு தீராத வியாதியாகிய அம் மனநோயை வைத்தியநாதனான இறைவன் தீர்த்துவைத்தான் என்று விளக்குகிறார். தாழ்வு மனப்பான்மைப் பற்றிய விளக்கம் எவ்வாறிருந்தபோதும், அது நடைமுறையில் திருநாளைப் போவாரது பிறப்பையும் சாதியமைப்பையும் தீப்பாய்தலையும் 'இறையருள்' என்று வாதிட்டு நிலைநிறுத்துவதாக உள்ளது. சுருங்கச் சொன்னால் 'புத்தம் புதிய' மேற்குலகக் கோட்பாட்டின்

துணையுடன் நந்தனாருக்கு இழைக்கப்பட்ட அநீதிக்கு வக்காலத்து வாங்குகிறார் ஆசிரியர். அது மாத்திரமல்லாது, சுப்பிரமணிய முதலியார் போன்றவர்களிலும் சீரிய முறையில் உளவியல் அடிப்படையில் வழக்குரைக்கிறார். பெரியபுராணத்தைத் "தேசிய இலக்கியம்" என்று வாதிக்கும் ஆசிரியர் இவ்வாறு கூறுவதில் ஆச்சரியம் எதுவும் இல்லை. நந்தனாரை "ஐயரே" என்று அழைத்துப் பின் ஆண்டவன் கட்டளையாக அவரைத் தீயில் மூழ்க வைக்கின்றனர் தில்லைவாழ் அந்தணர்கள் என்று கூறும் ஆசிரியர், தீக்குளிப்பே தாழ்வு மனப்பான்மைக்கு மருந்தாயமைகிறது என்று முடிக்கிறார். பல குறைபாடுகள் இருப்பினும், நவீன உளவியல் அடிப்படையில் அறிவு பூர்வமானதாயும் பகுத்தறிவு சார்ந்ததாயுமிருப்பது. அதனை "மூடநம்பிக்கைக்கு" ஆதாரமாக ஆசிரியர் சாதுரியமாகப் பயன்படுத்துவது, கீதையை இன்றைய அரசியல் வாதிகள் சிலர் அடக்குமுறைக்கும் பலாத்காரத்துக்கும் போர்வையாகப் பயன்படுத்துவதை ஒக்கும் எனலாம். தாழ்வு மனப்பான்மைக்குப் பதிலாக வீறுகொண்ட அரசியல் – சமுதாய உணர்வுடன் "தாழ்த்தப்பட்டவர்கள்" அக்காலத்திலும் ஆங்காங்கு போரிட்ட செய்திகள் வரலாற்றாசிரியர்களால் மூடிமறைக்கப்பட்டுள்ளன என்பதையும் ஏலவே குறிப்பிட்டிருக்கிறேன். அண்மையில் ஈழத்துச் சிறுகதையாசிரியரான நீர்வை – பொன்னையன் வெளியிட்டுள்ள உதயம் (பெப். 1970, கொழும்பு) என்ற தொகுதியில் உள்ள சில கதைகள் ஞானசம்பந்தன் போன்றோர் காட்டும் மனப்பான்மைக்கு மாற்று மருந்தாக அமையுந் தகைமையன.

~ ~

நூலாசிரியர் அகர வரிசை

அகத்தியர், 77

அகிலன், 126, 144

அடியார்க்கு நல்லார், 156, 159 – 60, 180

அண்ணாதுரை, சி.என்., 145

அதிபத்தர், 196

அப்பர், 190, 193, 199

அம்புஜம்மாள், எஸ்., 145

அரவிந்தர், 16

அரவிந்தன், மு.வை., 186

அரிசில்கிழார், 177

அரிஸ்டோட்டில், 49

அருணகிரிநாதர், 183

அருணாசலக்கவிராயர், 252

அழகிய மணவாளதாசர், 141

அழகிரிசாமி, கு., 81, 141, 252

ஆரோக்கியசாமி, மு., 182

ஆல்டோ பெனிடி, 23

இங்கர்சால், 82

இந்திரபாலா, கா., 250

இந்திரா பார்த்தசராதி, 45

இப்சன், 135, 140

இரத்தினம், இ., 104, 113, 120, 143

இராகவையங்கார், மு., 162, 187

இராகவையங்கார், ரா., 49, 64, 95, 101, 141, 163

இராசமாணிக்கம், மா., 153, 199, 248

இராதாகிருஷ்ணன், எஸ்., 17

இராமதாசர், 203

இராமலிங்க நாமக்கல், 62, 67, 158

இராமானுஜர், 16

இராமானுஜாசாரி, இர., 48

இலக்குவனார், சி., 22, 24, 28, 30 – 31

இளங்கோ, 83, 153 – 55, 159 – 61, 163, 165, 167 – 69, 173 – 74, 178, 180, 184

இளம்பூரணர், 32, 180

இளம்பெருவழுதி, 46

இளவரசு, சோம., 86

இற்கொனென், 23

ஈஸ்கிலஸ், 125

உமாபதி சிவாச்சாரியார், 58

எமனோ, எம்.பி., 48

எமர்சன், 82

எலியட், டி.எஸ்., 37

ஏங்கல்ஸ், 136 – 37, 145

ஒட்டக்கூத்தர், 60

ஓஸ்டெர்லிட்ஸ், றொபார்ட், 23

ஓநீல், 125 – 26

ஔவையார், 58, 242

கச்சியப்ப சிவாச்சாரியார், 13

கண்ணன், ஆர்.கே., 223

கணபதிப்பிள்ளை, க., 188

கணபதிப்பிள்ளை, சி., 47

கணேசலிங்கன், செ., 11, 240

கந்தசாமிப்பிள்ளை, நீ., 49

கந்தையா, வீ.சி., 188

கந்தையாபிள்ளை, ந.சி., 139

கபிலர், 177

கம்பன், 62, 95 – 98, 102, 103, 108, 133, 153, 154

கம்பதாசன், 171

கருணைப்பிரகாசர், 79 80

கல்கி, 123, 126, 132, 134, 143, 144, 254

கலியாணசுந்தரம் (பட்டுக்கோட்டை), 84

கவிகுஞ்சரி, 203

கனகசபைப்பிள்ளை, 150 – 53, 161, 185, 186

கஸ்தூரிரங்கன், 41

காந்தி மகாத்மா, 16

காரியாசான், 57

கால்டுவெல், 23 – 4, 72

கிருஷ்ணசுவாமி, ஏ., 216, 251

கிருஷ்ணசுவாமி ஐயங்கார், எஸ்., 217

கிருஷ்ணன், என்.எஸ்., 239

கிருஷ்ணையர் கனம், 222

குமரகுருபரர், 76

குருசாமி, ம.ரா.போ., 187

குலோத்துங்கன், 46, 59, 248

குன்றம்பூதனார், 93

கெப்லர், 29

கொப்பெர்னிக்கஸ், 29

கொலின்டர், 23

கோசாம்பி, டி.டி., 218, 221

கோபாலகிருஷ்ண பாரதியார், 201–03, 205, 214–15, 218, 220–23, 226– 28, 230–36, 238, 247–48, 252

கோவிந்த தீட்சிதர், 226

கோவிந்தராஜர், 94

சங்கரர், 16

சங்கரதாஸ் சுவாமிகள், 183, 188, 248, 252

சஞ்சீவி, 189

சட்டோபாத்யாயா, டி.பி., 42, 50

சண்முகஞ் செட்டியார், ரா.க., 150, 157

சண்முகம் பிள்ளை, மயிலை., 152

சண்முகம், டி.கே., 160, 188

சதாசிவப் பண்டாரத்தார், டி.வி., 248

சதாசிவப் பிள்ளை, க., 249

சந்திரசேகரன். கி., 127, 144

சபாபதி நாவலர், 148, 185, 231

சம்பந்தர், 190, 199

சர்மா, சந்திரதர், 20

சாமி சிதம்பரனார், 165, 168

சாமிநாத தேசிகர், 77

சாமிநாதையர், உ.வே., 149 – 52, 157, 185, 203 – 05, 223, 227

சிதம்பரநாத முதலியார். டி.கே., 85

சிவகுருநாத பிள்ளை, ந., 48

சிவஞானம், ம.பொ., 149, 169, 170, 205, 230, 234, 248

சிவத்தம்பி, கா., 84, 87

சிவப்பிரகாச சுவாமிகள், 76, 79, 183

சிவராசப்பிள்ளை, கே.என்., 153

சின்னத்தம்பி புலவர், 227

சினோ, சி.பி., 45

சீனிவாச ஐயங்கார், பி.டி., 153

சீனிவாச ராகவாச்சாரியார், 150

சுத்தானந்த பாரதி, 187

சுந்தரம் பிள்ளை, 22, 33, 71 – 3, 75 – 6, 78 – 3, 87, 150 – 52, 203, 222

சுந்தரமூர்த்தி நாயனார், 190-92, 194–95, 199, 201, 248

சுந்தரசுவாமிகள், கோடகநல்லூர், 203

சுப்பிரமணிய ஐயர், ஏ.வி., 86, 151, 152

சுப்பிரமணிய தீட்சிதர், 77

சுப்பிரமணிய தேசிகர், 203

சுப்பிரமணிய பிள்ளை, இ.மு., 25, 48

சுப்பிரமணியம், க.நா., 41

சுப்பிரமணிய முதலியார். சி.கே., 212, 247 – 48

சுப்பிரமணிய முதலியார், வெ.ப., 63, 65, 98, 241

சுப்பிரமணிய யோகியார், ச.து., 82 – 3, 112

சுப்பிரமணியாச்சாரியார், வெ.சு., 153

சுப்பிரமணியன், தி.நா., 215, 249

சுப்பிரமணியன், ந., 85

சுப்பராய செட்டியார், 149

சுபத்திரன், 241 – 42,

சூரியநாராயண சாஸ்திரியார், 49, 65

செந்தாமரை, 83

செயங்கொண்டார், 59

செல்வராசன், சில்லையூர், 81, 120, 142 – 43, 237

செல்வராஜ், டி., 145

சேக்கிழார், 59, 191, 195-98, 200, 202-03, 205, 211-13, 218, 220, 222, 232, 248, 251, 252

சேதுப்பிள்ளை, ரா.பி., 86

சேனாவரையர், 77

சைல்ட், வி.ஜி., 47

சோமசுந்தர பாரதியார், 95-7, 102-03, 108

சோமசுந்தரம், மீ.பா., 103, 143

சோமசுந்தரம் பிள்ளை வித்துவான், 48

சோமசுந்தரப் புலவர், 144

ஞானசம்பந்தன், அ.ச., 172, 189, 247, 252, 254 – 55

டங்கன், டாக்டர், 65

டயிச்செஸ், டி., 125

டார்வின், 66

தனிநாயகம், சேவியர், 72, 86

தாமோதரம்பிள்ளை, சி.வை., 150

தாயுமானவர், 68-9, 85

தியாகையர், 223

திருச்சிற்றம்பலக் கவிராயர், 81

திருப்பாணாழ்வார், 244

திலகர், 16

தீட்சிதர், வி.ஆர்.ஆர்., 48

துரைசாமிப் பிள்ளை, சு., 187, 247

துரைசாமி, டி.கே., 85

துளசிதாசர், 130

தேசிக விநாயகம் பிள்ளை, 69, 121

தொக்வீல், அலெக்சிஸ், 211

தொல்காப்பியர், 17, 30, 32-4, 49, 52 – 3, 168

தொலமி, 28 – 9

நச்சினார்க்கினியர், 33, 56, 68, 176, 180

நப்பண்ணனார், 92

நம்பியாண்டார் நம்பி, 192-95

நாதமுனிகள், 192

நாரண துரைக்கண்ணன், 121

நாவலர், ஆறுமுக, 203, 231, 249

நீலகண்ட யாழ்ப்பாணர், 192

நீலகண்ட சாஸ்திரியார், க.அ., 216, 248

பசுபதி, 241

பரஞ்சோதியார், 76-8, 80

பரணர், 177

பரிமேலழகர், 18, 53, 56, 74, 180

பவணந்தியார், 31, 33

பறோ, டி., 23

பாணினி, 30

பாமிதத் ரஜனி, 251

பாரதிதாசன், 80, 121, 169, 171, 245

பாரதியார், 39, 69, 80–1, 84, 103, 105, 111, 126, 138, 153–54, 160, 171, 202–04, 215, 218, 221–23, 230, 241

பிச்சுவையர், 203

பிளேட்டோ, 43

பிள்ளைப்பெருமாள் ஐயங்கார், 98

புதுமைப்பித்தன், 31, 49, 109, 113–15, 117–8, 130, 237

பூலோகசிங்கம், பொ., 189

பெர்னாட்ஷா, 135

பெரியவாச்சான் பிள்ளை, 98

பெருங்குன்றூர்க் கிழார், 177

பெருந்தேவனார், 52, 54, 85,

பேராசிரியர், 17–8, 20, 22, 27, 32–4, 36, 53–5, 71, 75, 79, 86, 150, 171–74, 217

பொன்னுசாமித் தேவர், 203

பொன்னையன், நீர்வை, 255

போப். ஜி.யூ., 150

மகாலிங்கம், டி.வி., 216

மணிவாசகர், 56

மணிவேல், எம்.பி., 87

மத்துவர், 16

மயிலைநாதர், 180

மறைமலையடிகள், 75

மஹாகவி, 142, 146, 237, 253

மஹாதேவன், டி.எம்.பி., 20

மாக்ஸ் முல்லர், 75

மாணிக்கம், வ. சுப., 187, 189

மாணிக்கவாசகர், கா., 251

மார், ஜே.ஆர்., 177

மார்க்கபந்து சர்மா, 172

மார்க்ஸ் – கார்ல், 218

மில்டன், 101

மீனாட்சி சுந்தரனார், தெ.பொ., 17, 166, 168, 171, 172, 188

மீனாட்சி சுந்தரம் பிள்ளை, தி., 148, 203, 222, 223, 227

முகர்ஜி ராதாகமால், 219

முகர்ஜி ராமகிருஷ்ண, 210

முருகையன், இ., 11, 44, 47, 190, 232, 233, 234, 237, 238, 240, 241, 247

முன்ஷி, கே.எம்., 16

மெஞ்ஜெஸ், 23

மெரிக், 101

மோர்கன், எல்.எச்., 145

யாக்ஞவல்கீயர், 43

ரகுநாதன், தொ.மு.சி., 49, 168, 189

ரஸ்ஸல் பேட்ரண்ட், 20, 21

ராகுல சாங்கிருத்தியாயர், 43

ராமசாமி அய்யங்கார், வ., 110

ராமஸ்வாமி, ப., 109

ராமைய்யா, பி.எஸ்., 89, 141, 145

ராஜாஜி, 16, 90, 92, 94, 132, 134, 253

லக்ஷ்மணன், கி., 48, 130

வரதராசன், மு., 171, 172, 173, 174

வள்ளத்தோள், 142

வள்ளுவர், 53, 243

வன்பரணர், 177

வான்மீகி, 90, 92–4, 97, 102, 106–07, 121, 128, 132–33

வானமாமலை, நா., 252, 254

விசுவநாத முதலியார், 183

வித்தியாரணியர், 226
வித்தியானந்தன், 186
விந்தன், 122–24, 126, 129–30, 132–35, 137, 139, 143–44
விபுலாநந்தர், 70, 104, 157
விருத்தகிரீசன், வி., 216
வினோபா பாவே, 161
வெங்கட்ராம், எம்.வி., 109, 113, 118, 141, 145, 237
வேங்கட கிருஷ்ணையங்கார், தி., 141
வேங்கடசாமி நாட்டார், ந.மு., 150, 159
வேதநாயகம் பிள்ளை, 110, 171, 203
வேலாயுதம் பிள்ளை (சாமி), 86
வைத்தியநாதையர், மஹா., 203
வையாபுரிப்பிள்ளை, எஸ்., 27, 36–7, 49, 73, 92, 153, 176, 178–80, 185, 248, 252

ஜயஸ்வால், கே.பி., 167
ஜானகிராமன், தி., 140
ஜூல்ஸ் புளொக், 23
ஜெயகாந்தன், 123, 135, 140, 143–44
ஜொக்கி, 23
ஜோய்ஸ், ஜே., 125–26
ஸ்ரீபால், டி.எஸ்., 85
ஸ்ரீநிவாஸய்யங்கார், சி.ஆர்., 141
ஷராடர் ஓட்டோ, 23
ஷேக்ஸ்பியர், 100, 103
ஸ்பென்ஸர், ஹெர்பெட், 65
ஹக்ஸ்லி, டி.எச்., 66
ஹமீது, கே.பி.எஸ்., 83
ஹெரக்கிளைட்டஸ், 40
ஹோமர், 125

ஆசிரியரின் பிற காலச்சுவடு வெளியீடு

பண்டைத் தமிழர் வாழ்வும் வழிபாடும்

(கட்டுரைகள்)

க. கைலாசபதி

ரூ. 195

"இம்மென் கீரனார் முதல் இன்குலாப் வரை" ஒட்டுமொத்தத் தமிழ் இலக்கியப் போக்கையும் புலமைப் பின்னணியோடும் பல்துறையறிவோடும் ஒப்பிலக்கிய ஒளியில் கண்டு, சான்றாதார வலிமையும் தருக்க நெறியும் நடைநயமும் கொண்டு, தீர்க்கமான முடிவுகளை முன்வைத்துத் தமிழாராய்ச்சி யுலகில் தம் தனித்துவத்தை நிறுவிக்கொண்டவர் க. கைலாசபதி.

கைலாசபதியின் அணுகுமுறையில் மார்க்சியம் துருத்தி நிற்காமல் இழையோடியது; கட்சி மார்க்சியரைக் கடந்தும் தமிழ் ஆய்வுலகில் தவிர்க்கவியலாச் செல்வாக்குச் செலுத்தியது. அந்தச் செல்வாக்கைத் தெடங்கிவைத்த நூல் 'பண்டைத் தமிழர் வாழ்வும் வழிபாடும்.'

பா. மதிவாணன்